மோகனசாமி

மோகனசாமி

வசுதேந்த்ரா

பல்லாரி மாவட்டத்தின் சந்டூரில் 1969இல் பிறந்த வசுதேந்த்ரா, தனது முதல்நிலைப் பள்ளிப் படிப்பை அங்கேயே முடித்தார். NITK சூரத்கல்லில் பொறியியலிலும் IISC பெங்களூரில் எம்.ஈ.யிலும் பட்டம் பெற்றுள்ளார். இருபதாண்டு காலம் மென்பொருள் துறையில் வேலை செய்து, இப்போது தனது நேரத்தைப் பயணம் செய்வதிலும் வாசிப்பதிலும் எழுதுவதிலும் பயன்படுத்துகிறார்.

சாகித்ய அகாதெமி புத்தக விருது, தா.ரா.பேந்த்ரே கதை விருது, மாஸ்தி கதை விருது, டாக்டர் யூ.ஆர். அனந்தமூர்த்தி விருது, பெஸகரஹள்ளி ராமண்ணா விருது, வசுதேவா பூபாளம் தத்தி நிதி விருது, வர்தமான உதயோன்முக விருது, சேடம் ‘அம்மா’ விருது, கதாரங்கம் விருதுகளைப் பெற்றிருக்கிறார். ‘சந்தா புத்தகம்’ என்ற பதிப்பக நிறுவனத்தைத் தொடங்கி, அதன் வழியாக நாட்டின் பல புதிய எழுத்தாளர்களின் புத்தகங்களைப் பிரசுரித்துக்கொண்டிருக்கிறார். அத்துடன், புத்தகத்தை அச்சிடுவதுடன் அவற்றின் விற்பனையையும் அவரே மேற்பார்வை செய்கிறார்.

பயணத்தில் விருப்பமுள்ள இவர் மேற்குத் தொடர்ச்சியில் அமைந்துள்ள பல மலைகளிலும் தாஞ்சனீயா நாட்டின் கிளிமஞ்சாரோ மலையிலும் ஏறியிருக்கிறார். திபெத்தில் இருக்கும் கைலாசாவிலும் மானச சரோவரிலும் பயணங்கள் மேற்கொண்டுள்ளார். ஸ்குவாஷ் விளையாடுவது, மகாபாரத அத்தியயனம் செய்வது, சாஸ்திரீய சங்கீதம் கேட்பது ஆகியவற்றில் இவருக்கு ஆர்வம் அதிகம்.

பல புனைவுகளையும் அபுனைவுகளையும் வெளியிட்டுள்ளார்.

கே. நல்லதம்பி (பி. 1949)

மொழிபெயர்ப்பாளர்

மைசூரில் படிப்பு பி.ஏ. வரை. ஒரு தனியார் நிறுவனத்தில் வணிகப் பிரிவின் அகில இந்திய மேலாளராக 35 வருடங்கள் வேலை பார்த்து, ஓய்வு பெற்றவர். நிழற்படக் கலையில் ஆர்வமிக்கவர். உலக, தேசிய கண்காட்சிகளில் இவரது நிழற்படங்கள் பார்வைக்கு வைக்கப்பட்டுப் பல பரிசுகளும் பெற்றிருக்கின்றன. இந்தியா லலித கலா அகாடெமியில் இவரது ஆறு புகைப்படங்கள் நிரந்தர அருங்காட்சியகத்தில் இருக்கின்றன. கன்னடத்திலிருந்து தமிழுக்கும் தமிழிலிருந்து கன்னடத்திற்கும் கவிதைகள், சிறுகதைகள், கட்டுரைகள் மொழிபெயர்த்துள்ளார்; அவை பல கன்னட, தமிழ் இதழ்களிலும் வெளியாகியுள்ளன.

குவெம்பு பாஷா பாரதி வெளியீடுகளான பெரியார் விசாரகளு (2017), தெங்கனமஹிளா லேககரு (2016) தொகுப்புக்களில் தமிழ்க் கட்டுரைகள் கன்னடத்தில் மொழி பெயர்த்து வந்துள்ளன. குவெம்பு பாஷா பாரதிக்காக – சங்கக் கவிதைகள் சிலவற்றைக் கன்னட எழுத்தாளர் லலிதா சித்தபசவய்யாவுடன் இணைந்து மொழிபெயர்த்திருக்கிறார். அவை 'நிச்சம் பொசது' (2016) என்ற தொகுப்பாக வந்துள்ளது. 2022ஆம் ஆண்டு மொழிபெயர்ப்புக்கான சாகித்திய அகாதெமி விருது பெற்றவர். பெங்களூருவில் வசிக்கிறார்.

மின்னஞ்சல்: kntt1949@gmail.com

செல்: 9880718541

வசுதேந்த்ரா

மோகனசாமி

கன்னடத்திலிருந்து தமிழில்
கே. நல்லதம்பி

காலச்சுவடு பதிப்பகம்

● **அன்பார்ந்த வாசகருக்கு,**

வணக்கம்.

காலச்சுவடு நூலை வாங்கியமைக்கு நன்றி.

நூலின் உள்ளடக்கம், உருவாக்கம், அட்டைப்படம் இன்ன பிற அம்சங்கள் பற்றிய உங்கள் கருத்துகளையும் ஆலோசனைகளையும் காலச்சுவடு வரவேற்கிறது. தகவல், எழுத்து, வாக்கியப் பிழைகள் தென்பட்டால் கட்டாயம் தெரிவித்து உதவுங்கள். நூல் தயாரிப்பில் கடும் குறைபாடு இருப்பின் மாற்றுப் பிரதி உங்களுக்குக் கிடைக்கக் காலச்சுவடு ஏற்பாடு செய்யும்.

மின்னஞ்சல்: publisher@kalachuvadu.com

காலச்சுவடு நாகர்கோவில் தலைமையகத்துக்கும் கடிதம் அனுப்பலாம்.

தங்கள்
எஸ்.ஆர். சுந்தரம் (கண்ணன்)
பதிப்பாளர் – நிர்வாக இயக்குநர்

மோகனசாமி ❖ சிறுகதைகள் ❖ ஆசிரியர்: வசுதேந்த்ரா ❖ கன்னடத்திலிருந்து தமிழில்: கே. நல்லதம்பி ❖ © வசுதேந்த்ரா ❖ முதல் (குறும்) பதிப்பு: டிசம்பர் 2022 ❖ வெளியீடு: காலச்சுவடு, 669. கே.பி. சாலை, நாகர்கோவில் 629001 ❖ முன்னட்டை ஓவியம்: நில்ஸ் ஹென்றிக் பெடர்சன்

காலச்சுவடு பதிப்பக வெளியீடு: 1143

mookanacaami ❖ Short Stories ❖ Author: Vasudhendra ❖ Tamil Translation from Kannada by K. Nallathambi ❖ ©Vasudhendra ❖ Language: Tamil ❖ First (Short) Edition: December 2022 ❖ Size: Demy ❖ Paper: 18.6 kg maplitho ❖ Pages: 248

Published by Kalachuvadu, 669, K.P. Road, Nagercoil 629001, India ❖ Phone: 91-4652-278525 ❖ e-mail: publications@kalachuvadu.com ❖ Cover Illustration: Nils Henrik Pedersen ❖ Printed at Clicto Print, Jaleel Towers, 42 KB Dasan Road, Teynampet Chennai 600018

ISBN: 978-93-5523-268-7

பொருளடக்கம்

	முன்னுரை	9
1.	சிக்கலான முடிச்சு	11
2.	சைக்கிள் சவாரி	41
3.	காசி வீரர்கள்	88
4.	பாவமற்றவன்	110
5.	உச்சி முனையில் முதன்முதலாக	119
6.	பேசக்கூடாத பேச்சுக்கள் வதைக்கும்போது	145
7.	மூட்டைப்பூச்சி	176
8.	வேண்டாத தாம்பூலம்	190
9.	நான்முகன்	204
10.	கிளிமஞ்சாரோ	231

முன்னுரை

மோகனசாமியைக் கன்னடத்தில் படித்த போது சிறிது அதிர்ச்சியாக இருந்தது. இதைத் தமிழில் மொழிபெயர்க்கச் சொன்னபோது சற்றுத் தயங்கினேன். தமிழில் இதுபோன்ற ஓரினச் சேர்க்கைக் கதைகள் வந்திருக்கலாம், ஆனால் என் கவனத்திற்கு வந்ததில்லை. ஆதலால் தமிழ் வாசகர்கள் இதை எப்படி வரவேற்பார்கள் என்ற தயக்கமும் அச்சமும் ஆர்வமும் இருக்கிறது.

ஆண் - பெண் உடல் உறவு மட்டும்தான் இயல்பானது, இயற்கையானது என்று நாம் நம்பிக் கொண்டிருக்கும்போது, இத்தகைய ஆண் - ஆண் உறவு (Homosexual), பெண் - பெண் உறவு (Lesbian), மனித - விலங்கு உறவு (Bestiality), பிணங்களுடனான பாலுணர்வு ஈர்ப்பு (Necrophilia), குழந்தைகளுடனான உடலுறவு (Pedophilia) போன்றவை முதலில் தெரிய வரும்போது மிகவும் அதிர்ச்சியாகத்தான் இருக்கும். ஆனால் இவை எதுவும் விலக்கல்ல. இது மனிதன் காமத்தை உணர்ந்த நாட்களிலிருந்தே தொடர்கிறது. ஓரினச் சேர்க்கையின் அனுபவம் பலருக்குச் சிறுவயதில் ஏற்பட்டிருக்கலாம். அதில் அதிகமானவை வயதுக் கோளாறு / ஆர்வத்தால் ஏற்படுபவை. ஆனால் சிலருக்கு ஹார்மோன்களால் ஏற்படுபவை. இரண்டாம் வகையைச் சேர்ந்தவர்கள்தான் பிறகு ஓரினச் சேர்க்கையை விரும்புகிறார்கள். அப்படிப்பட்ட ஒரு மனிதனின் கதைதான் மோகனசாமி. அவை இந்தப் பத்துச் சிறுகதைகளின் வடிவத்தில் அமைந்திருக்கின்றன.

ஓரினச் சேர்க்கையைப் பற்றிய சர்ச்சைகள் நடந்துகொண்டிருக்கின்றன. நம் உச்ச நீதிமன்றமும் சட்டப் பிரிவு 377இல் சீர்திருத்தங்களைச் செய்திருக்கிறது. இந்தத் தருணத்தில் இப்படி ஒரு புத்தகம் வெளிவருவது அவசியம் என்று தோன்றுகிறது.

இந்தப் புத்தகம் ஆங்கிலம், ஸ்பானிஷ் , இந்தி, மலையாளம் ஆகிய மொழிகளில் மொழிபெயர்க்கப்பட்டு வெளியிடப் பட்டுள்ளன. இப்போது தமிழிலும்.

இந்தக் கதைகளை மொழிபெயர்த்து எழுதியவுடன் இவற்றைத் திருத்திக் கொடுக்க வேண்டிய நண்பரான திரு. ஜி. முருகன் அவர்களுக்கு முதலில் அனுப்பிவைத்தேன். அவரும் இவற்றைப் பொறுமையாகப் படித்து அக்கறையுடன் திருத்திக் கொடுத்துள்ளார். அவருக்கு என் நன்றிகளைத் தெரிவித்துக்கொள்கிறேன்.

இந்தப் புத்தகத்தின் முதல் பதிப்பை வெஸ்ட்லேண்ட் பப்ளிஷர் பிரைவேட் லிமிடெட் 2018இல் வெளியிட்டிருந்தார்கள். இரண்டாம் பதிப்பை பாவண்ணனின் சில திருத்தங்களுடன் காலச்சுவடு வெளியிடுகிறது. இவர்கள் அனைவருக்கும் என் மனமார்ந்த நன்றியைத் தெரிவித்துக்கொள்கிறேன்.

இனி இந்தப் புத்தகம் தமிழ் வாசகர்களின் கையில். படித்துவிட்டு உங்கள் எண்ணங்களைப் பகிர்ந்துகொள்ளுமாறு பணிவுடன் வேண்டுகிறேன்.

28.07.2022 **கே. நல்லதம்பி**

1

சிக்கலான முடிச்சு

மாலைப் பொழுது இருட்டியிருந்தாலும் அந்த வீட்டில் விளக்கேற்றவில்லை. ஐந்தரை மணிக்கெல்லாம் மோகனசாமி அலுவலகத்திலிருந்து வந்திருந்தாலும், எதுவும் தோன்றாதவனாய் நேராகப் பூசை அறைக்குச் சென்று கிருஷ்ணர் விக்கிரகத்திற்கு முன்னே உட்கார்ந்துவிட்டான். உடம்பில் சிறு நடுக்கம் இருந்தது. சிறிய மரப் பலகையின் மீது மெல்லிய புன்னகையுடன் ஸ்ரீகிருஷ்ணன் குழலூதிக்கொண்டு நின்றிருந்தான். சிறிது நேரம் அவனையே பார்த்துக்கொண்டு உட்கார்ந்திருந்த மோகனசாமி, மனத்திற்குள்ளேயே அவனுடன் மனம்விட்டு உரையாடிக்கொண்டிருந்தான். ஆனாலும் எழுந்து உடனடியாக வீட்டு வேலைகளைச் செய்யும் தைரியம் இன்னும் வரவில்லை. பொதுவாக வீட்டுக்கு வந்ததும் ரேடியோவைப் போட்டுவிட்டு, குக்கர் வைத்தபின், மெதுவாக வீட்டுக் குப்பையை எல்லாம் பெருக்கிவிட்டு, கார்த்திக்கின் வரவை ஆவலுடன் எதிர்பார்த்துக் கொண்டிருப்பதுதான் அவன் வழக்கம். 'எங்க இருக்க?' என்று அவனுக்கு ஒரு குறுஞ்செய்தி அனுப்பி, அவனுடைய பதிலை எதிர்பார்த்தபடி வேலைகளைச் செய்தவாறு, மொபைல் 'குய்' என்று சத்தம்போடுமா என்று எதிர்பார்த்துக் காத்துக்கொண்டிருப்பது அவனுடைய தினசரிப் பழக்கம். ஆனால் இன்று அது எதுவும் இல்லை. சும்மா பயந்துபோய் கிருஷ்ணனின் முன்னால் கண்மூடி உட்கார்ந்துவிட்டான். யாராவது தொட்டுப் பேசினால் அழுதுவிடுவதுபோலப் பாதிக்கப் பட்டிருந்தான்.

அலுவலகத்திலிருந்து வீட்டுக்கு வரும்பொழுது காய்கறிக் கடையில் பிஞ்சு வெண்டைக்காய்களாகப் பார்த்து, "கார்த்திக்குக்குப் பிடிக்கும்" என்று அரை கிலோ வாங்கினான். எண்ணெய் கொஞ்சம் அதிகமாகவே ஊற்றி, சிவப்பாக வறுத்து, பதமாக உப்பு – காரம் கலந்த பொரியலை ருசிப்பதென்றால் கார்த்திக்குக்கு உயிர். ஒரு துண்டையும் விடாமல் ருசிப்பான். மோகனசாமிக்கும் வெண்டைக்காய் பொரியல் விருப்பமானாலும் "எனக்கு அவ்வளவாகப் பிடிக்காது கார்த்தி" என்று சும்மா பொய் சொல்லி அவனுக்கே முக்கால் பங்கைப் பரிமாறி விடுவான். கார்த்திக் தட்டில் ஒட்டிய சாற்றை வழித்துத் தின்றால் இவனுக்குள் சொற்களால் வெளிப்படுத்த முடியாத மகிழ்ச்சி ஏற்படும். "எங்க அம்மாவை விட நீயே ருசியா சமைக்கறடா" என்று புகழ்ந்துவிட்டால் போதும், அன்று இரவு மோகனசாமிக்குச் சந்தோஷத்தில் தூக்கம் வராது.

அந்த நாள் கார்த்திக்கிற்கு அப்படியொரு ருசியான வெண்டைக்காய்ப் பொரியல் வைத்து ஆச்சரியத்தில் மூழ்கடிக்க வேண்டும் என்று மனதில் திட்டமிட்டபடி வீட்டுக் கதவைத் திறந்தபோது ஷோபா ஆண்டி ஃபோன் செய்தார். கார்த்திக்கின் தூரத்து உறவு அவர். அவருடைய வீட்டுக்காரர் ஏதோ பெரிய கம்பெனியில் உயர்பதவியில் இருக்கிறார். விஜயநகரில் அவர்களுடைய பெரிய வீடு இருக்கிறது. கார்த்திக், மோகனசாமி இருப்பது மல்லேஸ்வரத்தில். வாரக் கடைசியில் கார்த்திக்குடன் பைக்கில் அவ்வப்போது அவர் வீட்டுக்குப் போய்வருவதால் மோகனுக்கும் ஷோபா ஆன்ட்டி நல்ல பழக்கம். இரண்டு வாரத்திற்கு முன் அவர் வீட்டிற்குப் போயிருந்தபோது மோகனசாமி தன் கையால் தயார் செய்த பொறிப்பொறியாக இருந்த இட்லிப் பொடியைக் கொடுத்திருந்தான். அது அவர்கள் வீட்டில் எல்லோருக்கும் பிடித்துப்போனது. அதன் ரெஸிப்பியைக் கேட்க ஷோபா ஆன்ட்டி நேரடியாக மோகனுக்கு ஃபோன் செய்தார். அதைக் கேட்டு மிகவும் உற்சாகம்கொண்ட மோகனசாமி சின்னச்சின்ன சமையல் குறிப்பு விவரங்களையும் எடுத்துச் சொன்னான். ஆனால் ஷோபா ஆன்ட்டிக்கு அதில் ஈடுபாடில்லை. அவர் வீட்டுக்காரர் "ஆண் பிள்ளை ஆனாலும் ருசியாப் பண்ணி இருக்கானல்ல. அவனைக் கேட்டு ரெஸிப்பியைத் தெரிஞ்சுக்க" என்று ஐந்தாறு முறை சொல்லியதற்காக வேண்டாவெறுப்பாக ஃபோன் செய்திருந்தார். இருபத்தைந்து வயதுப் பையன் ஒருவன் செய்த ஒன்றிற்காக அவர் அப்படி வாயைப் பிளப்பது சரியாகப் படவில்லை. அதை நேரடியாக மறுக்க தைரியம் இல்லாததால் ஒப்புக்கு ஃபோன் செய்தார்.

ஷோபாஆன்ட்டி அவர் வீட்டுக்காரருக்கு மிகவும் பயப்படுவார் என்பது மோகனசாமிக்குத் தெரியும். ஒருமுறை அவன் தனியாக அவர் வீட்டிற்கு எதையோ கொடுப்பதற்காகப் போயிருந்தான். வீட்டுக் கதவு திறந்திருந்தது. ஆனால் விளக்குப் போட்டிருக்கவில்லை. இவன் "ஆன்ட்டி . . ." என்று மெல்ல அடி எடுத்து வைத்துக்கொண்டு, கண்களை இருட்டுக்குத் தக்கவாறு மாற்றிக்கொண்டு போனபோது ஷோபா ஆன்ட்டி உணவு மேஜை அருகில் உட்கார்ந்து மெல்ல அழுதுகொண்டிருந்தார். இவனுக்கு என்ன செய்வதென்று புரியாமல் அவர் அருகில் சென்றபோது அவர் தனது வலதுகையைக் காட்டி, "தாயோளி, கையைத் திருகிவிட்டான். எவ்வளவு வலிக்குது தெரியுமா?" என்று அழுதார். அந்தக் கைக்குத் தைலத்தைப் பூசிக்கொண்டு இடதுகையால் மெல்ல நீவிக்கொண்டிருந்தார். மோகனசாமிக்குத் "தாயோளி" என்றது அவளுடைய வீட்டுக்காரரைத்தான் என்று புரிந்துகொள்ள சில விநாடிகள் தேவைப்பட்டன. அவன் வருத்தத்துடன் "எதுக்கு ஆன்ட்டி?" என்று மெல்ல அவர் கையைத் தொட்டுக் கேட்டான். அப்போது அவர் வலியால் "ஹா..." என்று கையைப் பின்னால் இழுத்துக்கொண்டார். பிறகு மிகவும் கோபமாக "அவருக்குத் தேவைப்படும்போது மட்டும் என் நினைவு வரும். படுக்கையில எங்களுக்கும் தேவை இருக்கும்,இல்லை என்பது தெரியாது பாரு" என்றார். மோகனசாமி சிறிது நேரம் அவருடன் இருந்துவிட்டு எழுந்து வந்தான். கார்த்திக்கிடம் அதைப் பற்றிச் சொல்லவில்லை. அடுத்த முறை ஆன்ட்டியைச் சந்தித்தபோது அப்படியொரு நிகழ்வு நடக்க வில்லை என்பதைப்போலச் சிரித்துக்கொண்டே அவனுடன் பேசினார். மோகனுக்கும் நிம்மதியாக இருந்தது. ஆனாலும் அவ்வப்போது ஷோபா ஆன்ட்டி இருட்டில் உட்கார்ந்து அவருடைய திருகிய கைகளின் வலியை அனுபவித்துக்கொண்டு அழும் காட்சி அவனை மிகவும் வாட்டியது.

சுருக்கமாக இட்லிப் பொடியின் ரெஸிப்பியைச் சொல்லி முடித்த மோகனசாமி "பிறகு என்ன செய்தி ஆன்ட்டி?" என்று பேச்சை மாற்றியபோது ஷோபா ஆன்ட்டிக்கு மனத்தில் மகிழ்ச்சி ஏற்பட்டு "இனி என்ன இருக்கு மோகன், அடுத்த வாரத்துக்குத் தயார் செய்துகொண்டிருக்கிறேன். நாம எல்லாம் மும்பை போகவேண்டி இருக்கே?" என்று சொன்னார். 'நாம எல்லாம்' என்றபோது அவனையும் சேர்த்துத்தானா என்ற சந்தேகம் எழவே "மும்பைக்கா? எதுக்கு ஆன்ட்டி?" என்று வெகுளியாகக் கேட்டான் மோகனசாமி. "எதுக்காகவா? உனக்குக் கார்த்திக் சொல்லலையா? மும்பையில் அடுத்த ஞாயிற்றுக்கிழமை அவனுக்கு நிச்சயதார்த்தம். உனக்குத் தெரியாதா?" என்று வியப்பாகக்

கேட்டார். அவனுக்கு அதளபாதாளத்தில் விழுந்ததுபோல இருந்தது. "எனக்குத் தெரியாது ஆன்ட்டி, கார்த்திக் எனக்குச் சொல்லலை" என்றபோது அவனுடைய குரல் தழுதழுத்தது. "எப்படி அவன் உனக்குச் சொல்லலை? ஒருவேளை சர்ப்ரைஸ் கொடுக்கறதுக்காக இருக்கும். நாலு வாரத்துக்கு முன்னாடி பொண்ணப் பாத்துச் சம்மதம் சொல்லிட்டான். அப்பவே நான்கைந்து பெண்களைப் பார்த்துக்கிட்டுருந்தாங்க. அவர்களையெல்லாம் வேண்டாம் என்று சொல்லி இருந்தான். இந்தப் பொண்ண மட்டும் மறுவார்த்தை சொல்லாம ஒத்துக்கிட்டான். பெரிய அழகான கண்ணு அவளுக்கு. மும்பை பெண் பாரு. தளுக்குமொழுக்கா இருப்பா. வீட்டில கன்னடம் பேசறாங்க. அவங்க அப்பா தாரவாட் பக்கம். இவனோ கிராமத்தில வளந்து இப்பப் பட்டணத்தப் பார்த்தவன். அவ எங்க இவனை முந்தானையிலே முடிஞ்சு வச்சுக்குவாளோன்னு எனக்குச் சந்தேகம். ஆனாலும் எந்த மாப்பிள்ளைக்கு எந்தப் பொண்ணுன்னு எப்படிச் சொல்ல முடியும்?" என்று பேச்சை முடித்தாள்.

இவனுக்கு அதை எப்படி எதிர்கொள்ளவேண்டுமென்று தெரியவில்லை. தொடர்ந்து பேசினால் அழுதுவிடுவான் என்று பயந்தான். உடனே அழைப்பைத் துண்டித்து விட்டான். சும்மாவாவது "சிக்னல் வீக் ஆன்ட்டி. அப்புறமா பேசறேன்" என்று குறுஞ்செய்தி அனுப்பி, கைபேசியை ஸ்விட்ச் ஆப் செய்து மூலையில் எறிந்துவிட்டு, கிருஷ்ணனின் முன்னால் நடுங்கிக்கொண்டே உட்கார்ந்துவிட்டான். சில நாட்களாகக் கார்த்திக் இரகசியமாக வெளியே போய்ப் பேசுவது, குளியலறைக்குப் போகும்போது கைப்பேசியை எடுத்துக்கொண்டு போவது, தாமதமாக வருவதற்குப் பொருந்தாத காரணங்களைச் சொல்வது,'எங்கேயோ போயிருந்தேன் விடு' என்று மேலோட்டமாகப் பதிலளிப்பது – எல்லாவற்றிற்கும் பொருள் இப்போதுதான் புரியத் தொடங்கியதால் மோகனசாமி முழுவதுமாகக் கலங்கி இருந்தான். கார்த்திக்குச் சர்ப்ரைஸ் கொடுக்க வாங்கி வந்த பிஞ்சு வெண்டைக்காய்கள் அங்கேயே டிவிக்கு அருகே அநாதையாக விழுந்து கிடந்தன.

கார்த்திக் வந்தபோது எட்டரை மணியாகி இருந்தது. எப்போதும்போல மணி அடித்ததும் இவனுக்குச் சமாதானமானது. கிருஷ்ணனின் விக்கிரகத்தைக் கையில் எடுத்து மிகவும் அன்பாக அவன் கன்னத்தில் முத்தமிட்டு, "நீ என்னை என்னைக்கும் ஏமாத்தமாட்ட. எனக்குத் தெரியும்" என்று கிசுகிசுத்தான். கார்த்திக் எப்போதும்போலத் தன் பாணியில் மணியடித்து, உள்ளே இருட்டாக இருப்பதைச் சன்னல் வழியாகக் கவனித்துக்

கைப்பேசிக்கு அழைப்பு விடுத்தான். ஆனால் கைப்பேசி ஸ்விட்ச் ஆஃப் ஆக இருந்தது. வீட்டுச்சாவி கார்த்திக்கிடமும் ஒன்று இருந்தாலும், அலுவலகத்துக்குச் செல்லும்போது அதை எடுத்துக்கொண்டு செல்ல வேண்டும் என்று அவனுக்குத் தோன்றுவதில்லை. அதிசயம். எதையும் ஒரு ஒழுங்கோடு செய்து அவனுக்குப் பழக்கமில்லை. அந்த விநாடி மனத்துக்கு எப்படித் தோன்றுமோ அப்படி நடந்துகொள்வதில்தான் வாழ்க்கையின் மகிழ்ச்சி இருப்பதாக நம்பினான். ஆனால் மோகனசாமி எல்லாவற்றிலும் நேர் எதிர்! பொரியலுக்கு ஒரு கல் உப்பு அதிகமானாலும் கவலைப்படுவான். வீட்டில் எல்லாப் பொருள்களும் பளபள என்று மின்னவேண்டும். படுக்கையின் மீது விரிப்பு கொஞ்சமும் கலைந்திருக்கக்கூடாது. குளியலைறையை ஒருநாள் கழுவாவிட்டாலும் அவனுக்குத் தூக்கமே வராது. உள்ளாடை, பனியன், பேண்ட், சட்டைகள் கண்ட இடத்தில் தொங்கக்கூடாது. அதெல்லாம் அவனுடையதாக இருந்தாலும் சரி, கார்த்திக்குடையதாக இருந்தாலும்சரி. துவைத்து இஸ்த்ரி செய்து அதற்குரிய இடத்தில் வைக்கா விட்டால் அவனுக்குச் சாப்பிட்ட உணவு செரிக்காது.

விளக்கைப் போட்டு, கதவைத் திறந்தபோது அதன் உயரத்திற்கு நின்றிருந்த ஆறடி இரண்டு இஞ்ச் உயரமான கார்த்திக்கைப் பார்த்ததும் மோகனசாமி "இல்லை, அப்படி எதுவும் இருக்காது. நான் சும்மா பயப்படுகிறேன். அந்தக் கிருஷ்ணன் என்னை என்னைக்கும் ஏமாத்தமாட்டான்" என்று மனத்திற்குள்ளேயே சொல்லிக்கொண்டான். எப்போதும்போல அவன் ஹெல்மட்டை வாங்கி மூலையில் வைத்துக்கொண்டே "எதுக்கு இவ்வளவு தாமதம் கார்த்திக்?" என்று மிகவும் அக்கறை கலந்த அன்புடன் கேட்டான். நாற்காலியில் அமர்ந்து ஷூவைக் கழற்றிக்கொண்டிருந்த கார்த்திக் "ஆபீசில வேலை அதிகம் . . ." என்று எதையோ சொல்லத் தொடங்கினான். அவன் அருகில் சென்ற மோகனசாமி அவனுடைய முகத்தைத் தன் மார்பில் அழுத்திக்கொண்டு, அவனுடைய அடர்த்தியான முடியை விரலால் தடவி, "பொய் சொல்லாதே கார்த்தி" என்றான். அதற்குப் பதில் சொல்லத் தோன்றாமல் கார்த்தி சும்மா தன் மூக்கை அவன் நெஞ்சில் உரசி, அவனை இன்னும் அருகில் இழுத்துக் கொண்டான். அவன் கன்னம், காது, முதுகை எல்லாம் வருடிய மோகனசாமி, "ஷோபா ஆன்ட்டி ஃபோன் செய்திருந்தார். உண்மையா?" என்று கேட்டான். உண்மை சொல்ல மனமில்லாமல் கார்த்திக் மறுபடியும் மூக்கை உரசுவதைத் தொடர்ந்தான். "சொல்லு, பரவாயில்லை. எனக்கொன்னும் வருத்தமில்லை கார்த்திக்" என்று இவன் முதுகுக்குக் கீழே கையை ஓடவிட்டு

வற்புறுத்தினான். எங்கேயோ படு பாதாள ஆழத்திலிருந்து வரும் குரல்போலக் கார்த்திக் "ஆமா" என்று சொல்லி, மூக்கை உரசுவதை நிறுத்தினான்.

மோகனசாமியால் இனியும் துயரத்தைத் தாங்கிக்கொள்ள முடியவில்லை. கார்த்திக்கை மெல்லத் தூரமாகத் தள்ளிவிட்டு எதிர்ச்சுவரில் நொறுங்கிப்போய் உட்கார்ந்தான். கண்ணில் இருந்து தண்ணீர் 'பொலபொல'வென்று வழிந்தது. மனத்தில் ஏற்பட்ட வலி, தோல்வி, பயமெல்லாம் மொத்தமாக அவனைத் துன்ப நெருப்பில் வேகவைத்தது. கார்த்திக் அவன் அருகில் சென்று அமர்ந்து அவன் கண்ணீரைத் துடைத்தான். "ப்ளீஸ் அழாதே மோகன், எனக்குப் பயமா இருக்கு. ப்ளீஸ்" என்று சமாதானப் படுத்தத் தொடங்கினான். மோகன் குமுறிக் குமுறிஅழுதான். மிக வலியுடன் வரும் அவன் கதறலைத் தடுப்பது எப்படி என்று தெரியாமல் கார்த்திக் சும்மா அவனைத் தழுவிக்கொண்டு தேகத்தை மெல்லத் தடவிக்கொடுத்தான். "நான் என்ன செய்ய சொல்லு? இப்படி எத்தனை நாளைக்குத் தனியாக இருக்க முடியும்? நானும் திருமணம் செய்துகொள்ள வேண்டாமா?" என்று மெதுவாகச் சொன்னான். எந்த ஆறுதல் வார்த்தையும் அவன் துயரத்தைத் தேற்றவில்லை. அழுது அழுது ஓய்ந்துபோன மோகன் விரக்தியுற்றான். அப்படி வெகுநேரம் அவர்கள் ஒருவரை யொருவர் அணைத்துக்கொண்டு உட்கார்ந்திருந்தார்கள். யாருக்கும் புரியாத ஒரு மௌனம் ஆழமாக அந்த வீட்டில் நிலவியது. ஒருவருக்கொருவர் சொல்லிக்கொள்ள முடியாத வலிகள் அங்கே உறைந்துபோயின.

வெகுநேரத்திற்குப் பின் மோகனசாமி பேசினான். "கார்த்திக், சீக்கிரம் மெஸ்ஸுக்குப் போய்ச் சாப்பிட்டு வரலாம் வா. இன்னைக்கு ஒன்றும் புரியாததால் நான் சமைக்கவில்லை. உனக்காகப் பிஞ்சு வெண்டைக்காய் வாங்கி வந்திருந்தேன். அதைச் சமைக்க மனசு வரலை" என்று தவிப்புடன் எழுந்தான். கார்த்திக்குக்கு இப்போது நிம்மதியானது. "நாளைக்குச் செய்து கொள்ளலாம் விடு. அதுக்கென்ன அவசரம்?இப்பப் பசிக்குது. சீக்கிரம் போய்வரலாம் வா" என்று அவன் சுறுசுறுப்பாக எழுந்து முகம் அலம்ப குளியலறைக்குப் போனான். அவன் அந்தப் பக்கம் போனதும் மோகனசாமி அலமாரியைத் திறந்து, துவைத்து 'மொறுமொறு'வென்று இருந்த துண்டை எடுத்துக்கொண்டு போய் குளியலறைக் கம்பியில் மாட்டினான். "துண்டு வச்சிருக்கேன்" என்று சத்தமாகச் சொன்னான். "ஓகே, ஓகே" என்று முகத்தில் சோப்புப் பூசியிருந்த கார்த்திக் பதிலளித்தான். "ஸே தேங்க்ஸ்" என்று மோகனசாமி வேண்டினான். "தேங்க் யூ ஸ்வீட் ஹார்ட்" என்று கார்த்திக் மற்றொருமுறை கூவினான்.

மெஸ்ஸில் கணிசமான அளவு கூட்டம் இருந்தது. வீட்டுக்குத் திரும்பும்போது மணி பத்தைத் தாண்டி இருந்தது. பைக்கில் போகும்போது பின்னால் அமரும் மோகனசாமி, அவனுடைய முழு தேகத்தையும் கார்த்திக்கின் முதுகில் இறுக்கமாக ஒட்டி, இடது கையால் அவன் இடுப்பை வளைத்து, வலது கையை அவன் தொடைமீது வைத்து, முகத்தை அவன் முதுகில் சாய்த்து நிம்மதியாகக் கண்மூடினான். தலைதெறிக்கக் கார்த்திக் எவ்வளவு வேகமாகப் பைக்கை ஓட்டினாலும் மோகனசாமிக்குப் பயம் ஏற்படுவதில்லை. நிம்மதியாக இருப்பான். சிக்னல் அருகில் நிற்கும்போது கார்த்திக் மென்மையாக அவன் கையை வருடுவான். மோகனசாமி அந்தத் தொடுதலுக்குச் சிலிர்த்து மெல்ல எச்சிலை முழுங்கி, சூடான மூச்சுவிட்டால் அது கார்த்திக்கின் மோவாயை உரசும்.

ஆனால் இன்று அப்படி எதற்கும் வாய்ப்பிருக்க வில்லை. மோகனசாமி கார்த்திக்கைத் தொடுவதில்லை என்று முடிவு செய்தான். சில மாதங்களில் மற்றொரு பெண்ணுடன் போகப் போகிறவனுடன் இனி என்ன உறவுவேண்டிக் கிடக்கிறது? வேண்டவே வேண்டாம். கார்த்திக்கின் முதுகிலிருந்து சிறிது விலகி, பைக்கில் முடிந்த அளவு இடைவெளிவிட்டு, பின்பக்கத்துப் பிடியைப் பிடித்துக்கொண்டு உட்கார்ந்து விட்டான். கார்த்திக்குக்குச் சொல்லிக்கொள்ள முடியாத குழப்பம். வேண்டுமென்றே உட்காரும் தோரணையைச் சரிசெய்து கொள்ளும் சாக்கில் சிறிது பின்னால் நகர்ந்து அவனுடைய தொடைகள் தொடும்படி அமர்ந்தான். மோகனசாமி இப்போது அவனைத் தொட அனுமதிக்கவில்லை. கார்த்திக் இன்னும் பின்னால் நகர்ந்தான். சிக்னலில் நின்றபோது கையைப் பின்னால் நீட்டி அவன் கையை இழுத்துத் தனது தொடைமீது வைத்துக்கொண்டான். 'சரக்' என்று மோகனசாமி கையை இழுத்துக்கொண்டான். மெஸ்ஸில் அதிகம் பேர் இருந்ததைப் பார்த்து "வாட் அ 'மெஸ்" என்று கார்த்திக் சிலேடை செய்து சிரிக்கவைக்கப் பார்த்தான். ஊகூம், மோகனசாமி சிரிக்கவில்லை. வீட்டுக்குத் திரும்பும்போதும் தொட வாய்ப்பளிக்க வில்லை. ஆனால் ஒரு ஆறுதல். சாப்பிட உட்கார்ந்து காரக் குழம்பைச் சாப்பிடும்போது கார்த்திக்குக்குப் புரை ஏறியது. மேஜைமீது இன்னும் தண்ணீர் வைத்திருக்கவில்லை. உடனே கலவரமடைந்த மோகனசாமி, எழுந்து போய் வேறு மேஜையில் இருந்த தண்ணீர் கிளாசைக் கொண்டுவந்து கார்த்திக்கிடம் கொடுத்து, அவன் தண்ணீர்குடித்து அமைதியடைந்து ஒரு சிரிப்பை உதிர்க்கும்வரை என்றைக்கும் போலவே மிகவும் கவலை உணர்வோடு உட்கார்ந்திருந்தான். கார்த்திக்குக்கு அது மகிழ்ச்சியாக இருந்தது. "இப்பப் பரவாயில்லையா?

ஓகேதானே ?" என்று அவன் இரண்டு மூன்று முறை கேட்டபோது கார்த்திக் வேண்டுமென்றே பதில் சொல்லாமல் புன்சிரிப்பை உதிர்த்து, கண்களில் கவர்ச்சி காட்டி, மோகனசாமியைப் பார்த்துக்கொண்டே உட்கார்ந்தான்.

வழக்கமாக இரவு படுப்பதற்கு முன்னால் இருவருக்கும் சூடான பாலைக் கொஞ்சம் குடிக்கும் பழக்கமுண்டு. கார்த்திக் கட்டிலில் படுத்துக்கொண்டு டிவி சேனல்களை மாற்றிக்கொண்டிருக்கும்போது, சமையலறையில் மோகனசாமி பாலைக் காய்ச்சுவான். கொதித்த பாலைப் பதமான சூடு வரும்வரை ஆற்றி, அதற்குப் பாதாம் பருப்புப் பொடியைச் சேர்த்து, அவனுக்குச் சிறிது அதிகமாகவும், தனக்குச் சிறிது குறைவாகவும் பாலை ஊற்றிக் கோப்பையை அவனுக்குக் கொடுப்பான். பாலைக் குடித்து, அவன் கோப்பையை எடுத்துச் சென்று போய், கழுவி, கேஸ் மேடையைச் சுத்தம் செய்து, எல்லாக் கதவுகளும் சரியாகச் சாத்தி இருக்கிறதா என்று பார்த்து, கிருஷ்ணனுக்கு அன்பாக குட்நைட் சொல்லி, அறைக்கு வந்து கார்த்திக்கிடமிருந்து ரிமோட்டைப் பிடுங்கி, டிவியை அணைத்து, விளக்கை அணைத்து அவன் அருகில் படுத்துக்கொள்ளும்போது பதினொன்றரை மணி ஆகிவிடும்.

மோகனசாமி இன்று தொடவிடமாட்டான் என்பதைப் புரிந்துகொண்ட கார்த்திக் சில நொடிகளில் மெல்லக் குறட்டை விடத் தொடங்கினான். ஆனால் அருகில் படுத்திருந்த மோகனசாமிக்குத் தூக்கம் வரவில்லை. காரணமில்லாமல் கார்த்திக் மீது கோபப்பட்டேனோ, இதில் அவன் தவறென்ன இருக்கிறது? திருமண வயதுக்கு வந்த ஆண்பிள்ளை சும்மா இருக்க முடியுமா? அவனுடைய அப்பா—அம்மா வற்புறுத்தினால் அவன்தான் என்ன செய்வான்? என் சுயநலத்திற்காக அவனைத் திருமணம் செய்துகொள்ள வேண்டாம் என்று சொல்வது மிகவும் கொடுமையல்லவா? என் கார்த்திக் வலிமை மிகுந்த ஆண். அவனுக்குப் பல துணைகள் இருந்தாலும் போதாது. அவனுடைய உற்சாகத்திற்கு நான் எப்படி வேலி போடமுடியும்? இப்படிப் பல சிந்தனைகளில் தூக்கத்தை இழந்தான். இனி மறுபடி எப்போது கார்த்திக் அவன் தேகத்தைத் தழுவினாலும், கண்டிப்பாக நிராகரிக்க மாட்டேன் என்று மனத்தை மென்மையாக்கிக் கொண்டான். ஆனால் ஒரு ஐந்து நிமிடத்தில் கார்த்திக்கின் குறட்டைச் சத்தம் மெல்லக் கேட்டதும் இவன் முழுவதுமாக உடைந்துபோனான். இருட்டிலும் அவன் பக்கமே பார்த்தான். "என் அன்பு உண்மையானதாக இருந்தால் அவன் ஒரே நிமிடத்தில் விழித்துக்கொண்டு என் பக்கம் கண் திறந்து பார்ப்பான்" என்று மனதில் சொல்லிக்கொண்டு காத்திருந்தான். ஒன்றிலிருந்து

நூறுவரை எண்ணினான். மனத்திற்குள் கிருஷ்ணனைத் தியானம் செய்தான். ஊகூம் . . . பத்து நிமிடமாகியும் கார்த்திக் விழித்துக்கொள்ளவில்லை. அதற்குப் பதிலாகக் குறட்டைச் சத்தம் இன்னும் அதிகமானது. கடைசியாக வேறு வழி தெரியாமல் மோகனசாமி தன் எல்லா ஆசைகளையும் முடிவுகளையும் நசுக்கிவிடத் தயாரானான். தோற்பது அவனுக்குப் புதிதல்ல. வெல்லும் பிடிவாதம் பிடிக்கும் பாக்கியம் தனக்குக் கிடையாது என்பதைத் தன் அனுபவத்தால் கண்டுகொண்டவன். அவன் மெல்லக் கார்த்திக்கின் அருகில் நகர்ந்து, தழுவிக்கொண்டு, மெல்லத் தன் மூக்கை அவனுடைய காதின் பின்புறம் உரசினான். கார்த்திக்குக்கு விழிப்பு ஏற்பட்டது.

பல நூறு தடவை இணைந்த தேகங்களுக்குப் புதிதாகச் சொல்லிக்கொடுக்க எதுவுமில்லை. எல்லாம் மிகவும் அறிமுகமானவை. எந்தத் தொடுதல் யாருக்கு இதமானது, எந்தப் பிடி யாருக்குச் சுகமானது, எந்த வலி யாருக்கு ஆனந்தமானது, யார் குரல் யாருக்கு உன்மத்தம் தரும் – எல்லாம் தெரியும். தொப்புளில் வாய்வைத்து மூச்சை இழுத்துக்கொண்டு அழுத்தம் தந்தால் போதும் அவன் சிலிர்ப்பான். தொடைமேல் இருக்கும் சின்னக் கறுப்பு மச்சத்தை நாக்கால் தடவினால் போதும், இவன் உணர்ச்சி கிளம்பும். பேசாமல் மௌனமாக இனிமையான நொடிகளை ருசிப்பது ஒருவனுக்குப் போதும், மற்றவனுக்கு இதமான எதையாவது காதுகளில் கிசுகிசுக்க வேண்டும். அங்கே எந்த வெட்கமும் இல்லை. எந்தக் குற்ற உணர்வும் கிடையாது, மகிழ்ச்சி அடைவதில் எள்ளளவும் குறைபாடில்லை. முத்தம் இடாத மூலைகள் இல்லை. ருசிக்காத பாகங்கள் இல்லை. மூச்சுச் சூடு படாத அங்கங்கள் இல்லை. மனங்கள் இணைந்தபின் உடல் கட்டமைப்பிற்குச் சல்லிக் காசளவும் மதிப்பில்லை. ஆத்ம துணைக்கு மற்ற உடல்அமைப்பு இடையூறல்ல.

அது இன்ப சமாதியின் கடைசி விநாடி. ஒரு உடல் மற்றொரு உடலில் நுழைந்து ஒன்றிணையும் நேரம். நொடிக்கு நொடி வலி – இன்பம் இரண்டின் உச்சத்தைத் தரும் அமிர்த வேளை. மோகனசாமி கண்ணால் கார்த்திக்குக்கு அழைப்பு விடுத்தான். தெரு விளக்கின் ஒளியில் கார்த்திக்கின் கண்கள் பளபள என்று மின்னின. நடக்கும் பாதைகளில் கல்முட்களின் முரட்டுத்தன்மை இல்லாமல் மென்மையாக்கிக்கொண்டான். கல் மலர்ந்து பூவாகத் தயாரானது.

அப்போது,

கார்த்திக்கின் கைப்பேசி அபஸ்வரத்தில் அலறியது. அது பரப்பிய ஒளியின் பிரகாசத்திற்குக் கார்த்திக் கண்களை

மூடிக்கொண்டான். மோகனசாமி சட்டென்று கைப்பேசியை எடுத்துப் பார்த்தான். “ரஷ்மி மை லவ்” அழைப்பு விடுத்திருந்தாள். கார்த்திக் அவன் கையிலிருந்து கைப்பேசியைப் பிடுங்கிக்கொண்டு எழுந்து வெளியே போனான். “கொஞ்சம் தூக்கமாக இருந்தது. நீ இன்னும் தூங்கலை?” என்று மெல்லிய குரலில் பேச்சுக்கள் கேட்டன. மோகனசாமி என்ன செய்வதென்று புரியாமல் குழப்பத்துடன் படுக்கையிலிருந்து எழுந்து உட்கார்ந்தான். அந்தப் பக்கத்தில் இருந்து கேட்டும் கேட்காத பேச்சும், சிரிப்பும் இருந்தது. எல்லாம் தெளிவற்றவை. அறிமுகமில்லாதவை. எல்லாம் விரும்பத்தகாதவை.

சுமார் ஒரு மணி நேரம் கார்த்திக் திரும்பவில்லை. மோகனசாமி காத்துக் காத்துச் சலித்துப்போய் ஆடையை அணிந்துகொண்டான். தூங்குவதற்காகக் கண் மூடினான். முடியவில்லை. தெளிவற்ற பேச்சுக்களும் சிரிப்பும் சூலத்தைப்போல வந்து குத்தும்போது தூக்கம் எப்படி வரும்? சும்மா கண்களைத் திறந்துகொண்டே விட்டத்தைப் பார்த்துக்கொண்டு பிணத்தைப்போலப் படுக்கையில் விழுந்துகொண்டான். கழிவறைக்குப் போய் வந்து, பின் தண்ணீர் அருந்தினான்.

திரும்பி வந்ததும் கார்த்திக் எதுவும் பேசாமல் ஆடையை அணிந்துகொண்டு படுத்துவிட்டான். மோகனனின் தேகம் சிறிதும் படாமல் சிறிது தொலைவில் நகர்ந்துகொண்டான். மின்விசிறியின் வேகம் குறைவாக இருப்பதைப் போன்று தோன்றியதால் சிறிதளவு அதிகமாக்கினான். வெகுநேரம்வரை அங்கே வெறும் சுடு மூச்சின் சத்தம். புரண்டு படுக்கும் சத்தம். கைவிரல்களைச் சொடசொட என்று சொடக்கும் சத்தம்.

மோகன் மற்றொரு முறை தோற்கத் தயாரானான். மெல்லக் கார்த்திக்கை அணைத்தான். “ப்ளீஸ் மோகன். . . இன்னைக்கு வேணாம்” என்று கார்த்திக் வேண்டிக்கொண்டான். இதைப் பொருட்படுத்தாமல் மோகன் விரல்களால் மெல்லக் கார்த்திக்கின் மார்பு முடிகளை வருடினான். அப்படியே தொடர்ந்து வயிற்றைத் தடவி, தொப்புளைச் சுற்றி ஆள்காட்டி விரலால் சித்திரம் வரைந்து, சுண்டுவிரலால் தொப்புளை அழுத்தினான். “ப்ளீஸ் வேண்டாம்” என்ற கார்த்திக்கின் குரல் இந்த முறை பலமானதாக இருந்தது. மோகனசாமிக்கு விளையாட்டை நிறுத்த மனமில்லை. மெல்ல விரல்கள் இன்னும் கீழே சரிந்தன. தொப்புளிலிருந்து அப்படியே கீழிறங்கிப்போய், தொடையின் நடுவில் கையைக்கொண்டுவந்தவன் அதிர்ந்தான். ஒரு விநாடிக்கு முன்னே இருந்த கிளர்ச்சியெல்லாம் எந்த நொடியில் மாயமானது? கார்த்திக் இப்போது கோபத்தால் கத்தினான். “பாஸ்டர்ட், என்னைத் தொட வேண்டாமுன்னு எத்தனை தடவை சொன்னாலும் நீ கேக்கமாட்டேங்கிற” என்று

கத்திக்கொண்டே அவனுடைய படுக்கை, போர்வை, தலையணை எல்லாவற்றையும் எடுத்துக்கொண்டு மற்றொரு அறைக்குப் போய் கதவைப் படக்கென்று அடைத்துக்கொண்டான்.

தனக்கு நேர்ந்த அவமானத்தால் மோகனசாமி நடுங்கிப்போனான். அவன் அனுப்பும் ஒரு குறுஞ்செய்தியைக் கைப்பேசியில் பார்த்ததும் கிளர்ச்சி அடையும் கார்த்திக்குக்கு இப்போது தன் வெற்றுடம்பும் வெறுப்பைத் தரும் நேரம் வந்ததா? தூங்கவிடாமல் இரவெல்லாம் தொந்தரவு செய்யும் கார்த்திக் எழுந்து வேறொரு அறையில் படுத்துக்கொள்ளும் அளவுக்கு மாறிவிட்டதா?'மோகனா' என்று ஆசையொழுக அழைக்கும் கார்த்திக் 'பாஸ்டார்ட்' என்று சொல்லுமளவுக்கு நிலைமை மோசமாகிவிட்டதா?

மெல்ல எழுந்து சென்று கார்த்திக் படுத்திருந்த அறைக் கதவைத் தட்டினான். பதில் வரவில்லை. "சாரி கார்த்திக்" என்று அங்கலாய்த்தான். கார்த்திக் மனம் இளகவில்லை. "ப்ளீஸ் டா, வேணாமுன்னா இனிமே தொடமாட்டேன். நான் தப்புச் செய்துட்டேன். நீ கோவிச்சுக்க வேண்டாம்" என்று கேட்டுக்கொண்டான். பதில் இல்லை. "நீ சொன்ன மாதிரி கேட்டுக்கிட்டு இருக்கேன் கார்த்திக். இந்த ஒரு தடவை மன்னிச்சிடு. சும்மா உன் பக்கத்தில படுத்துக்கறேன். கடவுள் சத்தியமா, உன்னைத் தொடமாட்டேன். கதவைத் திறடா" என்று கெஞ்சினான். கட்டிலில் இருந்த தன் கைப்பேசியை எடுத்துவந்து கார்த்திக்கை அழைத்தான். இரண்டு ரிங் ஆனதும் கார்த்திக் அதைத் துண்டித்தான். மற்றொருமுறை முயன்றான். ஊகூம்.

மோகனசாமிக்கு வேறு எதுவும் செய்யத் தோன்றவில்லை. நேராகப் பூஜை அறைக்குச் சென்று கிருஷ்ணன் முன்னால் அமர்ந்துகொண்டு சிறிது நேரம் அவனையே கண்கொட்டாமல் பார்த்துக்கொண்டிருந்தான். கிருஷ்ணன் விக்கிரகத்தைக் கையில் எடுத்துக்கொண்டு அதன் உதட்டில் முத்தமிட்டான். அவன் குழலுக்கு ஒரு முத்தம். அவன் மார்பு, தொப்புள், இடுப்பு, தொடை, பிருஷ்டம், முதுகு – எல்லாப் பாகங்களுக்கும் முத்தமழை பொழிந்தான். மிகவும் அன்பாக அவன் தேகத்தைத் தடவினான். அந்த விக்கிரகத்தை எடுத்து அவனுடைய தேகம் முழுவதும் தடவிக்கொண்டான். "கார்த்தியின் மனதை மாற்று கிருஷ்ணா . . . அவனுடைய தொடுதல் இல்லாமல் நான் எப்படி உறங்குவேன்? அவன் மூச்சுக் காற்று படாமல் எனக்கேது பாதுகாப்பு? அவனுடைய கோபத் தணல் என்னைத் தகித்தால் நான் எப்படி வாழ்வேன்? அவனைத் தவிர எனக்கு இந்த உலகத்தில் என்ன இருக்கிறது? வேண்டாம் கிருஷ்ணா. இவ்வளவு கடினமானவனாக ஆக்காதே! உன் இந்தப் பாலகோபாலனின்

வலியைப் புரிந்துகொள். என் தவறுகளை மன்னித்துவிடு. உன் அன்பான நண்பனின் மேல் கோபம் கொள்வது சரியல்ல" என்று மிகவும் துன்பத்துடன் வேண்டிக்கொண்டான். கிருஷ்ணன் எப்போதும் போலப் புன்னகையுடன் குழலூதிக்கொண்டிருந்தான். "திருடன்டா நீ கிருஷ்ணா...மௌனத்தாலேயே எல்லாத்துக்கும் பதில் சொல்ற நீ. ஆகட்டும். இன்னைக்கு உன் மௌனத்தை மன்னிக்கிறேன். பிறகும் என் வலிக்கு நீ விடை அளிக்கா விட்டால் உன்னை மன்னிக்க மாட்டேன். எச்சரிக்கை" என்று கிருஷ்ணனுக்குச் சவால் விட்டான்.

தன் அறைக்குத் திரும்பினான் மோகனசாமி. கதவைச் சாத்தி, மேலும் கீழும் இருந்த தாழ்ப்பாள்களைப் போட்டு விட்டு, "கார்த்திக்... இன்னைக்கு இரவு உனக்குப் பட்டினி. நீயாக வந்து மறுபடியும் சாமி, அய்யான்னு கெஞ்சினாலும் கதவைத் திறக்க மாட்டேன். எனக்கும் கோபம் வருமுன்னு நீ புரிஞ்சுக்க" என்று மனத்திற்குள்ளேயே முடிவு செய்து படுக்கை மேல் படுத்து உருண்டான். ஒரு ஐந்து நிமிடம் புரண்டான். எந்த நேரத்திலும் கார்த்திக் கதவைத் தட்டலாம் என்று தோன்றியது. அவன் வந்து கதவைத் தட்டும்போது தான் தூங்கியிருந்தால்? அவனுடைய கார்த்திக் கதவைத் தட்டித் தட்டித் தோற்றுத் தன் அறைக்குத் திரும்ப நேரிட்டால்? அந்தக் கற்பனையே மோகனசாமிக்குத் திகிலூட்டியது. உடனே சென்று இரு தாழ்ப்பாள்களையும் விலக்கி, கதவை முழுவதுமாகத் திறந்து "கார்த்திக் நான் உனக்காக என்றும் என் இதயக் கதவை மூடமாட்டேன்டா. எந்தத் தவறும் எனக்குக் கோபத்தை உண்டு பண்ணாது. எனக்குக் கோபித்துக்கொள்ளும் தகுதி கிடையாது. வா கார்த்திக், நீ எப்போது வேண்டுமென்றாலும் வா. உனக்காகக் காத்திருப்பேன்" என்று சொல்லிக்கொண்டு படுக்கையில் வந்து விழுந்தான். இரவு இரண்டு மணி ஆனாலும் புரண்டுகொண்டிருந்தானே தவிர தூக்கம் வரவில்லை. இரண்டு மூன்று முறை கழிவறைக்குச் சென்று வந்து, தண்ணீர் அருந்தினான். ஒவ்வொரு முறையும் தண்ணீர் அருந்திய கிளாசை சோப்புப் போட்டுக் கழுவிச் சுத்தம் செய்து, துடைத்து, ஷெல்பில் வைத்தான். கடைசியாக எதுவும் தெரியாமல் கார்த்திக் படுத்திருந்த அறைக் கதவிற்கு முன்னால் சென்று நின்றான். இயலாமையால் தூக்கமில்லாமல் மனம் வெறுப்படைந்திருந்தது. அப்படியே புரண்டு புரண்டு விடியலைக் காணும் நேரத்தில் அவனுக்குத் தூக்கம் வந்தது. அந்தத் தூக்கத்திலும் அரண்டுவிடச்செய்யும் கனவுகள் வந்தன.

கார்த்திக் கோபத்தால் இரவு கைப்பேசியை ஆஃப் செய்து ஆழ்ந்து உறங்கினான். எழுந்தபோது அப்போதே ஏழு மணி. பக்கத்தில் மெல்லக் கை அசைத்தபோது மோகனசாமி இல்லாதது

தெரிந்தது. இரவின் நிகழ்வுகள் எல்லாம் நினைவுக்கு வந்தன. கைப்பேசியை ஸ்விட்ச் ஆன் செய்தான். படபடவென்று ஆறு செய்திகள் ஓடிவந்தன. ஐந்து மோகனசாமியிடமிருந்து. ஒன்று ரஷ்மியிடமிருந்து,'குட்மார்னிங் ஸ்வீட் ஹார்ட்.' அந்த ஐந்தையும் படிக்காமல் டெலிட் செய்து, ரஷ்மிக்கு 'நீ இங்கே துணையாக இல்லாமல் இருக்கும்போது குட்மார்னிங் எப்படி ஆகும்?' என்று பதில் அனுப்பிவிட்டு எழுந்து உடம்பை முறித்து, கொட்டாவி விட்டுக்கொண்டே வெளியே வந்தான். கதவுக்கு முன்னால் முடங்கிக்கொண்டு மோகனசாமி படுத்திருப்பது தெரிந்தது. எதனாலோ உயிர் 'சுரீர்' என வலித்தது. ஏன் நேற்று அவனிடம் தான் அவ்வளவு முரட்டுத்தனமாக நடந்துகொண்டேனோ என்று நினைத்து வருந்தினான். அவன் அருகில் தரையில் அமர்ந்தான், அவன் போர்வையைச் சரி செய்தான். மெல்ல அவன் முடியைக் கோதினான். குனிந்து அவன் கன்னத்தில் ஒரு முத்தமிட்டான்.

அந்த ஸ்பரிசத்தை உணர்ந்த மோகனசாமிக்கு விழிப்பு வந்தது. மெல்லக் கண் திறந்து "மணி எவ்வளவு கார்த்திக்?" என்று கேட்டான். "இன்னும் நிறைய நேரம் இருக்கு. நீ தூங்கு. இன்னைக்கு நான் போய் பால் வாங்கிக் காப்பி போடறேன்" என்று சொல்லி அவன் கன்னத்தைத் தடவினான். "வேண்டாம் வேண்டாம் நீ பாலைப் பொங்க விட்டிடுவ" என்று மோகனசாமி எழப்போனான். "சுப் இடியட், சும்மா படு. நான் காப்பி போட்டு எழுப்பறேன்" என்று அவனை எழவிடாமல் கார்த்திக் அவனை இறுக்கமாகத் தரையில் அழுத்தினான். மோகனசாமி மகிழ்ச்சியில் கண்கள் மின்ன சிரித்தான். "சும்மா படுத்துக்கணும், அப்படி எல்லாம் சிரிக்கக் கூடாது" என்று கார்த்திக் பொய்யாக அதட்டினான். மற்றொரு முறை மோகனசாமி அழகாகச் சிரித்து, கார்த்திக்கின் கையை எடுத்து நெஞ்சின் மீது வைத்துக்கொண்டு கண்களை மூடினான். கார்த்திக் தன் கையை விடுவித்துக்கொண்டு, அவன் கன்னத்தை மெல்லத் தட்டி, பால் வாங்கிவர கூப்பனையும் பையையும் எடுத்துக்கொண்டு வெளியே போகக் கதவைத் திறந்தான். அந்த வெளிச்சத்தில் உயரமான வாட்டசாட்டமான உடல்வாகு கொண்ட கார்த்திக் மோகனசாமியின் கண்ணுக்கு மிகவும் கவர்ச்சியாகத் தென்பட்டான். "டூ யூ ஸ்டில் லவ் மீ" என்று மெல்லிய குரலில் கேட்டான். அதற்குப் பதிலாகக் கார்த்திக் வாய் மீது விரல்வைத்து "நான் காப்பி போட்டு எழுப்பற வரைக்கும் சும்மா படுத்திருக்கணும். அப்படி இப்படி அசையக்கூடாது. மிச்சமெல்லாம் நான் வந்து காப்பி போட்ட பிறகு..." என்று அதிகாரத்துடன் சொல்லி, கண் சிமிட்டி, கதவைச் சாத்திக்கொண்டு வெளியே போனான். படுத்த இடத்திலேயே மோகனசாமி "தேங்க்ஸ் கிருஷ்ணா. நீ என்னைக்கும் என்னைக்

கைவிடமாட்ட. எனக்குத் தெரியும்” என்று தன் அன்பான கிருஷ்ணனுக்கு உளமாற நன்றியைத் தெரிவித்துக்கொண்டான்.

அந்தப் பக்கம் பால்கனியிலிருந்து கார்த்திக் நான்கு படிகள் கீழே இறங்கி இருப்பானோ இல்லையோ கைப்பேசி‘குய்’ என்றது. ரஷ்மி செய்திக்குப் பதிலளித்திருந்தாள். “அப்படீன்னா பறந்து வா டியர். நாள் முழுக்க சந்தோஷமா கழிப்போம்” என்று அழைப்பு விடுத்திருந்தாள். கார்த்திக்கின் உடம்பு முழுவதுமாகச் சிலிர்த்து மலர்ந்தது. பால் பூத்தை நெருங்குவதற்குள் அவன் முடிவு செய்துவிட்டான் – காப்பி குடித்ததும் மும்பைக்கு விமானம் ஏறிவிடவேண்டும்!

❍

கார்த்திக் திருமணத்திற்குச் செல்ல மோகனசாமிக்குத் துளியும் விருப்பம் இல்லை. நிச்சயதார்த்தத்திற்கு ஏதோ ஆபீஸ் சாக்கைச் சொல்லித் தப்பித்துவிட்டான். கார்த்திக் ஒன்றும் வற்புறுத்தவில்லை. ஆனால் ஷோபா ஆன்ட்டியும் அவர் கணவனும் மிகவும் வருத்தப்பட்டனர். “கார்த்திக்கின் உயிர் நண்பன். . . நீயே வரலேன்னா எப்படி?” என்று கேட்டார்கள். ஒருவேளை கார்த்திக் “வாடா, சும்மா எதுக்குப் பிடிவாதம் பிடிக்கற?” என்று ஒரு தடவை சொல்லியிருந்தாலும் போதும் கிளம்பியிருப்பான். ஆனால் அப்படி எதுவும் நடக்கவில்லை. கார்த்திக்கின் மற்ற நண்பர்கள் அனைவரும் மும்பைக்குப் போய் வந்தார்கள். எல்லோரும் இவனுக்கு அறிமுகமானவர்கள்தான். அனைவரும் இவனுக்கு ஃபோன் செய்து “எதுக்கு நீ வரலை?” என்று கேட்டு நச்சரித்தார்கள். அவர்கள் எல்லோருக்கும் பொய்யான சாக்கைச் சொல்லிச் சொல்லி அவன் அலுத்துப் போனான். அப்படி மற்றொரு நிலைமை தனக்கு வரவேண்டாம் என்று நினைத்துத் திருமணத்திற்குப் போகத் தீர்மானித்தான்.

இந்த ஓரிரு மாதமாகக் கார்த்திக் வீட்டுக்கு வருவதும் நின்றுவிட்டது. ஷோபா ஆன்ட்டி வீட்டிலேயே படுத்துக்கொண்டான். கேட்டால் திருமண ஏற்பாடு வேலைகள் நிறைய இருப்பதாகப் பதிலளித்தான். மோகனசாமி பத்துப் பதினைந்து செய்திகளை அனுப்பியும், அவனிடமிருந்து பதில் வராததற்குக் கலங்கி “நீ நலமா இருக்கதானே? எனக்கு வேறொண்ணும் வேணாம், நீ செய்திக்குப் பதிலளிக்கலைன்னாலும் எனக்குக் கோபமில்லை. சும்மா ‘நல்ல இருக்கேன்’னு ஒரு வரி அனுப்பு. எனக்கு அது போதும்” என்று மற்றொரு குறுஞ்செய்தி அனுப்பிவிட்டுக் காத்திருந்தான். மோகனசாமிக்கு அதிர்ஷ்டம் இருந்தால் “நான் நலமாக இருக்கிறேன். ஆனால் பிஸி” என்று மட்டும் பதில் வரும். அதற்கே மோகனசாமி –

மிகவும் மகிழ்வான். "கார்த்திக் என்னமோ மிகவும் பிசியா இருக்கான்போல. திருமண ஏற்பாடுன்னா சும்மாவா? அதனால்தான் குறுஞ்செய்திகளுக்குப் பதில் வரவில்லை. அவன் அப்படி என்னை உதாசீனப்படுத்தமாட்டான். சும்மா நான் அவனைப் பத்தி எதையெதையோ யோசிச்சு வருத்தப்படறேன். தப்பெல்லாம் என்னோடதுதான். கார்த்திக், உன்னோட தப்பு எதுவும் இல்லைடா, என்ன மன்னிச்சிரு" என்று பத்துத் தடவை சொல்லிக்கொள்வான். மறுபடியும் மூன்று நான்கு நாட்களுக்குக் கார்த்திக்கின் மௌனம் நீடிக்கும். மோகனசாமி எப்போதும்போல குழம்புவான்.

கார்த்திக்குக்குப் பிடித்தமான உணவு வகைகளை அக்கறையுடன் சமைத்து விட்டு "இன்னைக்கு வீட்டுக்கு வராம இருக்காத, உனக்குப் பிடித்தமான பாவக்காய் கூட்டு செஞ்சிருக்கேன்" என்று இவன் செய்தி அனுப்பினால் அதற்கு எந்தப் பதிலும் வராது. இவன் ஃபோன் செய்தால் அது இரண்டே 'ரிங்'குக்குக் கட் ஆகும். மறுபடியும் ஃபோன் செய்ய முயற்சி செய்தால் ஸ்விட்ச் ஆஃப் ஆகி இருக்கும். சமைத்த கூட்டு வகைகளைச் சாப்பிட மனமில்லாமல் இவன் பட்டினியாகவே படுத்துக் கொள்வான். எப்போதும்போல இரவெல்லாம் தூக்கமிருக்காது. கண், கை, கால்கள் தகதகவென்று எரியும்.

ஒரு இரவுக்கு மட்டும் கார்த்திக் படுக்க வந்திருந்தான். "ஷோபா ஆன்ட்டி வீட்டுக்கு ரொம்ப விருந்தாளிங்க வந்திருக்காங்க. அங்க படுக்க இடமில்லை" என்பான். மோகனசாமிக்கு அதுவே போதுமானதாக இருந்தது. மிகவும் உற்சாகமடைந்தான். அவன் கேட்காமலேயே மற்ற எல்லாச் செய்திகளையும் ஆர்வமாகச் சொன்னான். கார்த்திக்கு பேசச் சிறிதும் வாய்ப்புக் கொடுக்காமல் அவனே படபடவென்று பேசிக்கொண்டே போனான். ஆனால் இரவு விளக்கை அணைத்துப் படுத்தபோது மட்டும் சத்தமில்லை. மோகனசாமிக்குத் தொடலாமா, வேண்டாமா என்ற குழப்பம். கார்த்திக் தூங்கவில்லை என்பது அவன் மூச்சுவிடுவதில் இருந்து தெரிந்தது. குறட்டை இல்லை. ஆனால் அவனுடைய தற்போதைய நடத்தையால் தாக்கத்திற்குள்ளான மோகனசாமிக்கு ஏதோ பயம். ஆனால் தேகத்தின் விருப்பம் பீறிட்டு எழும்போது பயம் அதை எவ்வளவு நேரம் கட்டுப்படுத்தும்?

கார்த்திக் மல்லாந்து படுத்திருந்தான். அவனுடைய நீளமான முதுகு, வலுவான பிருஷ்டங்கள் மோகனசாமியை உன்மத்தம்கொள்ளச் செய்தது. மெல்ல அவனைத் தொட்டான். அவன் தலையில் கோதினான். மெல்ல முதுகைத் தடவிக்கொடுத்தான். எதற்கும் கார்த்திக்கிடமிருந்து எந்தவித

எதிர்ப்பும் இல்லை. 'மௌனம் சம்மதத்திற்கு அறிகுறி' என்று மோகனசாமி தொடர்ந்து கைகளை இன்னும் கீழே கொண்டுவந்து தடவத் தொடங்கினான். அவ்வளவுதான்! கார்த்திக் கோபமுடன் வேகமாக எழுந்து மோகனசாமியின் கையைப் பற்றி முறுக்கினான். அந்த எதிர்பாராத வலியால் துடித்த மோகனசாமி அலறத் தொடங்கினான். இவன் வலியால் அலறியபோது இன்னும் அதிகமாகக் கோபமடைந்த கார்த்திக் கையை மேலும் முறுக்கினான். கை எங்கே முறிந்துவிடுமோ என்று மோகனசாமி பயந்தான். “வேண்டாம் கார்த்திக், ப்ளீஸ். வலிக்குது” என்று வேண்டினான். அதைவிட அதிகம் அவனால் எதுவும் செய்யமுடியவில்லை. கார்த்திக்கைத் திருப்பி அடிப்பதிருக்கட்டும்... கனவில்கூட ஒரு அடி அடிக்கும் வலுகூட மோகனசாமிக்குக் கிடையாது. கார்த்திக் தன் மனம் அமைதி அடையும்வரை மோகனசாமியின் கையை முறுக்கிய பிறகு “தாயோளிப் பயலே, இன்னொரு தடவை என் உடம்பைத் தொட்ட. . . உன் கையை வெட்டி எறிஞ்சுருவேன்” என்று துப்பிவிட்டு, தன் பைக்கை எடுத்துக்கொண்டு எங்கேயோ புறப்பட்டுவிட்டான். நடந்த நிகழ்வால் துவண்டுபோன மோகனசாமி எப்போதும்போலத் தன் ஆத்மார்த்தமான நண்பன் கிருஷ்ணன் முன்னால் அமர்ந்து, தன் இடதுகையை அவனுடைய தலை மீது வைத்து (வலது கை லேசான வலியுடன் இருந்தது) சபதம் செய்தான் – “கிருஷ்ணா. இதோ பார் சபதம் செய்கிறேன். இனி என்னைக்கும் நான் அந்தப் பாசாங்குக்காரன் கார்த்திக்கிடம் பேசமாட்டேன், அவனைத் தொடமாட்டேன், அவனைப் பற்றி யோசிக்கமாட்டேன்.”

மறுநாள் அவன் வலது கை மிகவும் வலித்தது. அலுவலகத்துக்கு விடுப்பு சொல்லிவிட்டுத் தனியாக வீட்டில் உட்கார்ந்து, வலிக்கும் வலதுகையின் மீது இடது கையால் எண்ணெய்யை எடுத்துத் தடவி விட்டு நீவிக் கொண்டிருக்கையில் அவனுக்கு வேதனையாக இருந்தது. டாக்டரிடம் போகலாம் என்று தோன்றினாலும், அவர் என்ன ஆனதென்று கேட்டால் பதில் அளிப்பது சிரமம் என்று நினைத்துச் சும்மா இருந்து விட்டான். அத்தனை கோபத்துடன் கையை முறுக்கிவிட்ட கார்த்திக்கிடமிருந்து “ஸாரி” என்ற ஒரு குறுஞ்செய்தி வந்தால் தன் வலியை விழுங்கிக்கொள்ள அவன் தயாராக இருந்தான். ஆனால் அப்படி எந்த அதிசயமும் நடக்கவில்லை. மதிய வேளை ஷோபா ஆன்ட்டியின் நினைவு வந்து அவருடன் பேசவேண்டும் என்று தோன்றியது. எல்லாவற்றையும் அவரிடம் சொல்லிவிடவேண்டும் என்று தோன்றியது. அவருக்குக்

கண்டிப்பாகத் தன் வலி புரியும் என்று தோன்றியது. உடனே அவருக்கு "உங்களுடன் தனியாகப் பேசவேண்டும்" என்று செய்தி அனுப்பினான். ஓரிரு விநாடி கழித்து அவர் "சரி, ஆனா இன்னைக்கு வேண்டாம். ரொம்ப பிஸி. நாளைக்குப் பேசலாம்" என்று பதிலளித்தார். ஆனால் மாலையில் அவனுக்கு அவரிடம் பேசுவதில் எந்தப் பொருளும் இல்லை என்று தோன்றியது. கண்டிப்பாக அவர் தன்னைத்தான் குற்றவாளி என்பார் என்று பயந்தான். ஷோபா ஆன்ட்டி இருக்கட்டும், வேறு யாரிடமும் இந்தச் செய்தியைப் பகிர்ந்துகொள்ள முடியாது என்று தோன்றியது. மறுநாள் ஷோபா ஆன்ட்டி, "எப்பப் பேசலாம்?" என்று ஸ்மைலியுடன் செய்தி அனுப்பிப் பலமுறை நினைவுப்படுத்தினார். தான் ஏதோ ஒரு பெண்ணைக் காதலிக்கும் கிளுகிளுப்பான செய்தியைச் சொல்லக்கூடும் என நினைத்து அவர் காத்திருப்பாரோ என்று நினைத்து அவன் அருவருப்படைந்தான். மாலை வேளையில் "ஸாரி ஆன்ட்டி, அப்படி ஒன்னும் பெரிய விஷயம் இல்லை. அடுத்த தடவை பாக்கறப்ப சொல்றேன்" என்று செய்தி அனுப்பிவிட்டு நிம்மதிப் பெருமூச்சுவிட்டான். "உன் விருப்பம். நீயாகக் கேட்டதால் நான் ஆர்வமாக இருந்தேன்" என்று அவர் எகத்தாளமான செய்தியுடன் கோப ஸ்மைலியை அனுப்பிவிட்டு அமைதியானார்.

என்ன ஆனாலும் கார்த்திக்குடன் இனி எப்போதும் பேச்சுவார்த்தை வைத்துக் கொள்வதில்லை என்று திரும்பத் திரும்ப மனத்திற்குள்ளேயே சொல்லிக்கொண்டான். மூன்று நாள் அவனுக்குச் செய்தி அனுப்பவில்லை. ஃபோனும் செய்யவில்லை. இ-மெயில் கிடையாது. ஆனால் நான்காம் நாள் ஆகஸ்ட் 25. சும்மா இருக்க எப்படி முடியும்? அன்று கார்த்திக் பிறந்த நாள். அறிமுகமான நாளிலிருந்து அதை ஒரு பண்டிகையைப்போல இருவரும் கொண்டாடி இருக்கிறார்கள். அந்த நாள் இரவை வீட்டில் கழிக்க வேண்டாம் என்று கார்த்திக் எப்போதும் பெரிய ஹோட்டல் அறையை புக் செய்வான். அவனுக்குத் தெரியாமல் சிறப்பான, விலை உயர்ந்த பரிசை வாங்கி, மோகனசாமி அன்பளிப்பாகக் கொடுத்திருக்கிறான். இந்த ஆண்டு பிறந்த நாளையே மறந்துவிட முடியுமா? சும்மா ஒரு பரிசை வாங்கி எப்போதும்போல அவனுக்குக் கொடுத்துவிட்டு வரலாம். மறுபடி அவனைப் பற்றிப் பேசுவதோ, யோசிப்பதோ எதுவும் வேண்டாம். அவனாகப் பேசினால் அது வேறு விஷயம். ஏதோ ஆத்திரத்தில் கையை முறுக்கியிருப்பதற்காக உறவையே அறுத்துக்கொள்ளுமளவுக்கு என் கார்த்திக் கொடுமைக்காரனல்ல. அதையே சாக்காக வைத்துக்கொண்டு

இருந்தால் அந்தக் கிருஷ்ணனும் என்னைப் பாராட்டமாட்டான். தொடர்பும் ஒரேடியாக விட்டுப் போய்விடும்.

ஊரெல்லாம் அலைந்து, மால்களைச் சுற்றித் திரிந்து, மிகவும் விலை உயர்ந்த பிராண்ட் சட்டை, பேண்ட், டை, உள்ளாடைகளை வாங்கினான் மோகனசாமி. அன்று மாலை அவன் அலுவலகத்தின் அருகில் ஐந்து மணிக்கெல்லாம் போய்க் காத்திருந்தான். ஆறு மணிக்கு அவன் வெளியே வருவான். அதோ அங்கே மூலையில் நின்றிருக்கிறதே பஜாஜ் பல்சர், கருப்புக் கலர், அதுதான் அவன் வண்டி. அவன் வந்தவுடன் உடனே போய் அவனுக்குப் பரிசைக் கொடுத்துவிட்டு, ஒரு நொடியும் அங்கே நிற்காமல் வீட்டுக்கு வந்துவிடவேண்டும். இனி அவன் சகவாசம் வேண்டாம். அவன் எங்காவது இருக்கட்டும், சுகமாக இருக்கட்டும், அவனுக்குக் கெடுதல் நினைக்கும் அளவுக்கு நான் ஒன்றும் கொடூரமானவன் அல்ல. நான் எவ்வளவுதான் வலியை அனுபவித்தாலும் பரவாயில்லை, என் கார்த்திக்குக்கு நல்லதே நடக்கவேண்டும்.

கார்த்திக் ஆறுமணிக்கு வெளியே வந்தான். ஆனால் தனியாக அல்ல! கூடவே ஒரு பெண் இருந்தாள். அவள் தோள்மீது கைபோட்டிருந்தான். ஒருவருடன் ஒருவர் மிகவும் அன்பாகப் பேசிக்கொண்டிருந்தார்கள். யார் சொல்லா விட்டாலும் அது ரஷ்மி என்று மோகனசாமிக்குத் தெரிந்துவிட்டது. கைகால்கள் கடகடவென்று நடுங்கின. கார்த்திக் பைக் அருகில் சென்றான். அதன் மீது அமரும் முன் ஒருமுறை கண்ணாடியைப் பார்த்துத் தலைவாரிக்கொண்டான். ரஷ்மி அவன் முடியில் கையைக் கோதிச் சரிசெய்தாள். அவன் ஹெல்மெட் போட்டுக் கொண்டான். அதன் 'க்ளிப்'பை அவள் போட்டுவிட்டாள். அவன் அதற்குப் பதிலாக எதையோ சொன்னான். அந்த வார்த்தைக்கு வெட்கப்பட்டு வினோதமாகச் சிரித்து, அவன் முதுகில் 'பட்' என்று அடித்தாள். அவள் அடிக்கு மிகவும் வலிப்பதைப்போலக் கார்த்திக் நடித்தான். அவள் சிரித்துக்கொண்டே இருந்தாள். மின்னலைப்போல அவள் சிரிப்பு ஒளிமயமாக இருந்தது. கார்த்திக் அவள் சிரித்த முகத்தை மிகவும் பெருமையுடன், மகிழ்ச்சியாகப் பார்த்துக்கொண்டிருந்தான். ஒரே ஒரு கிக், பைக் ஸ்டார்ட் ஆனது. ரஷ்மி அவன் பின்னால் கால்களை இரண்டு பக்கமாகப் போட்டுக்கொண்டு உட்கார்ந்தாள். அவன் தேகத்திற்கு அவள் தேகத்தை முடிந்த அளவு நெருக்கமாக்கி, ஒரு கையில் அவன் வயிற்றை இறுக்கமாகப் பற்றிக்கொண்டு, மற்றொரு கையை அவன் தொடைமேல் வைத்துக்கொண்டு, முகவாய்க்கட்டையை அவன் முதுகின் மேல் வைத்தாள். அது போதாதென்று கார்த்திக் இன்னும் கொஞ்சம் பின்னால் சரிந்து

அவளை அழுத்திக்கொண்டான். மெல்ல அவள் கையைத் தடவினான். பார்த்துக்கொண்டிருக்கும் போதே இருவரும் போக்குவரத்து நெரிசலில் கரைந்து போனார்கள்.

இவன் தனியாக ஒரு மூலையில் அநாதையாகக் கலங்கி நின்றிருந்தான். வெகுநேரம் மெல்ல நடுங்கிக்கொண்டிருந்தான். அவன் கையில் இருந்த பரிசுப் பொட்டணம் ஊமையாக இருந்தது. ஒரு அடி எடுத்து வைக்கக்கூட உடலில் தெம்பில்லை. கொஞ்ச நேரம் சும்மா உட்கார்ந்திருந்தவன் போட்டியில் தோற்றவனைப் போல எழுந்து வீட்டுப் பக்கம் நடக்கத் தொடங்கினான். கையில் இருந்த பரிசு மிகவும் பாரமாகத் தெரிந்தது. அங்கே வழியில் இருந்த பிச்சைக்காரனுக்கு அதைக் கொடுத்தான். அந்தப் பிச்சைக்காரன் எதிர்பாராத காணிக்கையைப் பார்த்து விட்டுக் குழம்பிப்போய் அவனை அதிர்ச்சிக் குரலில் அழைக்க, மோகனசாமியோ திரும்பிப் பார்க்காமல் சரசரவென்று பேருந்து நிலையத்தை நோக்கி நடந்தான்.

o

திருமண வீடு கோலாகலமாக இருந்தது. அழகான பெண்கள் காரணமில்லாமலேயே சிரித்துக்கொண்டு மண்டபம் முழுக்க 'கலகல' என்று சத்தமெழுப்பியபடி நடமாடிக்கொண்டிருந்தார்கள். பொய் சாக்குகளைச் சொல்லி அவர்களுடன் பேச இளைஞர்கள் வெகுவாக முயற்சி செய்துகொண்டிருந்தார்கள். குழந்தைகள் தமக்குள் ஒரு உலகத்தை உருவாக்கிக்கொண்டு விளையாடினார்கள். இளம் வயதைத் தாண்டியவர்களின் அலங்காரம், ஆடம்பரம், முதியவர்களின் புகார் – அறிவுரைகள் பந்தல் முழுவதும் நிறைந்திருந்தன. கார்த்திக்கின் நண்பர்கள் மிகவும் கொச்சையான பேச்சுக்களால் அவர்களைக் கிண்டல் செய்துகொண்டிருந்தார்கள். அதைக் கேட்டு ஒரு பக்கம் மகிழ்ச்சி அடைந்தாலும் திடீரென்று பெரிய மனிதனைப்போல "ப்ளீஸ் அதெல்லாம் இப்ப வேண்டாம்" என்று சிரித்துக்கொண்டே நண்பர்களை உற்சாகப்படுத்தினான் கார்த்திக். எல்லாம் எப்படி நடக்கவேண்டுமோ அப்படி இனிமையாக நடந்து கொண்டிருந்தன. இவன் மட்டும் பாயசத்தில் விழுந்த ஈயைப்போல ஒரு மூலையில் உட்கார்ந்துவிட்டான். அழுகை முட்டிக்கொண்டு வந்தது. அதே நேரத்தில் அழுது கண்ணீர் பெருகிவிட்டால் பார்ப்பவர்களுக்குச் சந்தேகம் எழுமோ என அச்சமாகவும் இருந்தது. உடனே "கிருஷ்ணா தயவுசெய்து என் கண்ணீரை இந்தப் பொழுதில் ஆவியாக்கிவிடு. எல்லோர் முன்னாலும் என்னை அழவைத்து என் மதிப்பை இழக்க வைக்காதே" என்று வேண்டிக்கொண்டான். ஒரிரு நண்பர்கள் "ஏன் சும்மா

உட்கார்ந்திருக்கிறாய்?" என்று கேட்டார்கள். "உடம்பு சரி இல்லை" என்று சொன்னான். ஷோபா ஆன்ட்டி மட்டும் "இது என்ன உன் மௌனம்! நீயே வேலை செய்யலேன்னா இந்தக் கல்யாணம் எப்படி நடக்கும்?" என்று கேட்டார். "அது பாட்டுக்கு அது நடக்கும் ஆன்ட்டி, நான் வேணாமுன்னா நின்னுடுமா சொல்லுங்க?" என்று கவலையாகக் கேட்டான். "சில நேரம் உன்னைப் புரிஞ்சுக்க முடியலைப்பா" என்று ஷோபா ஆன்ட்டி அவன் தலையில் மெல்லக் குட்டிவிட்டு மறுபடி ஏதோ அவசர வேலையாக உள்ளே போய் விட்டார்.

கார்த்திக் தன் நண்பர்கள் அனைவரையும் ரஷ்மிக்கு அறிமுகப்படுத்தினான். எல்லோரும் எங்கே என்னென்ன வேலை செய்கிறார்கள், அவர் சிறப்பு என்ன, அவர் குறும்புகள் என்ன ... போன்ற விவரங்களைச் சொல்லிக் கொண்டிருந்தான். பச்சை நிறத்துப் பட்டுப் புடவை உடுத்தி இருந்த ரஷ்மி தேவதையைப்போலத் தெரிந்தாள். எல்லோருடனும் மிகவும் அக்கறையாகவும் நட்புடனும் பேசினாள். ஏதாவது ஒரு வேடிக்கைப் பேச்சைப் பேசிச் சிரிக்கவைத்தாள். தான் விருப்புவதுவும் அவள் விரும்புவதும் ஒன்றாகவே இருக்கும்போது எப்படி உலகம் அவளை மட்டுமே மகிழ்ச்சிப்படுத்த கங்கணம் கட்டிக்கொண்டு நின்றிருக்கிறது என்று நினைத்து இவனுக்குள் துக்கம் பொங்கியது. தான் வாய் தவறித் தனது ஆசையை இங்கே யாரிடமாவது சொல்லிவிட்டால் முழு மண்டபமே தன்னைக் கீழே தள்ளி உதைக்கும் என்று பயம் வந்தது.

கார்த்திக் மோகனசாமியைத் தேடிக்கொண்டு வந்தான். "சிற்றுண்டி சாப்பிட்டாயடா? தனியா எதுக்கு உக்காந்திருக்க?" விசாரித்தான். ரஷ்மிக்கு அவனைக் காட்டி, "கெஸ்" என்று சொன்னான். ஒரு விநாடி யோசித்த ரஷ்மி "மோகனசாமி, ரைட்?" என்று கண்களில் வியப்பைத் துளிரவிட்டுச் சொன்னாள். 'ஆம்' என்று மோகனசாமி தலையசைத்தான். எதையோ சாதித்துவிட்ட மகிழ்ச்சியில் அவள் கைகொட்டிச் சிரித்தாள். அவன் கையை வேகமாகக் குலுக்கி "உன்னைப் பத்திக் கார்த்தி நிறைய சொல்வான். எனக்குச் சிலநேரம் பொறாமையா இருக்கும். ஒருநாளைக்குப் பத்துத் தடவையாவது உன்னை நினைச்சுக்குவான். மோகனா அப்படிச் சொன்னான், மோகனா இப்படிச் செஞ்சான்னு சொல்லிக்கிட்டே இருப்பான்" என்று சிரித்துக்கொண்டே சொன்னாள். "அவ சொல்றதெல்லாம் வெறும் பொய் மோகனா. நான் ஒண்ணும் உன்னைப் பத்தி அவ்வளவு சொல்லலை" என்று கார்த்திக் மழுப்பினான். "பார்த்தியா பார்த்தியா, இப்பவே பொண்டாட்டிக்கிட்ட பொய் சொல்ல ஆரம்பிச்சிட்டான். ஆம்பளைங்க புத்தி எங்க

போகும் இல்லையா?" என்று பொய்யான கோபத்தைக் காட்டி, மோகன் பக்கமாகத் திரும்பி "நீ மட்டும் இவனைபோல ஆம்பளைங்களுடைய கெட்ட புத்திய வளர்த்துக்காத. பொம்பளைங்க கிட்ட ரொம்ப நல்லவனா இரு" என்று உபதேசம் செய்தாள்.

அப்படியே ஆகட்டும் என்று மோகனசாமி தலையை ஆட்டினான். அதற்குள் யாரோ ரஷ்மியின் சினேகிதி அழைத்தாள். "எக்ஸ்க்யூஸ் மீ" என்று அவள் பக்கமாக நடந்தாள். மோகனசாமி கார்த்திக்கின் கையைக் குலுக்கி "நல்ல பொண்ண தேர்ந்தெடுத்திருக்க. யூ ஆர் லக்கி. கங்கிராட்ஸ்" என்றான். கார்த்திக் இந்தப் புகழ்ச்சிக்கு உணர்ச்சிவசப்பட்டு "தேங்க்ஸ் மோகனா. நீ இந்த வார்த்தையைச் சொன்னது எனக்கு மிகவும் ஸ்பெஷல்!" என்று கண்களைச் சிமிட்டி அவன் தோள்களை அன்புடன் தொட்டான்.

திருமணத்தில் கூட்டம் நிறைந்திருந்தது. ரஷ்மியின் அப்பா பரம்பரைப் பணக்காரராம். ஒரே மகள். கேட்கவா வேண்டும்? ஒருவர் பேச்சு மற்றவருக்குக் கேட்காத அளவுக்கு அங்கே ஓசை நிறைந்திருந்தது. புதுத் துணிகளின் சரசரப்புச் சத்தம், பல நாட்களுக்குப் பிறகு சந்திக்கும் கொண்டாட்டம், கொஞ்சம் சிரிப்பு, கொஞ்சம் பிடிவாதம், அங்கே கொஞ்சம் துயரம், இங்கே கொஞ்சம் கதை - எல்லாம் இருந்தது. புரோகிதரின் மந்திரத்தை மிகவும் கருத்துடன் வீடியோ கேட்டுக்கொண்டிருந்தது. அர்த்தம் புரியாத சில மந்திரங்களைக் கேள்வி கேட்காமல் ரஷ்மி - கார்த்திக் உச்சரித்துக்கொண்டிருந்தார்கள். அவை எல்லாவற்றையும் மறந்து ஒரு கூட்டம் வெளியே சிகரெட் புகைத்தவண்ணம் கிரிக்கெட் பற்றிப் பேசிக்கொண்டிருந்தது. மற்றொரு கூட்டம் திருமண மண்டபத்து மூலையில் பாத்திரம் கழுவிக்கொண்டு உட்கார்ந்திருந்தது.

'கெட்டி மேளம், கெட்டி மேளம்...' என்று யாரோ கத்தினார்கள். அதை மற்றொருவர் யாரோ ஆமோதித்தார்கள். அந்தக் கட்டளை மேளக்காரர்களை வந்தடைந்ததும் எல்லாச் சத்தங்களையும் மீறுமளவுக்கு மேளத்தின் ஓசை முழு மண்டபத்தையும் நிறைத்தது. ரஷ்மி கைநிறைய அட்சதையைக் கார்த்திக்கின் தலைமீது போடும்போது அவன் உயரம் எளிதாக எட்டாமல் கால்விரல்களின் மீது மட்டும் நின்றிருந்தாள். யார் முதலில் போடுவார்கள் என்று அங்கே கூடி இருந்தவர்கள் காத்திருந்தாலும், கார்த்திக் வேண்டுமென்றே ரஷ்மி போடும்வரை காத்து நின்று, அவள் போட்டபின் பிறகு தன் பெரிய கைகளால் அட்சதையைப் போட்டான். கூடியிருந்த மக்கள் எல்லாம் அட்சதையைத் தூவினார்கள். அங்கிருந்த மக்களின் தலைகள்

மீதும் அட்சதை அரிசிகள் விழுந்து ஏதேதோ நினைவலைகள். ஏதேதோ சிலிர்ப்பு. மோகனசாமி மட்டும் அட்சதையைக் கையில் பிடித்துக்கொண்டு போடலாமா வேண்டாமா என்று குழப்பத்தில் மூழ்கி இருந்தான்.

சத்தம் குறைந்தது. மணமகன் மணமகள் மீது தூவிய வண்ண வண்ண அட்சதை அரிசிகள், பூக்கள் மண்டபத்தில் குவிந்து கிடந்தன. ஷோபா ஆன்ட்டி ஒரு பிடியளவு அட்சதையை எடுத்துக்கொண்டு கார்த்திக்கின் நண்பர்கள் பக்கமாக வந்தார். அங்கே மோகனசாமியும் இருந்தான்.

“இது தாரைவார்த்த அட்சதை அரிசி. யார் தலையில் நான் போடுகிறேனோ அவருக்கு விரைவில் திருமணம் நடக்கும். அழகான பெண் கிடைப்பாள்” என்று அவர் சொன்னதுதான் தாமதம், உடனே பையன்கள் எல்லாம் “ஆன்ட்டி எனக்கு”, “ஆன்ட் எனக்கு” என்று போட்டிப்போட்டுக்கொண்டு அந்த அட்சதையைத் தலைமேல் விழும்படி குனிந்து வாங்கிக் கொண்டார்கள். மோகனசாமி ஆற்றாமையுடன் அந்தக் காட்சியைப் பார்த்துக்கொண்டிருந்தான். சிலர் “கொஞ்சம் அதிகமாகவே போடுங்க ஆன்ட்டி” என்று வேண்டினார்கள். “அப்படிச் செய்தால் உனக்கு ரெண்டு பெண்டாட்டி கிடைக்கமாட்டாங்க. அதுக்குப் பதிலா குண்டான பெண்டாட்டிதான் கிடைப்பா பாரு” என்று ஷோபா ஆன்ட்டி கேலி செய்தார். எல்லாம் முடிந்த பிறகு மோகனசாமி அவர் பார்வையில் விழுந்தான். “நீ ஒருத்தன் மட்டும் எதுக்குடா சும்மா நிக்கற. உன் தலையிலையும் அட்சதை அரிசி போடறேன் வாடா” என்று அழைத்தார். “வேண்டாம் ஆன்ட்டி” என்று மோகனசாமி நயமாக மறுத்தான். மற்ற பையன்கள் பார்த்துக்கொண்டு சும்மா இருப்பாங்களா என்ன? அவனைப் பிடித்துவந்து ஷோபா ஆன்ட்டியின் முன்னால் நிறுத்தினார்கள். “போடுங்க ஆன்ட்டி. எங்களுக்கெல்லாம் திருமணம் செய்துவைத்துவிட்டு இவன் மட்டும் சந்தோஷமா இருக்கப் பாக்கறான்” என்று வற்புறுத்தினார்கள். “ஆன்ட்டி வேண்டாம் ப்ளீஸ். உங்களை வேண்டிக்கிறேன்” என்று மோகனசாமி கெஞ்சினான்.

உற்சாகமான அந்தக் கூட்டத்திற்கு அவனுடைய துயரமான வேண்டுதலின் வலி தெரிய வாய்ப்பில்லை. ஷோபா ஆன்ட்டி அவன் தலை மேல் அட்சதையைப் போட்டே விட்டார். பையன்கள் எல்லோரும் எதையோ சாதித்துவிட்டதைப்போல ‘ஹே . . .’ என்று கூச்சலிட்டார்கள். மோகனசாமிக்குத் தாங்க முடியவில்லை. அவர்களிடமிருந்து விடுபட்டு வெளியே ஓடினான். அந்த அட்சதை அரிசிகள் தீப்பொறிகளைப்போல

32 வசுதேந்த்ரா

அவனைச் சுட்டன. முடியைச் சுட்டு, தோலைச் சுட்டு, நெஞ்சைச் சுட்டு... அவனுக்கு அப்போதே கருகிய வாசம் வரத்தொடங்கியது. வயிற்றில் தீராத சங்கடம். அவனுக்கு அங்கிருந்து தூரமாக ஓடிப்போகவேண்டும் போல இருந்தது. திருமண மண்டபத்தில் இருந்து வெளியே ஓடி வந்தான். கழிவுகள் கொட்டியிருந்த குப்பைத்தொட்டி ஒன்று அங்கே இருந்தது. அதன் அருகில் அமர்ந்து தலை மேல் இருந்த எல்லா அட்சதைகளையும் உதறிவிட்டான். ஒரு அரிசித் துணுக்கு கூட மீதமிருக்கக்கூடாது என்ற எண்ணத்தில் கையால் முடியைப் பரபரவென்று கலைத்து அட்சதை அரிசிகளைக் கீழே உதறினான். ஆனால் எவ்வளவுதான் உதறினாலும் எங்கோ ஒரு துணுக்கு தலையில் தங்கியிருக்கும் என்ற உணர்வை உதற முடியவில்லை. வயிற்றில் சங்கடம் அதிகமாகக் காலையில் தின்றதையெல்லாம் வாந்தி எடுத்துவிட்டான். காது, மூக்கிலிருந்து வாந்தி வெளியே வந்து முழு உடம்பும் நாறியதைப்போல இருந்தது. மிகவும் தளர்ந்திருந்த அந்த நேரத்தில் அவன் காலையில் இருந்து தடுத்து நிறுத்திய அழுகை பாய்ந்து வந்தது. மிகவும் துர்நாற்றம் வீசும் அந்த குப்பைத்தொட்டியின் முன் உட்கார்ந்துகொண்டு, அவனும் கழிவைப்போல நாறும் மோகனசாமியாகத் தனியாக விக்கி விக்கி அழத் தொடங்கினான். மெல்ல ஆரம்பமான அழுகை உச்சத்தை அடைய வெகு நேரமாகவில்லை. ஆறுதல் சொல்ல அங்கே யாரும் இல்லை. அப்போது உள்ளே மண்டபத்தில் அன்பளிப்புகளைக் கொடுக்கும் நிகழ்வு தொடங்கியது.

o

அன்று கார்த்திக் – ரஷ்மியின் முதல் இரவு. மோகனசாமிக்கு இரவு முழுவதும் தூக்கம் வரவில்லை. கண்மூடினால் போதும், கார்த்திக், ரஷ்மியின் உடலுறவின் காட்சிகள் அலை அலையாகப் பாய்ந்து வந்தன. அவர்கள் இருவரின் உற்சாகம், சிரிப்பு, உன்மத்தம் அவனுக்குத் தெளிவாகத் தெரிந்தது, கேட்டது.

அதோ பார் அங்கே, கார்த்திக் தன் எல்லாவற்றையும் அவளுக்கு அர்ப்பணம் செய்கிறான். அவன் உடல் முழுக்க முழுக்க இப்போது அவள் சொத்து. அவள் என்ன விரும்பினாலும் எடுத்து எடுத்துக் கொடுக்கிறான். அவன் முகத்தைப் பார். எவ்வளவு மகிழ்ச்சி நிறைந்திருக்கிறது. அவளுடைய ஒரு ஸ்பரிசத்திற்கு எந்தத் தியாகம் செய்யவும் தயார். அவனுக்கு இப்போது உலகின் எந்தச் சங்கதிகளும் தேவை இல்லை.

இல்லை, நான் ஏன் இப்படி எல்லாம் யோசிக்கிறேன்? என் மனம் இவ்வளவு வக்கிரமானதா? அது அவன் வாழ்க்கை. அவன் விருப்பம். எனக்கு எந்தச் சம்பந்தமும் கிடையாது.

அதோ பார் அங்கே, ரஷ்மியின் எழில் நிறைந்த மார்பகங்கள்அவனை எப்படி உன்மத்தனாக்குகிறது. எவ்வளவு தொட்டாலும், எப்படித் தொட்டாலும்அவனுடைய ஆசை தீரவில்லை. எப்படி மகிழ்ச்சியின் தாக்குதலுக்குக் கதிகலங்கிக் கண்ணை மூடிக்கொண்டிருக்கிறான் பார். இன்பத்தைச் சூறையாடுவதில் எத்தனை வகை? ஒருமுறை மென்மையாக, ஒருமுறை வலுவை எல்லாம் சேர்த்துப் பலமாக, மற்றொரு முறை அப்படியே சும்மா, இனி ஒரு முறை . . .வேண்டாம், ப்ளீஸ் வேண்டாம். இவையெல்லாம் கெட்ட காட்சிகள். என் கண்களில் இருந்து விலகி விடட்டும். எனக்குச் சுகமான உறக்கம் வரட்டும். கனவிலும் அவன் வருவது வேண்டாம். இனி என்றும் அவன் ஸ்பரிசமும் வேண்டாம், நினைவும் வேண்டாம்.

பார், பார் கார்த்திக் எப்படி முத்தமழை பொழிகிறான்? தேகத்தின் எந்தப் பகுதியையும் விடவில்லை. எந்த மூலையும் அவனுக்கு அசிங்கமாகப் படுவதில்லை. சும்மா ஒரு தடவை முத்தமிட்டால் விருப்பம் தீருவதில்லை. மறுபடி, மறுபடி, இன்னொருமுறை, மற்றொரு முறை. முத்தத்தின் தாக்குதலுக்குப் பார் அவள் எப்படி மகிழ்ச்சியால் துடிக்கிறாள் பார். அவள் வளைவுகளை அவனுக்கு வசதியாக எப்படி இலாவகமாகத் தருகிறாள். அவனுக்கு இப்போது புரிந்துவிட்டது. இது சுத்தமான தங்கம். சொக்கத் தங்கம். இத்தனை நாள் காக்காய்ப் பொன்னை நம்பி இருந்தேனே என்று வருத்தமாக இருக்கிறது.

கார்த்திக், ப்ளீஸ் அப்படிச் சொல்ல வேண்டாம். அது அநீதி. ஐ ஹேட் யூ. என்னையும் கொஞ்சம் வாழவிடு. என்னைப் புழுவாகப் பார்க்காதே. நான் எப்போதும் உனக்கு வஞ்சனை செய்யவில்லை.

அவள் யோனியில் முகம் வைத்து மகிழும் அவனுக்கு இனி என்றும் அவளிடமிருந்து இரகசியத்தை மூடிவைக்க முடியாது. ஓரிருநாள். . . அவ்வளவுதான்! எல்லாம் என்னைப் பற்றிச் சொல்லிவிடுவான். என்னுடைய விகாரங்களை எல்லாம் திறந்துவைப்பான். அதெப்படி அப்படி முட்டாள்தனமாகச் சிரிக்கிறான்? அவளுக்கு வியப்பு, அசிங்கம். நீ இப்போது அவள் கண்களுக்கு வெறுக்கத்தக்கவன். இனி அவள் உன்னை எங்கே பார்த்தாலும் போதும், கலகலவென்று சிரிப்பாள். அவனும் அந்தச் சிரிப்பிற்கு உற்சாகமூட்டுவான். அவள் தன் சிரிப்பின் காரணத்தை மற்றவர்களுக்கும் சொல்லிவிடுவாள். அவர்களும் சிரிப்பார்கள். நீ வெளியே கால்வைத்தால் போதும்; கேலி, சிரிப்பு உன்னைத் துரத்திக்கொண்டு வரும். நீ இன்றிலிருந்து சமுதாயத்தின் மிகப் பெரிய கிண்டலாவாய். நாளுக்கு நாள் உன்னுடைய மனோபலம் குறையும். தேகம் ஒரு பிடியாகும். வேண்டுமானால்

பார், சில நாட்களிலேயே நீ ஒன்றுமில்லாதவனாய் போவாய். ஆனால் அதற்காக யாருக்கும் வருத்தமில்லை. ஏனென்றால் யாருக்கும் நீ மகத்துவமானவனல்ல. எதுவுமில்லாத புழு, வேண்டாத கிருமி, 'பட்' என்று கையால் அடித்துக் கொன்றால் அவர்களுக்குத் தொந்தரவு குறையும்.

இல்லை. இல்லை. நான் வாழ்வேன். எனக்கும் வாய்ப்பு கொடுங்கள். இந்தக் காமத்தின் சகவாசமே வேண்டாம். அது வெறும் வலியைத் தரும். சும்மா வாழ்ந்துவிடுகிறேன். உணவு, வேலை, தூக்கம். நிம்மதி போதும்! என் போக்கில் என்னை விட்டுவிடுங்கள். எவ்வளவு வலியானாலும் பரவாயில்லை. காமத்திலிருந்து தொலைவிலிருப்பேன். காமத்தை வென்று வாழ்வேன். உன் படைப்பையே எதிர்க்கிறேன்.

அட முட்டாள்! முடியாத சங்கதிகளைத் தியானிக்காதே. சும்மா மனத்தில் கார்த்திக்கின் நிர்வாண உடம்பின் கற்பனைக்கே எப்படி உன் தேகமெல்லாம் உணர்ச்சியால் உன்மத்தமாகிறது பார். அவனுடைய ஒரு சிரிப்புப் போதும். உன் எல்லா முடிவுகளையும் நிலைகுலைத்திட. அவனுடைய ஒரு நடை போதும், உன்னை அவனுக்கு அடிமையாக்க. அவனுடைய வடித்து வைத்த உருவம் போதும், உன் ஆளுமையை அழிக்க. வெறும் அவனுடைய ஆளாகத்தான் நீ சரியானவன். அவன் சொன்னதைச் செய்துகொண்டு, அவனிடம் உதை வாங்கிக்கொண்டு, வசைமொழியை வாங்கிக்கொண்டு, என்றாவது ஒருநாள் அவன் உன்னைத் தொடுவானா என்ற ஆசையில் காத்துக் காத்து. . . காத்து. . . ஊகூம், அவன் உன்னை வருத்திக்கொண்டே இருப்பான். உனது காலை, மாலை, இரவுகள் எல்லாம் கைக்கு எட்டாமல் உனக்கு ஆட்டம் காட்டும். பிடிக்கப் போய்க் கிடைக்காமல் தோற்று நீ வலுவிழப்பாய். அவன் அவசியம் தேவை என்று கதறுவாய். துயரப்படுவாய். ஆனால் உன் துன்பம் யாருக்கும் புரியாது. அது வேடிக்கையாகும். துன்பமே தெரியாதவர்கள் முன் எப்படி வலியைப் பகிர்ந்துகொள்வாய்? அப்பா, அம்மா, அக்கா, அண்ணன், நண்பன், சக ஊழியர், குரு, சேவகன், சமூகம், கோர்ட், அலுவலகம், உலகம் – ஊகூம், எதுவும் உன்னை ஏற்றுக்கொள்ளாது. எல்லோருடைய கண்களுக்கும் நீ நீசன். யாருக்கும் உன்மீது துளிகூட அனுதாபம் வராது. எந்தக் கூண்டில் நின்று கதறினாலும் நீ குற்றவாளிதான்.

வேண்டாம் வேண்டாம். இந்தக் கெட்ட யோசனைகள் வேண்டாம். எனக்குக் கொஞ்சம் தூக்கம் போதும். ஹே கிருஷ்ணா, உன்னை மனப்பூர்வமாக ஆராதித்திருக்கிறேன், காதலித்திருக்க றேன். உன் இந்தப் பாலகோபாலனுக்கு இப்படி ஒரு தண்டனை யைக் கொடுக்க வேண்டாம். கொஞ்சமேனும் கருணை காட்டு.

வலியின் ஆழத்தில் மூழ்கும் எனக்கு உன் பாதுகாப்பு தேவை. அப்படித்தேவையில்லை என்று தோன்றினால் இந்த நொடியிலேயே என்னை அழித்துவிடு. உன்னிடம் அழைத்துக்கொண்டுவிடு. இறந்தால் அழுபவர்கள் யாரும் இல்லையப்பா. உயிரைப் பிழியும் வலி, அடுத்தவர் கண்ணில் தூசியாகப் படும் இந்த ஈனமான நிலைமையை எதற்காகக் கொடுத்தாய் நண்பா? யார் செய்த பாவத்திற்கு எனக்கு இந்தத் தண்டனை?

போகட்டும் விடு, நீ உதவமாட்டாயா? எந்த வேலைக்கும் உதவாத இந்தக் குழலை ஊதிக்கொண்டிருக்கிறாயே? என் வலிக்கு நானே தீர்வைக் கண்டுகொள்கிறேன். எனக்குத் தெரிந்ததுபோல நான் நடந்துகொள்கிறேன். இதோ பார் இங்கே, பளபள என்று மின்னும் கத்தி. நீ படைத்த தேகத்தை எப்படி வெட்டுகிறது பார். பெருவிரலின் நுனியை வெட்ட அதற்கு எத்தனை உற்சாகம் பார். அதோ பார் அங்கே, பொலபொலவென்று இரத்தம் பாய்கிறது. என் இரத்தமும் கார்த்திக் இரத்தத்தைப்போலச் சிவப்பாக இருக்கிறதா, சந்தேகம் வேண்டாம். உனக்கு நம்பிக்கை ஏற்படவில்லையா? எடுத்துக்கொள் அதனுடைய அபிஷேகம். வெறும் பால், தயிர், தேன் குளியலை இதுவரை பார்த்திருக்கிறாயல்லவா? இன்று இரத்த அபிஷேகத்தின் சுவையைப் பார். விடு விடு, அது உனக்குப் புதிதல்ல. ஒவ்வொரு முறை அவதாரம் எடுத்துப் பூமிக்கு வரும்போதும் இரத்த வெள்ளத்தில் மூழ்கி மிதந்திருக்கிறாய். துஷ்ட சம்ஹாரம் என்று அழைத்து உன் மரியாதையைக் காப்பாற்றிக்கொண்டிருக்கிறாய். பத்து அவதாரம் முடித்துவிட்டாய் அல்லவா? அதைப் பற்றி அபாரமான பெருமை உனக்கிருக்கிறதல்லவா? பதினோறாவது அவதாரத்திற்காகக் காத்துக்கொண்டிருக்கிறாய் அல்லவா? அப்படியென்றால் உனக்கொரு சாபமிடுகிறேன். பெற்றுக்கொள். உன் பதினோறாவது அவதாரத்தில் என்னைப்போலப் பிறப்பாயாக. பதினாறாயிரம் பெண்களை அனுபவித்த உனக்கு ஒரு பெண்ணையும் தொடமுடியாத துன்பம்நேர்ந்து, இயலாமை என்றால் என்னவென்று உணரும் வேதனை உருவாகட்டும். யாரையும் கைநீட்டி அடிக்க முடியாத இந்தத் திராணியற்ற வாழ்க்கையில் – எப்படித் துஷ்ட சம்ஹாரம் செய்கிறாயோ பார்க்கிறேன். நொந்துபோன மனத்தின் சாபம் உன்னை வதைக்கட்டும். மற்றொருமுறை பிறந்து வா. மக்கள் கண்களில் இளக்காரமாகு. மற்றவருக்கு ஏற்படாத வலியைத் தனியாக அனுபவி.

○

நான்காம் நாள் காலை சுமார் நான்கரை மணிக்கு மோகன சாமிக்குத் தூக்கம் வந்தது. அதற்கு முக்கியக் காரணம் ரகுராமன் என்ற 28 வயது இளைஞன். வலைதளத்தில் கிடைத்தான். கோயம்புத்தூர்க்காரன். இப்போது பெங்களூரில் வசிக்கிறான். ஏதோ பன்னாட்டுப் பள்ளியில் ஆங்கில ஆசிரியன். பசவனகுடியில் வீடு. தனியாக இருக்கிறான். ஊரில் அம்மா, அப்பா, ஒரு தங்கை இருக்கிறார்கள். பெங்களூருக்கு வந்து அப்போதே நான்கு ஆண்டுகளாகிறது.

இவன் போட்டோ பரிமாறிக்கொள்ளாமல் எந்தப் பேச்சுவார்த்தையையும் தொடரத் தயாராக இல்லையென்று அவன் கண்டிப்பாகச் சாட்டில் சொல்லிவிட்டான். மோகனசாமிக்கு என்றும் வேறொருவரைத் தேடவேண்டிய தேவை ஏற்படாததால் இது புதிய அனுபவமாக இருந்தது. இப்படி அறிமுகமில்லாத மனிதனுக்குத் தன் போட்டோவை அனுப்பி வைக்கலாமா வேண்டாமா என்ற யோசனையால் நீண்ட நேரம் குழம்பினாலும் கடைசியாக அனுப்பிவைத்தான். "யூ ஆர் ஸ்மார்ட் பட்டி" என்று பதில் வந்தது. ரகுராமன் தனது பதினெட்டுப் போட்டோக்களையும் தன்னுடைய பிளாகில் (Blog) எல்லோரும் பார்க்கும்படி போட்டிருந்தான். ஓரிரு ஆங்கிளில் அழகாக இருப்பதாகத் தெரிந்தது.

சேஷாத்ரிபுரம் அருகில் இருக்கும் 'காஃபி டே'யில் வெள்ளிக்கிழமை மாலை ஏழு மணிக்குச் சந்திப்பதாக முடிவாயிற்று. அங்கே வருவது எப்படி என்று வரைபடத்தைப் போட்டு மோகனசாமி அனுப்பிவைத்தான். பக்கத்தில் இருக்கும் சினிமா, சூப்பர் மார்க்கட், ஒருவழிப்பாதை எல்லா வற்றையும் குறித்திருந்தான். "எவ்வளவு அழகாக வழி தெரிவித்திருக்கிறாய். யூ ஆர் சோ ஆர்கனைஸ்ட்" என்று இ–மெயில் வந்தது. கூடவே ரகுராமன் தன்னுடைய கைப்பேசி எண்ணை அனுப்பி இருந்தான். இவனுடைய நம்பரைக் கேட்டிருந்தாலும் மோகன் மறுத்திருந்தான். இ–மெயிலிலேயே பேசுவோம் என்று சொல்லி, நேரில் சந்திக்கும்போது அலைபேசி எண் கொடுப்பதாகச் சொல்லி இருந்தான். ரகுராமன் அதற்கு ஒன்றும் எதிர்வினை செய்யவில்லை.

அரைமணி நேரத்திற்கும் முன்பே மோகன் காஃபி டே–இல் காத்துக்கொண்டிருந்தான். அந்த நாள் வேட்டைக்கென்றே ஒரு 'சிம்' வாங்கி, அதன் நம்பரை மனப்பாடம் செய்து கொண்டான். முன்பு எப்போதும் அவனுக்கு அதன் தேவை இருக்கவில்லை ஆதலால் கடையில் மிகவும் சங்கடத்துடன் கேட்டான். ரகுராமன் எப்படியாவது இருக்கட்டும், அவனை மனதார ஏற்றுக்கொள்ள வேண்டும். அரைகுறையாக

ஏற்றுக்கொள்ள முடியாது. முழுவதுமாக ஏற்றுக்கொள்ளாமல் உடல்கள் உறவாட முடியாது. ஆனால் எச்சரிக்கையாகவே இருக்க வேண்டும். எவ்வளவு வற்புறுத்தினாலும் ஓரல் செக்ஸ் கூடவே கூடாது. ஓரிருமுறை பழகிய பின் நம்பிக்கை ஏற்பட்டதும் அவனை ஒத்துக்கொள்ளவைத்து ஏதாவது ஆஸ்பத்திரிக்குப் போய் எய்ட்ஸ் டெஸ்ட் செய்துகொள்ள வேண்டும். அவனுடையது நெகட்டிவ் ஆக இருந்தால் எந்தப் பிரச்சினையும் இல்லை. என்ன ஆனாலும் அவனை வீட்டுக்கு அழைத்துச் செல்லக்கூடாது. அதேபோல அவனே அழைத்தாலும் அவன் அறைக்குப் போகக்கூடாது. சும்மா ஏதாவது ஹோட்டலுக்குப் போய் அறையை ஏற்பாடு செய்தால் போதும். இரவை முழுவதுமாகக் கழித்துக் காலையில் வீட்டுக்கு வந்தால் போதும். எப்படியும் சனிக்கிழமை என்பதால் அலுவலகத் தொந்தரவு எதுவும் இல்லை.

சரியாக ஏழு மணிக்கு ரகுராமன் வந்தான். ரோஜா கலர் ஸ்கூட்டியில் வந்திருந்தான். அவன் உள்ளே வந்து சுற்றிலும் பார்த்து, இவனைப் பார்த்ததும் சிரித்தான். எதிர் நாற்காலியில் வந்து அமர்ந்துகொண்டான். இரண்டு கைகளையும் முகத்திற்கு முன்னால் கொண்டு வந்து “ஹாரிபல் டிராபிக் யூ நோ” என்றான். அவன் நடந்துவந்த முறையே மோகனசாமிக்கு ஏமாற்றத்தைத் தந்தது. இந்த உறவு கண்டிப்பாகச் சாத்தியப்படாது என்று தோன்றியது. ரகுராமன் நடக்கும்போது பெண்ணைப்போல அசைந்தான். மிகவும் ஒழுங்காக அலங்காரப்படுத்திக் கொண்டிருந்தாலும் ஒருவகையான பெண்மை அவனுக்குத் தெரிந்தது.

“கைக்கு என்ன ஆச்சு?” என்று மிகவும் அக்கறையுடன் கேட்டான்.

“சிறிய காயம். காய்கறி வெட்டும்போது வெட்டிக் கொண்டேன்” என்று மோகனசாமி சொன்னான்.

“ஓ மை காட், எச்சரிக்கையாக இருக்க வேண்டும் நீ” என்று இரண்டு கைகளையும் தாடையில் வைத்து, முகத்தில் மிகையான உணர்ச்சிகளைக் காட்டியபோது மற்றொரு முறை அவன் பெண் குணம் வெளிப்பட்டது. அவன் கையைத் தன் கையில் ஏந்திக்கொண்டு, மெல்ல அவன் காயத்தின் பேண்டேஜை தடவியபோது ரகுராமன் “ரொம்ப வலிக்குதா?” என்று கேட்டான். இல்லை என்று தலையசைத்தான் மோகனசாமி.

இருவரும் ‘கேப்பச்சினோ’ ஆர்டர் செய்தார்கள். “சமோசா தருவிக்கட்டா?” என்று மோகன் கேட்டதற்கு “நோ பாபா, ஐ ஆம் டையட்டிங்” என்று ரகுராமன் நளினம் காட்டினான்.

பொருத்தமில்லாமல் பேச்சுக்கள் நடந்தன. அவன் தமிழ்ச் சினிமாக்களைப் பற்றி ஏதேதோ சொன்னான். இவனுக்கு ரஜினிகாந்தைத் தவிர வேறு எதுவும் தெரியாது. இவன் சமையலின் புது ருசியைப்பற்றி ஏதோ சொல்லத் தொடங்கியதும், எல்லாவற்றிலும் அவன் கொழுப்பின் விழுக்காடு பற்றிக் கேட்டான். அவனுக்குக் கர்நாடக சங்கீதம் என்றால் உயிர். இவனுக்கோ சினிமாப் பாட்டை விட்டால் சங்கீதத்தின் தலைகால் புரியாது. அதிர்ஷ்டவசமாகக் கிரிக்கெட்டில் மட்டும் இருவருக்கும் விருப்பம் இருக்கவில்லை.வற்புறுத்தி அவனே எழுந்து பில் கவுண்டருக்குப் போய்ப் பணம் செலுத்தி வந்தான். வெயிட்டருக்குச் சிறிது அதிகமாகவே டிப்ஸ் கொடுத்து,“வொண்டர்ஃபுல் இண்டீரியர்ஸ்” என்று சொல்லிவிட்டு வெளியே வந்தான். இனி என்ன ஒருவரிடமிருந்து ஒருவர் விடைபெறும் நேரம் வந்தபோது “உன் மொபைல் நம்பரைக் கொடுக்கறியா ?” என்று ரகுராமன் கேட்டான். மோகனசாமிக்குக் கொடுக்க கண்டிப்பாக மனமில்லை. ஆனால் அது சரியாக இருக்காதென்று எண்ணி ஒரு மிஸ்டுகால் கொடுத்தான். ‘எப்படியும் இது புதிய ‘சிம் கார்ட், நாளைக்கு எடுத்து வீசிவிட்டால் போதும்’ என்று மனத்திற்குள்ளேயே ஆறுதல் சொல்லிக்கொண்டான்.

“எப்படி வந்திருக்கிறாய்? வேண்டுமென்றால் உன் வீடுவரை ட்ராப் செய்கிறேன்” என்று ரகுராமன் அழைப்பு விடுத்தான். “வேண்டாம் ப்ளீஸ், என் வீடு தொலைவில் இருக்கிறது. நான் பஸ்ஸில் போய்க்கொள்கிறேன்” என்று மோகனசாமி தப்பித்துக்கொண்டான். “இட் வாஸ் எ வொண்டர்புல் டைம் வீ ஸ்பெண்ட். உன் அறிமுகமானது என் அதிர்ஷ்டம்” என்று ரகுராமன் சொன்னான். இவன் கையை எடுத்து மெல்லிய முத்தம் ஒன்றைக் கொடுத்துவிட்டுப் போய்விட்டான். மோகனுக்கு உடம்பெல்லாம் முள். யாராவது இதைப் பார்த்து விட்டார்களோ என்ற பயத்தால் சுற்றியும் கண்ணை ஓடவிட்டான். அறிமுகமானவர்கள் யாரும் தெரியவில்லை.

வீட்டுக்குத் திரும்பும்போது மோகனசாமிக்கு மிகவும் ஏமாற்றமாக இருந்தது. பையில் பாதுகாப்பாக இருந்த ‘காண்டோம்’கள் கேலி செய்தன. இவ்வளவு எல்லாம் காத்திருந்து இப்படியொரு பெண்மையானவனின் சந்திப்பு ஏற்பட்டதே? இந்த மனிதன் என்றும் பெண்ணுடன் இணைய முடியாது. பெண்ணுடன் இணைய முடியாத ஆணுடன் நான் எப்படித் தேகத்தைப் பகிர்ந்துகொள்வது? அப்படிப்பட்டவன் உடம்பைத் தொட்டாலே அசிங்கம். உடம்பில் முறகள் முளைக்கும். இனி உணர்ச்சிப்பிழம்பாவது வேண்டாம். இனி இவன் சகவாசமே

மோகனசாமி ௸ 39 ௵

வேண்டாம். இனி எப்போதும் இவனுக்குப் ஃபோன் செய்வதாகட்டும், இ-மெயில் செய்வதாகட்டும் என்னால் முடியாது. இவன் என்றும் என் கார்த்திக் ஆக முடியாது. வெறும் கண் பார்வையிலேயே பெண்ணை வெட்கப்பட வைக்கும் என் கார்த்திக் எங்கே, உடம்பை ஆட்டி அசைத்து நடக்கும் இவன் எங்கே? வேண்டவே வேண்டாம். நாளைக்கே அவனுக்கு ஒரு செய்தி அனுப்பி இதில் விருப்பமில்லை என்று தெரிவித்து விடலாம்.

அதற்குள் கைப்பேசிச் சத்தம் கேட்டது. புதிய செய்தி வந்திருந்தது. ரகுராமனாகத்தான் இருக்கும். வேறு யாருக்கும் இந்த நம்பர் கொடுக்கவில்லை. "நீ வருத்தப்படக்கூடாது மோகனசாமி. நான் காளையைப் போலான ஆணைத் தேடுகிறேன். ஆனால் நீ உட்கார்ந்த கோணம், பேசிய முறை எனக்கு உன்னிடம் பெண்குணமும் சாயலும் தெரிந்தது. உன்னுடன் நான் எப்படி தேகத்தைப் பகிர்ந்துகொள்வது? இந்த முடிவு உனக்கு வருத்தத்தை ஏற்படுத்தியிருந்தால் மன்னித்துவிடு. நீ ரொம்ப நல்லவன். உனக்கு நல்ல ஆண் கிடைக்கட்டும்" என்று எழுதியிருந்தது. மோகனுக்கு ஒரு விநாடி எதுவும் தோன்றவில்லை. ஆனால் சில நொடிகளில் சுதாரித்துக்கொண்டு "உனக்கும் நல்லதாகட்டும். நீயும் மிகவும் நல்லவன். ஐ லவ் யூ" என்று பதில் அளித்தான். "ஐ லவ் யூ டூ" என்று மறுபதில் வந்தது. மோகனசாமி கைப்பேசியிலிருந்து 'சிம்'மை வெளியே எடுத்து, அதை இரண்டு துண்டாக்கி பஸ்ஸின் சன்னல் வழியாகத் தூக்கி எறிந்தான். எண்ணங்களின் முரண்பாடுகளை நினைத்துச் சிரிப்பு வந்தது. "இன்று இரவு கண்டிப்பாக ஆழ்ந்த உறக்கம் வரும்" என்று வினோதமான மகிழ்ச்சி ஏற்பட்டது. மெல்ல சன்னலில் தலையைச் சாய்த்துக்கொண்டு கண்மூடினான்.

○

2

சைக்கிள் சவாரி

கோவா என்கிற அறிமுகமில்லாத ஊரில், "சைக்கிள் ஓட்டுவதைக் கற்றுக்கொண்டால் போதும், தான் 'ஸ்ட்ரைட்' ஆகிவிடுவேன்" என்கின்ற உண்மை இருபத்தியொரு வயது 'கே'ஆன மோகனசாமியின் அறிவுக்கு எட்டியபோது, அன்றைய இரவு அவனுடைய உலகம் தலைகீழாக மாறிவிட்டது. தொலைவில் இருந்த கடலின் நிரந்தரமான அலைகள் கரையை வந்து மோதிக்கொண்டிருந்தன. நாள் முழுவதும் சைக்கிள் மிதித்துக்கொண்டு வெய்யிலில் அலைந்து வந்த அவன் நண்பர்கள் களைப்பில் தூங்குவதற்குச் சென்றுவிட்டனர். ஊரிலிருந்த மது – மாமிசக் கடைகள் எல்லாம் ஒவ்வொன்றாக அடைக்கப்பட்டன.

'கே' என்ற வார்த்தைக்கான அர்த்தம் அவனுக்கு இந்த இரண்டு ஆண்டு காலமாகத்தான் தெரியும். அது தன் ஆளுமைக்குப் பொருந்துமா இல்லையா என்ற சந்தேகம் அவனுக்கு இன்னும் இருந்தாலும், தற்போது அதே வார்த்தையால் அவன் மனத்தில் தன்னை அடையாளப்படுத்திக் கொள்கிறான். 'ஸ்ட்ரைட்' என்று மற்ற எல்லா உயிர்களையும் அடையாளம் காண வேண்டும் என்று புரிந்துகொள்கிறான். தன் நிலைமையை அல்லது தன்னைப் போன்றவர்களைக் கன்னடத்தில் எப்படிச் சொல்கிறார்கள் என்று அவனுக்குத் தெரியாது. அவன் வாழ்க்கையின் வெவ்வேறு கட்டங்களில் பலவிதமான பட்டப் பெயர்கள் அவனுக்குக் கட்டப்பட்டு விட்டன. போதுமான அளவுக்கு வலி, வெறுப்பு, அவமானம், வியப்பு என எல்லா உணர்வுகளும் அவனுக்கு

அறிமுகமாகி விட்டன. ஆனால் சரியான வார்த்தை என்ன என்பதை யாரிடம் கேட்பது? அப்படிப்பட்ட ஒரு வார்த்தை கன்னட அகராதியிலும் இல்லை. கன்னட இலக்கியத்திலும் அப்படியொரு வார்த்தை கிடையாது. பத்திரிகைகளிலும் இல்லை. புண்ணியத்திற்கு ஆங்கிலேயர்களே மேல். அவ்வப்போது ‘டெபோனேர்’ என்ற மாத இதழ் ‘கே’ என்ற வார்த்தையைப் பயன்படுத்துகிறது. ஆங்கில நாளிதழ்களிலும் சிலசமயம் குறிப்பிடுகிறார்கள். இதைத் தவிர செய்திகள் கிடைத்திட அந்த நாட்களில் வேறு வழிகள் கிடையாது.

அவனுக்குக் கிடைத்த முதல் பட்டப் பெயர் ‘கம்ஸூ” என்பதாகும். அது ‘கண்டு சூளே’(ஆம்பளைத் தேவடியா) – சுருக்கமாக ஆம்தே என்பதின் குறுக்கிய வடிவம். அப்படிப்பட்ட பட்டப் பெயர் கிடைத்தபோது, அவன் ஏழாவது வகுப்பில் படித்துக்கொண்டிருந்தான். அப்படி ஒரு பெயரை அவனுக்குச் சூட்டியது அவன் அக்காவாகவே இருந்தாள். அவளுக்காவது அதன் பொருள் தெரிந்திருந்ததோ இல்லையோ என்று மோகனசாமிக்கு இப்போதும் சந்தேகமாகவே இருந்தது. ஆனால் ஒரு கடும் வெய்யில் நாள், ராயர் மடத்துக்குப் போகும் வழியில் இருந்த துர்நாற்றம் மிக்கக் கால்வாயின் ஒரு பக்க மேட்டில் அவனும், இன்னொரு பக்க மேட்டில் அவளும் அவளுடைய மற்ற தோழிகளும் நின்றிருந்தபோது, இவனைப் பார்த்து ‘நீ ஒரு ஆம்பளைத் தேவடியா’ என்று அவள் அழைத்தாள். அதைக் கேட்டு அவள் தோழிகளெல்லாம் ‘கக்கல’வென்று சிரித்தது அவனுக்கும் இன்னும் தெளிவாக நினைவிருக்கிறது. தன் வாய்தவறிப் பேசிய வார்த்தைக்கு அவள் ஒரு விநாடி குழப்பமடைந்தாலும், தோழிகள் சிரித்தது அவளுக்கு உற்சாகம் தந்தது. தான் ஒரு நல்ல நகைச்சுவையைச் சொன்னதாக அவள் நினைத்துக்கொண்டாள். அதனால் மற்றொரு முறையும் தைரியமாக “ஆம்பளைத் தேவிடியா” என்று உரத்த குரலில் சொன்னாள். அவள் தோழிகள் இந்த முறையும் சத்தம் போட்டுச் சிரித்தார்கள். அன்றிலிருந்து “ஆம்பளைத் தேவிடியா” என்ற பெயரே பிரபலமடைந்து, நண்பர்கள் வட்டத்திலும் அவனை அதே பெயரில் அழைத்தார்கள்.

அந்த நிகழ்வு இப்படித்தான் நடந்தது. ராயர் மடத்தில் ஏதோ விசேஷ நாளன்று ஊரின் பிராமணர்களுக்கெல்லாம் மதிய விருந்து அளித்தார்கள். மோகனசாமியின் அப்பா – அம்மா பத்துமணிக்கெல்லாம் மடத்திற்குப் போய்விட்டார்கள். எப்போதும்போல பிள்ளைகளிடம் சாப்பாட்டு நேரத்திற்கு வந்துவிடச் சொல்லிவிட்டுப் போனார்கள். தெருவில் இருந்த அக்காவின் தோழிகள் வீட்டுக்கு வந்தார்கள். நச்சரிக்கும் அம்மாவும் – அப்பாவும் வெளியே போயிருக்கிறார்கள்

என்றால் பிள்ளைகளுக்குச் சொர்க்கம்தானே! மோகனசாமியும் அவர்களுடன் விளையாடச் சேர்ந்துகொண்டான். தன் வயதுப் பையன்களுடன் கில்லி, கோலிக்குண்டு, பம்பரம் விளையாடுவதைவிடவும், தன் அக்காவுடனும் அவள் தோழிகளுடனும் கோலம் போடுவது, பொம்மைக் கல்யாண விளையாட்டு விளையாடுவது, நல்ல சமையல் செய்து சாப்பிட்டு, பிறகுத் துண்டைப் பயன்படுத்தி, சேலை கட்டும் விளையாட்டுகள் முடிந்து, பாட்டொன்றிற்கு நாட்டியம் ஆடும் வேளையில் மணி பன்னிரண்டரையானது. அதைக் கவனித்த மோகனசாமி, அவர்களுக்கு அப்பா - அம்மா சொன்னதை நினைவுப்படுத்தி ராயர் மடத்துக்குப் புறப்பட வைத்தான்.

பெல்லாரி மாவட்டத்தின் கொதிக்கும் வெய்யிலில் பத்து அடி எடுத்து வைத்தால் போதும், காலில் கொப்புளம் வரும். ஆனால் சிறிய பிள்ளைகள் எங்காவது மறந்து வைத்துத் தொலைத்துவிடுவார்கள் என்ற காரணத்தால், அப்பா - அம்மா பிள்ளைகளுக்குச் செருப்பை எப்போதும் வாங்கிக் கொடுப்பதில்லை. அதனால் செருப்பு இல்லாமல் வெறும் கால்களோடு நடந்துகொண்டும், அரட்டையடித்துக்கொண்டும் நடந்தார்கள். புளியமரத்து நிழல் வந்ததும் மெதுவாக நடந்தனர். வெய்யில் வந்ததும் வேகமாக ஓடினார்கள். வழிக்கு நடுவில் நீளமான ஒரு கால்வாய் இருந்தது. அதைத் தாண்ட, ஒரு கடப்பாக் கல்லை வெகுதூரத்தில் போட்டிருந்தார்கள். பெரியவர்கள் அவ்வளவு தொலைவு நடந்து, அந்தக் கல் வழியாகக் கால்வாயைத் தாண்டி, மறுபடியும் திரும்பி வருவார்கள். ஆனால் ராயர் மடம் கால்வாயின் தொடக்கத்திலேயே மறுபக்கக் கரையில் இருந்தது. சுடும் தரை. அவ்வளவு தூரம் நடக்கச் சோம்பேறித்தனம்! அந்தக் கால்வாய் எம்பிக் குதித்துத் தாண்டும் அளவுக்குச் சிறியதும் அல்ல. முயற்சி செய்தால் தாண்டமுடியாத அளவிற்குப் பெரியதும் அல்ல. ஒருவேளை தாண்டமுடியாமல் விழுந்துவிட்டால் போதும், ஊர் மக்களின் எல்லா மனிதக் கழிவுகளும் கலந்துவிட்ட அந்தக் கால்வாயில் மூழ்கி உடம்பெல்லாம் நாறிவிடும். அந்தக் கடும் நாற்றத்தைத் தேய்த்துக் கழுவ ஒரு வாரம் தேவைப்படும். அதனால் யாரும் அந்தக் கால்வாயைத் தாண்டும் அபாயத்திற்குத் தங்களை உட்படுத்திக் கொள்வதில்லை.

வீட்டில் போதுமான நேரம் விளையாடி, பாடி, ஆடி, குதித்துக் கும்மாளமிட்டதால், ஓர் அளவிற்கு ஏதோ உற்சாகம் மோகனசாமியிடம் இருந்தது. அதனால் கால்வாய்க்குச் சிறிது தூரம் பின்னால் சென்று, ஓடிவந்து, சாட்சாத் அனுமானைப்போலக் கால்வாயைத் தாவி, எதிர்க் கரையை அடைந்து வெற்றிகண்டான். தன் வீர சாகசத்தால் அவனுக்குத் தன்மீது பெருமை ஏற்பட்டது.

வீட்டில் விளையாடிக்கொண்டிருந்த அவன் அக்காவும் அவளுடைய தோழிகளும் இதனைக் கண்டும் தன்னை ஒன்றும் பொருட்படுத்தவில்லை என்ற கோபம் அவனிடம் சிறிது இருந்தது. "நீங்க என்னைப்போல இப்படித் தாண்டுங்க பாக்கலாம்?" என்று சவால் விட்டான். எதிர்க் கரையில் உற்சாகமாகக் குதித்தான். அவனைவிட நான்கைந்து வருடம் பெரியவர்களான அக்காவின் தோழிகள் அந்தப் பேச்சிற்கு எப்படி எதிர்வினை செய்வது என்று யோசித்துக்கொண்டு நின்றார்கள். எல்லோரும் வண்ண வண்ண பாவாடை ரவிக்கை அணிந்திருந்தார்கள். அந்த உடையில் கால்வாயைத் தாண்டுவது எப்படி? ஆனாலும் ஓரிருவர் தொலைவில் சென்று, கால்வாயின் விளிம்புவரை ஓடிவந்து, பிறகு தாண்டத் துணிவு போதாமல் நின்றுவிட்டார்கள். அப்போது மோகனசாமி கைகொட்டிச் சிரித்து, இன்னும் வேகமாக ஆடிக்கொண்டு, "நீங்க எல்லோரும் தோத்துப்போனீங்க . . . தோத்து . . . நான்தான் ஜெயித்தேன் . . ." என்று கத்தினான். தோல்வியை ஏற்றுக்கொள்ளும் மனநிலையில் பெண்கள் இருக்கவில்லை. அந்தக் கூட்டத்தின் தலைவியான அவன் அக்கா தோற்றுவிட்ட அந்தக் காரணத்திற்காகவே, "எப்படி ஆடறான் பாரு . . . தேவிடியா மாதிரி. நீ ஒரு ஆம்பளைத் தேவிடியா" என்று கத்திச் சொன்னாள். அந்த வார்த்தைக்கு மோகனசாமி அதிர்ந்து ஆடுவதை நிறுத்தினான். அக்காவின் தோழிகள் 'கலகல'வென்று சிரித்தார்கள். அக்கா மறுபடியும் அதே வார்த்தையை உரக்கக் கத்திச் சொன்னாள். எல்லோரும் சிரித்தார்கள். பிறகு அவர்கள் எல்லோரும் சிரித்துக்கொண்டே முன்னால் போட்டிருந்த கல்மேல் நடந்து கால்வாயைக் கடந்து போனார்கள்.

மோகனசாமி வெகுநேரம் கால்வாயின் மறுபக்கக் கரையில் சோளக்கொல்லை பொம்மைபோல நின்றிருந்தான். அப்போதெல்லாம் அவனை எங்கே பார்த்தாலும் போதும், பெண்கள் நமட்டுச் சிரிப்பு சிரித்தார்கள். சத்தம் வராமல், "ஆம்பளைத் தேவிடியா" என்று சொல்லிக் கிண்டல் செய்தார்கள். அவனுக்கு அவர்களிடம் எப்படி நடந்துகொள்ள வேண்டுமென்றே தெரியவில்லை. அவர்கள்மீது கோபப்பட்டு, அவர்கள் எல்லோரையும் அடிக்க வேண்டும் போல தோன்றியது. ஆனால் மறுநாள் அவர்கள் தன்னை விளையாட்டில் சேர்த்துக்கொள்ளாவிட்டால் என்ன ஆவது என்ற பயம் அவனுக்கு இருந்தது. என்ன ஆனாலும் பையன்களுடன் விளையாட அவனுக்குப் பயமாக இருந்தது. அதனால் மௌனமாகவே இருந்து அவர்கள் செய்யும் குறும்புகளையும் அவமானத்தையும் பொறுத்துக்கொண்டான்.

அந்த நிகழ்வால் அவன் வாழ்க்கையில் இரண்டு பெரிய மாற்றங்கள் ஏற்பட்டன. முதலாவது, "ஆம்பளைத் தேவிடியா" என்ற அவனுடைய பட்டப் பெயர் வெகுவேகமாகப் பரவி, சிறியவர்கள் பெரியவர்கள் என்று இல்லாமல் எல்லோருக்கும் தெரிந்தது. நேராக அழைத்தால் அவன் அப்பா – அம்மா எங்கே கோபப்படுவார்களோ என்ற பயத்தில் "ஆம்தே" என்று அழைத்தார்கள். இரண்டாவது, அவனால் துர்நாற்றம் உடைய அந்தக் கால்வாயைத் தாண்ட முடியாமல்போனது. அந்த நிகழ்வு நடந்த மறுநாளே அவன் தனியாக மடத்திற்குப் போக வந்திருந்தான். அப்போது கால்வாயைத் தாண்ட தூரத்தில் இருந்து ஓடி வரும்போது நெஞ்சு படபடத்து, உடம்பு வியர்த்து, துணிவு போதவில்லை... ஆனாலும் தாவினான். ஆனால் கரைக்குச் சேராமல் நேராக அந்தக் கால்வாயில் விழுந்துவிட்டான். ஊர் மக்களின் கழிவுவெல்லாம் அவன் உடம்பில் ஒட்டிக்கொண்டது. அவன் அம்மா சோப்புப் போட்டுத் தேய்த்துத் தேய்த்து எவ்வளவு குளிப்பாட்டினாலும், ஒரு வாரம்வரை அந்தத் துர்நாற்றம் அவன் உடம்பில் இருந்து போகவில்லை. இந்த இருபத்தியோராவது வயதிலும் மோகனசாமி சிலநேரம் நீண்ட மூச்சிழுத்தால் போதும், அந்தத் துர்நாற்றம் மூக்கில் பரவி உடம்பை நடுங்கச் செய்யும்.

○

'ஆம்தே' என்ற பெயரால் யாராவது தன்னை அழைத்தால் மோகனசாமிக்குச் சங்கடமாக இருக்கும். ஆனால் அவர்களுடன் தகராறு செய்யும் தைரியம் மட்டும் அவனுக்கு இருக்கவே இருக்காது. அதற்குப் பதிலாக அப்படி அழைப்பவர்களிடம் இருந்து விலகியோ, இல்லை அந்த வார்த்தை தனக்குக் கேட்காததைப் போலவோ அல்லது அவர்களிடம் நல்லபடி பேசி இனி அப்படி அழைக்க வேண்டாம் என்றோ வேண்டிக்கொள்வான். ஆனால் ஊர்வாயை மூடுவது எப்படி? அவனுக்கு ஒரு யோசனை தோன்றியது. 'ஆம்தே' என்ற வார்த்தைக்கும், தனக்கும் எந்தச் சம்பந்தமும் இல்லை என்று மனத்தில் முடிவுசெய்துகொண்டு வாழ்க்கையை நடத்தத் தொடங்கினான். ஆனால் ஒருநாள் மிகவும் வலி ஏற்படுத்தக்கூடிய செயல் ஒன்று நடந்தது.

மோகனசாமி கணக்கில் மட்டும் அவ்வளவு புத்திசாலி அல்ல. அவனுடைய அம்மா பத்தாவதுவரை படித்திருந்தார். அவள் மிகவும் அக்கறையுடன் மாலை நேரங்களில் அவனை உட்காரவைத்துக்கொண்டு கணக்கு சொல்லிக்கொடுப்பாள். ஆனால் எவ்வளவுதான் சொல்லிக்கொடுத்தாலும், அவன் தேர்வை நன்றாக எழுத மாட்டான். மற்ற பாடங்களின் தேர்வை நன்றாக எழுதி இருந்தாலும், கணக்கு மட்டும் அவனுக்கு இரும்புக்

கடலையாக இருந்தது. பின்னக் கணக்கு, கணக்குச் சூத்திரங்கள், வடிவியல் தேற்றம் – எதுவும் அவனுக்குப் பிடிக்காது. ஆனாலும் அவன் அம்மாவுடைய வற்புறுத்தலுக்குப் படிப்பதுபோல நடிப்பான்.

அன்று ஏழாம் வகுப்பின் கணக்குத் தேர்வை முடித்துக்கொண்டு வந்திருந்தான் மோகனசாமி. அவன் அம்மா மகனின் வரவுக்காக முன்கூடத்தில் காத்துக்கொண்டிருந்தாள். பின்புறத்திலிருந்து கழுவி எடுத்து வந்த பாத்திரங்களை உலர்ந்த துணியால் துடைத்துக்கொண்டிருந்தாள். இன்று அம்மாவிடம் நன்றாக அடி வாங்குவது உறுதி என்று மனதில் நினைத்துக்கொண்டே அதற்குத் தயாராக வீட்டுக்குள் அடியெடுத்து வைத்தான். தேர்வு எழுதிய பிறகு கேள்வித்தாளில் இருக்கும் ஒவ்வொரு கேள்விக்குப் பக்கத்திலும் விடை என்ன வந்தது என்று எழுதிக்கொண்டு வரவேண்டும். அது அவன் அம்மாவின் கட்டளையாக இருந்தது. அதனால் கேள்வித்தாளைக் கொண்டுவந்து அவன் அம்மாவின் முன் நீட்டி, அமைதியாகத் தலை குனிந்து உட்கார்ந்தான்.

அவன் அம்மா ஒவ்வொரு கேள்வியாகப் பார்த்து, அதன் பதிலைக் கண்டுபிடித்து, அவன் எழுதிக்கொண்டு வந்திருக்கும் பதிலுக்கு ஒப்பிட்டுப் பார்ப்பாள். சரியாக இருந்தால் அதற்குரிய மதிப்பெண்களையும், தப்பாக இருந்தால் பூஜ்ஜியத்தையும் போட்டுக் கொண்டுவருவாள். ஓரக்கண்ணால் அம்மாவின் செய்கையைக் கவனித்துக்கொண்டிருந்த மோகனசாமிக்கு உதறல் அதிகமானது. அந்த நேரத்துக்குச் சரியாக உறவினர்கள் யாராவது வந்து அம்மாவின் கவனத்தைத் திசை திருப்பக்கூடாதா என்று கடவுளிடம் வேண்டினான். ஆனால் அவனுக்கு அதிர்ஷ்டம் கொஞ்சமும் இருக்கவில்லை. எல்லாக் கேள்விகளுக்கும் மதிப்பெண்களைப் போட்டுவிட்டு அவற்றைக் கூட்டினால் வெறும் நாற்பத்தி எட்டு என்று தெரிந்து அம்மாவுக்குக் கோபம் தலைக்கு ஏறியது. அங்கேயே அருகில் இருந்த கரண்டியை எடுத்துப் பட்பட்டென்று அவன் உடம்பு, முகம் என்று பார்க்காமல் சரமாரியாக அடித்தாள். "அடிக்காதம்மா, கணக்கு தப்பாயிட்டது…" என்று எவ்வளவு கதறினாலும் மோகனசாமிக்கு அடி விழுந்து கொண்டே இருந்தது. "தினமும் சாயந்திரம் சிரமப்பட்டுச் சொல்லிக்கொடுத்தந்தானே … இதென்னடா இவ்வளவு குறைஞ்ச மார்க் வாங்கியாந்திருக்கே" என்று அவளும் அழுதுகொண்டே, கையில் அணிந்திருந்த கண்ணாடி வளையல்கள் உடைந்து போகுமளவுக்கு அடித்தாள். பிறகு அடித்தது போதும் என்று , அந்த ஸ்டீல் கரண்டியைத் தூர வீசிவிட்டு அழுதுகொண்டே உட்கார்ந்தாள். "அடி வாங்கும் படலம் முடிந்தது. இனி விளையாடப் போகலாம்" என்று மோகனசாமி நினைத்தான். ஆனாலும்

அம்மாவுக்கு அது தெரியக்கூடாது என்று அழுவதைப்போல நடித்தான்.

கண்களைத்துடைத்துக்கொண்ட அவன் அம்மா, "ஆம்பளைத் தேவிடியா மாதிரி ஆடத் தெரியிது, கணக்குத் தேர்வைச் சரியாப் பண்ணத் தெரியலையா . . .? என்ன மகனாப் பிறந்திருக்கே? ஆம்தே, முண்டச்சி புருசன் . . ." என்று சொல்லிவிட்டாள். அம்மாவிடம் இருந்து இப்படிப்பட்ட வார்த்தைகளை அவன் எதிர்பார்க்கவில்லை. நெஞ்சை யாரோ பெரிய ஊசியால் பலமாகக் குத்தியதைப்போல இருந்தது. மௌனமாக அங்கே இருந்து நகர்ந்து வருத்தத்தோடு மூலையில் போய் உட்கார்ந்தான். அழுகை பீறிட்டது. என்றும் அவன் அம்மா இன்று போல அவனை 'ஆம்தே' என்று சொன்னதில்லை. அவனுடைய அக்கா அப்படிச் சொல்வதைக் கேட்கும்போது கூட, "நீ சும்மா இருடி குந்தாணி . . . கெட்ட வார்த்தையில ஆம்பளைப் பயலைத் திட்டாதே . . ." என்று அக்காவை அடக்குவாள். ஆனால் இன்று தன் அம்மாவே இந்தப் பெயரால் அழைத்தபோது மோகனசாமிக்குத் தான் நம்பிய கடவுளே கைவிட்டதுபோலத் தோன்றியது. ஆண்டவனே கைவிட்டபிறகு எப்படித்தான் வாழ்வது?

அவசரத்தில் தான் சொன்ன வார்த்தையின் கூர்மை புரிந்தது அம்மாவுக்கு. மகனின் அழுகை இந்தத் தடவை வேறுவிதமாக இருப்பதுவும், அதற்கான காரணமும் மனத்திற்குத் தெரிந்தது. கோபத்தில் எதற்கு இப்படிக் கேவலமாகப் பேசினேன் என்று தன்னையே நொந்துகொண்டாள். அழும்வரை அழட்டும் என்று ஐந்து நிமிடம் அமைதியாக இருந்தாள். "அழுதது போதும் . . . ஆர்ப்பாட்டம் பண்ணாதே . . ." என்று ஒருமுறை அதட்டிச் சொன்னாள். ஆனாலும் அவன் அழுகையை நிறுத்தவில்லை. கடைசியாக அம்மாவுக்கே மிகவும் சங்கடமாகி, இருட்டு மூலையில் உட்கார்ந்திருந்த மகன் அருகில் எழுந்து போனாள். அவன் அருகில் அமர்ந்து, "எதுக்கு அவ்வளவு கவலைப் படற ராஜா?" என்று அவனைத் தொடப் பார்த்தாள். அவன் கையை உதறிவிட்டு இன்னும் அதிகமாக அழுதான். அவளுக்குச் சங்கடம் அதிகமானது. "தப்பு பண்ணிட்டேன் ராஜா, இன்னொரு முறை உன்னை இனிமே அப்படிக் கெட்டவார்த்தையில் திட்டமாட்டேன் . . ." என்று வருத்தத்துடன்சொன்னாள். அந்தப் பேச்சுக்கு உருகிப்போன மோகனசாமி அவன் அம்மாவை அணைத்துக்கொண்டு, அழத் தொடங்கினான். அவன் முதுகைத் தடவிக் கொடுத்து, "அழ வேண்டாம் என் குழந்தை . . . ஏதோ கோபத்தில வாய்தவறி அந்த அசிங்கமான வார்த்தை வந்திடுச்சு . . . என்னை மன்னிச்சுடு தங்கம் . . ." என்று சொல்லித் தானும் அழுதாள். அம்மா சரணடைந்ததால் சிறிது நேரத்தில் மோகனசாமி ஆறுதல் அடைந்தான். இருவரின்

துயரமும் கட்டுக்குள் அடங்கியது. "பசியோட வந்திருப்ப, சாப்பிடு வா. நல்ல பருப்புக் கூட்டு வைச்சிருக்கேன் . . ." என்று மகனை எழுப்பினாள். வெந்தயக் கீரை, துவரம் பருப்பு, தேங்காய்த் துருவல் சேர்த்து செய்த 'பருப்புக் கூட்டு' ருசி மோகனசாமிக்கு எந்த நேரத்திலும் உற்சாகமூட்டும்.

தவறு செய்த மனநிலையில் அம்மா, தட்டை வைத்துப் பரிமாறுவதற்குப் பதிலாக, தானே கையில் உருட்டி அவனிடம் கொடுத்தாள். சின்னச்சின்ன உருண்டைகளாகப் பிடித்துக் கையில் வைத்தாள். "வேற எல்லாத் தேர்வுகளிலும் நல்லாப் பண்றே . . . கணக்குத் தேர்வுக்கு மட்டும் எதுக்குப் பயப்படுற ராஜா?" என்று அன்புடன் கேட்டாள். முழு உருண்டையை வாயில் வைத்திருந்த மோகனசாமி, தன் அம்மாவைப் பார்த்துக்கொண்டே அதையெல்லாம் மென்று விழுங்கி, தண்ணீர் குடித்து வாயைத் துடைத்துக்கொண்டான்.

"ஆம்பளைத் தேவிடியான்னா என்னம்மா? எதுக்கு என்னை அப்படிக் கூப்பிடறாங்க?" என்று கண்கலங்கக் கேட்டான்.

"சுடுகாட்டுப் பேச்சு . . . அதை விடு ராஜா . . . நீ எதுக்கு ஆம்பளைத் தேவிடியா ஆகப்போற? நூறு தேவிடியாக்களை ஆளுவ" என்று கிண்ணத்தில் இருந்த சோற்றை எடுத்து உருட்டினாள்.

"மத்த பசங்க யாரையும் அப்படிக் கூப்பிடறதில்லை. என்னை மட்டும் எதுக்கு இப்படிக் கூப்பிடறாங்க?" மகனின் கேள்வி தொடர்ந்தது. அந்த வார்த்தைக்கு எப்படிப் பதில் சொல்வதென்று அம்மாவுக்குத் தெரியவில்லை.

"நீயும் ஆம்பளை மாதிரி நடந்துகணும்பா, அப்ப யாரும் உன்னை அப்படிக் கூப்பிடமாட்டாங்க."

"ஆம்பளைப் பையன் மாதிரி நடந்துக்கறதுன்னா எப்படிம்மா?"

"நீ பேசற குரல், கைகால், கண்களை அசைப்பது, விளையாடற விளையாட்டு . . . எல்லாம் ஆம்பளைப் பசங்களுடையது மாதிரி இருக்கணும்ப்பா."

"அவங்களுக்கு அதையெல்லாம் யாரு சொல்லிக் கொடுப்பாங்கம்மா? எனக்கு எதுக்கு யாரும் சொல்லித் தர்ற தில்லை. . ."

"யாராவது எதுக்குச் சொல்லிக்கொடுப்பாங்கப்பா . . . அந்தக் கடவுளே அதையெல்லாம் சொல்லிக்கொடுத்து அனுப்புவான்."

“அப்படின்னா எனக்கு எதுக்கு அந்தக் கடவுள் அதைச் சொல்லிக்கொடுத்து அனுப்பல அம்மா? நான் என்ன தப்பு செஞ்சேன்?”

மகனிடமிருந்து வரும் இப்படிப்பட்ட கேள்விகளுக்கு எப்படிப் பதிலளிப்பது என்று அம்மாவுக்குத் தெரியவில்லை. கையில் இருந்த சோற்றைப் பாத்திரத்தில் போட்டுவிட்டு, வேதனையுடன் தலை குனிந்தாள். கண்ணிலிருந்து ஓரிரு நீர்த்துளிகள் சிந்தின.

“எதுக்கும்மா அழறே?”

“நீ ஒன்னும் தப்பு செய்யலை ராஜா . . . எல்லாத் தப்பையும் செஞ்சது நானும் உன் அப்பாவும்தான்” என்றாள்.

“என்ன தப்பு செஞ்சீங்க அம்மா?”

“முதுமைக் காலத்தில் பிறக்கும் குழந்தைகள் குப்பையிலேன்னு சொல்லுவாங்க . . . எங்களுக்குத் தெரியாமப் போச்சு” என்று கூரையைப் பார்த்துக்கொண்டே சொன்னாள்.

“. . . . . . .” மோகனசாமிக்கு அம்மா சொன்னது புரியவில்லை.

அம்மா கண்களைத் துடைத்துக்கொண்டு “உங்க அப்பாவுக்கு இப்ப என்ன வயசு சொல்லு?” என்று கேட்டாள். மோகனசாமிக்குத் தெரியாததுபோலதலையசைத்தான். அந்த நாட்களில் அம்மா–அப்பா பிறந்த நாள் பிள்ளைகளுக்குத் தெரியாது. பெற்றோரின் பிறந்த நாட்களைக் கொண்டாடும் வழக்கம் அப்போது இருக்கவில்லை.

“தெரியாதும்மா . . .” என்று மோகனசாமி நேர்மையாகப் பதில் சொன்னான்.

“இந்த யுகாதி முடிந்து துதியை வந்தா எழுபது வயசு. உனக்கு இப்ப என்ன வயசு சொல்லு?”

“பதிமூன்று” என்று உடனடியாகச் சொன்னான். பள்ளி ஆசிரியரின் புண்ணியத்தால் மோகனசாமிக்குத் தன் வயது தெரிந்திருந்தது. பள்ளியில் கணக்கு வாத்தியார் பிறந்த நாளைப் பயன்படுத்திக்கொண்டு வயதை எப்படிக் கண்டுபிடிப்பது என்று சொல்லிக்கொடுத்திருந்தார்.

“அப்படீன்னா நீ பிறந்தப்ப உங்கப்பாவுக்கு ஐம்பத்தி ஏழு வயசு! எனக்கு நாற்பதுக்குப் பக்கம். இரண்டாம் தாரம் நான். மிகவும் தாமதமா கல்யாணம் நடந்தது. கிழட்டுப் புருஷன் கிடைச்சான். ஆனால் ஆசை மட்டும் ஆண்களுக்கு என்றும் வற்றிப்போவதில்லை. அந்த வயதில் பிள்ளைகள் வேண்டாம்

என்று சொன்னேன்; கேக்கலை. உன்னைப் பொறக்க வைச்சுட்டான். வயதான ஆண்களுக்கு வலுவான பிள்ளைகள் எப்படிப் பொறப்பாங்க சொல்லு? அவங்க உடம்புப் பசியைத் தீத்துக்கிற அவசரத்தில, உன் வாழ்க்கையைச் சிதைச்சுட்டாரு. நீ வந்து இப்படிப் பொறந்தே! எல்லாம் என் தலையெழுத்து. அனுபவிக்கணும்" என்று கண்களைத் துடைத்துக்கொண்டாள்.

அம்மாவின் பேச்சு மோகனசாமிக்கு அவ்வளவாகப் புரியவில்லை. ஆனால் அப்பாவின் ஏதோ வயதுக்கு மீறிய ஆசையால் தனக்கு இப்படிப்பட்ட பிறப்பு ஏற்பட்டது புரிந்தது. ஆனால் மோகனசாமியை அவன் அப்பா மிகவும் அன்பாகப் பார்த்துக்கொண்டார். என்றும் அவனை அடித்தது கிடையாது, திட்டியதும் கிடையாது. அப்பாகடவுளைப்போல. அப்படிப்பட்ட அப்பாவைக் கெட்டவராக நினைக்க மோகனசாமியால் முடியவில்லை.

○

அன்று இரவே வீட்டில் மற்றொரு கெட்ட நிகழ்ச்சி நடந்தது. காலையில் நடந்ததையே மோகனசாமியால் தாங்கிக்கொள்ள முடியவில்லை. அப்படிப்பட்ட சூழலில் மற்றொரு நிகழ்ச்சியை எதிர்கொள்ளவேண்டிய நெருக்கடி உருவானது.

இரவு எல்லோரும் சாப்பிட்டு முடித்த பிறகு, சாதாரணமாக அனைவரும் சாப்பிட்ட தட்டுக்களை எடுத்து, பருக்கைகளை வழித்து, சுத்தம் செய்யும் வேலையை மோகனசாமியின் அக்காவுக்குச் சொல்வார்கள். ஆனால் அக்காவுக்கு அந்த வேலையைச் செய்வது கொஞ்சமும் பிடிக்காது. அடுத்தவர் எச்சில் தட்டை எடுத்து, தட்டில் மீதி உள்ள சாப்பாட்டைக் கையால் வழித்துத் தண்ணீர் ஊற்றிக் கழுவிச் சுத்தம் செய்யும் வேலையை எந்தப் பெண்தான் விரும்புவாள்? அன்று அவள் மருதாணி போட்டுக்கொள்ள வேண்டும் என்ற திட்டத்தில் மகிழ்ச்சியாக இருந்தாள். அதனால் வேண்டுமென்றே பாத்திரங்களைச் சுத்தம் செய்யாமல், 'கப்சிப்' என்று மூலையில் உட்கார்ந்து, மருதாணியைக் கலக்கிக்கொண்டிருந்தாள். சாப்பிட்ட தட்டுக்கள் காய்ந்துகொண்டிருந்தன. சமையல் அறையில் அடுப்பு மேடையைச் சுத்தம் செய்துகொண்டிருந்த மோகனசாமியின் அம்மா, "அடியே, இவளே, சாப்பிட்ட தட்டை எடுத்துக் கழுவி வை, தட்டைக் காயவச்சா தரித்திரம்" என்று கத்தினாள்.

மோகனசாமியின் அக்காவுக்கோ அன்று அந்த வேலையைச் செய்ய சுத்தமாக விருப்பம் இல்லை. அதனால் மோகனசாமியை "டே, ஆம்தே, இன்னைக்கு ஒருநாள் நீ சுத்தம் செய் . . ." என்று

அதட்டினாள். மோகனசாமி, “போடி, ஆம்பளைப் பசங்க அந்த வேலையைச் செய்யக்கூடாது” என்று மறுத்தான். அதற்குக் கோபமாக அவள், “ஆஹாஹா, நீ என்ன பெரிய ஆம்பளையா போடா. நீ ஆம்பளைத் தேவிடியா . . . ஆம்தே . . . ஆம்தே . . . ஆம்தே . . .” என்று சிறிது உரக்கவே சொல்லி, எகத்தாளமாகச் சிரித்தாள். சமையல் அறையில் வேலை செய்துகொண்டிருந்த அம்மாவுக்கு அந்தப் பேச்சுக் கேட்டது. அவளுக்கு மூக்குக்கு மேல் கோபம் வந்து கையில் ஒரு கரண்டியைப் பிடித்துக்கொண்டு வெளியே வந்தவள், மகளைப் படபடவென்று ஆத்திரம் தீரும்வரை அடித்தாள்.

“ஆம்பளைப் பையனை அப்படித் திட்டுறியாடி கழுதை? வீட்டுப் பையனுக்கே மாரியாத்தாவாகறயாடி?” என்று ஏதோ ஆவேசம் வந்தவள் போல மறுபடியும் அடித்தாள். அந்த எதிர்பாராத தாக்குதலால் பதற்றமடைந்த மோகனசாமியின் அக்கா அலறத் தொடங்கினாள். அடிக்கக்கூடிய அளவுக்குத் தவறாக என்ன சொல்லிவிட்டோம் என்று அவளுக்கு முதலில் புரியவில்லை. அவளுக்குப் புரிவது இருக்கட்டும், மோகனசாமிக்கும் அம்மா எதற்கு அப்படி அடிக்கிறாள் என்பது புரியவில்லை. அம்மாவின் ரௌத்திர அவதாரத்திற்குப் பயந்துகொண்டு, தொலைவில் இருந்த மூலையில் போய் நின்றுகொண்டான். அப்பாவும் ஊரில் இல்லை. பெல்லாரிவரை போயிருந்தார்.

“அடிக்காத அம்மா... தப்பா பேசிட்டேம்மா . . . இனிமே அப்படிக் கூப்பிட மாட்டேம்மா ...” என்று அக்கா வலியால்அழுதுகொண்டே அலறினாள். முடிவில் தோல்வியுற்ற அம்மா அந்தக் கரண்டியை மூலையில் எறிந்து, அங்கே இருந்த தூணில் சாய்ந்து உட்கார்ந்துகொண்டு, “கருமம், கருமம் . . .” என்று தலையில் அடித்துக்கொண்டு, கண்ணீர்விட்டு அழுதாள். உடம்பெல்லாம் வீங்கிவிட, அக்கா மிகவும் வேதனையுடன், தம்பியின் பக்கம் ஒருமுறையும், அம்மாவின் பக்கம் மறுமுறையும் பார்த்து அழுதாள். மோகனசாமிக்கு உள்ளுக்குள்ளேயே பயம் ஏற்பட்டது. இந்த எல்லா அசிங்கங்களுக்கும் தன் பெண் குணமே காரணம் என்றும், தன்னால் வீட்டின் அமைதி கெடுகிறது என்றும், தான் மிகவும் கெட்டவன் என்றும் தோன்றியது. தான் ஏதாவது செய்து தற்போதைய சகிக்க முடியாத இந்தச் சூழ்நிலையை அமைதிக்குக் கொண்டுவர வேண்டும் என்று நினைத்தான். அதனால் அவன் மெல்ல எழுந்து, சாப்பிட்ட தட்டுக்களை எடுத்து, பருக்கைகளை வழித்துவிட்டு, தண்ணீர் தெளித்து, சாப்பிட்ட இடத்தைச் சுத்தம் செய்துவிட்டு, காய்ந்ததுணியைக் கொண்டுவந்து துடைத்தான். அம்மாவும் அக்காவும் அவன் செய்யும் வேலைகளை அசையாமல் பார்த்துக்கொண்டிருந்தார்கள். அவனிடமிருந்து

அந்த வேலையைப் பறித்துக்கொண்டு தாங்கள் செய்யும் தெம்பு அவர்கள் இருவருக்கும் அந்த நேரத்தில் இருக்கவில்லை.

இந்த எல்லா நிகழ்வுகளாலும் மோகனசாமி ஒரு முடிவுக்கு வந்தான். தான் பெண்ணைப்போல நடந்துகொள்வதே இதற்கெல்லாம் காரணம் - அதனால் முதலில் அதைச் சரிப்படுத்த வேண்டும் என்று முடிவெடுத்தான். சாதாரணமாக நம் கை, கண், கழுத்து இவற்றின் அசைவுகளால்தானே பெண்மை தெரிகிறது? அதனால் அதன் அசைவுகளைக் குறைக்க வேண்டும். ரோபோட் எந்திரத்தைப் போல இருந்தால் யாருக்கும் தன் பெண்மைச்சாயல் தெரியாது என்ற தர்க்கம் அவனுக்குச் சரியாகப்பட்டது. அதுமட்டுமல்ல, பேசும்போது தன் பெண்மையான குணம் தெரியும்தானே? அதனால் பேசுவதை முடிந்த அளவுக்குக் குறைத்துக்கொள்ள வேண்டும். பல நேரங்களில் மௌனமாக இருக்கவேண்டும். பள்ளியில் பாடம் நடக்கும்போது, கேள்விகளைக் கேட்கக் கூடாது. அநாவசியமாக அரட்டை அடிக்கக் கூடாது. பேசவேண்டிய கட்டாயம் ஏற்படும்போது மட்டும் சின்னக் குரலில் தொனியைக் கரகரவென்று மாற்றிக்கொண்டு பேசவேண்டும் என்று புரிந்துகொண்டான். அவர்களுக்கு அது புரியாமல், "கொஞ்சம் உரக்கப் பேசுடா மோகனா..." என்றாலும் மறுபடியும் அப்படியே கரகர சத்தத்துடனேயே பேச முயற்சி செய்தான்.

அக்காவோடும் அவள் தோழிகளோடும் சேர்ந்து பெண்கள் விளையாட்டை விளையாடுவதால் தனக்கு 'ஆம்தே' என்ற கெட்ட பெயர் வந்திருக்கிறதல்லவா? அதனால் விளையாடுவதை நிறுத்த வேண்டும் என்று முடிவு செய்தான். அவன் வயதையொத்த பையன்களுடன் மட்டும் விளையாடப்போனால் கேலி செய்கிறார்கள். அக்கா, அவள் தோழிகளின் அருகில் போனால் பொம்பளைச்சட்டி என்கிறார்கள் - அதனால் அவர்களுடன் விளையாடாமல் இருப்பதே மேல் என்று தோன்றியது. அதனால் விளையாடுவதற்குப் பதிலாக மூலையில் அமர்ந்து கதைப் புத்தகங்களைப் படிக்கத் தொடங்கினான். அக்காவும் அவள் தோழிகளும் கலகலவென்று சிரித்து விளையாடுவதைப் பார்க்கும்போது அவனுக்கும் விளையாட ஆசை வரும். ஆனால் பிறகு எதிர்கொள்ளவேண்டிய அவமானங்களை நினைத்து அவனுக்கு அச்சம் எழும். அதனால் மனத்தின் ஆசைகளை அடக்கிக்கொண்டு, அவர்கள் விளையாடும் இடத்தில் இருந்து வெகு தூரம் சென்று உட்கார்ந்துகொண்டு புத்தகங்களைப் படிப்பதில் தன்னை ஈடுபடுத்திக்கொள்வதைப் பழக்கிக்கொண்டான்.

மற்றொரு நல்ல மாற்றமும் ஏற்பட்டது. "கணக்குத் தேர்வை மட்டும் தான் நன்றாகச் செய்திருந்தால் அம்மா தன்னை 'ஆம்தே'

என்று கண்டிப்பாகச் சொல்லியிருக்கமாட்டாள். வேறு யார் அப்படித் தன்னை அழைத்திருந்தாலும் கவலை இல்லை. அம்மா மட்டும் அப்படி அழைக்காமல் பார்த்துக்கொள்ள வேண்டும். அதற்கான ஒரே வழி, கணக்குப் பாடத்தை நன்றாகக் கற்க வேண்டும். அதில் எப்போதும் குறைந்த மதிப்பெண்களைப் பெறக்கூடாது" என்று மோகனசாமிக்குப் பலவிதமான யோசனைகள் வந்தன. அந்தக் காரணங்களுக்காக மிகவும் அக்கறையுடன் பள்ளிப் படிப்பில் கவனம் செலுத்தினான். உண்மையாகவே அவன் புத்திசாலி மாணவனாக இருந்ததால், கணிதத்தில் சாதிப்பது அத்தனை சிரமமாக இருக்கவில்லை. தற்போது அவன் பேச்சைக் குறைத்துக்கொண்டு, விளையாடுவதை நிறுத்திவிட்டதால், நேரமும் அதிகமாகக் கிடைத்தது. அந்த எல்லா முயற்சிகளின் ஒட்டுமொத்தப் பலனாய் அவனுக்கு எட்டாம் வகுப்பு கணிதத் தேர்வில் நூற்றுக்கு நூறு மதிப்பெண் கிடைத்தது. மாவட்டத்தில் முதல் இடம் அவனுக்குக் கிடைத்தது. ஊரில் பலபேர் அவனைப் பாராட்டினார்கள். பல பெற்றோர்கள் தங்கள் பிள்ளைகளிடம் மோகனசாமியைச் சுட்டிக்காட்டி, அவனைப்போலப் படிக்க வேண்டும் என்று அறிவுரை கூறினார்கள். மாவட்டத்தில் ஓரிரு இடங்களில் மோகனசாமிக்குப் பாராட்டு விழாவும் நடந்தது. இதுபோன்ற காரணங்களால் மோகனசாமிக்கு புதியதொரு உற்சாக உலகம் திறந்துகொண்டது. 'ஆம்தே' என்ற பெயரிலிருந்து தப்பிக்க வேண்டுமென்றால் தான் அதிக புத்திசாலியாக வேண்டும் என்பதைப் புரிந்துகொண்டான். பள்ளிப் படிப்பிற்கும், தேர்வில் கிடைக்கும் மதிப்பெண்களுக்கும் தன்னை ஒன்றி இணைத்துக்கொண்டான்.

மகன் கணிதத்தில் முழு மதிப்பெண்களைப் பெற்றதற்கு மகிழ்ச்சி அடைய வேண்டுமா, எல்லோரிடமிருந்து விலகி மரக்கட்டைப்போலத் தனிமையாக இருப்பதைக் கண்டு துன்பப்பட வேண்டுமா என்று அவன் அம்மாவுக்குத் தெரியவில்லை. இதற்கு முன் மாலை நேரங்களில் அவனை திட்டிக்கொண்டே சில மணி நேரம் கணிதம் சொல்லிக்கொடுத்த அம்மாவுக்கு இப்போது அந்த வாய்ப்பும் இல்லாமல் போனது. ஆசிரியர்கள் பள்ளியில் புது அத்தியாயத்தை ஆரம்பிப்பதற்கு முன்பே அவன் அதைச் சுயமாகப் படித்துவைத்திருப்பான். அதனால் அம்மா மோகனசாமிக்கு கணக்குப் பாடம் சொல்லிக்கொடுக்க வேண்டிய அவசியமே ஏற்படாமல் போனது. . என்னமோ தன் மகன் தன்னிடமிருந்து விலகிப் போகிறான் என்ற எண்ணத்தில் அவளுக்குக் கொஞ்சம் மனம் வலித்தது.

எப்போதோ நிகழ்ந்த பழைய சங்கதியொன்று அவ்வப்போது மோகனசாமியின் அம்மாவின் நினைவுக்கு வரும். அவன்

இரண்டாம் வகுப்புக்கு வரும்வரை ஒரு விசித்திரமான பழக்கத்தைப் பழகியிருந்தான். மோகனசாமிக்குத் தினமும் இரவு உணவை வராந்தாவில் நின்று, நிலாவைக் காட்டிக்கொண்டே ஊட்டவேண்டியிருந்தது. என்ன செய்தாலும் வீட்டிற்குள் சாப்பிடமாட்டான். அவனை இடுப்பில் தூக்கிவைத்துக்கொண்டு, ஒரு கையால் சாப்பாட்டுத் தட்டைப் பிடித்துக்கொண்டு, மற்றொரு கையால் பிசைந்துகொண்டே, "பாரு, பாரு . . . அங்க பாரு . . . நிலா மாமா தெரியுதா? உன் சாப்பாட்டைப் பிடுங்கிக் கொள்வான் . . ." என்று கையை நிலாவின் பக்கம் காட்டிப் பயமுறுத்தினால் சத்தமில்லாமல் சோற்றை விழுங்குவான். அந்த நிலாவைப் பார்த்தால் மோகனசாமிக்கு மிகவும் அன்பு. அவன் அக்கா மோகனசாமியைவிடவும் ஐந்து வயது பெரியவள். ஆனாலும் அம்மாவின் முந்தானையைப் பிடித்துக்கொண்டு வராந்தாவில் நிற்பாள். சிலநேரம் "நீ பிடிவாதம் பிடித்தால், அக்காவுக்குக் கொடுத்திடுவேன் பாரு . . ." என்று அக்காவுக்கு ஊட்டுவதற்காக வாய்க்குக் கொண்டுபோய், அவள் "ஆ . . ." என்று அகலமாக வாய் திறப்பது போல நாடகமாடிய பிறகு, ஒருவாய் விழுங்குவான். நிலா வராத அமாவாசை நாட்களில், மேகம் சூழ்ந்து மறைந்த நாட்களில் அவனைச் சாப்பிடவைப்பது மிகவும் சிரமம். ஆனாலும் அம்மாவுக்கு இப்படி வராந்தாவில் நின்று, குளிர் காற்று வீசும் நேரம், இரு பிள்ளைகளுடன் சேர்ந்து கொஞ்சி விளையாடிக்கொண்டு நேரம் போக்குவது மிகவும் மகிழ்ச்சியைத் தரும். மோகனசாமி இரண்டாம் வகுப்பிற்கு வரும்போது, தானாகவே தட்டில் வைத்துக்கொண்டு பிசைந்து சாப்பிடப் பழகினான். தூக்கிக்கொண்டு போகும் ஆர்வத்தை அவன் அம்மா காட்டினால், "வேண்டாம் . . .வேண்டாம் . . ." என்று கூச்சப்பட்டுக்கொண்டு மறுப்பான். மகன் வளர்ந்துவிட்டான் என்று மகிழ்ந்தாலும், வராந்தாவில் இடுப்பில் வைத்துக்கொண்டு ஊட்டும் அந்தப் பழைய மனநிறைவு இல்லாமல் போனதே என்று அம்மாவுக்குக் கொஞ்சம் வருத்தம்தான் . . . பிள்ளைகள் வளர வளர பெற்றோர்கள் சில இன்பங்களை இழந்துவிடுவதாகவே அவளுக்குத் தோன்றியது. மணிக்கணக்காக மகனை இடுப்பில் வைத்துக்கொண்டு, கொஞ்சிப் பேசிக்கொண்டு சாப்பாடு ஊட்டுவதெல்லாம் பிள்ளைகளுக்குச் சுகமானது இல்லையா? அந்த இன்பத்தை வளரும்போது மறந்துவிடுகிறார்களா என்று சந்தேகமாக இருந்தது.

○

"கணவனும் – மனைவியும் உடலுறவு கொள்ளும் நேரத்தில் மனைவியே கணவன் மேல் படுத்துக்கொண்டால் அப்படிப்பட்டவர்கள் பிறப்பார்கள். அதனால்தான் பெண்களை

எப்போதும் நம் மேல் படுக்க அனுமதிக்கக் கூடாது" என்று அந்த வட நாட்டு அழகான இளைஞன் சுமித் கோயல் சொன்னபோது, மோகனசாமி மெல்ல நடுங்கிக்கொண்டே, "நிஜமாவா?" என்று கேட்டான். கல்லூரிக்கு எதிரே இருக்கும் கடற்கரையில் அவர்கள் இருவரும் மாலை சூரியன் மறைவதற்குச் சாட்சியாக நடந்துகொண்டிருந்தார்கள். அந்த நேரத்திற்குச் சரியாக அவர்கள் முன் பெண் குணமுடைய ஒருவன் கடந்துபோனான். அவன் ஒரு 'கே.' "அவன் என்ன செய்வான் தெரியுமா?" என்று சுமித் கோயல் கண்சிமிட்டிக் கேட்டபோது, மோகனசாமி தெரியாது என்று தலையாட்டினான். அவனுக்குக் 'கே' என்ற வார்த்தை சமீபகாலமாகத்தான் காதில் விழுந்தது. பெரிய பெரிய நகரங்களில் இருந்து வந்தவர்கள், கான்வென்ட்களில் படித்த பையன்கள் இந்த வார்த்தையை அவ்வப்போது பயன்படுத்தி, சிரிப்பை அடக்கமுடியாமல் செய்வார்கள். மோகனசாமியின் அறியாமையைக் கண்ட உற்சாகத்தில் சுமித் கோயல் "அவர்கள் ஆண்களுடன் செக்ஸ் வைத்துக்கொள்வார்கள்" என்று இரகசியமாகச் சொன்னான்.

மோகனசாமி தனது நடை, பாவனைகள் சுமித் கோயலுக்குத் தெரியவே கூடாது என்பதைப்போல இன்னும் அதிகமாக உடம்பை இறுக்கிக்கொண்டான். ஆனாலும் ஆர்வத்தை அடக்கிக் கொள்ள முடியாமல், "அவர்கள் எதற்கு அப்படிச் செய்கிறார்கள்?" என்று வெகுளியாகக் கேட்டான். "அவர்கள் மகா காமுகர்கள். பெண்களுடன் செக்ஸ் அவர்களுக்குப் போதாது. அதற்காக ஆண்களையும் பயன்படுத்திக்கொள்கிறார்கள்" என்று காம உலகின் இரகசியங்களெல்லாம் தன் ஒருவனுக்கு மட்டும்தான் தெரியும் என்ற 'கெத்'தில் சுமித் சொன்னான். "அவர்கள் ஏன் அப்படிப் பிறக்கிறார்கள்?" என்பது மோகனசாமியின் மற்றொரு கேள்வி. தன்னைப் பற்றித் தான் மேலும் அறிந்துகொள்ளும் ஆர்வம் அவனுக்கு. அவன் கேள்விக்கு உறுதியாகப் பதில் தெரிந்திருக்கிறது என்ற திமிரில் சுமித் கோயல் ஆண் - பெண் உடல் உறவின் போதான நிலைகளில் இரகசியம் இருக்கிறது என்று சொல்லி, "அதனால்தான் நான் என்றும் பெண்களை என் மேல் படுக்க அனுமதிக்க மாட்டேன். நீயும் அனுமதிக்காதே. பி கேர்புல்" என்று தெளிவாகச் சொன்னான். "அப்படியென்றால் அம்மா என் அப்பாவின் மீது படுத்துக்கொண்டாளா? அப்படிப்பட்ட தவற்றை எதற்குச் செய்தாள்?" என்ற வினோதமான கேள்வி மோகனசாமியின் மூளையில் மரங்கொத்திப் பறவையைப்போல கொத்தத் தொடங்கியது. ஆனால் அதை சுமித் முன்பாகவோ அல்லது வேறு யார் முன்பாகவோ சொல்லிக்கொண்டு கேலிக்கு ஆளாகும் துணிவு மட்டும் அவனுக்கு இல்லை.

வட இந்திய இளைஞர்கள் அவ்வளவு கவர்ச்சியாக இருப்பது மோகனசாமிக்குத் தெரியவே தெரியாது. எப்போதும் பெல்லாரி மாவட்டத்தை விட்டு அதிகமாக வெளியே போனவன் அல்ல. அவன் ஊருக்கு வட இந்தியர்கள் யாரும் வந்ததில்லை. அந்தச் சிவப்பு கலந்த வெள்ளை நிறம், வயதுக்கு மீறிய உயரம், அகலமான உடல் வாகு, தலை நிறைய முடி, வசீகரச் சிரிப்பு – மோகனசாமி வாயில் ஜொள்ளு வழிய அவர்களைப் பார்ப்பான். விபரீதத் துணிவுடன், எதிலும் முந்திக்கொள்ளும், பெண்களிடம் பயமில்லாமல் பேசும், நகரத்திற்குப் போய் 'பப்'பில் குடித்துவிட்டு, ப்ளூ பிலிம் பார்த்துவிட்டு வரும் அந்த இளைஞர்களின் தலைமுறையே வேறு என்று தோன்றியது. அவர்கள் முன்னால் தென்னிந்திய இளைஞர்களான நாம் சிறுகுட்டிகளைப்போல அவன் கண்ணுக்குத் தெரிந்தார்கள்.

பி. யூ. சி. யில் நல்ல மதிப்பெண் பெற்றதால் மோகனசாமிக்குக் கடற்கரைக்கு அருகில் இருந்த அந்தப் பிரபல கல்லூரியில் இடம் கிடைத்தது. அந்தக் கல்லூரியில், நாட்டில் இருக்கும் மற்ற மாநிலங்களுக்கும் சில இடங்களை ஒதுக்குவதால் தொலைதூர மாநிலங்களில் இருந்தும் மாணவ – மாணவிகள் வந்து சேர்வார்கள். அப்படித்தான் லக்னோ இளைஞன் சுமித் கோயல் அங்கே வந்தான். மோகனசாமியும் அவனும் ஒரே பிரிவு, ஒரே வகுப்பு. அவர்கள் நண்பர்களாவதற்குப் பல சிறப்பான காரணங்கள் இருந்தது. சுமித்துக்குப் படிப்பில் அவ்வளவாக ஆர்வம் கிடையாது. அது எப்படியோ பி.யு.சியில் சிரமப்பட்டு அந்தப் பிரபலமான கல்லூரியில் இடம் பெற்றுவிட்டான். இப்போது அவனுக்கு மிகவும் கிரிக்கெட் மோகம் இருந்தது! பகல் இரவு பாராமல் மைதானத்தில் கிரிக்கெட் விளையாடத் தயார். அவன் தேர்வுகளை எழுதுவதையும் விட்டுவிட்டு ஏதேதோ ஊருக்குக் கிரிக்கெட் விளையாடப் போய்விடுவான். எப்படியாவது நம் நாட்டுக் கிரிக்கெட் குழுவில் சேர்ந்துவிடமாட்டோமா என்பது அவனுடைய குறிக்கோளாக இருந்தது. அவன் கனவுகளைச் சொல்லிக்கொள்ள, அவனுக்கு அதிகம் பேசாத, ஆர்வத்துடன் கேட்கும் காதுகள் தேவைப்பட்டன. மோகனசாமி அதற்குத் தகுந்தவனாக இருந்தான்.

எப்போதும்போல மோகனசாமி படிப்பில் கெட்டிக்காரன். இப்போதும் கணிதத்தில் நூற்றுக்கு நூறு பெற்றிருந்தான். பேராசியர் வகுப்பில் பாடம் நடத்துவதற்கு முன்பே அவற்றைப் படித்துக்கொண்டு வரும் புத்திசாலிப் பையன். என்ன ஆனாலும் பல்கலைக் கழகத்திற்கே முதலாவதாக வரும் வாய்ப்பை யாருக்கும் விட்டுக்கொடுத்தவனல்ல. அதனால் சுமித் கோயலுக்கு அவன் நட்பு மற்றொரு உதவி செய்தது. அழகாக அவன்

எழுதிக்கொடுக்கும் நோட்ஸ் அவனுக்குக் கிடைக்கும். எந்தப் பாடம் புரியாவிட்டாலும் அவன் மிகவும் உற்சாகமாக அதை விவரமாகச் சொல்லிக்கொடுப்பான். பல தடவை அவனுடைய லேப் ஷீட், டிசைன், ட்ராயிங்குகளை மோகனசாமியே எழுதிக் கொடுப்பான். எல்லாவற்றையும், முக்கியமாகத் தேர்வில் எந்தக் கேள்வி வரும் என்று கச்சிதமாக ஊகித்து, அதற்குச் சரியாகப் பதில் எழுத இவனைத் தயார்ப்படுத்தித் தேர்வடையச் செய்வான். இதற்குப் பிரதிபலனாக எதையும் எதிர்பார்க்காத, தண்ணி போடாத, ப்ளூ பிலிம் பார்க்காத, பெண்களுக்குக் கடலை போடாத, மிகவும் கூச்சமான, குறைவாகப் பேசும் மோகனசாமியைத் சுமித் கோயலுக்கு மிகவும் பிடிக்கும். அவ்வப்போது அவனைத் தழுவிக்கொண்டு, நெற்றியில் முத்தமிட்டு, "நீ பெண்ணாக இருந்தால் உன்னைத் திருமணம் செய்துகொண்டிருப்பேன்" என்று சொல்லி, அவன் கன்னத்திற்கு மெருகூட்டுவான்.

இதன் காரணமாக மோகனசாமியும் சுமித் கோயலால் கவரப்பட்டிருந்தான். அது அப்போதே காதல் பாதையை அடைந்திருந்தது. ஆனால் அதன் உணர்வு அவனுக்கு இருக்கவில்லை. தான் எதற்காக அவனுடன் பழக விரும்புகிறோமென்று மோகனசாமி யோசிக்கவில்லை. அவனுடன் இருப்பது, அவன் பேச்சுக்களைக் கேட்பது, அவன் வேலைகளை செய்துகொடுப்பது, அவன் அதிகமாக வகுப்புக்களைத் தவறவிடும்போது அக்கறையாகத் திட்டுவது, அவனுக்கு வலிக்காதபடி அடித்து அவனிடம் தன் கோபத்தைக் காண்பிப்பது, அவனுக்குக் கிரிக்கெட் போட்டி இருக்கும்போது மைதானத்திற்குச் சென்று அவனை உற்சாகமூட்டுவது, விளையாட்டில் அவன் தோற்கும்போது ஆறுதல் சொல்லித் தைரியமூட்டுவது – போன்றவை அவனுக்கு மிகவும் விருப்பமான செய்கைகளாக இருந்தன. சுமித் கோயலுக்குப் போதுமான அளவிற்குப் பெண் மோகம் இருந்தது. பெண்களும் அவனைச் சூழ்ந்துகொள்வார்கள். அவனைப் பற்றியும், பல பெண்களைப் பற்றியும் சுவாரசியமான கதைகள் மாணவர்களுக்கு மத்தியில் எப்போதும் புழங்கும். ஒருமுறை மோகனசாமி "நீ வெட்டிக்குப் பேசறே, எல்லாம் புருடா" என்று அவனைக் கிண்டல் செய்தான். உடனே சுமித் தன் பேண்ட் பின் பையில் இருந்து இரண்டு 'காண்டோம்'களை எடுத்துக் காண்பித்து "இரவுக்காக ..." என்று சொல்லி அவனை அதிர்ச்சியடையச் செய்தான்.

எப்போதோ ஒருமுறை சாதாரணமாகப் பேசும்போது, "என்ன நீ இதுவரை எந்தப் பெண்ணையும் எதுவும் செய்ததில்லையா?" என்று சுமித் கோயல் ஆச்சரியமாகக் கேட்டு மோகனசாமியின் இதயத் துடிப்பை அதிகமாக்கினான். மோகனசாமிக்கு அது கௌரவப் பிரச்சினையானது. அதனால் அவன் ஊரின் ஏதோ

ஒரு பெண்ணின் பெயரைச் சொல்லி, தான் அவளை மிகவும் காதலித்ததாகவும், ஒருமுறை உடலுறவும் ஏற்பட்டதாகக் கதைகட்டி விட்டான். அந்தப் பேச்சுக்குக் 'கலகல' என்று சிரித்த சுமித் கோயல், "தாயோளி, உள்ளுக்குள்ளேயே எல்லாம் பண்ணிட்டு, பெரிய கில்லாடிடா நீ" என்று சொன்னான். அந்தப் பொய்யான புகழ்ச்சிக்குச் சந்தோஷப்பட வேண்டுமா, வெட்கப்பட வேண்டுமா என மோகனசாமிக்குத் தெரியவில்லை. தற்போது நண்பர்கள் நடுவில் அநாவசியமாகப் பெண்களைப் பற்றியும், சினிமா நடிகைகளைப் பற்றியும் அசிங்கசிங்கமாகப் பேசுவதை அவன் பழகிக்கொண்டான். அவர்கள் அதற்குச் சிரித்து உற்சாகப்படுத்தினார்கள். கடவுள் சத்தியமாக இன்றுவரை அவனுக்கு எந்தப் பெண்ணின் தேகமும் கவர்ச்சியாகத் தோன்றியதில்லை. அதற்குப் பதிலாக இளவயதில் தன் ஆண் நண்பர்களின் தேகங்கள்தான் அவனுக்குள் அடங்கிக் கிடந்த காமத்தை அடித்தெழுப்பியது. ஆனால் அப்படிச் சொல்லிவிட்டால் தான் கல்லூரியில் கேவலப்படுத்தப்பட்டுத் தனிமைப் படுத்தப்படுவோம் என்ற பயம் அவனுக்கு இருந்தது. ஆனாலும் சிலநாள் தூக்கம் வராத இரவுகளில், "தான் தினமும் நடித்துக்கொண்டு வாழ்கிறோமோ?" என்ற சிந்தனை புகுந்து வியப்படைவான். "கேவலம் ஒரு நூறு பொய் சொன்னதற்கே அந்தச் சிசுபாலனை ஸ்ரீ கிருஷ்ண பரமாத்மா தன் சக்கரத்தால் தலையை வெட்டிச் சாய்த்துவிட்டானாம். தினமும் தேவையற்ற பத்துப் பொய்களைச் சொல்லும் தன் கதி என்னவாகும்" என்று பயந்து நடுங்குவான்.

மாதம் ஓரிருமுறை அவர்கள் இருவரும் கடற்கரையில் மாலை வேளையில் நடந்துபோவார்கள். தேசிய நெடுஞ்சாலையின் ஒரு பக்கத்தில் அவர்கள் கல்லூரி இருந்தால், மற்றொரு பக்கம் ஆரவாரம் செய்யும் அரபிக் கடல் இருந்தது. சாலையைத் தாண்டினால் போதும், கடற்கரை இருக்கும். சிறிதும் வியாபாரமயமாகாத அந்தக் கடற்கரை, கல்லூரி மாணவர்களுக்காகவே உருவானதுபோல இருந்தது. மாலை நேரம் அங்கே அமைதியாகத் திரிந்துகொண்டு, சூரியன் மறைவதை இரசிப்பது விடுதியில் இருக்கும் எல்லா மாணவர்களின் பொழுதுபோக்கு. சுமித்துடன் அரட்டை அடித்துக்கொண்டு கரையில் நடக்கும்போது, அவன் தேகத்தை ஏதோ சாக்கில் அவ்வப்போது தொடுவான், எப்போது அவன் தன் தோள்மீது கைபோடுவான் என்று காத்துக்கொண்டு, அதிகமாகக் காமத்தைப் பற்றியே பேசிக்கொண்டு நடக்கும் வாய்ப்பிற்காக மோகனசாமி தவிப்பான். திரும்பத் திரும்ப சுமித்தைக் கடற்கரைக்குப் போகலாம் வா என்று நச்சரிப்பான்.

எந்தப் பெண்ணின் துணையும் கிடைக்காத மாலை நேரங்களில் சுமித் அவன் வேண்டுதலுக்கு இணங்குவான். மாலையில் கிரிக்கெட் பயிற்சியை முடித்துக்கொண்டு, உடம்பெல்லாம் வியர்வையைச் சிந்திக்கொண்டு, உடைகள் ஈரமாகிக் கசங்கியிருக்கும் சுமித்துடன், அப்போதுதான் குளித்துவிட்டு மைசூர் சேண்டல் சோப்பின் மணத்துடன் மோகனசாமி நடைபழகப் போவான். அதேநேரம் சுமித் உடம்பிலிருந்து வரும் வியர்வையின் துர்நாற்றம் மோகனசாமியின் மெய்மனங்களில் காம உணர்ச்சியைத் தூண்டும். கடலிலிருந்து வீசிவரும் குளிர்காற்று, சட்டையின் இரண்டு மேல் பொத்தான்களையும் கழற்றிவிட்டு, தன் விசாலமான மார்பை முன்னே தள்ளி, இரண்டு கைகளையும் அகல விரித்து, மகிழ்ச்சியின் மயக்கத்தில் கண்களை மூடிக்கொண்டு சுகப்படும் சுமித், மோகனசாமியின் கண்களுக்குத் தரைமீது இறங்கிய கந்தர்வனைப்போலத் தெரிவான். அவன் தோள்மீது கைபோடவேண்டும் என்று மோகனசாமிக்கு ஆசை வரும். ஆனால் இவனைவிடச் சுமார் பத்து இஞ்ச் உயரமாக இருக்கும் அவன் தோள் இவன் கைகளுக்கு எட்டாது. எட்டாத மனிதனின் தோள்களின் மேல் அநாவசியமாகக் கைபோட்டக் கூடாது என்ற உண்மை மோகனசாமிக்குத் தெரிந்திருந்தது. ஆனால் அதைக் கடைப்பிடிக்கத்தான் சிரமமாக இருந்தது.

வெளியுலகச் செய்திகள் உடனுக்குடன் கிடைக்காத காலகட்டத்தில் அவர்கள் வாழ்ந்துகொண்டிருந்தார்கள். நூலகத்தில் பொறியியல் சம்பந்தப்பட்ட புத்தகங்களைத் தவிர வேறு எதுவும் கிடைக்காது. உடல் விருப்பங்களைப் பற்றித் தெரிந்துகொள்ளும் தவிப்புடன் இருக்கும் இளம் பையன்களுக்குத் தினமும் புதிதான காமத்தின் திரையை விலக்கி உண்மையை அறிந்துகொள்வது மிகவும் கடினமாக இருந்தது. ஆனாலும் பச்சைப் பச்சையான மொழியில் ஆண் – பெண்களின் உடலுறவைப் பற்றி எழுதிய துப்பறியும் புத்தகங்களை, கீழ்த்தரமான ஜோக்குகள் வரும் பத்திரிகைகளை, தெளிவில்லாமல் கறுப்பு வெள்ளையில் அச்சிடப்பட்ட பெண்களின் நிர்வாணப் படங்களை, கோட்டோவியங்களை– இப்படி விடுதி மாணவர்கள் எப்படியோ வாங்கிவிடுவார்கள். அந்தப் புத்தகங்கள் கசங்கிக் கிழியும் வரை எல்லா மாணவர்களின் கைகளிலும் மாறி, கடைசியாக ஏதோ ஒரு மாணவனின் படுக்கைக்குக் கீழே மாயமாகிவிடும். கன்னடத்து மாணவர்களின் நிலைமை இதுவாக இருந்தால், ஆங்கிலப் பத்திரிகைகளைப் படிப்பவர்களின் நிலைமை இதைவிட ஒன்றும் பெரிதாக மாறுபட்டிருக்கவில்லை. அவர்கள் பத்திரிகைகள் ‘பளபள’வென்று கவர்ச்சியாக, வண்ணப் படங்களுடன் இருப்பதுதான் வேறுபாடு.

மோகனசாமி இந்தப் பத்திரிகைகளைக் கண்கொட்டாமல் படிப்பான். எங்கேயாவது உடல் விருப்பங்களை ஈடேறச் செய்யும் விஷயங்கள் இருக்கிறதா என்று புத்தகம் முழுக்கத் தேடுவான். ஆனால் எங்கேயும் அப்படிப்பட்ட செய்திகள் அவனுக்குக் கிடைக்காது. ஆண்களுக்காகவே எழுதப்பட்ட அந்த அசிங்கமான புத்தகங்களில், பெண்களின் உடல்களைப் பற்றிய வர்ணனை, நிர்வாணப் படங்கள் மட்டுமே இருக்குமே தவிர, ஆண்களைப் பற்றிய விஷயங்கள் அதிகமாக இருக்காது. எப்போதாவது அதுபோன்ற விஷயங்கள் கிடைத்தாலும், அது அவனிடம் குற்ற உணர்வை ஏற்படுத்துவதைப்போலக் கொடுமையானதாக இருக்கும். ஒருமுறை யாரோ ஒரு வாசகர் தனக்கு ஆணின் மீது ஆர்வம் உண்டாவதாகவும், அதற்கு என்ன செய்யவேண்டும் விவரமாகச் சொல்லுங்கள் என்றும் வேண்டிக்கொண்டு ஒரு பத்திரிகைக்குக் கடிதம் எழுதி இருந்தார். அதற்கு நிபுணர் ஒருவர் இதுபோல பதில் அளித்திருந்தார். "சாதாரணமாக இதுபோன்ற விருப்பம் நாகதோஷத்தால் ஆண்களுக்கு ஏற்படும். நாகராஜன் சந்ததியை உருவாக்க உதவும் கடவுள். அநேகமாக உங்கள் குடும்பத்தில் யாராவது நாகப்பாம்பை அடித்துக் கொன்றிருக்கலாம். அதனால் அப்படிப்பட்ட ஆண்கள் தினமும் நாக பூசை செய்வதால் இந்தச் சாபத்தில் இருந்து விடுபட முடியும்" என்று சொல்லி யிருந்தது அந்தப் பத்திரிகையில் பிரசுரமாகியிருந்தது.

மோகனசாமி இந்த விஷயத்தை முழுமையாக நம்பினான். தன் குடும்பத்தில் யார், எதற்காக நாகப்பாம்பைக் கொன்றார்கள் என்று நினைத்து வருத்தத்தில் மூழ்கினான். பிறகு அவன் கனவில் அதிகமாக நாகப்பாம்புகள் வந்தன. 'புஸ் புஸ்' என்று படமெடுத்து, இரண்டு சிவப்பு நாக்குகளையும் வெளியே நீட்டி, வேகமாக ஊர்ந்து துரத்திக்கொண்டு வந்தன. அவன் காலைக் கொத்தின. பயத்தால் அவன் கனவிலிருந்து அதிர்ந்து எழுந்தபோது நடு இரவாக இருந்தது. உடம்பெல்லாம் வியர்த்துக் கொட்டியது. அவன் இதயத் துடிப்பு கட்டுக்குள் அடங்க ஓரிரு நிமிடங்கள் தேவைப்பட்டன. இந்தப் பிரச்சினைக்கு ஏதாவது செய்தே ஆகவேண்டும் என்று முடிவு செய்து, கடற்கரையில் இருந்த ஒரு சிவன் கோயிலுக்குத் தினமும் குளித்துவிட்டுப் போய்வரத் தொடங்கினான். அங்கே ஓரிரண்டு நாகதேவதைகள் இருந்தன. அந்தத் தேவதைகளை வணங்கி, பயபக்தியுடன் கைகுவித்து "என் மூதாதையர்கள் செய்த தவறுக்கு என்னை எதற்குத் தண்டிக்கிறாய் நாகப்பா?" என்று வேண்டிக்கொள்வான். அப்படி வேண்டிக்கொள்ளும்போது அவன் கண்களில் கண்ணீர் கசியும். ஆனால் மாதக்கணக்காக நாக பூஜையைச் செய்தாலும்

அவன் விருப்பத்தில் எந்தவித மாற்றமும் ஏற்படவில்லை. விடுதியின் குளியலறையிலிருந்து குளியலை முடித்து, துண்டை மட்டும் சுற்றிக்கொண்டு வரும் அழகான உடல்வாகுள்ள மாணவர்களைப் பார்த்தவுடன் அவனை அறியாமல் தேகம் உணர்ச்சிவசப்படும்! உள்ளாடை அணியாமல், துண்டைச் சுற்றிக்கொண்டு அவன் என்றும் குளிக்கப் போனதில்லை. ஆனால் ஆறுதலான விஷயம் என்னவென்றால் நாகப்பாம்புகள் கனவில் வருவது படிப்படியாகக் குறைந்தது.

அதிசயமாக எப்போதாவதுதான் இப்படிப்பட்ட விஷயங்கள் மாணவர்களின் அரட்டையில் வெளிப்படும். மோகனசாமி ஒருபோதும் தானாகவே இந்த விஷயத்தை முன்வைத்துப் பேச்சைத் தொடங்கமாட்டான். எங்காவது தன்னை நண்பர்கள் 'கே' என்று சந்தேகித்து விடுவார்களோ என்ற பயம் இருந்தது. அதனால் அந்த விஷயம் வரும்போது "த்தூ, அசிங்கம் . . ." என்று சொல்வான். ஆனால் யாராவது 'கே' களைப் பற்றிப் பேசினால் ஆர்வத்துடன் உடம்பெல்லாம் காதாகக் கேட்பான். போதுமான அளவுக்கு ஆங்கிலப் புத்தகம் படிப்பவன் என்று பீற்றிக்கொள்ளும் பெங்களூர் மாணவன் ஒருமுறை சில விசித்திரமான விவரங்களைச் சொன்னான். "நம் தேகத்தைக் கட்டுப்படுத்துவது மரபணுக்கள். அவை மிகவும் புத்திசாலிகள். சில உயிரினங்கள் இந்தப் பூமிக்கு தேவை இல்லை என்று அவை புரிந்துகொள்கின்றன. அப்படிப்பட்டவை சந்ததியைத் தொடரக்கூடாது என்று அவை முடிவு செய்கின்றன. சந்ததி தொடராமல் இருக்க அப்படிப்பட்டவர்களைக் 'கே' களாகச் செய்கின்றன. அவர்களுக்கு ஆண்கள் மீது மட்டும் ஆசை ஏற்படும்படியாகச் செய்துவிடுகின்றன. அப்போது எப்படியும் அவர்களுக்குக் குழந்தைகள் பிறக்காது. அதனால் வேலைக்குப் பயன்படாத உயிரினத்தின் சந்ததி அவனோடு முடிந்துவிடும். நம்மால் குழந்தைகளைப் பிறக்கவைக்க முடியும் என்றால் நம் சந்ததி மிகவும் முக்கியம் என்று மரபணுக்கள் முடிவு செய்வதாகப் பொருள்" என்று மிகவும் உறுதியாகச் சொன்னான். இந்த விவரம் மோகனசாமிக்கு மிகவும் கடுமை யாகத் தோன்றியது. "மிகவும் நல்ல பையன் நான், படிப்பில் புத்திசாலி, உண்மை, இதுவரை யாருக்கும் கெடுதல் செய்ததில்லை. என்னைப் போன்ற நேர்மையான மனிதனின் வம்சத்தை அழிக்க மரபணுக்கள் எதற்காகச் சதி செய்கின்றன? மோசக்காரர்களுக்குக் குழந்தைகள் பிறக்கின்றன. அவர்களைவிட நான் கீழானவனா?" என்று சிந்தித்தான். ஆனால் அதற்கு யார் பதில் சொல்வது? நமக்குள் இருக்கும் மரபணுக்களிடம் பேசுவது எப்படியென்று சிந்தித்தான் அவன்.

இப்படிப்பட்ட நாட்களில் ஒருநாள் சுமித் கோயலின் அப்பா இறந்துவிட்டார் என்று டெலிக்ராம் வந்தது. டெலிக்ராம் வந்ததும், அது யாருக்குச் சம்பந்தப்பட்டது என்று தேடுவதற்கும், அது சுமித்தின் கைக்குக் கிடைப்பதற்கும் இரண்டு நாட்கள் பிடித்தன. சுமித் உடனே நண்பர்களிடமிருந்து பணத்தைத் திரட்டிச் சேகரித்துக்கொண்டு லக்னோவிற்கு ஓடினான். இரயிலில் அவன் ஊர்ப் போய்ச் சேர மூன்று நாட்கள் பிடிக்கும். பிறகு அவன் திரும்பி வருவதற்கு மீண்டும் மூன்று நாட்கள் தேவை. அங்கே ஈமச்சடங்குகள் முடிக்க ஐந்து நாட்கள். மொத்தம் ஏறக்குறைய இரண்டு வாரம் ஆகிவிடும். அதற்குப் பிறகுதான் அவன் திரும்புவான். அவன் இல்லாத நாட்களில் மோகனசாமி தன் நிலைமையைப் பற்றி மிகவும் கவலைப்பட்டான். அவன் திரும்பி வந்ததும் தான் அவனிடம் கனிவாக நடந்துகொள்ள வேண்டும், அவனுக்கு வருத்தம் ஏற்படும்போதெல்லாம் ஆறுதல் சொல்ல வேண்டும். அவனுக்குப் பணம் தேவைப்பட்டால் முன் – பின் யோசிக்காமல் கொடுத்து உதவ வேண்டும் என்றெல்லாம் முடிவு செய்தான். அவன் வருகைக்காக மிக ஆதங்கத்துடன் காத்திருந்தான். அவன் ஊரில் என்ன நடக்கிறது, அவன் எப்படி இருக்கிறான் போன்ற செய்திகளைத் தெரிந்துகொள்ள அந்த நாட்களில் கண்டிப்பாக முடியாது.

ஒருநாள் ஹைட்ராலிக் சோதனைக் கூடத்தில் மோகனசாமி ஏதோ சோதனை செய்துகொண்டிருந்தபோது, தாமதமாக வந்த நண்பன் ஒருவன் சுமித் வந்த செய்தியைத் தெரிவித்தான். அவன் வந்தது தெரிந்ததும் மோகனசாமியால் சோதனையைத் தொடரமுடியவில்லை. தலைவலியைச் சாக்காகச் சொல்லி விடுதிக்கு ஓடிவந்தான். மூச்சிரைக்கும் வேகத்தில் ஓட்டமும் நடையுமாக நேராக அவன் அறைக்கு வந்து கதவைத் தட்டினான்.

சுமித் மிகவும் ஓய்வாக லட்டு ஒன்றை ருசித்துக்கொண்டு, ரேடியோ பாட்டொன்றுக்கு ஆடிக்கொண்டு மகிழ்ச்சியாக இருந்தான். மோகனசாமியைப் பார்த்ததும் “ஹே, வா . . . வா.. லட்டு ருசியா இருக்கு.. நீயும் சாப்பிடு” என்று அவனுக்கு ஒரு லட்டைக் கொடுத்தான். இவனுக்கோ குழப்பம். ஒருவேளை அவன் அப்பா செத்த செய்தியே பொய்யோ என்ற சந்தேகம் ஏற்பட்டது. சந்தேகத்தைப் போக்கிக்கொள்ள “லக்னோவுக்கு எதுக்குப் போனே?” என்று கேட்டான். அதற்கு வியப்பை வெளிப்படுத்திய சுமித் “எங்க அப்பா செத்துப்போனாரே? உனக்குத் தெரியாதா?” என்று கேட்டு, மற்றொரு துண்டு லட்டைக் கடித்தான். மோகனசாமிக்குத் தலை சுற்றியது. கையில் இருந்த லட்டைச் சாப்பிட மனமில்லாமல் “உனக்கு மிகவும்

வருத்தமா இல்லையா சுமித்?" என்று மிக அக்கறையாகக் கேட்டான். அந்த வார்த்தைக்கு சிரித்த சுமித், "இல்லப்பா . . . அந்த ஆள் இறந்தது ஒருவகையில நல்ல விஷயம்தான், எங்க அம்மாவை மிகவும் துன்புறுத்தினான் . . . இரண்டு வருஷமா படுத்த படுக்கையா இருந்த அவனுக்குச் சேவை செய்யறதிலேயே செத்துச் சுண்ணாம்பாயிட்டாள். இனியாவது அம்மா நல்லா இருப்பாள்" என்று கவலை இல்லாமல் சொன்னான். "அவருக்கு என்ன வயசு?"என்று சந்தேகமாகக் கேட்டான். "எண்பத்தி அஞ்சு, ஆனாலும் அவன் மன்மதலீலைகளை விடவில்லை . . . எங்க அம்மா அவனுக்கு மூணாம் தாரம் . . . முதல் இரண்டு பேரைத் துன்புறுத்தியே கொன்னுட்டான் . . . ரெண்டு பேரும் படுத்த படுக்கையா கிடந்துதான் செத்தாங்களாம் . . . எங்க அம்மா மட்டும் எப்படியோ தப்பிச்சுக்கிட்டா . . . நான் பிறந்தப்ப அவனுக்கு அறுபத்தி ஐஞ்சு வயசாம் . . . அந்த வயசில அவன் சபலத்தைப் பாரு . . . ரெண்டு வருஷமா படுத்த படுக்கையா இருந்தாலும், இளம் பொண்ணுங்க கண் முன்னாடி நடந்து போனா வாயைப் பிளந்துக்கிட்டுப் பாப்பான் . . ." என்று சொல்லி, ரேடியோவில் ஏதோ புதுப்பாட்டு வந்ததற்கு மகிழ்ச்சியடைந்து, மோகனசாமியின் கையைப் பிடித்துக்கொண்டு, அவன் இடுப்பை வளைத்துக்கொண்டு ஆடத் தொடங்கினான் சுமித்.

மோகனசாமி மனத்தில் தன் இந்த நிலைக்குக் காரணம் அப்பாவாக இருக்குமோ என்ற சந்தேகம் இருந்தது. சிறுவயதி லேயே இந்த விஷ விதையை அம்மா விதைத்திருந்தாள். அது முளைவிட்டு, செடியாகி, மரமாகி மனத்தில் வளர்ந்து நின்றது. அதற்குப் பிறகு அப்பாவின் மீது அன்பான உணர்வு அவனுக்கு ஏற்படவில்லை. ஆனால் இந்த நொடி அம்மா வளர்த்த விஷவிருட்சம் வேரோடு அறுந்து விழுந்தது. பெண்கள் என்றால் வாயைப் பிளக்கும் இந்தச் சுமித் கோயல் என்ற கெட்ட பையன் பிறந்தது அவன் அப்பாவின் அறுபத்தைந்தாம் வயதில் என்றால் அம்மா சொன்ன தர்க்கத்திற்கு ஏதாவது பொருள் இருக்கிறதா? திடீரென்று தன் அப்பா மிக நல்ல மனிதர் என்று மோகனசாமிக்குத் தோன்றியது. தன் பிரச்சினைக்குக் கண்டிப்பாக அப்பா காரணமல்ல என்று முடிவு செய்தான். அமைதியாக அவன் மனம் மலர்ந்தது. எப்போதும் தேகத்தை இறுக்கிக்கொண்டே நடக்கும் மோகனசாமி, இப்போது ஏனோ மகிழ்ச்சியாக சுமித்துடன் தனக்குத் தெரிந்ததுபோல கால்களை அசைத்து ஆடத் தொடங்கினான். அவன் இடுப்பைத் தானும் வளைத்துக்கொண்டு, அவன் கண்களைப் பார்த்துச் சிரித்தான்.

○

இவ்வளவு நெருக்கமாக இருந்த சுமித் கோயலின் நட்பு, மோகனசாமி ஏழாவது செமஸ்டருக்கு வரும்போது முறிந்து போனது. மிகவும் கசப்பான அனுபவத்தை அந்த நிகழ்வு மோகனசாமிக்குக் கொடுத்தது. அதிலிருந்து வெளியே வர அவனுக்கு மிகவும் சிரமமானது.

தன் வரையறை மோகனசாமிக்குத் தெரிந்திருந்தது. சுமித் தேகம் அவனைக் காந்தமாகக் கவர்ந்தாலும், தன் எல்லா விருப்பங்களையும் அடக்கிக்கொண்டு அவனுடன் நட்புடன் பழகினான். எட்டாத பொருளுக்குக் கை நீட்டக்கூடாது என்ற எச்சரிக்கை உணர்வு அவனுக்கு எப்போதும் இருந்தது. அவனாக முன்வந்து விருப்பத்தைத் தெரியப்படுத்தாமல் தான் முதலில் அடிஎடுத்து வைக்கக்கூடாது என்று முடிவு செய்தான். ஆனால் காமத்தைக் கட்டுப்படுத்துவது, அதுவும் அந்த உற்சாகம் பொங்கும் இளமையில், எப்படிச் சாத்தியம்? ஒருநாள் எதிர்பாராதவிதமாக அவன் கைமீறி அந்த நிகழ்வு நடந்துவிட்டது. அந்த நொடியின் பலவீனத்திற்காக மோகனசாமி மிகவும் வேதனையை அனுபவிக்கவேண்டி வந்தது.

ஒருநாள் இரவு சுமித் குடித்துவிட்டு வந்திருந்தான். மறுநாள் 'மெக்கானிகல் வைப்ரேஷன்ஸ்' பாடத்தில் தேர்வு இருந்தது. அது மிகவும் சிரமமான பாடம். எல்லா மாணவர்களும் அந்தத் தேர்வை எதிர்கொள்ளப் பயப்படுவார்கள். மோகனசாமி எந்த நேரமும் அந்தத் தேர்வை எழுதத் தயாராக இருப்பதைப் போல படித்து வைத்திருப்பான். ஆனால் சுமித் கோயல் தேர்வுக்கு முதல் நாள் இரவு மட்டுமே தயார்செய்துகொள்வான். அதுவும் மோகனசாமி ஊட்டிவிடுவதைப்போல சொல்லிக் கொடுத்தால் மட்டும் புரிந்துகொள்வான். அவனுக்காக முக்கியமான கேள்விகளை மட்டும் தேர்வுசெய்து சொல்லிக் கொடுக்கும் வழக்கம் மோகனசாமிக்கு இருந்தது. "இன்னைக்குக் குடிச்சிருக்க! இந்தத் தேர்வை எழுதாதே, விட்டிடு. எப்படியும் கல்லூரியில் மற்றொரு வாய்ப்பைக் கொடுப்பார்கள். அப்போ நன்றாகப் படித்து எழுதிக்கொள்" என்று ஆறுதல் சொன்னாலும் கேட்கவில்லை. "நோ வே . . . எனக்கு மூன்றாவது டெஸ்டின் போது பல்கலைக்கழகங்களின் கிரிக்கெட் போட்டி இருக்கும், பெங்களூருக்குப் போகவேண்டும். அதனால் இதை எழுதித்தான் ஆகவேண்டும் தோஸ்த்" என்று கெஞ்சினான். அவனைத் தழுவிக்கொண்டு நெற்றியில் மெல்ல முத்தமிட்டான். மோகனசாமிக்கு இதற்கு மேல் என்ன தேவை? ஒத்துக்கொண்டான்.

அன்று மோகனசாமியின் அறைத் தோழனும் கருத்தாகத் தேர்வுக்குத் தயார்ப்படுத்திக்கொள்வதில் இருந்தான். அதனால்

சுமித் கோயல் அவனைத் தன் அறைக்கு அழைத்து வந்தான். அவனுடைய அறை நண்பன் எங்கோ போயிருந்ததால் அங்கே எந்தத் தங்குதடைகளும் இருக்கவில்லை. மோகனசாமி மிகவும் பொறுமையாகவும் அக்கறையுடனும் இரவு இரண்டு மணிவரை அவனுக்கு வெவ்வேறு கேள்விகளையும், அதற்கு எழுத வேண்டிய பதில்களையும் சொல்லிக் கொடுத்தான். அவன் கேட்கும் சில கேள்விகள் மோகனசாமியை நொடிப்பொழுது குழப்பமடையச் செய்யும். ஆனால் யோசித்துச் சரியான பதிலை அவனுக்குச் சொல்லிக்கொடுத்தான். இரவு இரண்டு மணி ஆகியிருந்தது. "சுமித் இனி போதும். எவ்வளவு நினைவு இருக்குமோ அதை எழுதிவிடு. இல்லையென்றால் தேர்வு நேரத்தில் உனக்குத் தூக்கம் வந்தால் என்னவாகும்?" என்று எச்சரித்துவிட்டுத் தன் அறைக்குப்போக எழுந்து நின்று, உடம்பை நெளித்தான். அப்போது இடைவிடாமல் சிரத்தையுடன் தன் நன்மைக்காகப் படிப்பைச் சொல்லிக்கொடுத்த மோகனசாமியின் மேல் சுமித்துக்கு அன்பு பொங்கியது. "இன்று இங்கேயே படுத்துக்க மோகனா. உனக்கும் சோர்வா இருக்கும். என் ரூம் மேட் இன்னைக்கு வரமாட்டான்" என்று வற்புறுத்தினான். அடுத்து நடக்க இருக்கும் அபாயம் குறிப்பாக மோகனசாமிக்குத் தெரிந்தது. "வேண்டாம் சுமித் . . . எனக்கு என் படுக்கைதான் சுகம்" என்று கதவை நோக்கிச் சென்றான். "ப்ளீஸ் . . .ப்ளீஸ் . . .தோஸ்த் . . . என்னை ஹர்ட் பண்ணாதே" என்று சுமித் கைகளைப் பிடித்து இழுத்துக்கொண்டே கெஞ்சினான். என்ன இருந்தாலும் உப்புக் காரம் தின்ன உடம்பு. சும்மா இருக்குமா? மோகனசாமி ஆசையில் கரைந்து போனான். அவனோடு தங்க ஒத்துக்கொண்டான்.

கடற்கரை அருகில் இருந்த அந்த ஊரில் வருடம் முழுதும் வெக்கை. எவ்வளவுதான் மழை வந்தாலும் வானிலை குளிராது. பெல்லாரியைப்போல வெய்யில் இருக்காது என்பது உண்மையானாலும், உப்பு கசகசக்க வைக்கும் வெப்பமான ஊர். அதனால் இரவு எல்லோரும் மின்விசிறிக்குக் கீழே படுத்துக்கொள்ளத் துடிப்பார்கள். அறையின் கூரையில் நடுப்பகுதியில் மின்விசிறி இருக்குமல்லவா? ஒரு அறையில் இருவர் இருப்பதால், அவர்கள் இருவரும் கட்டிலை அறைக்கு நடுப்பகுதியில் ஒட்டிப் போட்டுக்கொள்வது அங்கே வழக்கம். அதுபோலவே சுமித் அறையில் இரண்டு கட்டில்களையும் சரியாக மின்விசிறிக்குக் கீழே ஒன்றாகப் போட்டிருந்தார்கள். சுமித் கோயல் கொஞ்சம் குடித்திருந்தான். இப்போது பாடம் சொல்லிக்கொடுத்த மோகனசாமியின் மீது அன்பு பொங்கிவந்தது. விளக்கை அணைத்துவிட்டுப் படுக்கையில் விழுந்தவன், மோகனசாமியை நெஞ்சோடு அணைத்துக்கொண்டு, அவன்

இடுப்பில் இடதுகாலைத் தூக்கிப்போட்டு, அவன் நெற்றியில் முத்தமிட்டு "நீ மிகவும் நல்லவன் தோஸ்த் ... எனக்கு எதற்கு இப்படி உதவுகிறாய்? இதற்குப் பதிலாக உனக்கு நான் என்ன கொடுக்க முடியும்?" என்று கொஞ்சிக்கொண்டே சில நொடிகளில் உறங்கிவிட்டான்.

மோகனசாமி சுமித்தின் இந்த எல்லாக் கொஞ்சலையும் வேறுமாதிரி புரிந்துகொண்டான். இந்தக் குறிப்புகளால் சுமித் தன்னை எல்லா வழியிலும் முன்னேற சமிக்ஞை கொடுக்கிறான் என்று நினைத்தான். கடந்த மூன்று ஆண்டுகளாகப் பரிதவித்துக் கொண்டிருந்த உடம்பு இப்போது இந்த இருட்டில், தனி அறையில் இவ்வளவு நெருங்கி வந்திருந்தது. அவனுடைய சூடான மூச்சு, அந்த மூச்சில் இருக்கும் மதுவின் வாடை, உடம்பில் லேசான வியர்வையெல்லாம் அவன் விருப்பங்களைத் தூண்டின. அவன் கால்களால் தன் இடுப்பை வளைத்திருந்ததால், அவனுடைய சூட்சுமமான பகுதிகள் இவனை ஸ்பரிசித்தன. அந்த ஸ்பரிசம் இன்ப எழுச்சியை உண்டு பண்ணியது. அமாவாசை நாளாக இருந்ததால் இருட்டு எல்லா இடத்திலும் நிறைந்திருந்தது. சன்னல் வழியாகப் பார்த்தபோது தொலைவில் நட்சத்திரங்கள் பளபளவென்று மின்னின. மின்விசிறியின் சத்தத்தை மீறிக் கடல் ஓசை ரம்மியமான இசையைப்போல் கேட்டது.

மோகனசாமியால் இனிப் பொறுத்துக் கொள்ள முடிய வில்லை. உடம்பெல்லாம் அடக்க முடியாத படபடக்கும் உணர்ச்சி நடுக்கத்தில் சிக்கிக்கொண்டது. தூரத்துக் கடலில் சின்னச் சின்ன அலைகள் எழுந்தன. மெல்ல அவன் பக்கமாகத் திரும்பி, அவன் மோவாயை முத்தமிட்டான். கடலின் சிறிய அலை ஒன்று கரையில் வந்து விழுந்தது. அவன் இரண்டு கண்களைப் பூவை ஸ்பரிசிப்பதைப்போல முத்தமிட்டான். முதல் அலையைவிடப் பெரியதொரு அலை இப்போது கரையை வந்து தாக்கியது. கையால் அவன் தேகத்தைத் தடவிக்கொடுத்தான். குட்டி அலை ஒன்று கடலின் மார்புப் பகுதியில் அலையின் ஏற்ற இறக்கங்களுக்கு விழுந்து எழுந்து மிதந்தது. இருட்டில் தேடிய கைகள் அவன் பைஜாமா நாடாவை அவிழ்த்தது. கடல் ஆழத்தில் சுறா மீனொன்று விருட்டென்று தாவிப் பெரிய மீன் ஒன்றைப் பிடித்து விழுங்கிவிட்டது.

சுமித்துக்கு விழிப்புவந்தபோது முதலில் என்ன நடக்கிறது என்பது புரியவில்லை. கண்ணைத் திறந்தால் சுற்றிலும் இருட்டு. உடம்பின் மீது ஏதோ ஊர்வதுபோலத் தெரிந்தது. குடித்தது அதிகமாகி விட்டதா? இல்லை, இல்லை. நண்பர்களின் கட்டாயத்திற்காகக் கொஞ்சமாகத்தான் குடித்தேன்.

உடம்பின் ஆடைகள் எல்லாம் அவிழ்ந்தது போல தெரிகிறதே. பக்கத்தில் யார் படுத்திருப்பது? யார் அசைவது? மெல்ல அது மோகனசாமி என்று புரிந்தது. அவன் எதற்கு இப்படி... த்தூ, த்தூ... ஒன்பதா இவன்?... ச்சே... இவனா இப்படி? மனது கோபப்பட்டது. அழுகி நாறும் சாக்கடையில் விழுந்து விட்டது போலத் தோன்றியது. இப்படி ஒரு திருப்பத்தை அவன் எதிர்பார்க்கவில்லை. தன் வீட்டில் வளர்த்தும் நாயை எப்படி அன்புடன் அணைத்துக் கொஞ்சுவானோ, அப்படித்தான் நேர்மையாக அன்பால் மோகனசாமியைத் தழுவிக் கொஞ்சி இருந்தான். அவன் பாசமான நட்பு, உதவி செய்யும் குணம், அழகான இயல்பு, என்றும் கோபப்படாத, கெட்டதைப் பேசாத, சுத்தமாக வாழும் அவன் சிறப்பான ஆன்மா என்றும் நினைத்திருந்தான். ஆனால் அந்த எல்லா நல்ல எண்ணங்களையும் இப்பொழுது உடைத்துத் தவிடுபொடியாக்கிவிட்டானே இவன்.

சுமித் மெல்ல மோகனசாமியின் கையைத் தூரத் தள்ளினான். தூக்கம் தெளிந்து எழுந்து உட்கார்ந்தான். அவிழ்ந்த ஆடைகளை அணிந்துகொண்டான். பிறகு கட்டிலின் மீதிருந்து எழுந்து, தன் கட்டிலை மற்றொரு பகுதியின் சுவர்வரை நகர்த்திக் கொண்டான். மறுபடியும் படுக்கையில் படுத்தான். மின்விசிறியின் காற்று அவன் கட்டிலின் தூரம்வரை வரவில்லை. ஆனாலும் அவன் போர்வையை உடம்பு முழுவதும் இழுத்துப் போர்த்திக் கொண்டு படுத்தான். தூக்கம் முழுமையாகக் கலைந்துபோனது. ஆனால் மோகனசாமி படுத்திருந்த பக்கம் பார்க்க அவனுக்குக் கூச்சமாக இருந்தது. புனித நீரில் சிறுநீர் கலந்ததுபோல மனது துடித்தது. மோகனசாமி படுத்திருந்த பக்கம் எந்தவித அசைவும் இல்லை என்பது தெரிந்தது. ஆனால் சிறிது நேரத்தில் அவன் மெல்ல அழும் சத்தம் அவனுக்குக் கேட்டது. எழுந்துபோய் ஆறுதல் சொல்லலாமா என்று ஒரு நொடி தோன்றியது. ஆனால் அதைத் தொடர்ந்து இப்படி ஆணும் அல்லாத பெண்ணும் அல்லாத பேடியுடன் தனக்கென்ன வேலை என்று மனத்தைக் கல்லாக்கிக்கொண்டான். அழுகை வெகு நேரம் தொடர்ந்தது. தொலைவில் கடலின் ஆரவாரம். சுமித் படுத்திருந்த தோற்றத்தை மாற்றினான். உடம்பில் இருந்த போர்வையை இன்னும் இழுத்துப் போர்த்திக்கொண்டான். எந்த நொடியிலாவது மோகனசாமி மீண்டும் வந்து தன் உடம்பைத் தொட்டால் என்ன செய்வது என்று அவனுக்குச் சங்கடமாக இருந்தது.

சிறிது நேரத்தில் மோகனசாமி கட்டிலில் இருந்து எழுந்த சத்தம் கேட்டது. அருகில் வந்தால் கன்னத்தில் இரண்டு அறை கொடுக்க வேண்டும் என்று முடிவு செய்தான். இந்த

நேரத்திலும் இப்படியான வேலை செய்யும் அவன் இயல்பு எப்படிப்பட்டது? சுமித்துக்கு அது வியப்பாக இருந்தது. பிறகு அவன் மெதுவாக அடியெடுத்து வைத்துக் கதவுப் பக்கம் போய் கொக்கியைத் திறந்தான். ஏனோ சுமித்துக்கு நெஞ்சு 'சுர்ர் . . .' என்றது. அவன் தன் அறைக்குக் கிளம்பிப் போகப் போகிறான் என்று புரிந்தது. மூன்று ஆண்டுகளாகத் தன் படிப்பிற்காக எவ்வளவு உதவி செய்திருக்கிறான் அவன்! எவ்வளவு பாடம் சொல்லிக்கொடுத்திருக்கிறான்!! ஆனால் அதற்கெல்லாம் இப்படிப்பட்ட பிரதிபலனையா எதிர்பார்க்கிறான். துரோணர் ஏகலைவனின் பெருவிரலைக் கேட்ட கொடுமையல்லவா இது? இதற்கு நான் பணிய முடியுமா என்ன? ஊகூம் . . . முடியாது . . . வேண்டாம் . . . வேண்டாம் . . . ஆனாலும் சும்மா இருக்க மனம் வரவில்லை. தன் போர்வையிலிருந்து இடது கையை மட்டும் வெளியே நீட்டி, மேலே தூக்கி "மோகன் . . ." என்றான். மோகன் கதவுக்கு அருகிலேயே நின்றான். "ஐ விஷ் யூ ஆல் த பெஸ்ட் . . . இனி எப்போதும் என்னிடம் பேச வேண்டாம், என் பக்கம் பார்க்க வேண்டாம் . . . உன் உதவியும் தேவை இல்லை . . . என்னால் இதைச் சகித்துக்கொள்ள முடியாது . . . ப்ளீஸ் . . . ப்ளீஸ் . . . போய்விடு" என்று வேண்டிக்கொண்டான். மோகனசாமி பதில் சொல்லாமல் கதவைத் திறந்து, தன் அறையை நோக்கிக் கால்கள் தடுமாற உள்ளம் கனக்க நடந்தான்.

ஏதோ பெரிய அலைக்குச் சிக்கிக்கொண்ட படகு இப்போது கடலில் மூழ்கத் தொடங்கியது. அதில் இருந்த மக்கள் எவ்வளவுதான் கத்தினாலும், மூலையில் போர்வையைப் போர்த்திக்கொண்டு படுத்தாலும், விழித்திருந்தாலும் சுமித் கோயலால் கேட்க முடியாது. காட்டின் புலம்பலை விடக் கடலின் புலம்பல் அதிகமாக இருந்தது.

○

மறுநாள் தேர்விற்கு மோகனசாமி வரவில்லை. அவன் கல்லூரி வாழ்க்கையில் தேர்வெழுத வராமல் தவறியது இதுதான் முதல் தடவை.

சுமித் கோயல் உண்டாக்கிய காயம் மறைய பல மாதங்கள் தேவைப்பட்டன. வலியை மற்றவரிடம் பகிர்ந்துகொண்டால் அது குறையும். ஆனால் துயரத்தைப் பகிர்ந்துகொள்ள யாரும் இல்லையென்றால் அது அதிகரிக்கும். மோகனசாமியின் நிலைமையும் அப்படித்தான் இருந்தது. கடற்கரைக்குத் தனிமையில் சென்று அழுவான். சாப்பிட மனமில்லாமல் வெறும் வயிற்றோடு படுத்துக்கொள்வான். மறுபடியும் சுமித் மனம் மாறித் தன்னிடம் வருவான் என்ற அசையாத எண்ணம் அவன்

மனத்தின் மூலையில் எங்கோ இருந்தது. ஆனால் அப்படிப்பட்ட அதிசயம் ஒன்றும் நடக்கவில்லை. சுமித் இவன் நிழலைப் பார்த்தால் போதும், தூர விலகிவிடுவான். இவன் பக்கம் ஏறெடுத்துப் பார்க்கவும் அவனால் முடியவில்லை. அன்று இரவு அவன் நடந்துகொண்ட விதம் நினைவுக்கு வந்து தன் உடம்பெல்லாம் கழிவை அப்பிக் கொண்டதுபோல இருந்தது அவனுக்கு.

சாதாரணமாக ஞாயிற்றுக்கிழமை விடுதியில் ஐஸ்க்ரீம் கொடுப்பார்கள். சுமித்துக்கு ஐஸ்க்ரீம் என்றால் மிகவும் பிடிக்கும். வயிறுமுட்டத் தின்பான். அது தெரிந்த மோகனசாமி, தான் ஓரிரு வாய் ஐஸ்க்ரீம் தின்று மீதத்தை அவனுக்குக் கொடுத்துவிடுவான். மோகனசாமிக்கும் ஐஸ்க்ரீம் என்றால் பிடிக்கும். ஆனால் சுமித் தன் பங்கின் உணவை விரும்பி உண்பதைப் பார்க்க அவனுக்கு இன்னும் பிடிக்கும். வெய்யிலுக்கு எங்கே ஐஸ்க்ரீம் கரைந்துவிடுமோ என்ற ஆதங்கத்தில் சுமித் கபகப என்று சாப்பிடுகையில் உதடுகளில் ஐஸ்க்ரீம் பரவிக்கொள்ளும். அதைப் பார்த்து மோகனசாமி மன நிறைவுடன் சிரிப்பான். ஆனால் இப்போது சுமித் மெஸ்ஸுக்குச் சாப்பிட வரும் நேரத்தை மாற்றிக்கொண்டான். ஞாயிறு ஐஸ்க்ரீம் மோகனசாமிக்கு மிகவும் கசக்கிறது, சாப்பிடுவதையே சுத்தமாக விட்டுவிட்டான்.

சுமித்துக்குத் தலைநிறைய முடி இருந்தது. கழுத்துவரை அடர்ந்து தொங்கினாலும் அவன் சலூனுக்குப் போகமாட்டான். மாலை நேரத்தில் கிரிக்கெட் பயிற்சியை முடித்துக்கொண்டு அவன் வரும்போது முடியில் இருந்து நீர் சொட்டும் அளவிற்கு வியர்க்கும். மோகனசாமியை எதிரே கண்டால் போதும், அவன் முன்னால் தலையை 'கிர்கிர்' என்று ஆட்டுவான். விடுதியின் எதிரில் இருக்கும் சவுக்கு மரங்கள் மழைக்கு முன்பு காற்றடித்து அசைவதைப்போல அவன் முடி எல்லாத் திசைகளுக்கும் பரவிக்கொண்டு காற்றில் பறக்கும். அப்போது வியர்வைத் துளிகள் மோகனசாமியின் உடம்பில் தெறிக்கும். "த்தூ, த்தூ, த்தூ ..." என்று மோகனசாமி பொய்க் கோபத்தால் அதட்டினாலும், அவனுக்கு அது மிகவும் பிடித்திருந்தது. அந்த இனிய நினைவில் அவன் மைதானத்தில் இருந்து வரும் பாதையில் வேண்டு மென்றே மாலையில் நடப்பான். வியர்வை சிந்திக்கொண்டே வரும் சுமித் இவன் பக்கம் பார்க்காமல் போய்விடுவான். இவன் நடப்பதற்கும் வலுவில்லாமல் சோர்ந்து போய்விடுவான்.

மூன்றாவது தேர்வின்போது அவன் தன்னிடம் கண்டிப்பாக வருவான் என்ற எதிர்பார்ப்பு மோகனசாமிக்கு இருந்தது. தன் உதவி இல்லாமல் அவன் கண்டிப்பாகத் தேர்வை எதிர்கொள்ளமாட்டான் என்று மிகவும் எதிர்பார்த்தான்.

ஆனால் அதுபோன்ற சிரமம் எதையும் சுமித் அனுபவித்ததாக இவனுக்குத் தெரியவில்லை. அவன் தேர்வை எழுதி, நல்ல மதிப்பெண்களைப் பெற்றிருந்தான். தான் இல்லாமலும் அவன் நன்றாகத் தேர்வை எழுதுவான் என்ற உண்மை மோகனசாமியின் மனத்தைக் குத்திக்குத்தி வலியை ஏற்படுத்தியது. அவன் மற்ற நண்பர்களுடனும், தன் நண்பர்களுடனும் சிரித்துக்கொண்டு பேசுவதைப் பார்த்தால் வயிற்றில் மிளகாய்ப் பொடி காரம் போல எரிந்தது மோகனசாமிக்கு.

பகல் இரவு சுமித்தைத் தியானிப்பது, தனிமையில் அழுவது, பிறகு தன்னைத் தானே ஆறுதல்படுத்திக்கொள்வது – இப்படியே எல்லாம் ஓரிரு மாதங்கள் நடந்தன. ஒருமுறை தன் வாழ்க்கையைப் பற்றியே வெறுப்பு வந்து, தன் வாழ்வைத் தானே அழித்துவிடவேண்டும் என்று முடிவு எடுத்து, கடலுக்குப் போனான். கரை வெறிச்சோடிக் கிடந்தது. சாதாரணமாக ஏழரை மணிக்குப் பிறகு யாரும் கடற்கரைக்கு வரமாட்டார்கள். மோகனசாமிக்கு நீந்தத் தெரியாது. அதனால் நேராகக் கடலுக்குள் நடந்து போய் மூழ்கிவிட வேண்டும் என்று அவன் நினைத்தான். அன்று பௌர்ணமி. நிலா வெளிச்சம் எல்லாப் பக்கமும் பரவி இருந்தது. தெளிவான வானத்தில் நிலா குளிர்ச்சியாக ஒளி வீசிக்கொண்டிருந்தது. மோகனசாமி கரை மீது அமர்ந்து சிறிது நேரம் கண்ணீர் சிந்தினான். யாருக்காவது கடிதம் எழுதிவைத்தால் நல்லதுதானே என்று தோன்றியது. தன்னுடைய இந்த நிலைமைக்கு சுமித் கோயலின் நிராகரிப்பே காரணம் என்று எழுத வேண்டும் என்று தோன்றியது. ஆனால் தொடர்ந்து அது தவறு என்ற குற்ற உணர்வும் வந்தது. மோகனசாமியால் வெறுக்க முடியாது. அவன் என்ன இருந்தாலும் தன் மீது அன்பு காட்டும் உயிர். அதனால் மனத் தளவிலேயே சுமித் கோயலுக்கு நன்மை நடக்கட்டும் என்று தியானித்துக் கடலுக்குள் நடக்கத் தொடங்கினான். நீரின் குளுமை உடலில் பட்டுப் பரவியதும் உயிரின் மேலான ஆசை மேலெழுந்து வந்து அச்சமூட்டியது. ஆனாலும் பிடிவாதமாகக் கடலுக்குள் முன்னோக்கிச் சென்றான்.

கடலில் நெஞ்சுவரை நீர் மூழ்க நடந்தான். முன்னே அடி எடுத்துவைக்க பயம். என்ன செய்வது என்று கலங்கி நின்றான். அந்த நேரத்தில் ஏதோ ஒரு பெண் குரல் கேட்டது. “யாருப்பா அது . . . அவ்வளவு தொலைவுக்குப் போகவேண்டாம் . . . அலை இழுத்துக்கிட்டுப் போயிடும் . . .” என்று கத்தினாள். அநேகமாக மீனவர்களின் குடிசையில் இருந்து அவள் வெளியே வந்திருக்கவேண்டும் என்று மோகனசாமி நினைத்தான். ஆனால் அந்தக் குரல் அந்த நேரத்தில் அவன் காதில் அமிர்தம் பொழிந்தது

போல தெரிந்தது. உடனே பின்னால் திரும்பிப் பார்த்தான். தொலைவில் இடுப்பில் குழந்தையைத் தூக்கிக்கொண்டு இருந்த அம்மா, அவள் அருகில் இரட்டை ஜடை பின்னல் போட்டுக்கொண்டு நின்றிருந்த ஒரு குட்டிச் சிறுமி நிழல் ஓவியம் போலக் கண்ணுக்குத் தெரிந்தார்கள். அவர்கள் பின்னால் ஒரு சிறிய குடிசை. அதைச் சுற்றிப் பத்துப் பதினாறு தென்னை மரங்கள். அவற்றின் மேல் ஒளிவீசிக்கொண்டிருந்த முழுநிலா தெரிந்தது. அந்தக் காட்சி மங்கலாகத் தன் அம்மாவையும் அக்காவையும் நினைவுப்படுத்தியது. அவள் இடுப்பில் அழுதுகொண்டே உட்கார்ந்திருந்த குழந்தை தான்தானோ என்ற எண்ணம் தோன்றியது. அம்மாவும் அவளுடைய இரு சிறுமிகளும் கைவீசி அவனை இந்தப் பக்கம் வா என்று அழைத்தார்கள். இதயத்தில் பாச இழை ஒன்று ஓடியது. உடனே திரும்பினான். பெரிய அலை ஒன்று அவனைத் தூக்கிக்கொண்டு வந்து கரையில் போட்டது. எச்சரிக்கையுடன் எழுந்து, உடலை உதறிக்கொண்டு விடுதிப் பக்கம் நடந்தான்.

அந்த அம்மா - பிள்ளைகளின் அருகில் வந்தபோது அவள் திட்டினாள். "இன்னைக்குப் பௌர்ணமி வேற ... கடல் கொந்தளிப்பு அதிகமா இருக்கும் ... உங்களை மாதிரி இருக்கறவங்க இந்த நேரத்தில் இங்கே வரக்கூடாது ..." என்று கன்னடத்தில் கத்தினாள். இவனுக்கு அவளை எதிர்ப்பது சிரமமானது. அதனால் தனக்குத் தெரிந்த அரைகுறை இந்தியில் "முஜே கன்னட் நஹி ஆதி ..." என்று பொய் சொன்னான். நிறைய வட இந்திய மாணவர்கள் அங்கே படிக்க வருவதால், இந்தி பேசும் மாணவர்களின் பழக்கம் இருந்ததால் இந்தி அவளுக்குத் தெரிந்திருந்தது. அவனுக்குக் கன்னடம் தெரியாது என்று சொன்னாலும் பொருட்படுத்தாமல், "தூர தேசத்திலிருந்து வந்திருக்கீங்க ... அப்பா - அம்மா உங்களைப் பணம் செலவழிச்சுப் படிக்க இங்க அனுப்பி இருக்காங்க ... உங்களுக்கு ஏதாவது ஆனா அவங்க கதி என்னவாகும் ...?" என்று தன் பேச்சைத் தொடர்ந்தாள். அவள் சொற்கள் எதுவும் காதுகளில் விழாததைப்போல வேகமாக அடிஎடுத்து வைத்து விடுதிப் பக்கம் நடந்தான் அவன்.

விடுதி கண்ணுக்குத் தென்பட்டபோது அவன் மனது சற்றே உறுதியடைந்தது. இந்த எல்லாப் பிரச்சினைகளும் தன்னை வாட்ட ஒரே ஒரு காரணம்தான். 'கே' என்பதால்தானே? எப்படியாவது அதை நிவர்த்தி செய்துகொள்ளவேண்டும். நானும் 'ஸ்ட்ரைட்' ஆகிவிட்டால் எல்லாப் பிரச்சினைகளும் தீர்ந்துவிடும். எல்லாப் பிரச்சினைகளுக்கும் வழி கிடைக்கும். இந்தப் பிரச்சினைக்குத் தீர்வு நான் உயிரோடு இருப்பதுதான்.

அதைத் தேடுவது மட்டும்தான் என் பொறுப்பு. எப்படியாவது நானும் ஒரு பெண்ணைக் காதலிக்க முடியும், மகிழ்ச்சியூட்ட முடியும், அனுபவிக்க முடியும் என்று இந்த உலகுக்குக் காட்ட வேண்டும். உலகத்தைவிட அதிகமாக இந்த சுமித் கோயல் என்ற அழகனுக்குக் காட்டவேண்டும் என்று முடிவு செய்தான். சிவன் கோயிலை நெருங்கியபோது, இனி என்றும் தற்கொலை முயற்சியைத் தான் செய்வதில்லை என்று உறுதியான மனத்துடன் கடவுளுக்குக் கைகூப்பினான். அப்படியே அந்த அம்மா - பிள்ளைகள் இருந்த திசையைப் பார்த்தும் கும்பிட்டான்.

கோடிக்கணக்கான மோகனசாமிகளைப் பார்த்த நிலா, அவன் ஆலோசனையைக் கண்டு தன்பாட்டிற்குச் சிரித்தது. அவன் புன்னகையைக் கண்ட நிலவொளி தானும் இனிமையாகி இன்னும் பிரகாசமாக ஒளிர்ந்தது.

o

ஒன்பதாம் வகுப்பில் படித்துக்கொண்டிருந்த தாதாபீர் என்ற ஹொசபேட்டைப் பையனும் தற்போது பொறியியல் கடைசி ஆண்டில் இருக்கும் மோகனசாமி - இருவரும் ஒன்றாக ஹம்பிக்குப் புறப்பட்டார்கள். தாதாபீரன் மோகனசாமிக்கு ஹம்பியில் ஆள்நடமாட்டம் இல்லாத வெளியில் சைக்கிள் கற்றுக்கொடுக்க வேண்டும் என்பது அவர்கள் பயணத்தின் நோக்கமாக இருந்தது. "அண்ணா, நீ பயப்பட வேண்டாம். அது ஒண்ணும் அப்படிப் பெரிய சிரமம் கிடையாது, விடு. ஒரே நாள்ல பழகிக்கலாம்" என்று தாதாபீர் பெரிய மனுசனைப்போல மோகனசாமிக்கு நம்பிக்கை அளித்தான். மோகனசாமியின் அக்கா, தாதாபீரனுக்கு ஒரு ரூபாய் பக்ஷீஸ் கொடுத்தது நன்றாக வேலை செய்தது.

திடீர் என்று கல்லூரிக்கு ஒரு வாரம் விடுதலை எடுத்துக் கொண்டு, சைக்கிள் பழகவென்றே ஹொசபேட்டையில் இருக்கும் அக்கா வீட்டிற்கு வருவதற்கு மோகனசாமிக்கு ஒரு காரணம் இருந்தது. பொறியியல் கடைசி ஆண்டாக இருந்ததால் மாணவர்கள் எல்லோரும் 'இண்டஸ்ட்ரியல் டூர்' போயிருந்தார்கள். புத்தகத்தில் மட்டுமே பொறியியலைப் படித்திருந்த மாணவர்களுக்குப் பொருட்களைத் தயாரிக்கும் நிறுவனங்கள் எப்படி வேலை செய்கின்றன என்று நேரடியாகக் காட்டுவது அந்தச் சுற்றுலாவின் நோக்கம். ஆனால் பேருக்கு மட்டுமே அது இண்டஸ்ட்ரியல் டூராக இருந்தது. மாணவர்கள் எல்லாம் சுற்றுலாத்தளங்களைப் பார்ப்பது, சினிமாப் பார்ப்பது, ஷாப்பிங் செய்வது - இப்படிப்பட்ட விஷயங்களில் நேரத்தைப் போக்குவார்கள். பெங்களூர், கொல்கத்தா, மும்பை,

பூனாவில் எல்லாம் போதுமான அளவுக்குத் தொழிற்சாலைகள் இருந்தாலும் இவர்கள் போனது லால்பாக், விதானஸௌதா, ஈடன் கார்டென்ஸ், விக்டோரியா மெமோரியல், ஆக்ராவின் தாஜ்மகால், சௌபாட்டி பீச் போன்றவை. மும்பையிலும் பூனாவிலும் இரயிலில் இருந்து இறங்கிய உடன் பல மாணவர்கள் அந்தந்த ஊர்களின் பேர்போன சிவப்பு விளக்குப் பகுதிகளைத் தேடிக்கொண்டு போனதைக் கண்டு மோகனசாமி பயந்து போனான். சுற்றுலாவுக்கென்று கல்லூரிக்குக் கொடுத்த தொகை ஆயிரத்தைந்நூறு ரூபாய். அதைச் சமாளித்துக் கொடுப்பதற்குள் மோகனசாமியின் அப்பாவுக்குப் போதும்போதுமென்றாகி விட்டது. சுற்றுலா போய்வந்து, அதன் அனுபவத்தைக் கட்டுரையாக எழுதினால், அதற்கு இருபத்தைந்து மதிப்பெண் கொடுப்பார்கள். சுற்றுலா போகாமல் இருக்க முடியுமா? அந்த ஒரு காரணத்திற்காகவே அவன் சேர்ந்துகொண்டான்.

அதன் கடைசிக் கட்டமாகக் கோவாவின் கடற்கரைகளைப் பார்க்க முடிவு செய்திருந்தார்கள். கோவாவுக்கு வந்த முதல் நாள், குடிப்பதிலேயே எல்லோரும் மூழ்கிப்போனார்கள். ஊர் முழுக்க எங்கே பார்த்தாலும் மதுக் கடைகளும் மாமிசம் விற்கும் கடைகளும் இருப்பதைப் பார்த்து மோகனசாமி மிகவும் வியப்படைந்தான். குடி, புகை என எந்தப் பழக்கமும் இல்லாத மோகனசாமிக்குத் தன் நண்பர்களைப் பார்த்து வியந்து, அவர்களுடைய பைத்தியக்காரத்தனமான விளையாட்டுக்களைக் கண்டு சிரிக்க மட்டுமே முடிந்தது. மாணவர்கள் இருக்கட்டும், துணைக்கு வந்த இரண்டு பேராசிரியர்களும் மூக்குப் பிடிக்கக் குடித்துவிட்டு ஜல்சா பையன்களுடன் சேர்ந்துகொண்டார்கள். நடு இரவில் மாணவர்களின் அசிங்கமான அரட்டை, சிரிப்பு, அழுகை, வாந்தி, இயலாமை - அனைத்தும் வழக்கமாக நடந்துகொண்டே இருந்தன. காலையில் அவர்கள் எழுந்தபோது மணி பத்தைத் தாண்டியிருந்தது.

கோவாவின் எல்லாக் கடற்கரைகளையும் சுற்றிவர மாணவர்கள் தயாரானார்கள். ஆனால் எல்லாக் கடற்கரைகளும் நடந்து போகுமளவு அருகில் இருக்கிறதா என்ன? கூடவே சூரியன் தலைக்குமேல் சுட்டெரிக்கும் வெய்யிலைத் தந்துகொண்டிருந்தான். அதனால் உள்ளூர்க்காரர்கள் மாணவர்கள் வாடகை சைக்கிளில்தான் கடற்கரைகளைச் சுற்றமுடியும் என்று சொன்னார்கள். அறுபதுக்கும் அதிகமாக மாணவர்கள் இருக்கும் குழுவுக்கு ஒரு பேருந்து ஏற்பாடு செய்தால் நல்லது என்ற யோசனை சொன்னார்கள். ஆனால் பேருந்தை வாடகைக்கு ஏற்பாடு செய்யுமளவுக்குப் பேராசிரியர்களிடம் தொகை மீதமிருக்கவில்லை. இனி இரண்டு நாட்களை எப்படியாவது

சமாளித்து, இருக்கும் பணத்தில் மாணவர்களுக்கு இரண்டு வேளை மட்டும் சாப்பாடு போட்டு ஊருக்கு அழைத்துப் போனால் போதும் என்கிற அளவிற்குத்தான் இருந்தது. அதனால் அப்படிப்பட்ட செலவுகளுக்கு இடம்கொடுக்காமல், எல்லா மாணவர்களையும் சைக்கிள் ஒன்றை தங்கள் பணத்திலேயே வாடகைக்கு எடுத்துக்கொள்ளச் சொல்லிவிட்டுக் கைகழுவிவிட்டார்கள். மோகனசாமி இந்த முடிவைக் கேட்டுத் தடுமாறினான்.

மோகனசாமிக்குச் சைக்கிள் ஓட்ட வராது. அவன் ஊர் சிறியது. கால்நடையாகவே ஊர் முழுவதையும் சுற்றிவிடலாம். ஆனால் அதனால்தான் சைக்கிள் ஓட்டப் பழகிக் கொள்ளவில்லை என்று அவனே ஒரு சாக்கைக் கற்பனையாக உருவாக்கிக்கொண்டான். அவன் நண்பர்கள் இரண்டு கைகளையும் விட்டுவிட்டு மிகவும் நன்றாக சைக்கிள் சவாரி செய்வார்கள். இவன் மட்டும் சைக்கிளைக் கண்டால் பயப்படுவான். அவன் வீட்டில் அப்பாவும் சைக்கிள் ஓட்டுவதை எப்போதோ நிறுத்திவிட்டார். அவருக்கு இப்போது சைக்கிள் மிதிக்கும் வயதும் அல்ல. அக்காவும் சைக்கிள் பழகியிருக்கவில்லை. அந்த ஊரில் பெண்கள் எல்லோரும் சைக்கிள் ஓட்டுவதில்லை. மோகனசாமியின் நண்பர்கள் இரண்டொருவர் இவனுக்கு அந்தப் பிரம்ம வித்தையைக் கற்றுக்கொடுக்க முயன்றார்கள். இவனுக்கோ சைக்கிளைக் கண்டாலே பயம். அந்தப் பயம் போகாமல் சைக்கிள் பழகுவது எப்படி? இரண்டொரு நாட்கள் அவர்களும் முயற்சி செய்த பிறகு, "ஆம்தே'களுக்குச் சைக்கிள் வராது" என்று கேலிசெய்து சிரித்துவிட்டுப் போய்விட்டார்கள்.

கோவா என்ற அறிமுகமில்லாத ஊரில் எல்லா நண்பர்களுக்கும் நடுவில் அவனுக்கு சைக்கிள் வராது என்பது பெரிய வேடிக்கையான செய்தியானது. அவன் இத்தனை ஆண்டு காலம் அந்த இரகசியத்தை யாருக்கும் தெரியாதபடி காப்பாற்றிக்கொண்டு வந்தான். அவன் பொறியியல் கல்லூரி வளாகத்தில் சைக்கிளின் தேவை இல்லாததால், என்றுமே அந்த பிரச்சினை அவனுக்கு வந்ததில்லை. ஆனால் எல்லா மாணவர்களுக்கும் நன்றாக சைக்கிள் ஓட்ட வரும். மாணவர்கள் இருக்கட்டும், மூன்று பெண்களும் அந்தக் கூட்டத்தில் இருந்தார்கள்; அவர்களுக்கும் சைக்கிள் ஓட்டத் தெரியும். பேராசிரியர்களும் சைக்கிள் ஓட்டும் வயதுக்காரர்களாக இருந்தார்கள். அதனால் மொத்தம் அறுபது பேரில் இவன் மட்டும் தனித்து விடப்பட்டான். எல்லோரும் இவனைப் பார்த்துச் சிரிப்பவர்களாகத்தான் இருந்தார்கள். பெண்களும் இவனை வைத்து ஜோக் செய்து சிரித்தார்கள். முதல் ரேங்கை என்றும் விட்டுக்கொடுக்காத

பையனின் முட்டாள்தனத்தைக் கேலி செய்ய ஒரு அபூர்வமான வாய்ப்பு எல்லோருக்கும் கிடைத்தது. நான் முதல் – நீ முதல் என்று எல்லோரும் அவன் மீது கல்லை விட்டெறிந்தார்கள். பேராசிரியர்களுக்கு இவன் ஒருவனால் எல்லோருக்கும் பேருந்து ஏற்பாடு செய்யவேண்டிவருமோ என்ற ஆதங்கமும் கோபமும் வந்தது. “நீ என்ன ஆம்பளை போடா . . . சைக்கிள் வராது என்று சொல்றியே . . .வெட்கமா இல்லை?” என்று எல்லோர் முன்னாலும் ஒரு பேராசிரியர் கத்திவிட்டார். கடைசியாக அவர் தன் முடிவை மாற்றிக்கொள்ளாமல், “நீ இங்கேயே ஹோட்டலில் விழுந்து கிட. நாங்கள் போயிட்டு வர்றோம்” என்று சொல்லிக் கோவா கடற்கரைகளைச் சுற்றிப் பார்க்கப் போனார்கள்.

தனியாக அறையில் இருந்த மோகனசாமி வருத்தப்பட்டான். நகரப் பேருந்து ஏறிச் சுற்றப் போகலாம் என்று நினைத்தான். ஆனால் ஏதாவது ஒரு கடற்கரையில் அந்த நண்பர்கள் எதிர்ப்பட்டால், “பஸ்ஸில் வந்தியா?” என்று கேட்பார்களோ என்ற தயக்கம் அவனுக்கு இருந்தது. அதனால் அந்தச் செயலில் எடுபட அவனுக்குத் துணிச்சல் வரவில்லை. குறைந்த வாடகைக்குக் கிடைத்தது என்று ஊரிலிருந்து வெகு தூரமாக இருந்த ஹோட்டலில் அறை பிடித்திருந்தார்கள். அங்கேயும் சுற்றிப் பார்க்க ஒன்றும் கிடையாது. அவனுக்கு உடனே ஊருக்குத் திரும்பிப் போகவேண்டும்போல இருந்தது. ஆனால் அவ்வளவு பணம் அவனிடம் இல்லை. என்ன செய்ய வேண்டும் என்று தோன்றாமல் ஹோட்டல் காரிடாரில் இங்கும் அங்குமாய் அலைந்துகொண்டிருந்தான். பொழுதுபோகப் புத்தகம், பத்திரிகைகளைப் புரட்டினான்.

இந்த நேரத்தில்தான் தனக்கு சைக்கிள் ஓட்ட வராததற்குத் தான் ‘கே’யாக இருப்பதுதான் காரணமோ என்ற வேடிக்கையான எண்ணம் அவனுக்குள் தோன்றியது. இல்லையென்றால் வேறு என்ன காரணமாக இருக்க முடியும்? அவர்களைப் போலவே எனக்கும் கண், மூக்கு, காது, வாய் அனைத்தும் இருக்கின்றன . . . தேகத்தில் இருக்கும் இரத்தமும் சிவப்பு வண்ணம்தான் . . . அவர்களைப் போலவே யோசிக்கும் திறன் இருக்கிறது . . . அவர்களைப் போலவே ஆடை அணிகிறேன் . . . எங்களுக்கு இடையே ஏதாவது வேறுபாடு இருந்தால் அது இந்த சைக்கிள் சவாரிதான். ஒருவேளை அந்த சைக்கிள் சவாரி ஆண்மையின் அடையாளமாக இருக்கலாம். அதை நான் சிறுவயதிலேயே கற்காமல் தவறுசெய்துவிட்டேன். சிறுவயதில் சிறிது தைரியமாக இருந்திருந்தால் போதும். சைக்கிள் பழகி இருக்கலாம். அப்படி நடந்திருந்தால் இப்போது நான் எல்லாப் பையன்களையும் போல

பெண்கள் பின்னால் போயிருப்பேன். என் இந்த மாறுபட்ட இயல்புக்குக் காரணம் புரிந்துவிட்டது. இனித் தாமதிக்கக்கூடாது. கூடிய விரைவில் சைக்கிள் ஓட்டக் கற்று, அந்த மூல வேரை அழிக்க வேண்டும். நானும் எல்லோரைப் போலவும் பெண்களுக்காக ஜொள்ளுவிட வேண்டும். இத்தனை நாட்களாக என் இந்தக் கொடுமையான நிலைமைக்குக் காரணம் என்னவென்று தேடிக்கொண்டிருந்தேன். இப்போது எளிதாகப் பதில் கிடைத்து விட்டது. இனித் தாமதிக்கக் கூடாது.

மனத்தில் சைக்கிள் கற்கும் முடிவு என்னவோ ஏற்பட்டது உண்மைதான். ஆனால் கற்றுக்கொடுப்பவர் யார்? நண்பர்களைக் கேட்கும் துணிவு அவனுக்குக் கிடையாது. மறுபடியும் எல்லோருடைய கேலிக்கும் ஆளாகவேண்டி வரும் என்ற ஏக்கம் இருந்தது. நேராக வீட்டுக்குப்போனால் எப்படி? அப்பாவுக்கு சைக்கிள் கற்றுக்கொடுக்கும் வயதும் உற்சாகமும் கிடையாது. அதுமட்டுமல்ல, ஊரில் எல்லோரும் அறிமுகமானவர்கள். இப்போது அங்கே புத்திசாலிப் பையன் என்ற மரியாதை இருக்கிறது. இப்போது எனக்கு சைக்கிள் ஓட்டவராது என்று அவர்கள் கேலிக்கு ஆளாவது வேண்டாம். "இவன் ஒரு நீச்சல் வராத பண்டிதன்" என்று தன்னைக் கிண்டல் செய்தால் அவமானத்திற்குள்ளாக நேரும். ஆனால் சைக்கிள் பழக வேண்டும். இவ்வளவு நாள் 'கே' ஆக இருந்து அனுபவித்த வலிகள் போதும். இனியாவது வாழ்க்கையைச் சரிப்படுத்திக்கொள்ள வேண்டும். கார் டிரைவிங் சொல்லிக் கொடுப்பதைப்போல சைக்கிள் ஓட்டக் கற்றுக்கொடுக்கும் பயிற்சிப் பள்ளிகள் ஊரில் கிடையாதா? அவனுக்கு அப்படிப்பட்ட பள்ளிகளை எங்கும் பார்த்த நினைவில்லை. இப்படிப்பட்ட விஷயங்களை யாரிடம் சொல்லிக் கொள்ளமுடியும்? யார் இதற்கு விடை கொடுப்பார்கள்?

கடைசியாக அவன் ஹொசபேட்டையில் இருக்கும் அக்காவுக்குத் தான் சைக்கிள் கற்கும் உற்சாகத்தை விவரமாகச் சொல்லிக் கடிதம் எழுதினான். ஆனால் அதன் நோக்கத்தைப் புத்திசாலித்தனமாக மூடி மறைத்தான். "இப்போதெல்லாம் இந்த ஊரில் வெய்யில் அதிகம். கல்லூரிக்கு நடந்துபோய் வருவதற்குள் சோர்ந்துபோய் விடுகிறேன். அதனால் சைக்கிள் கற்க வேண்டும்" என்ற பொய்க் காரணத்தைச் சொன்னான். அப்போது அக்காவுக்கும் அவனுக்கும் இடையேயான உறவு மிகவும் மேம்பட்டிருந்தது. சிறுவயதில் அவனுக்கு 'ஆம்தே' என்று பெயர் சூட்டியவள் அவளாக இருந்தாலும், இப்போது தம்பிக்காக எந்த உதவியும் செய்யத் தயார் என்பதைப்போல அவள் ஆளுமையில் மாற்றம் ஏற்பட்டிருந்தது. அவள் சிறுவயதில் சில ஆண்டுகள் தம்பியிடமிருந்து விலகி இருந்ததுவும், அவனை

இழிவாக நடத்தியதும் உண்டு. ஆனால் மெல்ல மெல்ல அவளுக்கு அவன்மீது அன்பு வளர்ந்தது. அநேகமாக வயது அதிகமாக அதிகமாகப் பெருந்தன்மையும் கூடியிருக்கலாம். எந்தச் சிரமமும் தராமல், அதிகம் பேசாமல், தன்போக்கில் சென்றுகொண்டிருக்கும் மோகனசாமி அவளுக்கு அன்பான ஜீவனாகத் தோன்றினான். எல்லாத் தேர்வுகளிலும் அதிக மதிப்பெண் பெற்று, எல்லோரிடமிருந்தும் பாராட்டுப் பெறும் தன் தம்பி நல்லவன் என்று தோன்றியது. அவன் பி. யூ. சி. யில் நல்ல மதிப்பெண் பெற்று, பொறியியல் கற்க தூரத்து ஊருக்குப் போனபிறகு அவன் மேலிருந்த சகோதர பாசம் மேலும் அதிகமானது. வாரம் தவறாமல் அவனுக்குக் கன்னடத்தில் கடிதம் எழுதி, வீடு, ஊரின் செய்திகளையெல்லாம் தெரிவிப்பாள். அவனும் கடிதம் எழுதுவான். மோகனசாமி பொறியியல் ஐந்தாவது செமஸ்டருக்கு வரும்போது அவள் திருமணமும் நடந்துவிட்டது. ஹொசபேட்டை மாப்பிள்ளை, அப்படி ஒன்றும் தொலைவில்லை. ஆனாலும் சம்பந்திகளுடன் அவள் தாய்வீட்டை விட்டுப் போகும்போது தம்பியைத் தழுவிக்கொண்டு மிகவும் அழுதாள். "நீ எதற்கும் பயப்படாதே மோகனா. உனக்கு என்ன கஷ்டம் வந்தாலும் எங்கிட்ட வா. உன்னை நன்றாகப் பார்த்துக்கொள்வேன்" என்று சொல்லி "நான் ஏதாவது தப்பு செய்திருந்தால் மன்னித்து விடுடா" என்று திரும்பத் திரும்பச் சொன்னாள். "நீ ஒண்ணும் தப்பு செய்யலை அக்கா ... எதுக்கு அப்படிச் சொல்ற" என்று சொல்லி மோகனசாமியும் திரும்ப அழுதான். பெரும்பாலும் அக்காவுக்குத் தன் ஆளுமையின் சூட்சுமம் ஏதோ தெரிந்திருக்கிறது என்று அவள் பேச்சிலிருந்து தெரிந்தது. ஆனால் அவளுக்கு என்னவென்று கேட்பதற்காகட்டும், இவனுக்கு எதுவென்று சொல்வதற்காகட்டும் இருவருக்கும் துணிவில்லை. ஆகவே கடிதம் மூலம் தனக்கு சைக்கிள் கற்றுத்தர ஏற்பாடு செய்திட வேண்டும் என்று அக்காவுக்குத் தெரிவித்திருந்தான்.

அக்காவிடமிருந்து ஒரே வாரத்தில் பதில் வந்தது. "நீ எதையும் யோசிக்காமல் ஹொசபேட்டைக்கு வா. நீ சைக்கிள் கற்க நான் ஏற்பாடு செய்கிறேன். எங்கள் வயலில் வேலை செய்யும் ஷேகாவாலியின் மகன் தாதாபீரன் உனக்குத் தெரியும் என்று நினைக்கிறேன்? அவன் இப்போது ஒன்பதாம் வகுப்புப் படிக்கிறான். இங்கேதான் அரசாங்கப் பள்ளியில் படிக்கிறான். அவன் அப்பா - அம்மாவுக்கு வயலில் உதவியாக இருக்கிறான். படிப்பில் அப்படி ஒன்றும் புத்திசாலி இல்லை. ஆனால் சைக்கிள் சவாரி அற்புதமாகச் செய்வான். சைக்கிள் சவாரிகூடப் பரவாயில்லை, அவன் அப்பாவின் டிராக்டரைக்கூட

ஓட்டுகிறான். அவன் சின்னவன் என்று நினைத்து நீ ஒன்றும் கூச்சப்பட வேண்டாம். யாரும் நடமாடாத இடத்தில் சைக்கிள் கற்றுக்கொடுக்கச் சொல்கிறேன்" என்று எழுதினாள்.

கடிதத்தைப் படித்ததும் மோகனசாமிக்கு அக்காவின் மேல் அன்பு பொங்கியது. தன் சிரமமான காலத்தில் உதவிக்கு வந்தாளே என்று கண்கள் பனித்தன. செமினார், படிப்பு, தேர்வு என்ற சகல விஷயங்களையும் ஒதுக்கிவைத்துவிட்டு, ஹொாசபேட்டை பேருந்தைப் பிடித்தான். இனி என்ன சில நாட்களிலேயே தன் பிரச்சினைகளுக்குத் தீர்வு கிடைத்து, தான் 'ஸ்ட்ரைட்' ஆகிவிடுவேன் என்ற எதிர்பார்ப்பு அவன் உற்சாகத்தை இருமடங்காக்கியது.

○

ஹம்பி நகரம் ஒரு காலத்தில் உள்ளூர்க்காரர்களுக்குப் பம்பாபதியின் புண்ணிய நகரம் என்றும், வெளியூர்க்காரர்களுக்கு விஜயநகர அரசர்களின் அருமையைப் பறைசாற்றும் நகரமாகவும் இருந்தது. தற்போது அது இடிந்து சீர்குலைந்த நகரமாக மாறிவிட்டது. உலகத்தின் மூலை முடுக்குகளில் இருந்து எல்லாம் சுற்றுலாப் பயணிகள் இந்த இடிபாடுகளைப் பார்க்க வருவார்கள். அப்படிபட்ட மகத்துவமான இடத்தில் சைக்கிள் கற்க மோகனசாமியும், கற்றுக்கொடுக்க தாதாபீரனும் புறப்பட்டார்கள். ஹொசபேட்டையில் இருந்து வெறும் எட்டுக் கிலோமீட்டர் தொலைவில் இருக்கும் இந்த ஊருக்கு முதலில் பேருந்தில் வந்து, பிறகு அங்கே ஒரு சைக்கிளையும் வாடகைக்கு எடுத்தார்கள். பல பயணிகள் சைக்கிளிலேயே ஹம்பியைச் சுற்றி, நினைவுச் சின்னங்களைப் பார்ப்பதால், சைக்கிளை வாடகைக்குக் கொடுக்கும் கடைகள் அங்கே இருக்கின்றன.

பாம்பாபதி கோயிலுக்கு எதிரில் நீண்ட விசாலமான மைதானம் இருக்கிறது. ஆனால் அங்கே சைக்கிள் கற்க மோகனசாமி மறுத்துவிட்டான். அந்த மைதானத்தின் இரண்டு பக்கங்களிலும் கடைகள் இருந்ததால், நிறைய மக்கள் நடமாட்டமும் இருக்கும். தன்னைவிட வயதில் சிறியவன் சைக்கிள் கற்றுக்கொடுப்பதைப் பார்த்தால் மக்கள் சிரிப்பார்கள் என்ற கூச்ச உணர்வு மோகனசாமிக்கு இருந்தது. அதனால் அந்த இடத்தைவிட்டு, அச்சுதராயர் கோயிலுக்கு முன்னால் இருக்கும் வெட்டவெளியில் சைக்கிள் பழக முடிவு செய்தார்கள். மாதங்க மலையடிவாரத்தில் இருக்கும் இந்தக் கோயில் பாழடைந்திருந்தது. இரண்டு பெரிய வளாகங்களைக் கொண்ட மிகவும் விசாலமான கோயிலாக இருந்தாலும், கோயிலில்

மூலவிக்கிரம் இல்லாததால் எந்தப் பூசை வழிபாடுகளும் அங்கே நடப்பதில்லை. அதனால் இங்கே யாரும் அதிகம் வரமாட்டார்கள். இந்தக் கோயிலுக்கு எதிரில் விசாலமான நீண்ட வெட்டவெளி இருக்கிறது. அந்த வெளியின் அக்கம் - பக்கத்தில் வரிசையாகக் கல் மண்டபங்கள் இருக்கின்றன. அந்த மண்டபத்தில் விஜயநகர சாம்ராஜ்ஜியக் காலத்தில் வியாபாரத் தொழில் நடந்து கொண்டிருந்ததாம். வேசிகளும் அங்கே தங்கள் தொழிலை நடத்திவந்தார்களாம் என்று புராதன காலத்து வெளிநாட்டுப் பயணி ஒருவர் எழுதிய குறிப்பில் இருக்கிறது. இந்த வரிசையான மண்டபங்களை ஒட்டி ஒரு பெரிய குளம் இருக்கிறது. வியாபாரிகளுக்கும், வாடிக்கையாளர்களுக்கும் இந்தக் குளத்தின் குடிதண்ணீர் பயன்பட்டது. இப்போதும் குளத்தில் போதுமான அளவுக்கு நீர் இருந்தாலும், குடிக்கத் தகுதியானதாக இருக்கவில்லை. கோயிலின் பின்னணியில் மாதங்க மலை இருக்கிறது. கோயில் எதிரிலேயே கந்தமாதன் மலை இருக்கிறது. சிறிது தூரம் நடந்தால் போதும், துங்கபத்திரை நதி சலசலவென்று ஓடும்.

சைக்கிளைத் தூக்கிக்கொண்டு அவர்கள் மாதங்க மலையை ஒட்டி இருந்த படிகளை ஏறி அந்தக் கோயிலை அடைந்தார்கள். வழியில் ஒரே கல்லால் ஆனா பெரிய நந்தி விக்கிரகம் இருக்கிறது. அந்த நந்தி நேராகப் பம்பாபதியைப் பார்த்துக்கொண்டு அமர்ந்திருக்கும். அந்த நந்திக்குப் பக்தியுடன் கைகூப்பி தாதாபீரன் வணக்கம் சொன்னான். “பசவண்ணன் உன் பக்தியை ஏற்றுக்கொண்டால் போதும், சைக்கிள் எளிதாக ஓட்ட வந்துவிடும்” என்றான். இந்தப் பசவண்ணனுக்கும் இந்த ஓட்டை சைக்கிளுக்கும் இருக்கும் எந்த உறவை இந்த முஸ்லிம் பையன் சொல்கிறான் என்று மோகனசாமிக்குப் புலப்படவில்லை. “அது ஏன் அப்படி?” என்று மோகனசாமி கேட்டான். “உனக்கு அவ்வளவு தெரியாதா?” என்பது போலப் பார்வையை வீசிய தாதாபீரன் “நந்தி, ஈஸ்வரனின் சைக்கிள்தானே?” என்று பதில் சொன்னான். மோகனசாமி பதில் எதுவும் சொல்லவில்லை. பக்தியுடன் கைகூப்பினான்.

முழங்கால் மூடுமளவுக்கு நீண்ட தளர்ந்த காக்கி நிக்கரைப் போட்டுக்கொண்டு, மேலே ஒரு சிவப்புச் சட்டையைத் தாதாபீரன் அணிந்திருந்தான். அந்தச் சட்டை மோகனசாமியுடையது. “உன் பழைய ரெண்டு சட்டைகளை எடுத்து வா” என்று அக்கா கடிதத்தில் எழுதியிருந்தாள். தாதாபீரன் மோகனசாமியை விட வயதில் சிறியவன் ஆனாலும் பெரிய உடல்வாகுள்ளவன். அதனால் அந்தச் சட்டை அவனுக்கு இறுக்கமாக இருந்தது. ஆனாலும் மகிழ்ச்சியாகப்

போட்டுக்கொண்டான். கறுப்புத் தோல், வெள்ளைப் பற்கள், அழகான சிரிப்பைக் கொண்ட தாதாபீரனின் பேச்சுக்கள், பாவனைகள் மோகனசாமிக்குப் பிடிக்காமல் எரிச்சலூட்டினாலும், இந்த நேரத்தில் அவனை எதிர்த்துப் பேச முடியாமல் அமைதியாக இருந்தான். "குருவுக்கு அடிபணியாமல் எந்த விஷயத்தை யாவது கற்றுக்கொள்ள முடியுமா" என வழங்கப்படும் சொற்களில் மோகனசாமிக்கு நம்பிக்கை இருந்தாலும், தன்னைவிட ஏழுவயது சிறியவனானவனை ஆசான் என்று ஏற்க அவன் ஆணவம் குறுக்கே நின்றது.

அச்சுதராயரின் கோயில் எதிரில் இருந்த வெளியில் மக்கள் இல்லை. வெய்யில் இறங்கிக்கொண்டிருந்தாலும், சூடு தணியவில்லை. பயணிகள் இங்கே வருவது குறைவானதால், கோயிலும் வெளியும் வெறிச்சோடிக் கிடந்தன. இங்கே சைக்கிள் கற்க தடங்கல் இருக்காது என்றும் மற்றவர்க்குத் தெரியாது என்றும் மோகனசாமிக்குத் தோன்றியது. ஆனால் தாதாபீரன் அவ்வளவு எளிதாக சைக்கிள் பழக்கிக்கொடுக்கத் தயாராக இல்லை. அப்படிப்பட்ட விசாலமான வெளியைப் பார்த்து சைக்கிளில் இரண்டொரு முறை தான் முதலில் சுற்றி வரவேண்டுமென்று தாதாபீரனுக்குத் தோன்றியது.

"சைக்கிள் கன்டீஷன் எப்படி இருக்குன்னு பாத்துடலாம். நீ ஏறி ஓட்டறப்ப ஆக்ஸிடென்ட் எதுவும் ஆயிடக்கூடாது" என்று சொல்லித் தனியாக சைக்கிளை ஏறி இரண்டு சுற்றுச் சுற்றினான். பெரிய வெளி. இரண்டு சுற்று இருபது நிமிடம் எடுத்துக்கொண்டது. பிறகு "சைக்கிள் கன்டீஷன் பரவாயில்லை" என்று சொன்ன தாதாபீரன், "மொதல்ல பூமித் தாயிக்குக் கையெடுத்துக் கும்பிட்டு மன்னிப்புக் கேக்கணும்" என்று கட்டளையிட்டான். "மன்னிப்புக் கேட்க நான் என்ன தப்புப் பண்ணினேன்?" என்று மோகனசாமி கேட்டான். "இத்தனை நாள் நம் பாரத்தை மட்டுமே அவள் சுமந்தாள். இனிமேல் நம் சுமையோடு இந்த சைக்கிள் சுமையையும் சுமக்க வேண்டும். எவ்வளவு சுமையைத்தான் அவள் சுமப்பாள்?" என்று தாதாபீரன் சாமர்த்தியமாக விவரமளித்தான். நல்லநேரம் தான் கற்பது சைக்கிள் சவாரியே தவிர ஜேசிபி எந்திரம் ஓட்ட அல்ல என்று மோகனசாமி ஆறுதலடைந்தான். தாதாபீரனின் இப்படிப்பட்ட வியாக்கியானங்களுக்கு எந்தத் தர்க்கத்தாலும் பதில் சொல்ல முடியாது. அவன் சொன்னதுபோலப் பூமியைத் தொட்டு வணங்கி, சிறிது மண்ணை எடுத்து நெற்றியில் பூசிக்கொண்டான்.

"அண்ணா, சைக்கிள் பழகறதுக்கு முன்னாடி ஒரு விசயத்தை மனசில நல்லாப் பதிச்சுக்கோ ... இந்த சைக்கிள் மகா

கில்லாடி ... நீ பயந்தா அது உன்னைப் பயமுறுத்தும். நீ தைரியமா இருந்தா அது பயந்து தலைகுனியும். துணிச்சல் இல்லையின்னா கடவுள் சத்தியமா சைக்கிள் பழக முடியாது. சைக்கிள் ஏதாவது தகராறு செஞ்சா,'டே மடையா, என் பிருஷ்டத்துக்குக் கீழே உன்னை அழுத்தி மிதிக்கிறனே. வாயைத் திறந்தே கெட்ட குசுவிட்டுருவேன் பாத்துக்க' ன்னு பயமுறுத்தணும். அப்ப மூடிக்கிட்டு இருக்கும்" என்று சொன்னான். இந்தப் பேச்சுக் களுக்குச் சிரிக்க வேண்டுமா, அமைதியாக இருக்க வேண்டுமா...? தெரியாமல் மோகனசாமி குழப்பமடைந்தான்.

எப்படியோ வழக்கமான பிரார்த்தனைகள் எல்லாம் முடிந்த பிறகு, சைக்கிள் பழகுவது தொடங்கியது. மோகனசாமி இதற்கு முன்பு சிறுவயதில் இரண்டொரு தடவை சைக்கிள் கற்க முயற்சி செய்திருந்தான். அது இப்போது அவனுக்கு உதவியது. இத்தனை ஆண்டுகள் ஆனாலும் அப்போது பழகியது மறக்கவில்லையே என்று மோகனசாமிக்கு வியப்பாக இருந்தது. முதல் இரண்டு நாட்கள் அரைப் பெடலில் சைக்கிளை மிதித்தான். தாதாபீரன் அவன் பின்னாடியே ஓடிவந்தான். மூன்றாவது நாள் அவன் தனியாகவே அரைப் பெடல் மிதித்து ஓட்டினான். சிறிது துணிவு வந்தது.

மோகனசாமி அவ்வளவு உயரமானவன் அல்ல. குட்டை யாக இல்லாவிட்டாலும் உயரமல்ல. ஆனால் அந்த சைக்கிள் அவனுக்கு மிகவும் உயரமானதாக இருந்தது. அதனால் நேரடியாக சீட்டில் உட்கார்ந்துகொண்டு சைக்கிள் மிதிப்பது சாத்தியமில்லை. அதனால் ஓடிக்கொண்டே சைக்கிள் சீட்டில் ஏறி, அப்படியே சமநிலையை அடைந்து பெடலை அழுத்திக் கொண்டு முன்னேறும் சிறப்பான பிரம்ம வித்தையைத் தாதாபீரன் இப்போது போதித்தான். "அண்ணா, ஓடற மேகத்தைப் பிடித்து ஏறி அதன் மீது சவாரி செய்யும் நிலாவைப் பார்த்திருக்கிறீர்கள் அல்லவா? அப்படித்தான் இதுவும்" என்று உவமைகளைச் சொன்னான். தாதாபீரனின் ஒப்புமைகள் மோகனசாமிக்கு உதட்டோரத்தில் சிரிப்பை வரவழைத்தன. சற்றே அவனது அச்சத்தையும் போக்கியது. இரண்டொரு முறை ஏறுவதற்கு முயற்சி செய்து கீழே விழுந்தான். முழங்கால் சிராய்ந்து காயம் ஏற்பட்டது. காலில் படிந்த அந்த மண்ணைத் துடைத்துவிட்டான் தாதாபீரான். "அண்ணா வலிக்குதேன்னு வருத்தப்படாதே. பழைய சட்டை கிழிஞ்சுபோச்சுன்னு அழக்கூடாது. புதுச் சட்டை வருமுன்னு சந்தோஷப்படணும். ரெண்டு நாளுல புது தோல் வளர்ந்துடும்" என்று உற்சாக மூட்டினான். எப்படி அரைமணி நேரத்தில் மோகனசாமியால் ஓடிக்கொண்டே சைக்கிள் சீட்டில் ஏற முடிந்தது? அந்த

மகிழ்ச்சியில் பல தடவை ஏறுவதையும், அதுபோல அப்படியே இறங்குவதையும் பழகிக்கொண்டான். அதே உற்சாகத்தில் இரண்டொரு தடவை மைதானத்தைச் சுற்றி வந்தான். திருப்பங்கள் வரும்போது மட்டும் எங்கே விழுந்துவிடுவேனோ என்று பயந்தான். ஆனால் தாதாபீரன் சொன்ன வார்த்தை நினைவிருந்தது. "துணிவை இழந்தால் சைக்கிளுக்குத் திமிர் வந்துவிடும்". அதனால் தனக்குத் தானே தைரியம் சொல்லிக் கொண்டு சைக்கிளைத் திருப்புவதைக் கற்றுக்கொண்டான்.

ஆனால் மற்றொரு முறை சுற்றுப் போனபோது நிலைமை விபரீதமானது. இரண்டு வெளிநாட்டுப் பயணிகள் அச்சுதராயர் கோயிலை நோக்கி இரண்டு சைக்கிளில் வந்து கொண்டிருந்தார்கள். அவரில் ஒருவன் முழங்கால்வரை காக்கி நிக்கர் அணிந்துகொண்டு, ஓவியம் போட்ட சிவப்புச் சட்டையைப் போட்டிருந்தான். மற்றொருவன் ஊதா ஜீன்ஸும் நீலச் சட்டை யும் அணிந்திருந்தான். தொலைவில் இருந்து பார்க்கும்போது அவர்கள் இருவரும் சிவப்பு, நீலப் புள்ளிகளைப்போலத் தெரிந்தார்கள். இருவரும் வழியில் வேகமாக சைக்கிளை மிதித்துக்கொண்டு வந்தார்கள். அவர்கள் தோளில் கேமரா தொங்கியது. மோகனசாமிக்கு யாரோ மூன்றாமவர் தன்னை நோக்கி சைக்கிளில் வருவது அதிர்ச்சியை ஏற்படுத்தியது. அவன் தைரியம் குறைய ஆரம்பித்தது. அதனால் சைக்கிளுக்குத் திமிர் வந்துவிட்டது. சைக்கிள் அவன் பேச்சைக் கேட்க மறுத்தது. அவர்களைச் சுற்றிப் போ என்று எவ்வளவுதான் சைக்கிளை வேண்டிக்கொண்டாலும் அவன் பேச்சை அது கேட்கவில்லை. நேராக அவர்கள் இருவருக்கும் நடுவே புகுந்தது. அவர்கள் இருவரும் சைக்கிளில் இருந்து கீழே விழுந்தார்கள். இவனும் அவர்கள் முன்னால் போய் விழுந்தான்.

"ஓ, மேன் . . . உனக்கு சைக்கிள் ஓட்ட வருமா இல்லையா?" என்று கேட்டபடி அவர்கள் இருவரும் எழுந்து, தூசியைத் தட்டிக்கொண்டே, அங்கே பக்கத்தில் விழுந்திருந்த மோகன சாமியை நெருங்கி, "ஆர் யூ ஓகே . . ." என்று கேட்டு, அவன் நிலைமையை விசாரித்தார்கள். அதற்குள் நடந்த விபத்தைத் தொலைவில் இருந்து பார்த்துக்கொண்டிருந்த தாதாபீரன் பெருமூச்சுவிட்டுக்கொண்டு ஓடிவந்தான். அவர்கள் இருவரின் கைகளைக் குலுக்கி "மை பிரதர் . . .சைக்கிள் . . . மை டீசிங் . . . ஹிம் லர்னிங்க் . . .சாரி, சாரி" என்று தன் ஒன்பதாவது வகுப்பின் ஆங்கிலச் சிறப்பறிவைப் பேசிப் பெருமையடைந்தான். அவர்களுக்கும் ஆங்கிலம் பெரிதாகத் தெரியாது. ஐரோப்பிய ஒருங்கிணைப்பின் ஏதோ ஒரு சிறிய நாட்டின் பயணிகளாக இருந்தார்கள். ஆனாலும் அங்கே நடப்பது சைக்கிள் பயிற்சி

என்பதைப் புரிந்துகொண்டார்கள். சிறு பையன் ஒருவன் பெரியவனுக்குச் சைக்கிள் கற்றுக்கொடுப்பது அவர்களுக்குப் பிடித்துவிட்டது. அதனால் அவன் திரும்பவும் சைக்கிள் கற்றுக் கொடுப்பதைப்போல நடிக்க வேண்டும் என்றும், தாங்கள் அதைப் போட்டோ எடுத்துக் கொள்வதாகவும் சொன்னார்கள்.

போட்டோ, அந்தக் காலத்தில் மிகவும் அதிசயமான சங்கதியாக இருந்தது. அதனால் தாதாபீரன் உடனே மகிழ்ச்சி யாகப் போட்டோவிற்குத் தயாரானான். சிறிது முடியைத் திருத்தி, நெற்றியில் இருந்த வியர்வையைத் துடைத்துக்கொண்டு, சட்டையை 'டக்' செய்து, கையை நிக்கர் பையில் நுழைத்துக் கொண்டு போட்டோவிற்குத் தயாரானான். அவர்கள் இருவரில் நிக்கர் போட்டுக்கொண்டிருந்த வெளிநாட்டுக்காரன் " யூ நிக்கர் . . .மை நிக்கர் . . .சேம் சேம் . . .யூ ரெட் ஷர்ட் . . .ஐ ரெட் ஷர்ட் . . .ஸேம் ஸேம்" என்று சொல்லி, அவனை மெல்லக் கிள்ளி 'ஸேம் பிஞ்ச்' செய்தான். இவன் பேச்சு அவர்களுக்கு மகிழ்ச்சியை அளித்தது. ஆனால் மோகனசாமிக்கு இந்த நிகழ்வு தனக்கு ஏற்பட்ட அவமானம் என்று தோன்றியது. தனக்குச் சரியாக சைக்கிள் ஓட்டவராதது அறிமுகம் இல்லாதவர்களுக்கும் தெரிய வருவதில் அவனுக்குத் துளியும் விருப்பமில்லை. ஆனால் போட்டோ அவனுக்கும் அபூர்வமான விஷயம்தான். பணக்கார வீட்டுத் திருமணங்களிலும் கடைசி நாள் ஒரு க்ரூப் போட்டோ எடுக்கக்கூட முன்னும் பின்னும் யோசிப்பார்கள். அதை வெட்டிச் செலவு என்று பெரியவர்கள் நினைத்தார்கள். அதனால் மோகனசாமியும் தன் அவமானத்தை மறந்து போட்டோவுக்கு நிற்கத் தயாரானான்.

சூரியன் அப்போதே கந்தமாதன் மலைக்குப் பின்னால் இறங்கத் தயாராக இருந்தான். மாலை நேரத்துச் செவ்வானம் முழுமையாக அங்கே நிறைந்திருந்தது. பதினாறாம் நூற்றாண்டின் அச்சுதராயரின் பாழடைந்த கோயில், அதன் பின்னால் இருக்கும் மாதங்கி மலை, உச்சியில் இருக்கும் ஏதோ சிறிய கோயில், வெறிச்சோடிக் கிடந்த சூழ்நிலை–எல்லாம் அவர்களை வரலாற்றுக் காலத்திற்குக் கொண்டு செல்லும் சூழ்நிலையை உருவாக்கியது. அதன் பின்னணியில் மோகனசாமிக்கு தாதாபீரன் சைக்கிள் கற்றுக்கொடுக்கும் பல காட்சிகளை அவர்கள் இருவரும் போட்டோ எடுத்துக்கொண்டார்கள். வெவ்வேறு இடங்களில் நின்று, கல் மண்டபத்தின் மேல் ஏறிச் சில போட்டோக்களை எடுத்தார்கள். திரும்பத் திரும்ப மோகனசாமி யும் தாதாபீரனும் சைக்கிள் ஓட்டும் காட்சியைப் படம் பிடித்தார்கள். பிறகு மோகனசாமிக்கு சைக்கிளை எளிதாக ஓட்டும் பல யோசனைகளை அவர்கள் சொன்னார்கள். பிறகு

இவர்களுக்கு நன்றி சொல்லி, சைக்கிளில் ஏறி அச்சுதராயரின் கோயில்வரை ஓட்டிச் சென்று, பிறகு இருவரும் சைக்கிளைத் தூக்கிக்கொண்டு உள்ளே சென்றார்கள். அங்கேயும் போதுமான அளவு போட்டோ எடுக்க வேண்டும் என்றார்கள்.

பல சுற்றுக்களை மோகனசாமி சைக்கிளில் சுற்றி வந்தான். சைக்கிள் ஓட்டத் தேவையான முழுத் துணிவும் வந்ததைப் போலத் தோன்றியது. இன்னும் பல தடவை சுற்ற உற்சாகமாக இருந்தது. ஆனால் அப்போதே வெளிச்சம் குறைந்திருந்தது. அதுமட்டுமல்ல, இரண்டு மணி நேரம் சைக்கிள் மிதித்ததாலும், ஓரிரு தடவை விழுந்து காயம் ஏற்பட்டதாலும் மிகவும் சோர்வாக இருந்தது. குடிக்கத் தண்ணீர் தேவைப்பட்டது. ஆனால் இருவரிடமும் தண்ணீர் இல்லை. பக்கத்திலேயே குளம் இருந்தாலும் அந்த நீர் குடிப்பதற்கு ஏற்றதாக இல்லை. சிறிது தூரம் நடந்தால் துங்கபத்திரை நதி செழிப்பாக ஓடுகிறது. ஆனால் அந்தத் தண்ணீரை நேரடியாகக் குடிப்பது ஆரோக்கியமானதல்ல. அதனால் தாதாபீரன் ஒரு யோசனை சொன்னான். தான் சைக்கிளை எடுத்துக்கொண்டு பக்கத்தில் இருக்கும் விஜயவிட்டலா கோயில் அருகே சென்று அங்கே நான்கு இளநீர் வாங்கி வருவதாகக் கூறினான். அந்த யோசனை மோகனசாமிக்குப் பிடித்திருந்தது. மிகவும் அலுப்பாக இருந்ததால் அவனுடன் போகாமல், தான் அங்கேயே தங்கி இருப்பதாகச் சொல்லி, தாதாபீரனிடம் ஐந்து ரூபாய் கொடுத்தான். ஒரு ரூபாய்க்கு ஒரு இளநீர் கிடைக்கும். தாதாபீரன் பணத்தை வாங்கிக்கொண்டு, சைக்கிளில் ஏறி மறைந்தான்.

அரை மணி நேரம் கடந்தும் அவன் திரும்பி வரவில்லை. மோகனசாமிக்குக் கவலை ஏற்பட்டது. அவனது தாகமும் அதிகமானது. இருட்டத் தொடங்கியது. கந்தமாதன் மலை இப்போது தெரியவே இல்லை. மறுபக்கம் மாதங்க மலையும் தெளிவாகத் தெரியவில்லை. அச்சுதராயரின் பாழடைந்த கோபுரம், கல் மண்டபத்துக் கடைவீதி – எல்லாம் பயமுறுத்தின. ஏதோ பறவை ஒன்று கிறீச் குரலில் கூவியது. விட்டில் பூச்சிகள் சத்தமிட்டன. கொசுக்கள் வந்து முகத்தில் கடித்தன. பாழடைந்த இடம். பாம்பு, தேள்கள் அதிகமாக ஊர்ந்துகொண்டிருக்கும். இலட்சக்கணக்கான மக்கள் இந்த ஊரில் இறந்து பேயாக அலைந்துகொண்டிருக்கிறார்கள் என்ற கதை உள்ளூர்க்காரர்கள் சொல்லக் கேட்டிருக்கிறான். அந்தப் பயமும் மோகனசாமியைக் கவ்வியது. எவ்வளவு நேரம் காத்திருந்தும் தாதாபீரன் வரவில்லை. அவனுக்கு என்ன ஆனதோ என்ற கவலை உண்டானது. யாராவது அறிமுகமானவர்கள் அருகில் இருந்தால் நன்றாக இருக்குமே என்று தோன்றியது. அப்போது அச்சுதராயர்

கோயிலுக்குள் போட்டோ எடுக்கப் போன வெளிநாட்டுப் பயணிகள் அங்கே இருக்கிறார்களா என்ற யோசனை வந்தது. இல்லையென்றால் அங்கே இருந்து மாதங்க மலை அடிவாரத்தில் இருக்கும் படிகளில் ஏறிப் பாம்பாபதி கடைத் தெருவுக்குப் போயிருப்பார்களோ என்று எண்ணினான். எதற்கும் அச்சுதராயர் கோயிலுக்குள் சென்று பார்க்கலாம் என்று உள்ளே அடிஎடுத்து வைத்தான்.

தூரத்தில் அவர்கள் இருவர் சைக்கிள்களும் மண்டபத்துச் சுவரில் சாய்ந்து நின்றிருப்பது தெரிந்தது. கொஞ்சம் தைரியம் வந்தது. மெல்ல இருட்டுக்குத் தகுந்தாற் போல் கண்களைப் பொருத்திக்கொண்டு அந்தப் பக்கம் போனான். வெளிச்சம் வரும் அளவுக்கு நிலா ஒளிவீசிக்கொண்டிருந்தது. சைக்கிளுக்கு அருகிலேயே அவர்கள் கேமரா வைத்திருப்பது தெரிந்தது. ஆனால் அவர்கள் இருவரையும் காணவில்லை. எங்கே போனார்கள் இருவரும்? ஏதாவது விபத்து ஏற்பட்டதா என்ற சந்தேகம் மோகனசாமிக்கு ஏற்பட்டது. அதற்குள் யாரோ வலியால் துடிக்கும் சத்தம் கேட்டது. இதற்கு முன்பு கேட்டிருக்காத ஒலியாக இருந்தது. "அங்கிள் . . ." என்று அழைக்கவா என்று மோகனசாமி நினைத்தான். ஆனால் துணிவு வரவில்லை. சத்தம் வரும் திசையை நோக்கி நடந்தான்.

உட்பிரகார மண்டபத்தில் இரண்டு ஆண் தேகங்கள் புரண்டுகொண்டிருந்தன. இருவர் ஆடைகளும் மண்டபத்தின் தூணுக்கு அருகில் விழுந்து கிடந்தன. புரண்டுகொண்டிருக்கும் உடல்கள் தங்களைப் போட்டோ எடுத்த வெளிநாட்டுக்காரர்கள் என்பதில் எந்தச் சந்தேகமும் இல்லை. தூண் மறைவில் நின்றுகொண்டு மோகனசாமி அந்த அதிசயமான காட்சியைப் பார்த்தான். அவன் உடம்பு மெல்ல நடுங்கத் தொடங்கியது. இதுவரை இரு ஆண்கள் இப்படி நிர்வாணமாகக் கட்டிப் புரள்வதை அவன் பார்த்ததில்லை. மனத்தில் மட்டுமே ஊகித்துக் கொண்டு சுகித்திருந்தான். அந்தச் சுகத்தை அடையும் ஆசையில் எந்த ஆணையாவது தொடப்போனால் இவனை அவர்கள் தூரத் தள்ளி, அவமானப்படுத்துவார்கள். அதனால் உலகில் ஓர் ஆண் மற்றொரு ஆணை விரும்பும் கெட்ட குணம் இருப்பது தன்னிடம் மட்டும்தான் என்று அவன் நினைத்திருந்தான். இப்போது கண்ணுக்கு எதிரில் இரண்டு வலுவான ஆண் தேகங்கள் நிர்வாணமாகப் புரண்டுகொண்டிருந்தன. சுகத்தை அனுபவித்துக்கொண்டிருந்தன. அங்கே எந்தக் குற்ற உணர்வும் இல்லை. ஏனென்றால் அதில் ஒருவன் மற்றொருவனின் காதில் எதையோ சொல்லிச் சிரித்தான். அவர்கள் இருவரின் சிரிப்பும் அச்சுதராயர் கோயில் வளாகத்தில் கலந்தது. இதற்கு முன்

அவனுக்குக் கேட்ட சத்தம் வலியின் துடிப்பல்ல, அது சுகத்தின் தவிப்பு என்று மோகனசாமிக்கு அப்போது புரிந்தது. வெகு நேரம் அங்கே நின்று அந்தக் காட்சியைப் பார்த்துக்கொண்டே இருந்தான். ஒருவகையில் ஆண்டவனைத் தரிசித்த மகிழ்ச்சி அவனுக்கு ஏற்பட்டது. தான் இந்த உலகில் தனியானவன் அல்ல என்ற எண்ணம் அவன் மனச்சுமையைக் குறைத்துப் பூவைப்போல லேசாக்கியது.

மோகனசாமி அச்சுதராயரின் கோயிலுக்கு வெளியே வந்தபோது அங்கே தாதாபீரன் இளநீருடன் காத்திருந்தான். "அண்ணா, எங்க போனே? கமலாபுரம்வரை போய் இளநீர் வாங்கி வந்தேன். வந்து இரண்டு நிமிஷமாச்சு" என்றான். அதற்கு மோகனசாமி ஒண்ணுக்குப் போயிருந்தேன் என்று சைகையில் காட்டினான். "கோயில் பக்கத்தில ஒண்ணுக்குப் போகக்கூடாது அண்ணா . . ." என்று சொன்ன தாதாபீரன் மோகனசாமியின் கண்களுக்கு அழகாகத் தெரிந்தான். இதுவரை சிரமப்பட்டுத் தனக்கு சைக்கிள் கற்றுக்கொடுத்து, இப்போது தனக்காக இளநீர் வாங்கி வந்திருந்த அவனைப் பெருமையோடு பார்த்தான். அங்கே தன் பங்குக்கான இளநீரைக் குடிக்காமல், தன்னுடன் சேர்ந்து பருகுவதற்காக நான்கு காய்களையும் கட்டி எடுத்து வந்திருந்தான். மோகனசாமி இந்தப் பையன் அன்பு செலுத்த தகுதியானவன் என்று நினைத்தான். மனத்தை ஏதோ மகிழ்ச்சி மீட்டியது. அவனை அருகில் இழுத்து, தழுவி, நெற்றியில் பூ முத்தம் வைத்து "சைக்கிள் பழக்கிக் கொடுத்ததற்கு தேங்க்ஸ் தாதாபீர்" என்று காதில் சொன்னான். அவன் தழுவல் எதிர்பாராதது என்றாலும் தாதாபீரன் நழுவிக் கொள்ளவில்லை. "இருக்கட்டும் விடுங்கண்ணா . . . என்ன பெரிய வித்தை . . ." என்று புகழ்ச்சியை மறுத்தான்.

கூர்மையான கல்லால் இளநீரில் துளைபோட்டு, இருவரும் வயிறு நிறையும்வரை இளநீரைப் பருகினார்கள். பிறகு ஹொசபேட்டைக்குத் திரும்பிப்போகத் தயாரானார்கள். மோகனசாமி ஒரு யோசனை சொன்னான். "தாதாபீர், இப்போது அச்சுதராயரின் கோயிலுக்கு உள்ளே இருந்து போவது வேண்டாம். விஜயவிட்டலா கோயில் வழியாகப் போகலாம். தூரமானாலும் பரவாயில்லை. குளிர்ச்சியா காத்து வீசுது. இருவரும் பேசிக்கொண்டே போகலாம்" என்றான். அவன் யோசனை சிறிது வியப்பை அளித்தாலும் தாதாபீரன் அதிகம் பேசாமல் ஒத்துக்கொண்டான். இருவரும் சைக்கிளைத் தள்ளிக்கொண்டு பேசிக்கொண்டே நடந்தார்கள்.

மோகனசாமியின் மனத்திற்கு ஒரு சங்கதி தெளிவாகப் புரிந்து விட்டது. தான் சைக்கிள் பழகினால் மட்டுமல்ல, விமானம்

ஓட்டக் கற்றுக் கொண்டாலும் தனக்கு விருப்பமாவது ஆண் தேகம்தானே ஒழிய பெண்ணுடையதல்ல, என்றைக்கும் பெண் தன்னைக் கவர முடியாது என்ற உண்மை அவனுக்குப் புரிந்து விட்டது. அதை மாற்றும் எந்த முட்டாள்தனமான வேலை களிலும் தான் இனி ஈடுபடப் போகக்கூடாது. தன்னைப்போல மற்றொருவனை எங்காவது தேடவேண்டும். அவன் கண்டிப்பாகக் கிடைப்பான் என்று மனத்திற்குள் சொல்லிக்கொண்டே நடந்தான்.

3

காசி வீரர்கள்

மோகனசாமியைவிடக் காசிவீரன் ஐந்து ஆண்டுகள் பெரியவன். படிப்பில் சூன்யம். ஆனால் விளயாட்டில் மிகச் சுறுசுறுப்பானவன். அவனுடைய அபூர்வமான பெயருக்கான காரணத்தைக் காசிவீரனின் அம்மா விமலக்கா ஒருமுறை மோகனசாமிக்கு விவரமாகச் சொல்லியிருந்தார்.

அன்றொரு நாள் மோகனசாமி அவர்களுடைய வீட்டிற்குப் போனபோது விமலக்காவைத் தவிர யாரும் இருக்கவில்லை. வீட்டு வராந்தாவில் முறத்தில் அரிசியைப் பரப்பிக்கொண்டு சுத்தம் செய்துகொண்டிருந்தார் அவர். அவருடைய கணவர் புஜங்கா மாமா அலுவலகம் சென்றிருந்தார். காசிவீரன் வெயில் கொளுத்தும் நேரத்தில் பம்பரம் விளையாடப் பள்ளத்து ஏரிப் பக்கம் போயிருந்தான். அவர்களுடைய மகள்கள் இருவரும் தம் தோழியின் வீட்டிற்குப் பாண்டி விளையாடப் போயிருந்தார்கள்.

மோகனசாமியைக் கண்டால் விமலக்காவுக்கு மிகவும் பிரியம். சினேகிதியின் மகன் என்பது ஒரு காரணமாக இருந்ததாலும், தன் மகனைப்போலப் படிப்பில் முட்டாள் அல்ல என்பதும், ஒவ்வோர் ஆண்டும் நல்ல மதிப்பெண் பெற்றுத் தேர்ச்சி அடைகிறான் என்பதும் மற்ற காரணங்கள். அவனைவிடப் பெரியவனான காசிவீரன் மோகனசாமியுடன் பயில்பவனாக இருந்தும் தேர்ச்சியடையாமல் போவது விமலக்காவுக்குக் கடுகளவும் பொறாமை ஏற்படுத்தவில்லை. எந்தக் குறும்பும் செய்யாமல், பெரியவர்களின் பேச்சைக் கேட்டு அமைதியாக இருப்பவன் மோகனசாமி,

சிரித்தால் கன்னத்தில் குழிவிழும். அழகிய முகம் கொண்ட அவனைக் கண்டால் அவளுக்கு உள்ளூரத் தாய்ப்பாசம் பொங்கிக்கொண்டு வரும். பொதுவாக எல்லாப் பெரியவர்களும் மோகனசாமியின் நல்ல குணத்தை வஞ்சனை இல்லாமல் புகழ்ந்து, தங்கள் பிள்ளைகளும் அவனைப் போல இல்லையே என்று ஏக்கத்துடன் அடிக்கடி சொல்வார்கள்.

மோகனசாமியை அன்புடன் வரவேற்ற அவர், அவனுக்காகக் கொஞ்சம் பொட்டுக்கடலை மாவு, சர்க்கரை, நெய், பால் கலந்து கொடுத்துவிட்டுத் தன் வேலையைத் தொடர்ந்தார் விமலக்கா. அரிசியில் இருந்த கற்களைப் பொறுக்கி ஒவ்வொன்றாக வராந்தாவில் வீசியபடியே காசிவீரனின் கதையைச் சொன்னார். மதிய நேரமானதால் வெய்யில் மொத்தமாக வராந்தாவில் பரவி, அவர் அங்கே அரிசியைப் புடைத்துச் சுத்தம் செய்ய உதவியாக இருந்தது. பொட்டுக்கடலையை மென்றுகொண்டே, அடிக்கடி அங்கே வரும் ஈக்களை ஓட்டியபடி மோகனசாமி விமலக்காவின் பேச்சைக் கேட்டுக் கொண்டிருந்தான்.

முதல் இரண்டு பிள்ளைகள் பெண்களாகப் பிறந்து விட்டதால், மூன்றாவது தடவை கர்ப்பமானபோது விமலக்கா விபரீதமான மன உலைச்சலுக்கு ஆளானாள். அந்தப் பிள்ளை ஆணாக இருக்க வேண்டும் என்றும், அப்படியில்லா விட்டால் பிறக்கும் அக்குழந்தையைக்கொண்டுபோய்க் குளத்தில் மூழ்கடித்து விடுவதாகவும் அவருடைய கணவர் புஜங்கா மாமா முன்பே சொல்லியிருந்தார். “மூன்றுக்கு முக்தி என்பார்கள்; ஆண்தான் பிறக்கும். சும்மா இரு, நீ பயப்படவேண்டாம். ஆண்டவனை வேண்டிக்கொள்” என்று மோகனசாமியின் அம்மா ஏற்கெனவே விமலக்காவிற்கு ஆறுதல் சொல்லியிருந்தாலும், “அப்படி ஆகாவிட்டால் என்ன செய்யட்டும்டீ? போன தடவையும் எல்லாக் கடவுளையும்தான் வேண்டி இருந்தேன். எந்தக் கடவுளும் உதவவில்லை” என்று மனசு படபடக்கக் கேட்டாள். ஏழு மாதம் நிறைந்ததும் அவள் பயம் இன்னும் அதிகமானது.

அந்தச் சமயம் ஊர் சாமியான குமாரசாமியின் திருவிழா வந்தது. ஊரிலேயே பெரிய திருவிழா அதுதான். குன்றின் மீது இருக்கும் குமாரசாமியின் திருவிழா ஐந்து ஆண்டுகளுக்கு இருமுறை மட்டுமே வரும். மார்கழி மாதத்தில் மட்டும் அந்தத் திருவிழா நடக்கும். ஊரின் அரசியல் பிரமுகரின் குலதெய்வமும் இந்த குமாரசாமிதான் என்பதால் அவரே போதுமான அளவு பணத்தைச் செலவுசெய்து திருவிழா நடத்துவார். ஊரின் வியாபாரிகள் அதிக அளவு தான - தர்மம் செய்வதால் நாட்டின் மூலை முடுக்குக்களில் இருந்து பல சாது - சந்நியாசிகள் அந்த ஊருக்கு விழாவின்போது வருவார்கள். அப்படி வரும் சந்நியாசிகள்

சில மாதங்கள் அந்த ஊரின் சத்திரத்தில் தங்குவார்கள். ஒரு வாரம் நடக்கும் திருவிழாவில் வேண்டிய அளவு உணவு கிடைத்தாலும், சில நாட்கள் ஊரிலுள்ள வீடுகளில் போய்ப் பிச்சை எடுப்பார்கள்.

அதுபோல ஒரு சந்நியாசி பிச்சைக்கு வீட்டுக்கு வந்தபோது விமலக்காவின் முகத்தில் இருந்த துயரத்தை அடையாளம் கண்டுகொண்டார். "ஏன் அம்மா ரொம்பக் கவலையா இருக்க? பிள்ளைதாச்சிப் பொம்பளை கவலையா இருக்கக் கூடாதம்மா . . . வயித்தில இருக்கிற குழந்தைக்குச் சிரமமா இருக்கும்" என்று சொன்ன உடன், அவர் பேச்சில் இருந்த கனிவுக்குக் கரைந்த விமலக்கா, அங்கேயே வாசலில் சோறுபோட்ட தட்டைப் பிடித்துக்கொண்டு இடிந்து உட்கார்ந்தவர், தன் கவலை முழுவதையும் அவரிடம் பகிர்ந்துகொண்டார். வாசலில் குத்தவைத்து உட்கார்ந்திருந்த அந்தச் சந்நியாசி, விமலக்காவின் பேச்சில் குறுக்கிடாமல் முழுமையாகக் கேட்டு முடித்தார். கடைசியில் விமலக்காவுக்கு ஒரு அறிவுரை சொன்னார். பக்கத்து தர்காவில் இருக்கும் காசிம்பீரனின் சமாதியில் வேண்டிக் கொண்டால், அந்தத் தெய்வம் மனது வைத்து, கண்டிப்பாக அவளுக்கு ஆண் குழந்தை பிறக்கும் என்றும் சொல்லிவிட்டுப் போனார். அவர் பேச்சில் என்ன மாயமிருந்ததோ தெரியாது; விமலக்காவின் மனத்தில் அந்த வார்த்தைகள் ஆழப் பதிந்து விட்டன. ஒவ்வொரு நாளும் அந்தத் தர்காவுக்குப் போய், ஒருமனதுடன் காசிம்பீரனின் சமாதியை வணங்கி வந்தார். வாரத்திற்கு ஒருமுறை வெல்லம் கொடுத்து மந்திரித்து வாங்கி வந்து பிரசாதமாகச் சாப்பிட்டார். அங்கே இருந்த மௌல்விகளிடம் தன் துன்பத்தைச் சொன்னார். காசிம்பீரன் மேலிருந்த நம்பிக்கைக்கு ஏற்றபடி மூன்றாவது முழந்தை ஆணாகவே பிறந்தது. புஜங்கா மாமாவின் மகிழ்ச்சிக்கு அளவே இல்லை.

ஆனால் குழந்தைக்குப் பெயர் சூட்டும் நாளில் மற்றொரு பிரச்சினை ஆரம்பமானது. புரோகிதர் 'பிள்ளைக்கு என்ன பெயர் வைக்கிறீர்கள்?' என்று புஜங்கா மாமாவைக் கேட்டபோது,'காசிம்பீரன்' என்று விமலக்கா சொன்னதும் அவர் ஆத்திரப்பட்டார். "மூளை குழம்பிடுச்சா?" என்று புஜங்க மாமா கோபப்பட்டார். ஆனால் விமலக்கா யார் பேச்சையும் கேட்கும் மனநிலையில் இல்லை. "நான் மனசில நெனச்சிருக்கேன். அந்தப் பேரைத் தவிர வேறு எதையும் ஒத்துக்கமாட்டேன்" என்று பிடிவாதம் பிடித்தார். வேறொரு நேரமாக இருந்தால் புஜங்க மாமா அடித்திருப்பரோ என்னமோ! ஆனால் உறவினர்கள் நண்பர்கள் முன்னால், ஆண் பிள்ளையைப் பெற்றுக் கொடுத்த தன் மனைவியை அடிக்கும் துணிவு அவருக்கு ஏனோ வரவில்லை. முடிவில் தோற்று, 'அதே பெயரைச் சூட்டுங்க' என்று

புரோகிதரிடம் சொன்னார். அவர் திட்டவட்டமாக அதை நிராகரித்தார்.

"பிராமணங்க துலுக்கங்க பேரை வைக்க முடியுமாப்பா? நான் அந்தப் பாவத்தைச் செய்யமாட்டேன்" என்று அவர் பிடிவாதம் பிடித்தார். இந்த இழுபறியில் முகூர்த்த நேரம் தாண்டிக்கொண்டிருந்தது. அப்போது கூட்டத்தில் இருந்த கன்னடப் பண்டிதர் ஒருவர் எளிதான வழியைச் சொன்னார். 'காசிம்பீரன்' என்பதற்குப் பதிலாகக் 'காசிவீரன்' என்று பெயர் வைப்பது, கன்னடத்தில் 'பணீ ', 'பஞ', 'வ' எழுத்துகளை மாற்றினால் அப்படி ஒன்றும் பொருள் மாறுபடாது என்று சொன்னார். எல்லோரும் இதை ஏற்றுக்கொண்டார்கள். எப்படியோ 'காசிம்பீரன்', காசிவீரன்' ஆகக் குழந்தைக்குப் பெயர் சூட்டப்பட்டது. ஆனால் விமலக்கா மட்டும் பிடிவாதமாகக் குழந்தையை எப்போதும் 'காசிம்பீரன்' என்றே அழைத்தார்.

காசிவீரனுக்குப் படிப்பு சுத்தமாக ஏறவில்லை. அக்காக்கள் இருவரும் நல்ல மதிப்பெண் பெற்றுத் தேர்ச்சி அடைந்தார்கள். ஆனால் இவன் உடுப்பி சுவாமிகள்அடிக்கடி மாறுவதுபோல இரண்டு வருடங்களுக்கு ஒருமுறை வகுப்பு மாறிக்கொண்டிருந்தான். குறும்புத்தனம்அதிகமாக இருந்த காசிவீரன் பலதடவை பையன்களை அடித்து வீடுவரை சண்டையை இழுத்து வந்து அப்பா – அம்மாவுக்குத் தலைவலி யைக் கொடுத்தான். ஆனால் பத்தாவது வகுப்பு வருவதற்குள் ஆறடி வளர்ந்திருந்த காசிவீரன் வாலிபால் விளையாட்டில் மட்டும் மிகவும் கெட்டிக்காரனாக இருந்தான். காலை, மாலை எப்போதும் வாலிபால் விளையாடிக்கொண்டிருப்பான். அவன் அப்பா அவனை விளையாட்டில் முன்னேற உற்சாகம் அளித்தார். மாநில அளவிலான போட்டியில் கலந்துகொண்டு அவன் பல வெற்றிகளைக் குவித்தான். இது மட்டுமாக இருந்திருந்தால் எல்லாம் நன்றாக இருந்திருக்கும். விளையாட்டுக்கென்று ஊர் ஊராகத் திரிந்துகொண்டிருந்த காசிவீரனுக்கு வேகமாகக் கெட்டப் பழக்கங்களும் கூடவே வந்தன. குடி, புகைப்பழக்கங்கள் இருப்பது பிறர் மூலமாக வீட்டில் எல்லோருக்கும் தெரிய வந்தது. முதல் ஆண்டு பட்டப் படிப்பு முடிப்பதற்குள், பார்க்க அழகாக இருந்ததால் காசிவீரனுக்கு பெண்கள் சகவாசமும் சேர்ந்துகொண்டது. ஒரு சில பொறுக்கிப் பையன்களைக் கூட்டுச்சேர்த்துக்கொண்டு, சைக்கிளில் வெட்டியாக ஊர் சுற்றும் பழக்கத்தை ஏற்படுத்திக்கொண்டான். அப்பா – அம்மா புத்திமதி சொல்ல முயன்றாலும் அதை அவன் கேட்பதாக இல்லை. "உள்ளங்கையாக இருந்தால் நக்கலாம், என் மகன் முழங்கையை என்ன செய்யமுடியும், சொல்லுங்க?" என்று

விமலக்கா ஏக்கத்துடன் மோகனசாமியின் அம்மாவிடம் சொல்வார்.

நாட்கள் உருண்டோடின. இப்போது காசிவீரனின் உடல் அழகு மோகனசாமியை ஈர்த்தது. அப்போதே பெங்களூரில் நல்ல வேலையில் இருந்த மோகனசாமி ஊருக்கு வரும்போதெல்லாம் அவனைப் பார்க்கத் துடிப்பான். மறக்காமல் அவனுக்கு ஏதாவது பரிசு வாங்கி யாருக்கும் தெரியாமல் கொடுப்பான். அவன் கெட்டப் பழக்கத்தைப் பற்றி யாராவது ஏதாவது பேசினால் இவன் கவலைப்படாமல் உள்ளுக்குள்ளேயே மகிழ்ச்சியுறு வான். காசிவீரனின் கெட்டப் பழக்கங்களைப் பற்றி விமலக்கா கவலையுடன் பேசினால் “நீங்க சும்மா இருங்க, அவனைத் திட்டவேணாம். அப்படிப்பட்ட பசங்கதான் வாழ்க்கையில் முன்னேறுவாங்க” என்று அவனுக்காகப் பரிந்து பேசுவான். தன் மேல் மோகனசாமிக்கு அக்கறை இருப்பதை அறிந்த காசிவீரன், அதைச் சரியாகப் பயன்படுத்திக்கொள்ளத் தொடங்கினான். அவ்வப்போது இவனிடமிருந்து பணம் வாங்கத் தொடங்கி னான். “சிகரெட், குடிச்சு உடம்பைப் பாழடிக்காதடா . . .” என்று அவன் தோள்தசையை மென்மையாகத் தடவிக்கொடுக்கும் மோகனசாமியிடம், “ ஏய், இல்லை மோகனா. காலேஜ் புத்தகம் வாங்கத் தேவைப்பட்டது” என்று தலை நிறைய இருந்த முடியை இடது கையால் தள்ளி விட்டபடி குறும்பாகப் பார்த்துச் சிரித்தால் போதும், மோகனசாமியின் மனம் மகிழ்ச்சியால் விரியும். அவன் என்றும் கல்லூரிப் படிப்பை முடிக்கமாட்டான் என்று மோகனசாமிக்குத் தெரியும். இருந்தாலும் அவன் கல்லூரிப் புத்தகம் வாங்கும் சாக்குப்போக்குக்கு மோகனசாமியிடம் பணம் கேட்பது பழக்கமாகிவிட்டது.

மாலை நேரம் மைதானத்திற்குப் போய் காசிவீரனின் வாலிபால் விளையாட்டைப் பார்ப்பான். குட்டை டவுசர், நெட் பனியன் அணிந்து விளையாடும் காசிவீரனின் உடற்கட்டைக் கண்கொட்டாமல் பார்த்து ரசிப்பான். அவனுடைய வலுவான கெண்டைக்கால், தொடை. சர்வீஸ் செய்யும்போது தெரியும் அக்குள், அங்குள்ள முடி, தோள் தசைகள், பாயிண்ட் எடுக்கும்போது அகங்காரமாக அவன் எழுப்பும் குரல் ஒலி, விளையாட்டுக்கு இடையே தாகத்துடன் தண்ணீரை அவசரமாகக் குடித்துவிட்டு முகத்தில் இரைத்துக்கொள்ளும்போது தண்ணீர் மார்பின் மீது இறங்கிப் பனியனை ஈரமாக்கும் விதம், தலைமீது தண்ணீர் ஊற்றிக்கொண்டு தலையைத் தோரணையா அசைக்கும்போது முடியில் இருந்து சிதறும் சிறு தூறல் – ஒவ்வொன்றும் மோகனசாமியின் இதயத் துடிப்பை அதிகரிக்கும். இரவு கனவுகளில் காசிவீரன் நிர்வாணமாக

அடிக்கடி வரத்தொடங்கினான். தினமும் ஏற்படும் உணர்ச்சிக் கொந்தளிப்பைத் திருப்திப்படுத்த காசிவீரனின் உடல் வடிவங்களைக் கற்பனை செய்வான். அதே சமயம் யாருக்காவது இது தெரிந்தால் அவன் நிலை என்ன என்ற பயம் மோகனசாமியை அதிர்ச்சி அடையச் செய்யும்.

ஒருமுறை அவன் தேகத்தை நேராக ஸ்பரிசிக்கும் வாய்ப்பு மோகனசாமிக்குக் கிடைத்தது. ஒருநாள் விமலக்காவின் வீட்டுக்குப் போனபோது பெண் பிள்ளைகள் யாரும் இருக்க வில்லை. விமலக்கா இவனுக்குக் காப்பி போட்டுக் கொடுத்து,'பெங்களூரில் காஞ்ச பீயை விக்கறாங்களாம், நிஜமா?' என்று அரட்டை அடிக்கத் தொடங்கினார். புஜங்க மாமா சந்தைக்குப் போயிருந்தார். காசிவீரன் ஹேர் கட்டிங் சலூனுக்குப் போயிருந்தான். பெண்கள் இருவரும் வெகு தொலைவில் இருக்கும் ஆஞ்சநேயர் கோயிலுக்குப் போயிருந்தார்கள். மோகனசாமிக்கு அப்போது அங்கே உட்கார்ந்து விமலக்காவுடன் அரட்டை அடிக்க வேண்டுமா, வீட்டுக்குப் போக வேண்டுமா என்று தெரியாமல் சங்கடமாக இருந்தது. அப்போது முடிதிருத்திக் கொண்டு காசிவீரன் திரும்பி வந்தான். வராந்தாவில் இருந்தே "அம்மா, வெந்நீர் போடு" என்று உரக்கச் சொல்லிவிட்டுக் குளியலறைக்குச் சென்றான். "சமைக்கக் கூட இந்தப் பய விடமாட்டேங்கிறான் பாரு. மோகனா, நீயே காசிவீரனுக்குக் குளிக்க வெந்நீர் எடுத்து வைச்சுடுப்பா" என்று விமலக்கா வேண்டிக்கொண்டார். எதிர்பாராமல் கிடைத்த இந்தப் பொன்னான வாய்ப்பினால் மோகனசாமிக்குத் தேகம் நடுங்கியது. இனிப்பை அள்ளிக்கொள்ளும் சிறுபிள்ளையைப் போல குளியலறைப் பக்கம் நடந்தான். "உன் உடம்பு மேல தண்ணி தெறிக்காம ஊத்து மோகனா. எங்க பீரன் ரொம்ப முரடன், கழுதை மாதிரி உடம்ப வளர்த்து வச்சிருக்கான். ஆனா புத்தி வளரல" விமலக்கா மோகனசாமியிடம் சத்தமாகச் சொன்னார்.

குளியலறை மூலையில் இருக்கும் அடுப்பில் நெருப்பு தகதகவென்று எரிந்துகொண்டிருந்தது. மோகனசாமியின் முன்பாகவே தான் உடுத்தியிருந்த ஆடைகளைக் கழற்றி மூலையில் வைத்துவிட்டுத் துண்டு நிக்கரில் குத்தவைத்து உட்கார்ந்தான். காசிவீரனின் உடம்பின் மீது நெருப்பின் ஒளி வீசி, அவனைத் தங்கத் தோல் உள்ளவன்போலக் காட்டியது. கழுத்தில் அவன் போட்டிருந்த ஒரு இழை தங்கச் சங்கிலி மெல்ல ஆடி அவ்வப்போது பளபள என்று மின்னியது. கனவு - நினைவுகளில் தன்னை வதைத்த தேகம், இப்போது முழுமையாகத் தன் கண்முன்னே அமர்ந்திருப்பதைப் பார்த்து மோகனசாமிக்கு வினோதமான ஓர் ஆர்வம் ஏற்பட்டது. அண்டாவில் இருந்து

வெந்நீரைக் குவளையில் முகர்ந்து எடுக்கும் போது கை நடுங்கியது. வேண்டாம் வேண்டாம் என்று மனம் தடுத்தாலும் கண் பார்வை அவன் முழு தேகத்தையும் ஸ்பரிசித்தது. அழகாக முடி திருத்தியிருந்தான். வழுவழு என்று முகத்தைச் சிரைத்திருந்தான். மீசையை ஒழுங்குபடுத்தி இருந்த காசிவீரன் மன்மதனைப்போலத் தெரிந்தான். மோகனசாமியின் மன உணர்வுகளை அறியாமல் காசிவீரன் ஏதோ சினிமாப் பாட்டை விசில் அடித்துக்கொண்டு, இரண்டு கைகளையும் தூக்கி உடம்பை வளைத்தபோது அவன் அக்குள் முடியை மழித்திருந்தது மோகனசாமியின் பார்வைக்கு வந்து, சவரக் கத்தி அவன் அக்குளை ஒட்டிக்கொண்டே நழுவும் காட்சி அவன் கண் முன்னால் தோன்றியதால் உடம்பு இன்னும் சூடானது.

முதலில் மோகனசாமி தண்ணீரை ஊற்றி, அவன் கழற்றி வைத்த உடைகளை நனைத்தான். பிறகு வெந்நீர் கலந்து அவன் உடம்பில் மெதுவாக ஊற்றினான். சலூனுக்குப் போய் வந்த பிறகு தேகத்தின் எல்லாப் பாகங்களுக்கும் நீர் நனைக்க வேண்டும் என்பதால், "அங்கே தேய், இங்கே தேய்" என்று நீரை ஊற்றினான். "போதும் விடு மோகனா" என்று காசிவீரன் சொன்னாலும் மோகனசாமி நிறுத்தவில்லை. கடைசியில் தனது ஆசையை அடக்க முடியாமல் "சரியாக முதுகைத் தேய்த்துக் குளிக்கக்கூட உனக்குத் தெரியலையே, சோப்பைக் கொடு" என்று அவன் கையில் இருந்த சோப்பைப் பறித்துக்கொண்டான். "நீ எதுக்குத் தேய்க்கற மோகனா" என்று காசிவீரன் சொன்னதைக் கேட்காமல், அவன் முதுகுக்குச் சோப்பு போட்டுத் தேய்த்தான். காசிவீரனுக்கு வேறு ஏதோ வாசம் வந்து அமைதியானான்.

அவன் தேகம் கிடைத்ததுதான் தாமதம், மோகனசாமி தன் மனத்தின் கட்டுப்பாட்டை இழந்தான். முதுகில் கைவைத்தவன் மெல்ல நெஞ்சு, வயிறு, பாதம், கால், தொடை என எல்லாப் பாகங்களிலும் தேய்த்தான். ஆனால் காசிவீரன் எந்த எதிர்ப்பும் காட்டாமல் அமைதியாக நின்றிருந்தான். மோகனுக்கு எந்தப் பூதம் அவனது தேகத்தில் நுழைந்ததோ தெரியவில்லை. சமையலறையில் விமலக்கா இருக்கிறார் என்ற விஷயத்தையும் மறந்து அவன் நிக்கருக்குள்ளும் கையை நுழைத்தான். அவன் ஆணுறுப்பைத் தொட்டுவிட்டான். இப்போது கர்ப்பக்கிரகத்தில் நுழைந்து மூல விக்கிரகத்தைத் தொட்ட வினோத உணர்வு, மகிழ்ச்சி, பயம் மோகனசாமியை ஆக்கிரமித்தது. கண்களை இறுக மூடிக்கொண்டு, அவன் முதுகில் தலையைச் சாய்த்து, அந்த நேரத்துச் சுகத்தை அனுபவிக்க முயன்றான். வாழ்க்கையில் முதல்முறையாக சுவர்க்க சுகத்தை அனுபவித்தான். அதன் மயக்கத்திற்கும், தீவிரத்திற்கும், அதன் அதிர்வுக்கும் நிலை

தடுமாறும் நிலையை அடைந்தான் மோகனசாமி. ஆனால் காசிவீரன் எந்த எதிர்ப்பும் காட்டாமல் அமைதியாக அவன் தவிப்பைப் பார்த்துக்கொண்டிருந்தான். கடைசியாக முகத்திற்குச் சோப்பைத் தேய்க்கும் சாக்கில் தன் முகத்தை அவனது அருகில் கொண்டுவந்தபோது மட்டும் காசிவீரனால் பொறுத்துக்கொள்ள முடியவில்லை. இப்போது காசிவீரன் தன் முகத்தை வேறு பக்கமாகத் திருப்பி, மோகனசாமியின் முகத்தில் தன் அகலமான உள்ளங்கையை வைத்துத் தூரத் தள்ளினான். மோகனசாமி தொலைவில் போய் விழுந்தான். 'படார்' என்ற சத்தம் கேட்டது. 'என்ன அங்க சத்தம்' என்று சமையலறையில் இருந்து விமலக்கா கத்தினார். 'திருட்டுப் பூனைம்மா' என்று காசிவீரன் பதிலளித்தான். மோகனசாமி போட்டிருந்த ஆடைகள் எல்லாம் ஈரமானது. தான் அவன் கண் முன்னால் மிகவும் அற்பமான மனிதனாகி விட்டோம் என்ற எண்ணம் அவனை ஆக்கிரமித்தது. மறுபடி அவனைத் தொடும் துணிவு வரவில்லை. கண்ணில் நீர் நிறைந்தது. குளியலறையில் இருந்து சட்டென்று வெளியே வந்துவிட்டான் மோகனசாமி.

அந்த நாள் முழுவதையும் மோகனசாமி குற்ற உணர்வில் கழித்தான். "மோகனா" என்று அன்புடன் அழைக்கும் அண்ணனைப் போன்றவனின் தேகத்தைத் தொட்ட நான் எப்படிப்பட்ட முட்டாள்? கடவுள் எனக்குச் சரியான தண்டனை கொடுக்க வேண்டும். என் கெட்டப் புத்தியை யாரும் மன்னிக்க மாட்டார்கள். தான் உயிருடன் இருக்கக் கூடாது. தான் ஒரு கிருமி; புழு; பாலூற்றி வளர்த்தவரைக் கொத்தும் கொடுமையான பாம்பு. தன்னைப் போன்ற கொடூரமான உயிருக்கு இந்த உலகில் இடமில்லை. என்னைவிட ஐந்து வயது பெரியவனின் தேகத்தை நான் விரும்பியதாவது எப்படி? நான் பிறந்தபோது காசிவீரன் தன்னை அவன்மடிமீது போட்டுக்கொண்டு விளையாடுவான் என்று விமலக்கா சொன்னது மறந்து விட்டதா? உன்னுடைய இந்தத் தவற்றுக்கு என்ன பிராயச்சித்தம் இருக்கிறது இந்த உலகில்? ஆண் உடம்பை விரும்பும் பாவப்பட்ட என் உடம்பைத் துண்டுத் துண்டாக்கிப் பருந்து, கழுகுகளுக்குப் பகிர்ந்து உணவாகப் போட்டுவிட வேண்டும். என் மனத்தில் அதிக கீழ்த்தரமான எண்ணங்கள் நிறைந்திருக்கின்றன; என் வாழ்க்கை அசிங்கமானது. இதை யாரும் மதிக்க மாட்டார்கள். நான் அயோக்கியன். நான் புனிதமற்றவன். நான் சுயமற்றவன். இப்படிப்பட்ட பல சுய நிந்தனைகளால் நொடிந்துபோனான். அடக்கமுடியாமல் கண்ணீர் பெருகியது. கடவுள் முன் தனியாக அமர்ந்து வெகு நேரம் அழுதான். யாரையும் சந்திக்க இயலாமல் தலைகுனிந்துகொண்டு ஓடினான்.

துயரமெல்லாம் மிகுந்த நேரம் சிறிய பயமும் அவனுக்கு ஏற்பட்டது. காசிவீரன் தன் அம்மா - அப்பாவிடம் எல்லாவற்றையும் சொல்லிவிட்டால்? விமலக்கா புஜங்க மாமாவிடம் சொல்லி விட்டால்? ஊருக்குள் அனைவருக்கும் தெரிந்துவிட்டால்? தன் நிலை என்ன? ஊரில் எல்லோரும் என்னைத் துரத்தித் துரத்திக் கல்லெறிய மாட்டார்களா? இவ்வளவு நாள் பணிவான பையன் என்று புகழப்பட்ட தன் சாயம் வெளுத்துவிடும். வேண்டாம், வேண்டாம் அப்படி ஆகக்கூடாது. காசிவீரனிடம் மன்னிப்புக் கேட்டுவிட வேண்டும். பெரியவர்களிடம் மன்னிப்புக் கேட்பது தவறல்ல. இனி என்றும் இந்தப் பாவி அவன் தேகத்தைத் தொடமாட்டான் என்று அவனுக்கு நம்பிக்கை அளிக்க வேண்டும். அவன் பாதங்களில் விழுந்து வணங்கிக் கண்ணீர் சிந்தி மன்னிப்புக் கேட்க வேண்டும். "இந்த ஒரு தடவை மன்னித்துவிடு காசிவீரா" என்று அவன் மனம் இளகும்படி கேட்டுக்கொள்ள வேண்டும். அவன் மன்னித்துவிட்டான் என்று தெரிந்ததும் பெங்களூருக்குப் புறப்பட்டுவிடலாம். அதற்குப் பிறகு அவனை நான் பார்க்கவே கூடாது. இனி எப்போதும் அவன் என் கனவில் வராமல் உணர்வில் எச்சரிக்கையாக இருக்க வேண்டும் என்று பலவாறு எண்ணினான்.

மாலையில் மோகனசாமி காசிவீரனுக்கு ஒரு கடிதம் எழுதி, அதில் தான் அப்படி நடந்துகொண்டதற்காக வருந்துவ தாகவும், தன்னைத் தயவு செய்து மன்னித்துவிடவேண்டுமென்றும் பலமுறை கேட்டிருந்தான். உனக்குத் தம்பியாகும் தகுதி எனக்கு இல்லை என்று நேராகச் சொல்லி இருந்தான். மைதானத் திற்குச் சீக்கிரமாகப் போய் அவனுக்காகக் காத்திருந்தான். வழக்கம்போல காசிவீரன் தன் நண்பர்களுடன் சிரித்தபடியே அங்கு வந்து இருட்டும்வரை வாலிபால் விளையாடினான். அங்கேயே உட்கார்ந்திருந்தாலும் மோகனசாமிக்கு அவனை நேராகப் பார்க்கும் தைரியம் வரவில்லை.

விளையாடி முடித்த பின் காசிவீரன் பேண்டைப் போட்டுக்கொண்டிருந்தபோது அவன் அருகில் சென்று தலைகுனிந்துநின்றான். அவன் கண்களைச் சந்திக்கும் தைரியம் மோகனசாமிக்கு ஏற்படவில்லை. "உன்னிடம் கொஞ்சம் பேச வேண்டும் காசிவீரா" என்று தழுதழுத்த குரலில் வேண்டினான் மோகனசாமி. "என்ன விஷயம்?" என்று காசிவீரன் தன் டி-ஷர்ட்டை ஒருமுறை உதறிப் போட்டுக்கொண்டே வேண்டா வெறுப்பாகக் கேட்டான். பக்கத்தில் உள்ளவர்களுக்கு எங்கே அவர்கள் பேசுவது கேட்டுவிடுமோ என்று மோகனசாமி அஞ்சி நடுங்கினான். ஆனால் எந்தப் பயமும் இல்லாமல்

காசிவீரன் பேசிக்கொண்டிருந்தான். ஆறடித் தேகத்தின் முன்னால் கூனிக் குறுகி எந்தச் சாபத்தையும் ஏற்றுக்கொள்ளத் தயாரான குற்றவாளியைப்போல நின்றிருந்த மோகனசாமியால், பேச்சைத் தொடரும் தைரியம் போதாமல் தான் கொண்டு வந்திருந்த கடிதத்தை அவனிடம் பணிவாக நீட்டி "ஸாரி" என்று மெல்லக் குரல் தழுதழுக்கச் சொல்லிவிட்டு, அங்கே நிற்க முடியாமல் ஓட்டமும் நடையுமாக மைதானத்தை விட்டு வெளியேறினான். அவன் நெஞ்சு கட்டுக்கடங்காமல் துடித்தது. அந்த இரவு அவனுக்குத் தூக்கம் வரவில்லை. காசிவீரன் தன்னை மன்னிப்பானா என்ற தவிப்பில் மனம் அமைதி அடைய வில்லை. நான்கு முறை மெல்ல எழுந்து, சாமி அறையில் அமர்ந்து "காசிவீரன் மன்னிக்க வேண்டுமப்பா" என்று மௌனமாகக் கண்ணீர் சிந்தி வேண்டினான்.

மறுநாள் கடை வீதி வழியாகப் போனபோது, திடீரென்று சைக்கிளில் பின்னால் வந்த காசிவீரன் பிரேக் போட்டு நிறுத்தி, "இன்னைக்கு மதியம் துர்க்மையம்மன் கோயிலுக்குப் பின்னாடி வா. கொஞ்சம் பேசணும்" என்று சொல்லிவிட்டு, வந்த வேகத்திலேயே சைக்கிளில் ஏறிப் பறந்துவிட்டான். அவன் மன்னித்தானா என்ன என்று தெரியாமல் மோகனசாமி குழம்பினான். என்ன ஆனாலும் சரி, அவனைச் சந்திப்பதுதான் ஒரேவழி என்று முடிவு செய்தான்.

மதியத்திற்காகக் காத்திருந்தவன்போல துர்க்கையம்மன் கோயிலுக்கு விரைந்து சென்றான். அந்தக் கோயில் ஊருக்கு வெளியே இருந்தது. அடர்ந்த புளியமரங்களுக்கு நடுவில் இருந்த அந்தக் கோயிலுக்கு ஊரார்கள் அதிகம் வருவதில்லை. செவ்வாய்க் கிழமையிலும் வெள்ளிக்கிழமையிலும் மாலை நேரம் மட்டும் சிலர் அங்கே வருவார்கள். மோகனசாமி போனபோது காசிவீரன் இன்னும் அங்கு வந்திருக்கவில்லை. எதிர்பார்த்துக் கொண்டிருந்த மோகனசாமிக்கு வினோதமான பயம் ஏற்பட்டது. காசிவீரன் போலீஸிடம் சொல்லித் தன்னைப் பிடித்துக் கொடுப்பானோ? தான் செய்தது சட்டப்படி குற்றமா? அப்படியென்றால் பத்திரிகைகள் எல்லாம் தன் கெட்ட நடத்தையைப் பிரசுரிக்குமா? அமெரிக்கா, ஐரோப்பாவில் இப்படியாக ஓரினப் புணர்ச்சி, உடலுறவு தவறில்லையாம். ஆனால் இந்தியாவில் போலீஸ்காரர்கள் உதைத்து உள்ளே தள்ளுவார்களாம். அப்படியென்றால் என் கதி என்னவாகும்? அப்பா - அம்மாவின் நிலைமை என்னவாகும்? குடும்ப மரியாதை என்னவாகும்? நான் இப்படிப்பட்டவன் என்று தெரிந்தால் என் கம்பெனி என்னை வெளியே துரத்திவிடாதா? வேறு எங்கும் இதே காரணத்திற்காக வேலை கிடைக்காவிட்டால்

நான் என்ன செய்வது? நூத்தி எட்டு யோசனைகளால் தலை 'கிறுகிறு' என்று சுற்றியது.

அரைமணி நேரத்திக்குப் பிறகு காசிவீரன் வந்தான். அவனைப் பார்த்ததும் இவன் குற்ற உணர்வோடு எழுந்து நின்றான். "உக்காரு, உக்காரு" என்று காசிவீரன் அவனை வற்புறுத்தி உட்கார வைத்தான். அங்கு வேறு யாருமே இல்லாத சூழல் மோகனசாமிக்குத் தப்பைச் சொல்லிக்கொள்ளும் தைரியத்தைத் தந்தது. இரண்டு கைகளையும் கூப்பி, "தப்பு செஞ்சுட்டேன் காசிவீரா. . . என்னை நீ மன்னிக்கணும்" என்று தவிப்புடன் வேண்டிக்கொண்டான்.

"ஏய், அதெல்லாம் ஒன்னும் வேண்டாம்" என்று அவன் பேச்சைத் தடுத்த காசிவீரன், மெல்ல ஒரு சிகரெட்டை எடுத்து அவன் வாயில் வைத்தான். "உனக்கு வேணுமா?" என்று சிகரெட் பாக்கெட்டை மோகனசாமிக்கு முன்பு நீட்டினான். மோகனசாமி என்றும் புகைப்பிடித்தவன் அல்ல. அதனால் மறுத்தான். "நீ ரொம்ப நல்ல பையன். எங்களைப்போல கெட்டவன் அல்ல. எல்லோரும் உன்னைப்போல நானும் இருக்கணும்னு புத்திமதி சொல்றாங்க" என்று தன் பேச்சில் இருந்த எகத்தாளத்திற்குச் சிரித்தான். "நீ சிகரெட் பிடிக்கலைன்னா பரவாயில்லை. என் சிகரெட்டைப் பத்த வை" என்று தீப்பெட்டியை அவன் கையில் கொடுத்து, வாயில் வைத்திருந்த சிகரெட்டை அவன் முன் கொண்டுபோனான். மோகனசாமி இரண்டு மூன்று முறை குச்சியைப் பதற்றத்தில் உரசி உரசி, எப்படியோ தீ பற்றிக்கொண்டவுடன் தன் நடுங்கும் கைகளால் சிகரெட்டைப் பற்ற வைத்தான். ஒரு 'தம்'இழுத்து, புகையை வெளியே விட்டு, மோகனசாமியின் கையிலிருந்து தீப்பெட்டியை வாங்கிக் கொண்ட காசிவீரன் "உன் லெட்டரைப் படிச்சேன். எத்தனை அழகான எழுத்து உன்னுது ராஜா. என் எழுத்தப் பார்... கோழிக் கிறுக்கல்" என்று சிரித்தான்.

மோகனசாமிக்கு அது சிரிக்கும் தருணமாக இருக்கவில்லை. "யாரிடமும் நடந்த சங்கதியைச் சொல்லிடாத காசிவீரா" என்று மற்றொருமுறை வேண்டினான். "ஏய், போடா அதுக்கு எதுக்கு இவ்வளவு பயப்படுற ராஜா! என்ன உலகத்தில யாரும் செய்யாத தப்பையா நீ செஞ்சுட்ட? நான் யாருகிட்டையும் சொல்லமாட்டேன், விடு" என்று உறுதியளித்தான். அவனுடைய இந்த வார்த்தை மோகனசாமிக்குச் சற்று ஆறுதலாக இருந்தது. "தேங்க்ஸ் காசிவீரா. நீ ரொம்ப பெரிய மனுஷன்" என்று மனமாற நன்றி சொல்லி, மற்றொரு முறை கைகூப்பினான். சிகரெட் புகையைத் தட்டிய காசிவீரன் "அதெல்லாம் இருக்கட்டும்

விடு. ஏதோ உனக்கு ஆசையா இருந்தது, தொட்ட. அதுக்கு என்ன? நான் என்ன நீ செஞ்ச தப்புக்குக் கர்ப்பமாயிடுவேனா என்ன?” என்று தன் கையால் வயிறு உப்பியதைப்போல சைகை காட்டினான். தன் ஜோக்குக்குத் தானே உரக்கச் சிரித்தான். மோகனசாமி சிரிக்காமல், இயலாமையால் அவனைப் பார்த்தான். “எங்கேயாவது தப்பு நடந்திருக்கும். நானும் ரொம்பத் தப்புகள் பண்ணி இருக்கேன். அதுக்காக நான் கோபிச்சுக்கிட்டு உங்க அப்பா அம்மாகிட்ட சொல்றது, ஊரில எல்லார்கிட்டையும் சொல்றது, போலீசுக்கு சொல்றது எல்லாம் செய்ய முடியுமா என்ன? நீ குடுத்த கடிதாசி கூட யாரும் பாத்திடக்கூடாதுன்னு ஒளிச்சு வைச்சிருக்கேன்” என்று எகத்தாளமாகச் சிரித்தான். தனக்கு ஏனோ கெட்ட காலம் காத்திருப்பதைப் போலான எண்ணம் மோகனசாமிக்குத் தோன்றியது. அப்படிப்பட்ட அவன்கூடப் பேசுவதும் இருப்பதும் சரியல்ல என்று முடிவு செய்து “நான் வர்றேன் காசிவீரா. இனி என்னைக்கும் உன்னைத் தொடமாட்டேன்” என்று சொல்லிப் புறப்படத் தயாரானான். அவனைத் தடுத்து நிறுத்திய காசிவீரன், “ஏய் நில்லுடா ராஜா, வீட்டுக்குப் போக அப்படி என்ன அவசரம்? உனக்கு என்ன பொண்டாட்டியா, பிள்ளைங்களா? உன்கிட்ட கொஞ்சம் பேசணும் பொறு” என்று சிகரெட்டை முழுதாகப் புகைத்து வீசி, அங்கே இருந்த கல் திண்ணை மீது போய் உட்கார்ந்து, “வா, உக்கார்” என்று மோகனசாமியை அங்கே அழைத்தான். புளியங்காட்டில் பறவை ஒன்று கெட்ட சகுனமாகக் கூவியது.

“நான் கொஞ்சம் சிரமத்தில இருக்கேன். ஒருத்தருகிட்ட கடன் வாங்கியிருந்தேன். ரொம்பவும் தொந்தரவு பண்ணுறாங்க. அப்பா பீஸுக்குன்னு கொடுத்த பணத்தை அவருக்குக் கொடுத்திட்டேன். இப்ப என் காலேஜ் பீஸ் கட்ட பணமில்லை. நீ மனசு வைச்சு ஒரு ஐநூறு ரூபாய் கொடுத்தா இந்த வருஷம் டிக்ரி முடிச்சுடுவேன். உன்னைப் போல நானும் ஏதாவது வேலைக்குச் சேர்ந்திருவேன். படிப்பில படு முட்டாளுப்பா நான். உன்னைப்போலப் புத்திசாலி இல்லை. ஆனாலும் வாழ்க்கையை ஓட்டணுமில்ல? வேலை இல்லையின்னா எந்தப் பொண்ணும் என்னைக் கல்யாணம் செஞ்சுக்கமாட்டா” என்று அவன் தொடையைக் கிள்ளி, மெல்லத் தன் தேவையைச் சொன்னான்.

“அவ்வளவு பணம் இப்போ என்கிட்ட இல்லை” என்று மோகனசாமி தொடையை தேய்த்துக்கொண்டே தான் மாட்டிக் கொண்டோமோ என்று மனத்திற்குள் எண்ணியபடியே சொன்னான்.

“சரி, எவ்வளவு இருக்கோ அதைக் குடு. பிறகு நாளைக்கு பேங்கில இருந்து எடுத்துக் குடு. நீ அன்பா காலேஜ் பீஸ் பணம் கொடுக்க வந்தா நான் அவசரப்படுத்த முடியுமா என்ன?”

மோகன் தன்னுடைய பர்சைத் திறந்து, அதில் மூன்று நூறு ரூபாய் நோட்டுக்களையும், இரண்டு பத்து ரூபாய், ஓர் இரண்டு ரூபாய் நோட்டு இரண்டு ஒரு ரூபாயின் நோட்டுக்களையும் அவனிடம் தந்தான். “இவ்வளவுதான் இருக்கு” என்றான். “பரவாயில்லை விடு, மீதியை நாளைக்குக் கொடுப்பியாமா” என்று காசிவீரன் அதையெல்லாம் பறித்துக்கொண்டு தன் பேண்ட் பையில் வைத்துக்கொண்டான். “நான் புறப்படறேன்” என்று மோகனசாமி சொன்னான். “சரி, போ. உங்க அம்மா காத்துக்கிட்டு இருப்பாங்க” என்று அவன் கன்னத்தை மெல்லத் தட்டி அனுப்பி வைத்தான். ஏதோ பெரிய வலையில் சிக்கிக்கொண்டதைப் போன்ற பயத்தால் மோகனசாமி பாரமாக அடியெடுத்து வைத்து அங்கிருந்து வெளியேறினான்.

அவன் நூறு அடி நடந்திருப்பானோ என்னமோ, ஏதோ பெண் குலுங்கிச் சிரிக்கும் சிரிப்பு கேட்டது. அந்தக் குரல் துர்க்கையம்மன் கோயில் பின்புறத்தில் இருந்து வந்தது அவனுக்கு உறுதியானது. மறுபடி மெல்ல அடியெடுத்து வைத்து, கோயில் பின்புறத்துச் சுவருக்குப் பின்னால் ஒளிந்துகொண்டு அங்கே நடப்பதைப் பார்த்தான். அங்கே கண்ட காட்சியைப் பார்த்து அதிர்ந்துபோனான். ஒரு பெண் காசிவீரன் முன்னால் நின்று சிரித்துக்கொண்டிருந்தாள். காசிவீரன் தன் வலதுகையின் இரண்டு விரல்களுக்கு இடையே ஒரு நூறு ரூபாய் நோட்டை நீளமாக மடித்து வைத்துக்கொண்டு, அவள் தலையைச் சுற்றிக்கொண்டிருந்தான். அதைப் பறித்துக்கொள்ள அவள் படுபாடு பட்டுக்கொண்டிருந்தாள். அவளுக்கு எட்டாதபடி அவன் அந்த நோட்டை அவள் தலையைச் சுற்றிச் சுற்றிக்கொண்டு விளையாடிக்கொண்டிருந்தான். கடைசியாக அவள் வெற்றிகரமாகத் தாவி நோட்டைப் பிடுங்கிக்கொண்டாள். இவன் உடனே அவள் இடுப்பை இடதுகையால் வளைத்துப் பிடித்து அவளைத் தன் பக்கமாக இழுத்துக்கொண்டான். அவளின் கலகல சிரிப்பு மேலும் அதிகமானது. மோகனசாமியால் அப்படிப்பட்ட காட்சியைப் பார்த்துக்கொண்டு அங்கே இருக்க முடியவில்லை. ஓட்டமும் நடையுமாக வீட்டுப் பக்கம் விரைந்தான். காசிவீரனுடன் இந்தப் பெண்ணும் வந்திருக்க வேண்டும், அவள் தங்கள் பேச்சை ஒட்டுக் கேட்டிருக்கவும் வேண்டும் என்று எண்ணிக் குழம்பினான்.

மோகனசாமி நெருப்பில் கை வைத்தான். அது மெல்ல அவனைச் சுட்டது.

○

காசிவீரனின் பண ஆசை சாதாரணமானதல்ல. ஐந்நூறோடு அது நிற்பதாகத் தெரியவில்லை. மோகனசாமி பெரிய பண்டிகையான தீபாவளியைப் பெங்களூரில் தனியாகக் கழித்தான். அப்பா – அம்மாவிடம் "அலுவலகத்தில் அதிக வேலை. நான் என்ன செய்யட்டும்?" என்று பொய் சொன்னான். தன் பேச்சில் வெளிப்படும் போலித்தனத்தை நினைத்து அவனுக்கு ஆச்சரியமாக இருந்தது. ஆனால் காசிவீரன் அவனை அவ்வளவு எளிதாக விட்டுவிடவில்லை. நேராகப் பெங்களூர் வந்து அவன் வீட்டுக் கதவைத் தட்டினான்.

"நான் பெரியம்மா வீட்டிற்கு நேற்றுப் போயிருந்தேன். உன் வீட்டு விலாசத்தைக் கொடுத்துப் பார்த்து வரச் சொன்னார். நீ ரொம்ப நாளா வரலைன்னு பெரியம்மா அழுதுட்டாங்க. அப்படி பெரியவங்களுக்குக் கஷ்டம் கொடுக்கக் கூடாது மோகனா" என்று அவனுக்கு அறிவுரை கூறி அவனிடமிருந்து ஆயிரம் ரூபாய் கேட்டு வாங்கிக்கொண்டு போனான். "கேக்கற அளவு பணம் கொடுக்கற. ஓசியில வாங்கறது தப்புன்னு சொல்றாங்க. ஒரு தடவை என்னைத் தொட்டுப் பாக்கறயா சொல்லு. வேணுமுன்னா ஒரு மணி நேரம் இருந்துட்டுப் போறேன். எனக்கொன்னும் அவசரமில்லை" என்று எகத்தாளமாகச் சிரித்துச் சொன்னான். மோகனசாமியின் உடம்பெல்லாம் எரிந்தது. "புறப்படு. இங்க இருந்து புறப்பட்டுப் போ" என்று கோபத்தால் உடல் நடுங்க விகாரமாகக் கத்தியபடி கதவைத் திறந்துவிட்டு நின்றான். அவன் சிரித்துக்கொண்டே வெளியே போனதும் கதவைப் 'படார்' என்று சாத்தினான். மோகனசாமி வீட்டை மாற்ற வேண்டும் என்று நினைத்தான். ஆனால் அப்பா – அம்மாவிடமிருந்து அந்த விலாசத்தையும் பெற்று விடுவான் என்று நினைத்து அந்த யோசனையைக் கைவிட்டான்.

ஒருநாள் காலை அலுவலகம் அடையும் முன் காசிவீரன் அங்கேயும் வந்திருந்தான். அங்கிருக்கும் சக ஊழியர்களிடம் பேசி, அவன் தன் ஊர்க்காரன் என்றும், மிகவும் வேண்டப்பட்டவன் என்றும் அவர்கள் நட்பைப் பெற்றுவிட்டான். "எவ்வளவு 'டைனாமிக்'காக இருக்கான் உங்க ஊர்ப் பையன்" என்று ஓரிருவர் அவனைப் பாராட்டினார்கள். அலுவலகத்தில் பேசுவது வேண்டாம் என்று முடிவு செய்த மோகன் அவனைப் பக்கத்தில் இருந்த ஹோட்டலுக்கு அழைத்துப் போனான். இரண்டு

காப்பிக்கு ஆர்டர் செய்தான். காசிவீரன் சர்வரை அழைத்துத் தனக்கு ஒரு மசாலா தோசை கொடுத்த பிறகு காப்பியை எடுத்து வருமாறு சொன்னான். பேண்ட் பாக்கெட்டிலிருந்து ஒரு பொட்டலத்தை வெளியே எடுத்துத் "திருப்பதிக்குப் போயிருந்தேன். வெங்கடேசனின் பிரசாதம் . . . உனக்காகக் கொண்டு வந்தேன். எடுத்துக்க மோகனா. இனி மேல் எல்லாம் நல்லதா நடக்கும்" என்று கொடுத்தான். மோகனசாமி வேண்டாம் என்று மறுத்தான். "அய்யய்யோ . . . வேணுமுன்னா என் மேல கோபிச்சுக்கப்பா, வேண்டாமுன்னு சொல்லலை. ஆனா அந்த ஏழுமலையான் பிரசாதத்தை வேண்டாமுன்னு சொல்லி எதுக்குப்பா சிரமத்தில மாட்டிக்கிற?" என்று சொல்லிவிட்டு வலுக்கட்டாயமாக அவன் கையில் பிரசாதத்தைத் திணித்தான். மோகன் வேண்டாவெறுப்பாகப் பொட்டலத்தை வாங்கிப் பிரித்து அதிலிருந்து இலட்டைத் தின்றவுடன் அந்தப் பேப்பர் மோகனசாமி காசிவீரனுக்கு மன்னிப்புக் கேட்டு எழுதிய கடிதத்தின் நகல்தான் என்று தெரிந்து அவனுக்கு வயிற்றைக் கலக்கியது போலானது. அதைக் கிழித்துத் துண்டாக்கினான் மோகனசாமி. இதைக் கண்டு காசிவீரன் மெல்லச் சிரித்தான்.

"திம்மப்பனுக்கு ரொம்பவும் பணத்தாசை மோகனா. நீ கொடுத்ததை எல்லாம் பறிச்சுக்கிட்டான். இப்ப ஒரு காப்பி குடிக்கக்கூட எங்கிட்ட காசு இல்லை. ஒரு ஆயிரம் கொடுப்பா" என்று பீடிகை போட்டான்.

"என்கிட்ட அவ்வளவு பணம் இல்லை. ஊருக்கு அனுப்பணும்" என்று மோகன் சலிப்புடன் கோபித்துக்கொண்டான்.

"இல்லைன்னு சொன்னா எப்படி மோகனா? அவ்வளவு நல்ல நண்பர்கள் அலுவலகத்தில இருக்காங்க. யாருகிட்டயாவது கேளு. இல்லைன்னு சொல்லமாட்டாங்க" என்றான். மோகன் பர்ஸிலிருந்து ஆயிரம் ரூபாயை எடுத்து அவனிடம் கொடுத்து அங்கே காபிக்கும் காத்திராமல் வேகமாக அலுவலகம் வந்துவிட்டான். அன்று முழுவதும் ஒரு வேலையும் செய்ய முடிய வில்லை.

எந்தத் தேகம் மனத்திலும் கனவிலும் வந்து அவன் காம வெறியைத் தூண்டியதோ, அதே காசிவீரனின் தேகம் இப்போது அவனுக்குக் கெட்ட கனவாக மாறிப் போயிருந்தது. கண்மூடினாலும் அவன் வருவான், கண் திறந்தாலும் அவன் வருவான்! மோகனசாமிக்குத் தன் துயரத்தை யாரிடமாவது சொல்லிக்கொள்ள வேண்டும் போல இருந்தது. ஆனால் யாரிடம் இந்தச் சங்கடங்களைச் சொல்லிக்கொள்வது? யார்தான் மோகனனின் சார்பாகப் பேசுவார்கள்? காசிவீரனின் பணம்

பறிக்கும் மோசடியை விடவும் மோகனசாமியின் நடத்தைத்தான் கேவலமானது என்று சொல்வார்கள். இரகசியத்தை தனக்குள் வைத்துக்கொண்டு மோகனசாமி கொதித்தான். இரவு தூக்கமில்லாமல் தவித்தான்.

ஒரு பக்கம் வீட்டில் இருந்தும் மோகனசாமிக்குச் சிரமங்கள் வரத்தொடங்கின. மாதாமாதம் அனுப்பும் பணம் நின்றுவிட்டதால் வீட்டில் இருந்து கேள்விக்கு மேல் கேள்விகளை எதிர்கொள்ளவேண்டி இருந்தது. "நான் சம்பாதிக்கும் பணம். எனக்கு எப்படித் தேவையோ அப்படிச் செலவு செய்வேன். நீங்க யாரு அதைக் கேக்க?" என்று அவன் அம்மாவுக்கு முரட்டுத்தனமாகப் பதில் சொல்லி அழச்செய்திருந்தான். அவர் மிகவும் துன்பத்துடன், "என் பையனுக்கு யாரோ சூனியம் வைச்சிருக்காங்க. அவன் அப்படிப்பட்டவன் இல்லையே" என்று எல்லோரிடமும் சொல்லிக்கொண்டு அலைந்தார். அவன் அப்பா கோபத்தால், "என்ன செய்யற அவ்வளவு பணத்தையும்?எங்களுக்குப் பணம் அனுப்ப உன்னால முடியலியா? கெட்டப் பழக்கம் ஏதாவது பழகி இருக்கியா?" என்று தொலைபேசியில் திட்டினார். அப்பாவின் கோபமான பேச்சுக்குப் பயந்துபோன மோகன் நண்பர்களிடமிருந்து கடன் வாங்கி அனுப்பினான்.

○

அன்றுமோகனசாமிக்கு மிகவும் கெட்ட நாளாக இருந்தது. மூன்று நாட்களாகச் சரியாகத் தூக்கம் இல்லை. சரியாகக் காலை எட்டு மணிக்கு அப்பாவிடமிருந்து போன் வந்தது. ஊரில் எஸ்.டி.டி பூத் திறப்பது எட்டுமணிக்கு. வீட்டுக்குத் தொலைபேசி கேட்டு விண்ணப்பம் செய்து இரண்டு ஆண்டுகளானாலும் தொலைபேசி வரவில்லை. இவனுக்கு மட்டும் அலுவலகத்திலிருந்து வீட்டிற்குத் தொலைபேசி ஏற்பாடு செய்துகொடுத்திருந்தார்கள்.

"காலையில ரெண்டு மணிக்கு உங்கம்மாவுக்கு வயித்துவலி வந்திருச்சு. ஒரேடியா உருண்டு கத்த ஆரம்பிச்சுட்டா. காய்ச்சல் வந்தாலும் சமைக்கறதை நிறுத்தலை உங்கம்மா. இன்னைக்குத் தண்ணி குடிக்க முடியலைன்னு அழ ஆரம்பிச்சுட்டா. நேத்து ராத்திரி கூட எல்லாத்துக்கும் பரிமாறி, சுத்தம் செஞ்சுட்டுத்தான் படுத்தா. இன்னைக்கு மருத்துவமனைக்குக் கொண்டாந்து சேத்திருக்கோம். சிறுநீரகத்தில் கல்லு இருக்காம். எடுத்தா வலி குறையுமுன்னு சொல்லிட்டாரு டாக்டர். நீ உடனே கிளம்பி வா. ரொம்ப செலவாகும். எங்கிட்ட இப்ப அவ்வளவு பணம் இல்லை.

நீயே ஒரு பத்தாயிரம் ரொக்கமாக எடுத்துக் கொண்டு வா" என்று அப்பா கூறியபோது மோகனசாமி மிகவும் உருகிப் போனான்.

"நீங்க ஒண்ணும் கவலைப்படதீங்க அப்பா. நான் எப்படியோ சமாளிச்சுப் பணத்தைக் கொண்டாந்தறேன். தைரியமா இருங்க. டாக்டர் சொல்ற மாதிரி கேளுங்க" என்று அப்பாவுக்கு ஆறுதல் சொன்னான். அம்மாவிடம் பேசவேண்டும்போல இருந்தது. ஆனால் மருத்துவமனையில் தொலைபேசி இருக்கவில்லை. ஒரு இரண்டு மணி நேரத்தில் பணத்தை ஏற்பாடு செய்துவிட்டு, அலுவலகத்தில் விடுமுறை சொல்லிவிட்டு வருவதாக மோகனசாமி சொன்னான்.

ஆனால் வங்கிக் கணக்கில் பணம் இருக்கவில்லை. நண்பர்களைக் கேட்கக் கூச்சமாக இருந்தது. அப்போதே பலரிடமிருந்து கடன் வாங்கியிருந்தான். காரணம் மாதாமாதம் ஓரிரு தடவையாவது வந்து காசிவீரன் ஆயிரக் கணக்கில் பணத்தைப் பறித்துக்கொண்டு போனதுதான். என்ன செய்வது என்று தெரியாமல் வீட்டிற்குள் அங்கும் இங்கும் அலைந்துகொண்டிருந்தான் மோகனசாமி. சாமி மாடத்துக்கு அருகே சென்று இரண்டு மூன்று முறை அவன் அன்பான கடவுளான கிருஷ்ணன் விக்கிரகத்திடம் "காப்பாத்துப்பா, கண்ணா, காப்பாத்துப்பா" என்று வேண்டிக்கொண்டான். கடைசியாக ஒரு உபாயம் தோன்றியது. அவன் வேலைக்குச் சேர்ந்தபோது அவன் அம்மா இரண்டு சவரன் தங்கச் சங்கிலி செய்து அவன் கழுத்தில் போட்டிருந்தாள். அதை அடகு வைத்தால் குறைந்தது பத்தாயிரம் வரலாம் என்று நினைத்து மனம் லேசானது. தங்கம் விலை பத்துக் கிராமுக்குச் சுமார் ஐயாயிரம் என்று இருந்தது. ஆனால் இதுவரை நகையை அடகுவைத்த அனுபவம் மோகனசாமிக்குக் கிடையாது. அப்படி ஒரு அடகுக் கடை தன் அலுவலகத்துக்கு வரும் பாதையில் இருப்பதை அவன் பார்த்திருந்தான். வேகமாகக் குளித்து, துணிகளைப் பையில் திணித்துக்கொண்டு புறப்பட்டான்.

சிக்னல் அருகில் நடக்கும்போது எப்போதும்போல அறிமுகமான அரவாணி ஒருத்தி வந்து அவன் கன்னத்தைத் தடவி, சொடக்கு எடுத்து, காசுக்காகக் கை ஏந்தினாள். ஒவ்வொரு தடவையும் இவன் அந்த வழியாகப் போகும்போது அவள் எதிரில் வந்து இவனிடம் பணம் கேட்பாள். இவள் எந்த மாவட்டத்தைச் சேர்ந்தவள் என்றுகூறித் தான், இந்த ஊருக்கு வந்து அரவாணியான கதையை ஒருமுறை சொல்லியிருந்தாள். மோகனசாமி தவறாமல் அவளுக்குச் சில்லறை கொடுப்பான். அவள் மோகனசாமியின் தலைமீது கைவைத்து ஆசீர்வதிப்பாள். அவள் மீது மோகனசாமிக்கு வினோதமான இரக்கம், பயம்,

கவர்ச்சியெல்லாம் கலந்த உணர்வு இருந்தது. இதயத்தின் மூலையில் எங்கேயோ அவள் பிரச்சினையும் தன்னைப் போன்றதோ என்ற சந்தேகம் இருந்தது. கண்ணுக்குத் தெரியும் ஆண்களை எந்தப் பயமும் இல்லாமல் உடம்பைத் தடவி, அவர் அதற்குச் சம்மதிக்கும் நோக்கம் தெரிந்தால் மற்ற அவயவங்களையும் மெல்லத் தொடும் அவள் துணிவின் மீது பொறாமையாகவும் இருந்தது. ஆனால் அவளைப்போல தன்னால் என்றும் பெண் வேடம் அணிந்து தெருவில் சுற்ற முடியாது என்று அவனுக்குத் தெரியும். அவர்களைப்போல ஆண் உறுப்பைக் கத்தரித்துக்கொண்டு மாறும் வழி அசிங்கம் என்று தோன்றியது. அந்தரங்கத்தில் ஆண் உடலின் மீது தனக்குக் கவர்ச்சி இருந்தபோதும், வெளிப்படையாக மற்றவர்கள் முன்னால் பெண்போல வாழ்வது அவனுக்கு அசிங்கமென்று பட்டது. அவன் நடத்தையில் பெண்ணின் ஒய்யாரம் இருப்ப தாக நண்பர்கள் கிண்டல் செய்யத் தொடங்கியபோது அவன் தைரியமாகப் பேசவும் பயந்தான்.

ஒருமுறை கல்லூரி ஆண்டு விழாவில் புலியாட்டத்தில் பங்குப் பெற்றிருந்தான். ஆனால் நிகழ்ச்சி முடிந்ததும் அவனை எல்லோரும் ‘பெண்புலி’ என்று கேலி செய்தார்கள். அதே பெயரில் அப்போது ஒரு சினிமா வெளியாகியிருந்தது. அன்றிலிருந்து இன்றுவரை எப்போதும் மோகனசாமி நாட்டியமாடியதில்லை. அலுவலகப் பார்ட்டிகளில் என்ன வற்புறுத்தினாலும் அவன் நடனமாட மாட்டான். உடம்பை இறுக்கிக் கொண்டு உட்கார்ந்த இடத்தைவிட்டு நகரமாட்டான். சக ஊழியர்களின் வற்புறுத்தல் அதிகமானால் பார்ட்டியிலிருந்து வெளியேறிவிடுவான். அந்தச் சங்கடங்களில் இருந்து வெளியேற, தான் மற்ற ஆண்களைப்போல நடந்துகொள்ள வேண்டும், யாருக்கும் தன் மனத்தில் இருக்கும் பெண் உணர்வுகள் தெரியக்கூடாது என்று வெகுவாக முயற்சி செய்வான். ஆனால் அதில் தோல்வி அடைவான். ஆடை விஷயத்தில் மட்டும் அப்பட்டமாக ஆண்போல நடந்து கொள்வான். ரோசா, சிவப்பு, கடும் மஞ்சள் வண்ணத் துணிகளைத் தப்பித் தவறியும் அணியமாட்டான். ஆனால் அவனது அங்க அசைவுகள் காட்டிக் கொடுப்பதால் உடல் விருப்பம் ஏற்படும்போது மட்டும் என்ன முயன்றாலும் பெண் உடலின் கவர்ச்சி அவனைக் கவருவதில் தோற்கும். வலுக்கட்டாயமாக ஓரிருமுறை பெண்ணின் நிர்வாண மேனியைக் கற்பனை செய்துகொண்டு காமத்தைத் தணிக்க முயன்று அதில் தோற்ற பின், பெண்கள் பக்கம் திரும்பிப் பார்ப்பதை அடியோடு நிறுத்திவிட்டான். அவன் கனவில் எப்படிப்பட்ட அழகான பெண்களுக்கும் இனி அனுமதி கிடையாது.

அரவாணி அவன் தாடையைத் தடவியபோது, பேண்ட் பையில் கைவிட்டுச் சில்லறையைத் தேடினான். வெறும் ஐந்து ரூபாய் நாணயம் கிடைத்தது. "அதிகமோ' என்று மனத்திற்குத் தோன்றினாலும் பையிலிருந்து எடுத்ததால் அவளுக்கு அதைக் கொடுத்துவிட்டான். அவளுக்கும் அது அதிகம் என்று தோன்றியதால் "இனி ரெண்டு மூணு நாளைக்கு உன்கிட்ட காசு கேக்கமாட்டேன் அண்ணா. சும்மாவே ஆசீர்வதிப்பேன்" என்று சொன்னாள். பிறகு அவன் தலைமேல் கைவைத்து "எங்க அண்ணனுக்கு எல்லாம் நல்லதே நடக்கட்டும். எந்தக் கெடுதலும் நடக்கக்கூடாது" என்று வாழ்த்தினாள். மோகனுக்குச் சிரிப்பு வந்தது. "பணம் கொடுக்கறப்ப எல்லாம் இதைத்தான் சொல்றாங்க. என் துயரம், கவலை மட்டும் குறையவே இல்லை பாரு. கெட்ட ஆசாமிங்க தொந்தரவு தாங்க முடியலை" என்றான். அதற்கு அவள் அவன் முகத்தின் முன்னால் கைதட்டி, தாடைமீது கைவைத்து ஒய்யாரம் செய்து, "அய்யோ அண்ணா. நீ துடிச்சா, கவலைப்பட்டா ஜனங்க அதைத்தான் உனக்குக் கொடுப்பாங்க. ஒருநாள் இதெல்லாம் வேண்டாமுன்னு எதிர்த்து நில்லு. எல்லாம் பின் வாங்கிடுவாங்க. நீ ஒதுங்கினா ஓங்கி மிதிப்பாங்க, நீ எதிர்ப்பைக் காட்டினால் ஒதுங்கிக்குவாங்க. தினமும் காலையில எழுந்திருச்ச உடனே ஒருதடவை நெஞ்சு மேல கைவைச்சு 'நான் எந்தத் தப்பும் செய்யல' ன்னு சொல்லிப்பாரு. யாரும் உன்னை அசைக்க முடியாது" என்றாள். அவள் பேச்சைக் கேட்டு அவனுக்குச் சிரிப்பு வந்தது. அவளும் சிரித்தாள். மற்றொரு ஆணைத் தேடிக்கொண்டு அங்கிருந்து நகர்ந்தாள்.

தங்கச் சங்கிலியை அடகு வைப்பது அப்படி ஒன்றும் சிரமமான வேலையாக அவனுக்குத் தெரியவில்லை. கடைக்காரர்அதைப் பரிசோதித்து, அவனிடம் கையெழுத்தை வாங்கிக்கொண்டு 9800 ரூபாய் கொடுத்தார். மோகனுக்கு அது போதுமானதாக இருந்தது. கடைக்காரருக்கு நன்றி சொல்லிவிட்டு, அலுவலகத்தில் விடுமுறைக்கான கடிதம் கொடுக்க வந்தான். அப்போது பார்த்துக் காசிவீரன் அலுவலகத்துக்குள்ளேயே வந்து உட்கார்ந்திருந்தான். காசிவீரன் மோகனசாமியைப் பார்த்ததும், "ஆபீசுக்கு எதற்கு தாமதம் மோகனா. உடம்பு சரியில்லையா?" என்று மிகவும் அன்பாக விசாரித்தான். மோகனின் பையில் பணம் கத்தியைப்போலக் கூர்மையாகக் குத்தியது. தலை சுற்றுவதைப்போல இருந்தது.

○

அன்று ஹோட்டலில் சற்று கூட்டம் அதிகமாகவே இருந்தது. அலுவலகத்தில் காசிவீரனை வைத்துக்கொண்டு எந்தப் பிரச்சினையும் வேண்டாம் என்று மோகன் அந்தச்

சூழ்நிலையிலும் ஹோட்டலுக்கு வந்தான். இரண்டு கப் காப்பி சொல்லி உட்கார்ந்திருந்தார்கள். சர்வர்கள் எல்லாம் மிகவும் பிஸியாக இருந்தார்கள். ஹோட்டல் முதலாளியே காப்பியைக் கொண்டுவந்து வைத்துவிட்டுப் போனார். நீண்ட நாமம், வேஷ்டி, வெள்ளைச் சட்டை அணிந்த அவருக்கு மோகனசாமியின்மீது மரியாதை இருந்தது. மோகன் தினமும் அங்கு வருவதால் அவன் அறிமுகமும் இருந்தது. அவனுக்குச் சிறப்பாக உபசாரம் செய்து பேசுவார்.

“காசி, இன்னைக்குக் குறுக்க வராத. ஊருக்குப் புறப்பட்டிருக்கேன். ஊரில அம்மாவுக்கு உடம்பு சரியில்லை. மருத்துவமனையில சேத்திருக்காங்க. இன்னைக்குப் பெல்லாரியில ஆபரேஷன் இருக்கு. வேணுமுன்னா என் பையைப் பாரு. ஊருக்குப் புறப்பட்டிருக்கேன்” என்று மோகனசாமி வேண்டிக் கொண்டான்.

காசிவீரன் மீசை ஓரமாகச் சிரித்தான். “மோகனா, நீ பொய் சொல்வது அவ்வளவு சுலபம் இல்லே கண்ணு. அதை மிகவும் சிரமப்பட்டுக் கத்துக்கணும். உன்னைப்போல நல்ல பசங்களால எளிதாகப் பொய் சொல்லிவிட முடியாது. அது எல்லாம் என்னைப்போலப் போக்கிரிப் பசங்களுக்குத்தான் சரி” என்று சொல்லி, “நேத்து உங்க வீட்டுக்குப் போயிருந்தேன். உங்க அம்மா உனக்குக் கொடுக்கச் சொல்லிச் சட்டினிப் பொடி கொடுத்தனுப்பி இருக்கா. இந்தா வாங்கிக்க” என்று பையிலிருந்து ஒரு பொட்டலத்தை எடுத்து அவனிடம் கொடுத்தான். மோகனசாமியின் பொய்யைக் கண்டுபிடித்துவிட்ட அகங்காரமும் எகத்தாளமும் அவன் நடத்தையில் இருந்தது. மோகனசாமி பொறுமை இழந்தான்.

“நீ நம்பலைன்னா நான் என்ன செய்ய முடியும் காசி? நேத்து ராத்திரிகூட நல்லாத்தான் இருந்தா. விடியக் காலையில வயித்துவலி வந்திருக்கு. அப்பா பணத்த எடுத்துவரச் சொல்லி போன் செஞ்சாரு. சம்பாதிச்சத எல்லாம் உனக்குக் கொடுத்துப் போண்டி ஆயிட்டேன். யாரும் கடனும் தரலை. அதனால கழுத்தில இருந்த சங்கிலியை அடகுவைச்சுப் பணம் வாங்கி வந்திருக்கேன். பாரு” என்று பணிவான குரலில் சொல்லிப் பர்ஸிலிருந்து அடமான ரசீதை எடுத்துக் காட்டினான்.

காசிவீரனுக்கு அது போதுமானதாக இருந்தது. பர்ஸைப் பறித்துக்கொண்டான். அதில் இருந்த மொத்தப் பணத்தைக் கவனமாக எடுத்துக்கொண்டு தன் பேண்டின் பின் பையில் வைத்துக்கொண்டு, காலிப் பர்ஸை மோகனசாமியிடம் அலட்சியமாகக் கொடுத்தான். “பணம் உங்க அப்பாகிட்ட

நிறையவே இருக்கு. நீ எதுக்குச் சிரமப்படற மோகனா? பெரியவங்க பாத்துக்குவாங்க. நீ சின்னவன். இதிலெல்லாம் தலையிடக்கூடாது" என்று சொல்லி அவன் கையைத் தள்ளிவிட்டு எழுந்து புறப்பட்டான். மோகனசாமிக்கு நடந்த ஏமாற்றத்தைப் புரிந்துகொள்ள ஓரிரு விநாடிகளானது. நடந்த அநியாயத்திற்கு வயிற்றில் நெருப்பு மூட்டியதுபோல இருந்தது. அவ்வளவு தைரியம் அவனுக்குள் எப்படி அடங்கியிருந்ததோ தெரியாது. உடனே எழுந்து ஓடியவன் காசிவீரனின் பின்னால் போய், வாசல் அருகில் போய்க்கொண்டிருந்த அவன் கால்களைப் பின்பக்கத்தில் இருந்து இழுத்தான். எதிர்பாராத தாக்குதலால் காசிவீரன் குப்புறக் கவிழ்ந்தான். அவன் நெற்றி வாசல்படியில் மோதி வலியால் கத்தினான். மோகனசாமி அந்த வலியின் கதறலைக் கேட்கும் நிலைமையில் இல்லை. அவன்மீது பாய்ந்து ஏறி உட்கார்ந்து, பேண்ட் பையில் இருந்த அவன் பணத்தை உருவியெடுத்தான். காசிவீரன் அந்தத் தடுமாற்றத்திலிருந்து துடித்து எழுந்தான். ஆனால் மோகனசாமியின் ரௌத்திர அவதாரத்தைப் பார்த்துத் திருப்பி அடிக்க முடியாமல் மௌனமாகப் பின்வாங்கினான். மோகனசாமி மனத்தைக் கட்டுப்படுத்தமுடியாமல் அவனைப் பார்த்துக் கத்தினான்.

"முண்டச்சி பயலே, நான் சம்பாதிச்சதைப் பிடுங்கிக்கிட்டுப் போறியாடா? என்னைப் பிளாக் மெயில் செய்யறயா? யாருடா நீ? நான் என்ன தப்பு செஞ்சேன்? இப்படி எதுக்குத் தொந்தரவு பண்ணறே? ஆமா, நீ என் கண்ணுக்கு அழகாத் தெரியற. உன்னைத் தொடணும் போலத் தோணுச்சு. முத்தம் குடுக்கணும்னு தோணுச்சு. உன்கூடப் படுக்கணும்னு தோணுச்சு. உன் சாமானை சூப்பணுமுன்னு தோணுச்சு. உன்கிட்ட வச்சு செஞ்சுக்கணும்னு தோணுச்சு. அது தப்பா? உனக்கு விருப்பமில்லைன்னு தெரிஞ்ச பிறகு உன் நகத்தைக்கூடத் தொடலை. இதையெல்லாம் உன் ஊர் ஜனங்களுக்குச் சொல்றையாடா? போய் சொல்லு. யாருக்கு வேணுமுன்னாலும் போய் சொல்லு. இந்த ஹோட்டல்ல உக்காந்திருக்கிற எல்லாருகிட்டையும் போய் சொல்லு. எங்கிட்ட இருந்து என்னத்தைப் பிடுங்குவாங்கன்னு நானும் பாக்கறேன். இனி என்னைக்காவது எங்கிட்ட பணமுன்னு வந்தேன்னா தாயோளி, உன்னைக் கொன்னுபோடுவேன்" என்று கத்தினான். நெற்றியில் வழிந்த இரத்தத்தைத் துடைத்துக்கொண்டு காசிவீரன் கண்சிமிட்டாமல் மோகனசாமியின் புதிய அவதாரத்தைப் பார்த்தான். வெப்ப மூச்சு விட்டுக்கொண்டு மோகனசாமி முகம் சிவக்க ஆத்திரத்தில் நடுங்கிக்கொண்டிருந்தான். ஹோட்டலில் இருந்தவர்கள் எல்லாம் சாப்பிடுவதை விட்டுவிட்டு அங்கே நடப்பதைக் கவனித்துக்கொண்டிருந்தார்கள். காசிவீரன் அதிர்ந்து போய் அங்கிருந்து வெளியேறினான்.

மோகனசாமி மெல்ல மேசைக்கு வந்து உட்கார்ந்தான். அந்தத் தைரியம், பேசிய அந்தப் பேச்சு, அந்த ஆவேசம் தனக்கெப்படி வந்தது என்று குழம்பினான். ஆறிப்போன காப்பியில் ஈக்கள் மொய்த்துக்கொண்டிருந்தன. ஒருமுறை சுற்றிலும் பார்த்தான். இந்த நிலையில் எல்லோரும் தன்னைப் பார்ப்பது மிகவும் சங்கடமாக இருந்தது. பின்னர் அது பயமானது. புறப்பட எழுந்தான். அதற்குள் முதலாளி அவன் மேசை அருகே வந்து நின்று, சதுரமான பில் ஒன்றைச் சின்னத் தட்டில் எடுத்து வந்து எதுவும் பேசாமல் அவன் முன் வைத்தார். எட்டு ரூபாய் ஆகியிருந்தது. மோகன் பத்து ரூபாய் நோட்டைத் தட்டில் வைத்து, முகத்தை நிமிர்த்தி, அவரைப் பார்த்துச் சிரித்து, “சில்லறையை நீங்களே வைச்சுக்கங்க” என்றான். அதற்குப் பதிலாக அவர் சிரிக்காமல், தன் ஜிப்பாப் பையில் இருந்து இரண்டு ரூபாய் நாணயத்தை எடுத்து அந்தத் தட்டில் வைத்தார். பிறகு மிகவும் தீவிரமான முகபாவத்துடன் “நாளையில் இருந்து எங்க ஹோட்டலுக்கு நீங்க வரவேண்டாமுங்க. வேற இடம் பாத்துக்கங்க. இது மரியாதையானவங்க வந்துபோற இடம்” என்று சொல்லிவிட்டு அவர் மேஜைப் பக்கம் வேகமாக நடந்தார். அவரது இந்தப் பேச்சைக் கேட்ட மோகனசாமி எப்படி எதிர்வினை செய்வது என்று தெரியாமல் திகைத்தான்.

வாழ்க்கை முழுவதும் தான் காசிவீரனை எதிர்த்துக்கொண்டே இருக்கவேண்டும், இல்லாவிட்டால் இந்தப் பூமியில் வாழவே முடியாது என்ற உணர்வு ஓசையில்லாமல் அவன் மனத்தில் எழுந்தது. மிகவும் வலுவிழந்த மோகனசாமி மெல்ல எழுந்து ஒவ்வோர் அடியாக எடுத்து வைத்து வாசலை நோக்கி நடந்தான்.

26 நவம்பர் 2013

4

பாவமற்றவன்

காலை ஐந்து மணி. டிசம்பர் மாதக் குளிர் உயிரற்ற பொருட்களையும் நடுங்க வைக்கும். பாட்டி எழுவதற்கு முன்பே கல்லேஷி எழுந்து விட்டான். இரவு சரியாகத் தூக்கமில்லை. அறைக்குப் போய் விளக்கைப் போட்டான். "எந்திருச்சிட்டயாடா?" என்ற பாட்டியின் வார்த்தைக்கு "ஆமா பாட்டி" என்றதுதான் தாமதம், பாட்டி மீண்டும் தூக்கத்தில் மூழ்கினாள். இன்னும் இரண்டு வாரங்களில் பத்தாவது வகுப்பின் ப்ரிபரேட்டரி தேர்வுகள் இருக்கிறது என்ற செய்தி அவனுக்கு இப்போது முக்கியமாகப்படவில்லை. மெல்ல அறைக் கதவைச் சாத்தி, செருப்பு இல்லாத கால்களுடன் பின் கதவைத் திறந்தான். இரவே பின் கதவுக் கொக்கிகளுக்கு எண்ணெய் தடவி இருந்தான். அதனால்அவை ஓசை எழுப்பவில்லை. அப்பா வீட்டில் இல்லை என்ற தைரியம் இருந்தது. அம்மா இறந்த பிறகு அப்பா இரவு நேரத்தில் வீட்டில் படுப்பது அபூர்வம். அவருக்குத் தெரிந்தால் உயிர் போவதுபோல அடிப்பார்.

வராந்தாவிற்கு வந்ததும் அவனுக்குத் துணிவு வந்தது. கிணற்றுப் பக்கம் வேகமாக நடக்கத் தொடங்கினான். ஓடினால் நாய்கள் தொல்லை வேறு. ஊரிலிருந்து சிறிது தொலைவுதான் என்றாலும் வீட்டிலிருந்து அவ்வளவு தூரமொன்றும் இல்லை. கிணற்றைச் சுற்றி வெண்ணிலா குளிர் ஒளிவீசிக் கொண்டிருந்தது.இன்னும்சோமண்ணன்வரவில்லை என்று தெரிந்து சமாதானமானான். முந்தைய இரவு சூகம்மாவின் குடம் ஒன்று கேணியில் விழுந்தபோது,

கிணற்றில் இறங்கி சோமண்ணன் அதைத் தேடி எடுத்து வந்ததைக் கல்லேஷி பார்த்திருந்ததால் அவன் ஊரில் இருப்பான் என்பதில் அவனுக்கு எந்தச் சந்தேகமும் இல்லை. ஊரில் இருந்தால் காலை உடற்பயிற்சிக்கு வந்து விடுவான் என்று கல்லேஷிக்குத் தெரியும். பக்கத்தில் இருந்த வேப்பமரத்து மறைவில் ஒளிந்துகொண்டான். தன் நிழல் மரத்திற்கு முன்னால் விழாது என்பதையும் உறுதிப்படுத்திக் கொண்டான். சூடான மூச்சை விட்டுக்கொண்டு சோமண்ணனுக்காகக் காத்துக்கொண்டிருந்தபோது கண்கள் நிலா ஒளியைப் பார்த்தது.

தொலைவில் குயவன் சந்துமுனையில் ஒரு ஆள் வருவது தெரிந்தது. ஒரு நாய் அந்த ஆளைப் பார்த்துக் குரைத்தது. ஒரு கல்லை எடுத்து வீசினான். நாய் உயிர் போவதுபோலக் கத்திக்கொண்டே அங்கே இருந்து ஓடியது. அந்த நாயின் உயிர் போவது போலான கதறலைக் கொண்டே கல்லெறிந்தது கல்லேஷி என்று சோமண்ணாவுக்குத் தெரிந்தது. குற்ற உணர்வில் நெஞ்சு மெல்லப் படபடத்தது.

சோமண்ணன் கிணற்றுச் சுவரின் மீது தான் போர்த்தியிருந்த துண்டைப் பரப்பினான். ஒருமுறை கிணற்றை எட்டிப் பார்த்து, ராட்டையைச் சுற்றினான். ராட்டை 'கர்' என்று உடம்பிற்குள் பூதம் நுழைந்ததுபோல சுற்றியது. அது சுற்றிக்கொண்டு ஓசை எழுப்பிக்கொண்டிருந்தபோது, பரப்பிப் போட்டிருந்த துண்டின் மேல் வந்து நின்று, கைகள் இரண்டையும் வானம் நோக்கிக் கூப்பி, கண் மூடிப் பிரார்த்தனை செய்தான். சட்டையையும் வேட்டியையும் சரசரவென்று கழற்றித் தூரமாக எறிந்தான்.

இதைக் கண்ட கல்லேஷ் எச்சிலை விழுங்கினான். கனவிலும் நிஜத்திலும் பலவகைகளில் கற்பனை செய்துகொண்ட அந்தத் தேகம் தன்கண் முன்னால் மின்னிக்கொண்டு நின்றது. துண்டு ஜட்டியை விட்டால் மற்றபடி முழு உடம்பும் நிர்வாணமாக இருந்தது. ஆனால் சிறிதும் நடுக்கமில்லாத அவன் ஆண்மைக்கு மார்கழி மாதக் குளிர் மட்டும் மெல்ல நடுக்கத்தைக் கொடுத்தது. கல்லேஷியின் உடம்பு நெருப்பின் மேல் வைத்த உலோகத்தைப்போலச் சூடானது. பூவின் மேல் அமர்ந்த பட்டாம் பூச்சியின் சிறகைப்போல மெல்ல நடுக்கம் உண்டாகி, பற்கள் மெல்லக் கடகடவென்று ஓசை எழுப்பின. அடி மரத்தை இறுகப் பற்றிக்கொண்டான். உடம்பில் ஏற்பட்ட வினோதமான மயிர் கூச்சத்திற்குப் பின் கண்களில் மெல்ல நீர் கசிந்தது.

யானையால் மசாஜ் செய்துகொள்ளும் சாமர்த்தியம் இருக்கும் சோமண்ணனின் உடம்பின் தசைகள் மலைப்பாம்பு ஊர்வதைப்போல ஆடிக் கொண்டிருந்தபோது அவன் சுடு மூச்சு

காமாலைக் கண்ணின் முழுநிலவிற்குச் சூடுபோட்டது. பஸ்கி எடுக்கும்போது தரையை அவ்வப்போது தொடும் அவன் கைக் காப்பு 'டன்' என்று சத்தம் போட்டு அமைதியைக் குலைத்தது. எழுந்து நின்று தலையை ஆட்டும்போது அவன் நீண்டமுடி காற்றில் பறந்து, அவற்றுக்கு இடையே வெள்ளி நட்சத்திரங்கள் 'பள்' என்று மின்னின.

கல்லேஷியால் மரத்திற்குப் பின்னால்அதிக நேரம் நிற்க முடியவில்லை. மெல்ல வெளியே வந்து, சோமண்ணனின் எதிரில் வந்து நின்று 'சோமண்ணா' என்று மெல்ல அழைத்தான். திடீர் என்று எதிரில் வந்து நின்ற அவனைப் பார்த்துச் சோமண்ணனுக்கு வியப்பாக இருந்தது. 'என்னடா' என்று கேட்க வாயைத் திறந்தவன், கல்லேஷியுடைய உடம்பின் மெல்லிய நடுக்கத்தையும், அவன் 'சோமண்ணா' என்று அழைத்த போது தொனித்த இனிமையையும் உணர்ந்து வியந்தபடி அமைதியாக அவனைப் பார்த்தான்..

கல்லேஷி தன் நடுங்கும் கையை முன்னால் கொண்டு வந்து சோமண்ணனின் தொப்புள் மேல் இருந்த வியர்வைத் துளியைத் தொட்டு அதை உடைத்து, வினோதமான புல்லரிப்புடன் கையைப் பின்னால் இழுத்துக்கொண்டான். தலையைத் தூக்கிச் சோமண்ணனைப் பார்த்தான். சோமண்ணா மெல்லச் சிரித்தான். இப்போது அவனுக்குத் தைரியம் வந்தது. கால் விரல்கள் மேல் நின்று, கையால் அவன் முகத்தைத் தடவினான். அதுவரை சோமண்ணன் அமைதியாக இருந்தான். மூக்குக்குக் கீழே கை வைத்துச் சூட்டை அனுபவித்து, அந்தச் சுகத்திற்கு மெல்ல முனகினான். அவன் கழுத்து, அகலமான தோள், மார்பு, மார்புக் காம்பு, வயிறு எல்லாவற்றையும், சாவிக் கொத்தின் வளையத்திலிருந்து சாவி ஒன்றை வெளியே எடுப்பதைப் போலத் தடவினான். கீழே குனிந்து உட்கார்ந்து அவன் பாதம், கெண்டைக்கால், தொடைகளைத் தடவி, துணிவை வரவழைத்துக்கொண்டு அவன் ஜட்டியின் மீது கை வைத்தான்.

அவ்வளவுதான்! 'பளார்' என்று கன்னத்தில் வேகமாக அடிவிழுந்தது. விழுந்த அடிக்கு அவன் சாய்ந்து கீழே விழுந்தான். 'தாயோளி' என்று கத்திய சோமண்ணன், நாயை உதைப்பதுபோல அவனை ஓங்கி உதைத்தான். கல்லேஷி 'ஆ . . .' என்று சத்தம் போட்டு உருண்டான். சோமண்ணா 'த்தூ . . .' என்று துப்பினான். எதிரே விழுந்த தேகத்தை ஒரு புழுவைப்போல அலட்சியப்படுத்தி, தன் ஜட்டியைக் கழற்றி மற்ற துணிகளுடன் வீசி எறிந்துவிட்டு, கிணற்றில் குதித்து நீந்தத் தொடங்கினான்.

நடந்த அந்தச் சம்பவத்திலிருந்து சுதாரித்துக்கொள்ள கல்லேஷிக்குச் சில நிமிடங்கள் தேவைப்பட்டன. கன்னத்தைத்

தொட்டுப் பார்த்துக்கொண்டான். இரத்தம் மெல்ல வழிந்தது. கிணற்றுக்குள் சோமண்ணன் நீந்தும் சத்தம் கேட்டது. மெல்ல எழுந்தான். இடுப்பில் பலத்த அடி விழுந்திருந்ததால் வலி தாங்காமல் 'அம்மா ...' என்றான். மெதுவாக நடந்து கிணற்றுக்குள் எட்டிப் பார்த்தான். சத்தம் கேட்டதே ஒழிய, எதுவும் தெரியவில்லை. சோமண்ணனின் துணிகளைத் தேடினான். ஜட்டி கிடைத்தது. முகர்ந்து பார்த்தான். அந்தக் கடும் வாசத்திற்கு உள்ளிருந்து ஆசை அழுத்திக்கொண்டு வந்தது. முகத்திலும் - உடம்பிலும் அதை மெல்லத் தேய்த்துக்கொண்டு, அங்கங்கே இருந்த அதன் சொரசொரப்பான பகுதியைத் தேடினான். தன் நிக்கருக்குள் நுழைத்துக்கொண்டு ஜட்டியைப்போல இறுக்கிக்கொண்டு கிளர்ச்சி அடைந்தான். மற்ற துணிகளைத் தேடினான். சட்டைப் பையில் பீடி, வத்திப் பெட்டி இருந்தன. ஒரு பீடியை வாயில் வைத்து, நெருப்புக் குச்சியைக் கீறிப் பற்றவைத்துக்கொண்டு ஒரு 'தம்' இழுத்தான். இன்னும் எரிந்துகொண்டிருந்த குச்சியைத் துணிமீது வீசியெறிந்துவிட்டு வீட்டுப் பக்கமாக நடந்தான். நெருப்பு பட்டு சோமண்ணனின் துணிகள் எரியத் தொடங்கின. அது தெரியாமல் சோமண்ணன் நிர்வாணமாகக் கிணற்றில் நீந்திக்கொண்டிருந்தான்.

○

கல்லேஷியின் வீட்டுக்குப் பின்னால் கிணறு ஒன்று பாழடைந்து கிடக்கிறது. சில ஆண்டுகளுக்கு முன்புவரை ஊர் ஜனங்கள் அந்தக் கிணற்றைப் பயன்படுத்திக் கொண்டிருந்தார்கள் என்றாலும், கல்லேஷியின் அம்மா அதில் விழுந்து இறந்த பிறகு ஊர்க்காரர்களும் கல்லேஷியின் வீட்டாரும் அந்தக் கிணற்றைப் பயன்படுத்துவதை நிறுத்திவிட்டார்கள். பதினைந்து ஆள் ஆழத்தில் இருக்கும் தண்ணீர் பாசி கட்டி நாற்றம் வீசியது. புதர்களும் போதுமான செடிகொடிகளுள், ஒரு ஆலமரமும் அடர்த்தியாக வளர்ந்திருந்தன. கிணற்றில் விட்ட பத்துப் பதினாறு மீன்களும், ஓரிரு ஆமைகளும் எப்போதோ இறந்துவிட்டன. புழுபுழுவென்று ஓடும் நீளமான புழுக்கள் பச்சை நீரில் வசிக்கின்றன. சில எலிகள், பெருச்சாளிகள் வந்து சேர்ந்துகொண்டு தரையைத் தோண்டிக் கொண்டிருக்கின்றன. அவற்றுக்காக அவ்வப்போது பாம்புகள் கிணற்றுக்குள்ளே செல்கின்றன. மாலை நேரத்தில் வௌவால்கள் லயத்துடன் ஓசை எழுப்புகின்றன. மனிதர்களின் தொந்தரவு இல்லாததால் இந்தக் கிணற்றில் எல்லா உயிரினங்களும் நிம்மதி யாக உயிர் வாழ்கின்றன.

ஆனால் அந்த இரவு மட்டும் கல்லேஷியின் மரண அலறலுக்கு எல்லா விலங்குகளும் பயந்துபோயின. தலைகீழாகப் பாசி பிடித்த தண்ணீரில் இருந்து ஆறடி உயரத்தில் தொங்கிக்கொண்டிருந்த

கல்லேஷி, "தப்பு செஞ்சுட்டேன்... மன்னிச்சிடுப்பா ... இன்னொரு தடவை பண்ணமாட்டேன்" என்று வேண்டிக்கொண்டான். பார்க்க முடியாத அந்த இருட்டில், கெட்ட வாடை மூக்கை அடைக்கையில், ஏதோ ஒரு கொடிய விலங்கு அருகில் ஓடியதைப் போலான சத்தம் வந்தது. சத்தத்திற்குப் பயந்துகொண்டே, 'பயமா இருக்குப்பா . . . மேலே தூக்குப்பா . . ." என்று நடுங்கும் குரலில் வேண்டிக்கொண்டான். எதற்கும் பதில் இல்லாதபோது, "பாட்டி, நீயாவது இழு பாட்டி . . ." என்று கதறினான். காலிலும் மார்பிலும் கட்டிய கயிற்றின் இறுக்கம் அதிகமாக வலித்தது. "அம்மா . . ." என்று தன் அம்மாவை அழைத்தான்.

ஆனால் கிணற்றுச் சுவர் அருகில் யாரும் இல்லை. மரத் தண்டில் கயிற்றை இறுக்கிக் கட்டியிருந்த வீரபத்ரப்பா, தூரத்தில் இருக்கும் வேப்ப மரத்துக்குக் கீழே உட்கார்ந்து பீடி புகைத்துக் கொண்டிருக்கிறார். வெகுநேரமாய்ப் பேரனை வெளியே தூக்குமாறு கெஞ்சிக் கதறிய கல்லேஷின் பாட்டி, மகனின் மௌனத்திற்குத் தோற்று, அவளே வலுவை வரவழைத்துக் கொண்டு கயிற்றை இழுக்க முயற்சி செய்து, ஒரு அங்குலம்கூட இழுக்க முடியாமல் இயலாமையால் துயரப்பட்டு, இப்போது சமையல் அறையில் உட்கார்ந்துகொண்டு பொலபொலவென்று அழத்தொடங்கினா ள்.

அடுத்தடுத்துப் பீடியைப் புகைத்துக்கொண்டிருந்த வீரபத்திரனின் கண்கள் சிவப்பாக இருந்தன. கூர்ந்து பார்த்தால் கண்ணோரத்தில் தேங்கிக் கிடக்கும் மெல்லிய கண்ணீர் தெரியும். கடந்த இரவு கூடலகி (ஊர்ப் பெயர்) சுனந்தாவின் வீட்டில் படுத்திருந்து, விடியற்காலையிலேயே எழுந்து, திங்கட்கிழமையானதால் குளித்துவிட்டு, பாலசாமி மலைக்கு நடந்துபோய், ஊருக்குத் திரும்பி வந்திருந்தார். வழியில் அறிமுகமானவர் ஒருவர் பார்த்து, "இன்னைக்குக் காலையில உன் மகன் சோமண்ணனின் ஆணுறுப்பிலே கை வைச்சானாமே ஈரன்னா . . . (கன்னடப் பெயர்)" என்று சொல்லிக் 'கிளுக்' என்று சிரித்தது காதில் ஒலித்துக் கொண்டிருந்தது.

கத்திக் கத்திச் சோர்ந்துபோன கல்லேஷி, வாய் உலர்ந்து பேசமுடியாமல் இருந்தபோது, வௌவால் ஒன்று 'பட்' என்று அவன் முகத்தில் அடித்து, 'கீச் கீச்' என்று சத்தம் போட்டு மறைந்தது. அந்த எதிர்பாராத ஸ்பரிசத்திற்கு அதிர்ச்சி அடைந்த கல்லேஷியின் நிக்கர் ஈரமானது. நிக்கரிலிருந்து வழிந்து வந்த சிறுநீர் அவன் சட்டையை நனைத்து, முகத்தில் வழிந்து, முடியிலிருந்து சொட்டுச் சொட்டாகக் கீழே விழுந்தது. கீழே காமக் கேளிக்கையில் இருந்த இரண்டு பாம்புகள் திடீர் என்று உடம்பில் விழுந்த நீருக்குச் சினமுற்று 'கஸ் . . .கஸ் . . .' என்று சீறின.

ஆனால் அந்தச் சத்தத்திற்குப் பயப்படக்கூட கல்லேஷிக்குத் தெம்பில்லை.

○

திண்ணை மாடத்தில் தீபம் மெல்ல எரிந்துகொண்டிருந்தது. அன்று அந்தத் தீபத்தை அணைக்கும் ஆண் யாராக இருக்கலாம் என்று சூகம்மா காத்துக்கொண்டிருந்தாள். கண்டவரையெல்லாம் அவள் படுக்கையில் சேர்த்துக்கொள்வதில்லை. சில நாட்கள் அவருடன் வெறும் பேச்சுக்களால் மட்டுமே தொடர்பு வைத்துக்கொண்டு, நம்பத்தகுந்தவன் என்று மனத்திற்குத் தோன்றிய பிறகுதான் உள்ளே விடுவாள். ஒரு ஆள் வீட்டுக்குள் வந்த பிறகு மற்றொரு ஆண் கதவைத் தட்டக்கூடாது என்பதால், மாலையில் ஏற்றிய தீபத்தை வீட்டுக்குள் வரும் ஆண் காலெடுத்து வைப்பதற்கு முன் ஊதி அணைக்க வேண்டும் என்று சொல்லுவாள்.

இனி என்ன? படுக்கப் போகும் நேரமானதால், யாருக்கும் தன் நினைவு வரவில்லையோ என்று குழப்பமாக இருந்தபோது தொலைவில் யாரோ வருவது தெரிந்து நிம்மதியானது. வரும் ஆசாமியின் நடையால் வீரபத்திரன் என்று தெரிந்து, "கூடலகி சுனந்தம்மாவின் சகவாசம் சலித்துப்போனதோ என்னமோ…" என்று மனத்திலேயே கிண்டல் செய்தாள். ஆனால் அந்த ஆள் இன்னும் கொஞ்சம் நெருங்கியபோது அவனுடன் மற்றொரு ஆசாமி வருவது தெரிந்தது. "அது என்ன வற்புறுத்தினாலும் சரி, இருவருடன் படுப்பதில்லை…" என்று மனத்திற்குள்ளேயே முடிவு செய்தாள். ஆனால் அருகில் வந்தபோது அது வீரபத்திரனின் மகன் கல்லேஷி என்று தெரிந்து, காலையில் இருந்து அந்தப் பையனைப் பற்றிக் கேள்விப்பட்ட செய்திகள் எல்லாம் நினைவிற்கு வந்து, "வேறு ஏதோ விஷயம் இருக்கிறது" என்று புரிந்துகொண்டாள்.

"தீபத்தை ஊதி அணை" என்று வீரபத்திரன் மகனிடம் சொன்னான். கல்லேஷி "உஃப்…" என்று ஊதினான். சுடர் அசைந்ததே தவிர அணையவில்லை. "வேகமாக ஊதுடா…" என்று வீரபத்திரன் திட்டினான். கல்லேஷி இந்த முறை விளக்கை ஊதி அணைத்தான். மூன்றுபேரும் வீட்டுக்குள் போனார்கள். "ஈரண்ணா, உன்னோடு உறவுவைத்துக்கொண்டு இப்போது மகனுடன் படுக்க என்னால் முடியாதுப்பா…" என்று நேரடியாகச் சூகம்மா சொன்னாள்.

வீரபத்திரன் அதற்கு உடனே பதிலளிக்காமல், தன் ஜிப்பாப் பையிலிருந்து வெற்றிலைப் பாக்கை எடுத்து, அதன் மேல் இரண்டு நூறு ரூபாய் நோட்டுகளை வைத்தார். அந்தத் தாம்பூலத்தை கல்லேஷியின் கையில் கொடுத்து அவளிடம் கொடுக்கச்

சொன்னார். "சூகம்மா உன் தர்ம சங்கடமான நிலைமை எனக்குப் புரிகிறது. ஆனால் எனக்குத் தேவை அவனுடன் நீ படுப்பதல்ல. இந்தப் பொம்பளைச் சட்டித் தேவடியாப் பய செஞ்ச அசிங்கம் உனக்கும் தெரிஞ்சிருக்கும்னு நினைக்கிறேன். காலையில இருந்து காய்ச்சிய இரும்புக் கம்பிய வயித்தில சொருகுன மாதிரி இருக்கு. கொஞ்சம் இவனை உள்ளே அழைத்துப்போய் ஆம்பளையா இல்லையான்னு சோதிச்சுச் சொல்லு. தேவிடியாத்தனம் அல்ல, சிகிச்சை செய்யறேன்னு நினைச்சுக்க. உனக்குப் புண்ணியமாப் போகும்" என்று கை கூப்பினார். அவர் குரலில் இருந்த வேண்டுதலுக்காகவும் கல்லேஷியின் கையில் இருந்த நோட்டுக்களுக்காவும் தனக்கு இதில் சம்மதமில்லை என்று அவளால் சொல்ல முடியவில்லை. தாம்பூலத்தைப் பெற்றுக்கொண்டு, கல்லேஷியின் கையைப் பிடித்துக்கொண்டு அறைக்குள் சென்றாள். கல்லேஷி நழுவப் பார்த்தான். "போடா டே தாயோளி . . ." என்று வீரபத்திரன் தலையில் ஒரு தட்டுத் தட்டினார். கல்லேஷி மறுபேச்சுப் பேசாமல் உள்ளே போனான். சூகம்மா கதவைச் சாத்திக்கொண்டதும் வராந்தாவின் மூலையில் உட்கார்ந்த வீரபத்திரப்பா பீடியைப் பற்றவைத்துக்கொண்டு, ஆற்றாமையுடன் விநாடிகளைக் கழிக்கத் தொடங்கினார்.

ஐந்தே நிமிடத்தில் கதவு திறந்தது. சூகம்மா ரவிக்கை இல்லாத உடம்பில் சேலையைக் குறுக்காகச் சுற்றிக்கொண்டிருந்தாள். வீரபத்திரன் கண்களாலேயே பதில் என்னவென்று கேட்டார். "என்னமோ அந்தக் காமம் உன் மகனுக்கு இல்லையப்பா" என்று வருத்தத்துடன் தெரிவித்தாள். வீரபத்திரன் பீடியை இன்னொரு 'தம்' இழுத்து, அதை வராந்தாவின் சாணி பூசிய நிலத்தில் 'கசகச'வென்று தேய்த்தார். எழுந்து, கதவுக்குக் குறுக்கே நின்றிருந்த சூகம்மாவைத் தள்ளி, உள்ளே போனார். கல்லேஷி நிர்வாணமாக இருந்தான். தன் உடைகளை மார்பில் அழுத்திக்கொண்டு உட்கார்ந்திருந்தான். பெண்ணின் நிர்வாணத்தைக் கண்ட வெறுப்பில் பயத்துடன் குறுகி உட்கார்ந்திருந்தான் கல்லேஷ். வீரபத்திரப்பா அவன் அருகில் சென்று, ஒன்றும் பேசாமல் காலால் அவனை உதைக்கத் தொடங்கினார். காலில் ஏறிய எறும்புகளை உதறுவதுபோலத் தாவித் தாவி அவனை மிதித்தார். அந்தத் தாக்குதலின் வலிக்கு அதிர்ச்சியடைந்த கல்லேஷ் "அடிக்காதப்பா . . ." என்று விடாமல் கதறினான்.

சூகம்மாவுக்கோ பையன் இறந்துவிடுவானோ என்று பயமானது. வீரபத்திரனை வெளியே தள்ளி, கல்லேஷியின் மேல் விழுந்து, "இனி ஒரு அடி அடிச்சா, என் மேல் ஆணை"

என்றாள். வீரபத்திரப்பா தேவடியாளின் சத்தியத்தைப் பற்றிக் கவலைப்படாமல், இனியும் இரண்டு உதை விட்டார். "நிறுத்துடா ஈரண்ணா ... கடவுள் உருவாக்கியது அது, மனிதர்கள் செய்ததல்ல. அதனால் அடித்துத் தெய்வத்தை அவமானப்படுத்தாதே" என்று குரலை உயர்த்திக் கத்தினாள். அதைக் கேட்ட பிறகு வீரபத்திரப்பாவிற்கு அடிக்க மனது வராமல், "உன்னைப்போல ஐஞ்சு பேரை வைச்சிருக்கேன். அப்படிப்பட்ட ஆம்பளைக்கு இப்படிப்பட்ட அரவாணியை அந்தக் கடவுள் எப்படிக் கொடுத்தான்?" என்று பாதி இயலாமையாலும், பாதிக் கோபத்துடனும் கேட்டார். "இன்றையிலிருந்து இந்த ஒன்பது என் பிள்ளையும் அல்ல, அவனுக்கு நான் அப்பனும் அல்ல" என்று முடிவாகச் சொன்னார். சூகம்மா அமைதியாக இருந்தாள்.

இந்த அடிதடியில் தொலைவில் விழுந்திருந்த துண்டைத் தேடியெடுத்து, உதறி தோள்மேல் போட்டுக்கொண்டு வீரபத்திரப்பா வெளியே வந்தார். அவர் வாசல் அருகில் வந்தபோது சூகம்மா "ஈரண்ணா . . ." என்று அழைத்தாள். வீரபத்திரன் அவள் பக்கமாகத் திரும்பி என்ன என்பதைப் போலப் பார்த்தார். "ஒரு வார்த்தை சொல்றேன் நினைவு வைச்சுக்க . . . ஐஞ்சு தேவடியாக்களை வைச்சுக்கிட்டுக் கட்டின பொண்டாட்டியைக் கிணத்தில தள்ளினது போன்ற தப்பை உன் மகன் செய்யலை. திங்கட்கிழமை திங்கட் கிழமை குளிச்சு பூசை செய்ய போறயில்ல, அந்த மலை மேல இருக்கற கடவுள்கூடப் பொம்பளைன்னா அசிங்கப்படறான். ஆண்களை மட்டும் விரும்பி அழைக்கிறான் தெரிஞ்சுக்க . . ." என்றாள். "த்தூ, தேவடியா முண்டை" என்று அவளைப் பார்த்துத் துப்பிவிட்டு, வேகமாக அடியெடுத்து வைத்து வெளியே வந்தார் வீரபத்திரப்பன்.

எழுந்து, தன் ஆடையைச் சரி செய்துகொண்டு, ரவிக்கையைப் போட்டுக்கொண்ட சூகம்மா, உள்ளே போய் ஒரு தம்ளர் தண்ணீர் எடுத்து வந்தாள். கல்லேஷியை எழுப்பித் தண்ணீர் குடிக்க வைத்தாள். அவள் முன்னாலேயே கல்லேஷி ஆடையை அணிந்துகொண்டான். ஜட்டியைப் போடும்போது மற்றொரு காலைச் சரியாக நுழைக்க முடியாமல், தடுமாறிச் சுவரை அழுத்திப் பற்றிக்கொண்டான். "கவனமாப்பா . . ." என்று சூகம்மா அவனைப் பிடித்துக்கொண்டாள். பிறகு ஜட்டியைச் சரியாகப் போட்டுக்கொண்டான். "இனிமே வாழ்க்கை ரொம்ப கஷ்டமா இருக்கும்பா. அரவாணிகளை, தேவிடியாக்களை ஜனங்க பக்கத்தில சேக்கமாட்டாங்க . . ." என்றாள். உடனே கல்லேஷி, "நான் அரவாணி அல்ல . . ." என்று திடமான குரலில் சொல்லி, நொண்டிக்கொண்டே வெளியே வந்தான். சூகம்மா வாசலுக்கு வந்து நின்றாள். கல்லேஷி தன் வீட்டிற்கு எதிர்த்

திசையில் நடந்தான். உடனே சூகம்மாவுக்கு ஏதோ நினைவில் வந்ததுபோல வீட்டுக்குள் போய், வீரபத்திரப்பா கொடுத்த நோட்டுக்களை எடுத்து வந்து, கல்லேஷியைக் கூப்பிட்டு அவன் கையில் வைத்து, "எங்கேயாவது நல்லா இருப்பா" என்று அவன் தலையைத் தடவினாள். கல்லேஷி இருட்டில் மெல்லத் தடுமாறியபடி நடந்து போனான்.

வாசலிலேயே அதிக நேரமாக நின்றிருந்த சூகம்மா, சிறிது நேரத்தில் உள்ளே போய், வத்திப் பெட்டியை எடுத்து வந்து மாடத்தில் இருந்த விளக்கை மீண்டும் ஏற்றினாள்.

5

உச்சி முனையில் முதன்முதலாக

சரியாக ஒன்பது முப்பதுக்கு மோகனசாமி பயணம் செய்ய வேண்டிய தில்லி செல்லும் விமானம் பெங்களூரிலிருந்து புறப்பட இருந்தது. அவன் வீட்டிலிருந்து விமான நிலையத்திற்குச் சென்றடைய குறைந்தது அரைமணி நேரமாவது ஆகும். வேண்டுமென்றே டாக்ஸிக்குச் சொல்ல வில்லை. எப்படியும் போதுமான அளவு மாநகரப் பேருந்துகள் அந்தத் திசையில் ஓடுவதால், அதையே பயன்படுத்திக்கொள்ளலாம் என்று மோகனசாமி ஏற்கெனவே யோசித்திருந்தான். ஒரு நாள் பயிற்சிக்காக மட்டுமே போவதால் ஒரு 'லேப்டாப்' பையைத் தவிர வேறு லக்கேஜ் எதுவும் இல்லை. சும்மா ஆபீசிற்கு எதற்கு வீண் செலவு செய்வதென்று இவனே டாக்ஸி வேண்டாம் என்று சொல்லிவிட்டான். தில்லியில் அலுவலக ஊழியர்களுக்குப் பயிற்சி அளிக்க வேண்டும் என்று இவனை அனுப்பிவைக்கும் ஏற்பாட்டை நிறுவனமே செய்தது. தில்லிக்குப் போவதால் 'டொமெஸ்டிக் செக்'கின்தான். ஆகையால் அப்படி ஒன்றும் அதிக நேரம் ஆகிவிடாது. ஆனாலும் ஒரு அரைமணி நேரமாவது முன்னால் செல்ல வேண்டும். அப்போதே மணி ஏழரை; ஆனாலும் வீட்டிலிருந்து அவன் புறப்பட்டிருக்கவில்லை.

குளிக்கச் சென்ற கார்த்திக் இன்னும் குளியலறையிலிருந்து வெளியே வரவில்லை. அவன் எப்போதும் இப்படித்தான். மணிக்கணக்காகக்

குளியல். அவனைச் சீக்கிரமாகக் குளித்துவிட்டு வரச் சொல்லி மோகனசாமி அவ்வப்போது தகராறு செய்வான். கார்த்திக் அந்த வார்த்தைகளைக் காதில் போட்டுக்கொள்வதில்லை. ‘சீக்கிரம் வா கார்த்திக், நான் புறப்பட வேண்டும். ஃப்ளைட்டுக்கு நேரம் ஆகிறது’ என்று இரண்டு முறை வற்புறுத்திச் சொல்லி இருந்தான். அவன் பேச்சைக் கேட்காத கார்த்திக் பிடிவாதக்காரன். குளியலறையைத் தாழ்ப்பாள் போட்டுக்கொண்டு வேறு குளித்துக்கொண்டிருந்தான். மோகனசாமி என்னதான் செய்யமுடியும்? அலட்சியமாகப் போய்விட்டால் வீட்டுக் கதவை யார் சாத்திக்கொள்வது?

மோகனசாமி காலையில் சீக்கிரமாக எழுந்து எல்லா ஏற்பாடுகளையும் செய்துகொண்டிருந்தான். பயிற்சிக்காகச் சில ‘பவர் பாயன்ட் பிரெசன்டேஷன்’ தயார் செய்துகொண்டு, தான் போட்டுக்கொள்ளவேண்டிய உடையை இஸ்த்ரி செய்து வைத்தான். பால் வாங்கி வந்து காய்ச்சி, காபி போட்டுக் குடித்தான். இரவு கார்த்திக் சாப்பாட்டுக்கென்று கொஞ்சம் சாம்பார் தயார் செய்து ஃப்ரிஜ்ஜில் வைத்துக் குளித்து முடித்தபோது காலை மணி ஆறு முப்பது ஆகியிருந்தது. கார்த்திக் இன்னும் எழுந்திருக்கவில்லை. அவன் எழுவது எப்போதும் தாமதம்தான். மோகனசாமி மூன்று நான்கு முறை கூவி, ஓரிரு முறை உடம்பைத் தொட்டு உலுக்கி எழுப்பினால்தான் எழுவான். தான் இல்லாவிட்டால் இவன் எழுந்திருக்கவே மாட்டானோ என்று சிலநேரம் மோகனசாமிக்குக் கவலையாக இருக்கும். கார்த்திக்கிற்கு எப்போதும் நல்ல கும்பகர்ணத் தூக்கம். எந்தப் பொறுப்பையும் இழுத்துப் போட்டுக்கொள்வதில்லை. எல்லாவற்றிற்கும் தானே அலைய வேண்டுமா என்று மோகனசாமி அவ்வப்போது அவன் மீது கோபப்படுவான். கார்த்திக் அலட்சியத்துடன் அவனைப் பார்த்துச் சிரிப்பான். மோகனசாமியின் அறிவுரைப் பேச்சு அப்போதும் நிற்கவில்லையென்றால் பக்கத்தில் வந்து இறுக்கமாக அணைத்துக்கொண்டு ஒரு இனிய முத்தத்தைக் கொடுத்து வாயை அடைத்துவிடுவான் கார்த்திக்.

இன்றும் அப்படித்தான் நடந்தது. அவன் குளித்து முடித்துச் சிவப்பு டர்கித் துண்டைச் சுற்றிக்கொண்டு, பியர்ஸ் சோப்பின் மணத்துடன் ஆவி பறக்கும் உடம்புடன் வெளியே வந்தபோதே மணி ஏழுநாற்பதாகிவிட்டது. சூட், டை, சென்ட் போட்டுக்கொண்டு தயாராகக் காத்துக்கொண்டிருந்த மோகனசாமி “என்ன கார்த்திக் இது, எனக்கு ஃப்ளைட்டுக்கு நேரமாச்சு தெரியாதா? இன்னைக்கு இவ்வளவு நேரம் குளிக்கிறயே? ஃப்ளைட் மிஸ் ஆனா என்ன செய்வது? உனக்கு எவ்வளவு விவரமா சொன்னாலும் பொறுப்பே இல்லை பாரு...”

என்று இன்னும் எதையெதையோ சொல்லிக்கொண்டிருந்தான். கார்த்திக் கொஞ்சமும் எதிர்வினை செய்யாமல் சும்மா போய் அவனைப் பின்னாலிருந்து கட்டிப்பிடித்துக் கழுத்து, கன்னங்களில் முத்தமிடத் தொடங்கினான். “நோநோ கார்த்திக் . . . டிரஸ் எல்லாம் ஈரமாகுது . . . ப்ளீஸ் . . . ப்ளீஸ் . . .” என்று கெஞ்சியபோது கார்த்திக் இன்னும் அதிக உற்சாகத்துடன் அவனை அசையவிடாமல் சுவரில் சாய்த்துக் கட்டித் தழுவினான். அப்போதுதான் குளித்துவிட்டுச் சூடான உடம்பின் மணத்துடன் அமோகமாகத் தெரிந்த கார்த்திக்கின் அன்பை மோகனசாமி எவ்வளவுதான் தவிர்க்க முடியும்? பத்து நொடிக்குள் அவன் எதிர்ப்பு நின்றது. கட்டித் தழுவியதை இரசித்து ‘என்ன கார்த்திக் இது?” என்று சிணுங்கினான்.

கார்த்திக் தன் இறுக்கத்தைத் தளர்த்தி, மோகனசாமியை விடுவித்து, பிறகு துண்டைச் சுற்றிக்கொண்டு, கட்டிலின் மீது போய் அமர்ந்து சுவரில் சாய்ந்து கால் நீட்டித் தினசரியைப் படிக்கத் தொடங்கினான். இப்போது கார்த்திக்கின் முகத்தில் புன்சிரிப்பு தவழ்ந்தது. இனி மோகனசாமியிடமிருந்து வரும் எந்தக் கோபப் பேச்சுக்களையும் எதிர்கொள்ள மானசீகமாகத் தயாராகயிருந்தான். மோகனசாமி கடிகாரத்தைப் பார்த்து அதிர்ச்சியடைந்தான். அப்போதே எட்டுமணி ஆகியிருந்தது. போதாதற்குப் போட்டிருந்த விரைப்பான உடைகளெல்லாம் சுருங்கிப்போய், ஈரமாகி இருந்தது. வேறு இஸ்திரி போட்ட உடைகள் வீட்டில் இருக்கவில்லை. மோகனசாமிக்கு இப்போது இயலாமையால் கோபம் வந்தது.“இப்ப என்ன செய்ய, சொல்லு கார்த்திக்? நேரம் காலம் தெரியாம இப்படிச் செஞ்சேனா என் கதி என்ன?” என்று கத்தினான். அதற்கு எதுவும் பேசாமல் சும்மா படிப்பதில் ஆழ்ந்திருந்த கார்த்திக்கைக் கண்டு மேலும் வெறுப்பானது. அவன் அருகில் சென்று பத்திரிகையைப் பிடுங்கிக்கொண்டு “ கொஞ்சம் பேசேன்” என்று வற்புறுத்தினான். முகத்தில் இருந்த சிரிப்புக் கலையாமல் கார்த்திக் “நீ எதற்கு நான் குளித்துவரும்வரை காத்திருந்த சொல்லு? சும்மா போயிருந்தா இதெல்லாம் நடந்திருக்காது இல்லையா? என்று கேட்டான்.

“கதவை யாருடா சாத்திக்குவாங்க? யாராவது நுழைஞ்சு வீட்டில திருடிக்கிட்டுப் போனா என்ன கதி?”

“சும்மா சாக்குச் சொல்லாதே. என்ன இருக்கு இந்த வீட்டில; அப்படித் திருடிக்கிட்டுப் போக? வெள்ளி – தங்கம், பணம் – காசு . . .ஒண்ணும் கிடையாது. இருக்கறது உன்னுது கொஞ்சம் துணிமணி, என்னுது கொஞ்சம் டிரஸ், கொஞ்சம் பாத்திரம் பண்டம். அதைத் திருட எவன் வரப்போறான்? வெறும் பொய் சாக்கு சொல்ற நீ! வீட்ட விட்டு வெளிய போறப்ப

என்னைக் கொஞ்சாமப் போக முடியாது உன்னால. அதுக்கு – ஏதேதோ காரணம் சொல்ற, அவ்வளவுதான் ...” என்று சொல்லி கார்த்திக் குறும்பாகச் சிரித்தான்.

அருகில் இருந்தத் தலையணையைக் கையில் எடுத்து அவனுடைய கைகால் என்றும் பார்க்காமல் பரபர என்று அடித்தான் மோகனசாமி. “இடியட் . . .” என்று திட்டினான். சிரித்துக்கொண்டே அவன் அடியைப் பொறுத்துக்கொண்ட கார்த்திக், “சீக்கிரம் போ மோகனா . . . ஃப்ளைட் கண்டிப்பாக மிஸ் ஆகும் பார். இப்ப நான் ஒண்ணும் உன்னைத் தடுக்கலை” என்று எச்சரித்தான். மோகனசாமி மறுபடியும் நிதானித்து, “எந்த டிரஸ்ஸைப் போட்டுக்கறது சொல்லு?” என்று கெஞ்சினான். “என் துணியை ட்ரைக்ளீன் செய்து வச்சிருக்கேன் பாரு, அதையே போட்டுக்கிட்டுப் போ” என்று கார்த்திக் பரிந்துரை செய்தான். “உன் சைஸ் பெரிசு, நான் எப்படி அதைப் போடமுடியும்?” என்று மோகனசாமி அபஸ்வரம் எடுத்தான். “ஒரு நாள் போட்டுக்கிட்டா ஒண்ணும் ஆகாது போடா . . . சும்மா எடுத்ததுக்கெல்லாம் தகராறு செய்யாதே” என்று கார்த்திக் மற்றொரு முறை சொன்னதும் மோகனசாமி வேறு வழியில்லாமல் அவன் உடுப்பை எடுக்க மற்றொரு அறைப்பக்கம் போனான்.

வராந்தாவுக்கு வந்ததும் மோகனசாமி அதிர்ச்சியடைந்தான்! வீட்டுக் கதவு திறந்தே இருந்தது. “ஓ மை காட், ஓ மை காட் . . .” என்று பயத்தால் அறைக்குள் ஓடிவந்து கட்டிலில் நடுங்கிக்கொண்டு உட்கார்ந்தான். “என்ன ஆச்சுடா . . . எதுக்கு இப்படிக் கத்தற?” என்று அவனை அருகில் இழுத்துக் கொண்டு கார்த்தி அக்கறையுடன் கேட்டான். முகத்தில் குழப்பத்தைக் காட்டி, “கதவு அப்படியே திறந்துபோட்டிருக்கு கார்த்திக், எனக்குத் தெரியவே இல்லை . . .” என்று நடுங்கும் குரலில் சொன்னான். கார்த்திக்கு அது பயங்கரமான விஷயமாக இருக்கவில்லை. “திறந்திருந்தா இருக்கட்டும் விடு. நீ எதுக்கு இவ்வளவு தலையைக் கெடுத்துக்கிற?” என்று பொறுமையாகச் சொன்னான்.

“யாராவது உள்ள வந்து நம்ம ரெண்டு பேரையும் பாத்திருந்தா என்ன கதி?”

“பாத்தா பாத்துட்டுப் போறாங்க. ஒண்ணும் ஆகாது சும்மா இரு.”

“உனக்கு டென்ஷனே கிடையாது கார்த்தி. யாராவது பாத்து, ஓனர்கிட்ட சொன்னா நம்மை வீட்ட விட்டு விரட்டிடுவாங்க தெரியுமா?”

"என் நெஞ்சு படபடக்குது. உனக்கு வேடிக்கை. இது இல்லீகல் தெரியுமா? போலீஸ் ஸ்டேஷனுக்குக் கூட்டிக்கிட்டுப் போவாங்கலாம்...ஜெயில்ல போடுவாங்கலாம் தெரியுமா...?"

மோகனசாமி இப்போது உண்மையான பயத்தாலும் இயலாமையாலும் கலங்கினான். கார்த்திக் அவனை இன்னும் அருகில் இழுத்து, அவன் மார்பைத் தடவிக்கொண்டு, கன்னத்தில் முத்தம் கொடுத்துச் சமாதானப்படுத்தினான். "இப்ப யாரும் பாக்கலதானே? கொஞ்சம் அமைதியா இரு...என்னைக்காவது ஒருநாள் இதையெல்லாம் நாம சொல்லத்தான் வேண்டும் மோகனா. நீ கொஞ்சம் தைரியமா இரு" என்று காதுகளில் ஆறுதலான வார்த்தைகளைச் சொன்னான்.

கார்த்திக்கின் பேச்சை மோகனசாமி ஒத்துக்கொள்ள வில்லை. "இல்லை கார்த்திக், நான் செத்தாலும் கவலை இல்லை, இந்த விஷயத்தை மட்டும் யாருக்கும் சொல்லமாட்டேன். நம்ம ரெண்டு பேருக்குள்ள மட்டும்தான் இருக்கணும். இந்த நாலு சுவருக்கு வெளியே இது போகக்கூடாது. ஜனங்க சும்மா இருக்க மாட்டாங்க. நம்மளைத் துரத்திக் கொன்னுடுவாங்க. எனக்கு நல்லாத் தெரியும்" என்று எதிர்காலத்தை ஏற்கெனவே ஊகம் செய்தவனைப்போலப் பயந்த குரலில் சொன்னான். கார்த்திக் அந்த விஷயத்தை அதிகமாகக் கிளற எண்ணவில்லை. "போகட்டும் விடு, இப்ப எதுக்கு அந்தக் கவலை? இப்ப ஃப்ளைட்டுக்கு நேரமாச்சு, மொதல்ல கிளம்பு. டிரஸ்ஸைப் போட்டுக்கிட்டுத் தயாராகு. நானே பைக்கில உன்னை விட்டுட்டு வரேன்" என்று அவனை உற்சாகப்படுத்தினான். மோகனசாமி விருப்பமில்லாத மனத்துடன் எழுந்தான். "ஃப்ளைட் கிளம்பிடும்னு நினைக்கிறேன். ரொம்ப தாமதமாயிடுச்சு..." என்று எழுந்து மற்றொரு அறைக்குப் போனான். "அது போயிருந்தா அடுத்த ஃப்ளைட்ட பிடிச்சுக்கலாம். எதிலேயாவது சீட்டு கண்டிப்பா கிடைக்கும்" என்று கார்த்திக் அவனது பதற்றத்தைக் குறைத்தான்.

o

மோகனசாமி புது ஆடையை அணிந்து வருவதற்குள் கார்த்திக் விமான நிலையத்திற்குப் போன் செய்து, மோகனசாமி போகவேண்டிய ஃப்ளைட் ஒரு மணி நேரம் தாமதமாகப் புறப்பட உள்ளது என்ற செய்தியை அறிந்துகொண்டான். ஏதோ சிறிய இயந்திரக் கோளாறாம், பழுது பார்க்கிறார்களாம்; ஒரு மணி நேரத்திற்கு மேலும் தாமதமானால் வேறொரு விமானத்தில் பயணிகளை அழைத்துச் செல்வதாகச் சொன்னார்கள். கார்த்திக்குக்கு ஆறுதலாக இருந்தது. மோகன் ஆடையை அணிந்து வருவதற்குள் கார்த்திக் பர்முடா டி-ஷர்ட் அணிந்து தயாராக இருந்தான்.

சிறிது தொளதொளவென்று இருந்த ஆடையை உடுத்தி வெட்கத்துடன் வந்த மோகனசாமி "பரவாயில்லையாடா?" என்று கார்த்திக் முன்னால் நின்றான். "சூப்பர் . . ." என்று கையால் சைகை செய்து காட்டி, "ஸ்மார்ட்டா இருக்க" என்று கார்த்திக் அவன் அருகில் நெருங்கினான். நேரத்தின் அபாயத்தை அறிந்தவன் போல அவனிடமிருந்து திடீரென்று விலகிய மோகனசாமி, "ஏய், ஏய், ஏய் . . . நீ திரும்பவும் ஆரம்பிக்காதே" என்று கத்தினான். அவன் பயப்படுவதைப் பார்த்துச் சிரித்த கார்த்திக், "சீபோடா, எனக்கென்ன வேற வேலையே கிடையாதாடா . . . அந்த டையைச் சரியாகக் கட்டிவிடறேன் வா . . ." என்று அவன் அருகில் சென்று, டை பின்னைக் கழற்றிப் பல்லில் சிக்கவைத்துக்கொண்டு, டையைக் கழற்றிச் சரியாகக் கட்டி, டை பின்னை மாட்டிவிட்டான். "நவ் யூ ஆர் ஸ்மார்ட் மோகனா" என்று அவன் நெற்றியில் மெல்லிய முத்தம் கொடுத்து, "ஹேவ் அ ஸேஃப் ட்ரிப். உன் ஃப்ளைட் ஒரு மணி நேரம் தாமதமுன்னு சொல்லியிருக்காங்க. எந்த டென்ஷனும் இல்லாம ஏர்போர்ட்டுக்குப் புறப்படு" என்று சொன்னான். அந்தச் செய்தியைக் கேட்டு மோகனுக்கு மகிழ்ச்சியானது. "ரியலி?" என்று நம்பமுடியாதவனைப்போல கேட்டான். கார்த்திக் வேகமாகத் தலையை அசைத்தான். அந்தச் செய்தி உண்மை என்று தெரிவித்தான். தனக்காக விமான நிலையத்திற்குப் போன் போட்டு இப்படியான நல்ல செய்தியைத் தெரிந்துகொண்ட கார்த்திக் மீது மோகனசாமிக்கு இன்னும் அதிகமாக அன்பு பொங்கியது. "அப்படீன்னா நீ அதுவரைக்கும் வரவேண்டிய தில்லை. நான் பஸ்ஸிலேயே போயிக்கிறேன். உனக்கு ஆபீசுக்கு நேரமாகும்" என்று சொல்லி, தனது 'லேப்டாப்' பையை எடுத்துக்கொண்டு வீட்டுக்கு வெளியே அடியெடுத்து வைத்தான். நான்கைந்து படிகள்தான் இறங்கியிருப்பான். ஏதோ நினைவுவந்ததுபோல, "இரவுக்குச் சாம்பார் செய்து பிரிஜ்ஜில் வைச்சிருக்கேன். நீ ஆபீஸில இருந்து வந்த பிறகு சோறு மட்டும் வடிச்சுக்க போதும். தயிர் பாக்கெட் இருக்கு. மெஸ்ஸுக்குப் போகவேண்டாம். அங்க சோத்துல சோடாமாவு போடறாங்க. உனக்கோ அஸிடிடி அதிகமாகும். நான் வர தாமதமாகலாம். எனக்காகக் காத்திருக்காதே. எனக்கு ஃப்ளைட்டில சாப்பாடு கொடுப்பாங்க" என்று சொல்லி விறுவிறுவென்று படிகளில் இறங்கிப் பேருந்து பிடிக்க விரைவாக நடந்தான்.

○

மாநகரப் பேருந்து விரைவில் வரவில்லை. விமான நிலைய சாலையின் பக்கம் போகும் பேருந்துகள் வரவில்லை. எச்.ஏ.எல் கம்னி பஸ்கள் ஒன்றிரண்டு வந்து நின்றன. அதில் சென்றால்

விமான நிலையம் சென்றடைய வெகு தூரம் நடக்க வேண்டும்; தாமதமாகலாம் என்று தவிர்த்துவிட்டான். இன்னும் பத்து நிமிடம் காப்போம், பேருந்து வராவிட்டால் ஆட்டோ பிடிப்பதென்று முடிவு செய்து பஸ் – ஸ்டாப்பில் அமர்ந்தான். மெல்லப் பக்கத்தில் இருந்த ஸ்கூட்டர் கேரேஜ் பக்கம் கண்ணை ஓடவிட்டான். மோகனசாமி அங்கிருந்து கண்ணை அகற்றமுடியாதபடியாக ஒரு காட்சி.

வாட்டசாட்டமான இளைஞன் ஒருவன் மோகனசாமிக்கு முதுகைக் காட்டிக்கொண்டு நிலத்தில் உட்கார்ந்து ஸ்கூட்டர் ரிப்பேர் செய்துகொண்டிருந்தான். குட்டையான தோள்கள் உடைய டி–ஷர்ட் போட்டுக்கொண்டிருந்ததால் அவனுடைய வலுவான தோள்கள் தெரிந்தன. வலதுகை தோளில் இறுக்கமாக ஒரு தாயத்தைக் கட்டியிருந்தான். அவன் ஸ்பானரால் எதையோ வலுவாகத் திருப்பும்போது தாயத்தின் இறுக்கத்திற்குத் தசைகள் ஆடின. அவன் கையில் தாமிர வளையல் இருந்தது, பின்கையின் புடைத்த நரம்புகள் மீது புரளும்போது அவ்வப்போது சூரிய ஒளிக்கு அது மின்னியது. மிகவும் தளர்ந்த ஜீன்ஸ் போட்டிருந்த தால் அது நழுவி அவனுடைய பின்புற இடைவெளியைத் தெளிவாகக் காட்டியது. குட்டையான டிஷர்ட் முதுகுக்கு மேலே ஏற, தளர்ந்த பேண்ட் கீழே இறங்க அவனுடையபின்புறம் பலகோணங்களில் தெரிந்தது. உள்ளாடை அணியவில்லை என்ற உண்மை தெரிந்து, மோகனசாமியின் கண்கள் ஆசையாய் அந்தப் பக்கமே பார்க்கத் தொடங்கின. அந்தக் காட்சி ஏற்படுத்திய கிளுகிளுப்பில் அவ்வப்போது எச்சிலை விழுங்கிக்கொண்டான். பேண்ட் இன்னும் கீழே இறங்கிக் கொண்டிருந்தாலும் அந்த இளைஞனுக்கு அதைப் பற்றி உணர்வே இல்லை. பாதி நிர்வாணமாகத் தெரியும் அவன் உடலின் அந்தப் பகுதியை மெல்லத் தடவ வேண்டும் என்ற விருப்பம் மோகனசாமிக்குத் தோன்றியது. உடம்பு சூடேறி, இன்பக் கிளுகிளுப்பில் இறுகி எங்கேயோ உயிர்நீர் சொட்டுவதுபோல இருந்தது.

அவன் உற்றுக் கவனிப்பதை யாரேனும் பார்த்துவிட்டால் என்ன ஆகுமோ என்ற பயம் அவனை ஒருமுறை வதைத்தது. அங்கிருந்து பார்வையை ஒருமுறை வலிய விலக்கிச் சுற்றிலும் பார்த்தான். எல்லோரும் அவரவர் உலகின் பரபரப்பில் மூழ்கியிருந்தார்கள். பேருந்து வரும் திசையிலேயே எல்லோருடைய பார்வையும் இருந்தது. சர்க்கரை டப்பாவைத் தேடிக்கொண்டு வரும் குழந்தையைப்போல மோகனசாமி மறுபடியும் தன் பார்வையை அந்த இளைஞனின் முதுகுவரை பாய்ச்சி ருசித்தான். அவன் இப்படி மற்றொரு இளைஞனைப் பார்த்து இரசிப்பது கார்த்திக்குக்கு வருத்தம் ஏற்படுத்துமோ என்ற பயம் மோகனசாமிக்குத்

தோன்றியது. ஆனால் தன்னைவிடவும் அதிகமாக அழகான பெண்களைக் கண்கொட்டாமல் பார்க்கும் கார்த்திக்கை அவன் அறிவான். சிலநேரம் உற்சாகம் பொங்கிவரும்போது கார்த்திக் தான் அன்று பார்த்த பெண்களின் உடல்வாகுகளின் வர்ணனையை இரவு சமையல் செய்துகொண்டிருக்கும் மோகனசாமியின் முன்னும் பின்னும் அலைந்துகொண்டோ, படுக்கையில் படுத்திருக்கும்போதோ சொல்வான். அவன் அதுபோல ஜொள்ளுவிட்டுக்கொண்டு பெண்களை வர்ணிப்பதைப் பார்த்து மோகனசாமி பொய்க்கோபம் காட்டுவான். ஆனால் கார்த்திக் பெண்களைப் பார்த்து இரசிக்கிறான் என்னும் உணர்வு மோகனசாமிக்கு அவன் மீதான கவர்ச்சியை அதிகரிக்கச் செய்கிறது என்ற உண்மை அவனுக்கு மட்டுமே தெரியும்.

அந்த இளைஞன் எதிர்பாராமல் திரும்பியபோது பார்வைகள் இணைந்தன. அந்த இளைஞனுக்கு மோகனசாமியின் அந்தப் பார்வையின் நோக்கம் புரிந்து, தன் டி–ஷர்ட்டையும் கீழ் இறக்கிவிட்டு, தன் பேண்டையும் மேலே தூக்கிவிட்டான். மோகனசாமி உடனே முகத்தை வேறுபக்கம் திருப்பிக்கொண்டான். தப்புசெய்து மாட்டிக்கொண்டவனைப்போல அவன் மனது படபடத்தது.

"டே, காண்டூ . . ." (ஒன்பது) என்ற கூவல் அந்தப் பக்கத்தில் இருந்து கேட்டது. பேருந்துக்காகக் காத்துக்கொண்டிருந்த சிலர் குரல் வந்த திசைப் பக்கம் திரும்பினார்கள். தனக்குச் சம்பந்தமே இல்லாததுபோல அந்தப் பக்கம் மோகனசாமி பார்க்கவில்லை. ஆனால் அந்த இளைஞன் அத்துடன் அதை நிறுத்திக்கொள்ள தயாராக இல்லை. "டே காண்டூ . . . சூட்டு பூட்டு போட்டிருக்கற ஒம்போது மவனே . . ." என்று மற்றொருமுறை கத்தினான். அங்கிருந்தவர்கள் எல்லாம் இப்போது மோகனசாமியின் பக்கம் பார்க்கத் தொடங்கினார்கள். வேறு எதுவும் செய்யமுடியாமல் மோகனசாமி இப்போது அந்த இளைஞனின் பக்கம் பார்த்தான். "நான் என்ன செய்தேன்? நீங்க எதுக்குக் கத்தறீங்க?" என்று மெல்லிய குரலில் 'பெப்பெப்பே' என்று உளறினான். கையில் ஸ்பேனர் பிடித்திருந்த அந்த இளைஞன் இப்போது நான்கு அடி முன்னால் வந்து, எந்தக் கட்டுப்பாடுகளும் இல்லாமல் மோகனசாமியைப் பார்த்துக் கத்தத் தொடங்கினான். "என் குண்டியைப் பாக்கறியாடா காண்டூ . . . வாடா உள்ள . . . நல்லா சூத்தடிக்கிறேன் வா . . . என்ஜின் ஆயில் போட்டு அடிக்கிறேன் வாடாடேய் . . . சுவத்தில சாய்ச்சி. தொண்டை கிழியறவரைக்கும் நுழைக்கிறேன்டா மாதர்சூத் . . . என்னுது எவ்வளவு நீளம் இருக்குன்னு . . . காட்டறேன்

வாடா . . .” எந்தச் சங்கோஜமும் இல்லாமல் அந்த இளைஞன் கையில் இருந்த ஸ்பேனரை இடது கைப்பிடியில் நுழைத்து வேகமாக முன்னும் பின்னும் இழுத்துக் காட்டிப் பெரிதாகச் சிரித்துக் கத்தினான்.

மோகனசாமிக்குச் சப்த நாடியும் அடங்கிப்போனது. நடக்கும் அவமானத்திற்கு உடல் நடுங்கியது. கூனிக் குறுகி நின்றான். அங்கே நிறைந்திருந்தவர்கள் மோகனசாமியைப் பார்த்தார்கள். அவர்களுக்கு இப்போது நடந்த நிகழ்வின் கற்பனைக் காட்சி மனத்தில் ஓடத் தொடங்கியது. ஓரிருவர் கிசுகிசு என்று சிரித்தார்கள். அதற்குள் பேருந்து வந்தது. அது எங்கே போகிறது என்பதைக்கூட கவனிக்காமல் மோகனசாமி ஓடிப்போய் அதில் ஏறினான். பேருந்து அதிசயமாகக் காலியாக இருந்தது. பேருந்தின் மறுபக்கத்து இருக்கையில் போய் உட்கார்ந்தான். கண்ணாடி ஜன்னல் மீது தலையைச் சாய்த்துக்கொண்டான். நடந்த அவமானத்தைத் தாங்கிக்கொள்ளும் வலு அவனுக் கில்லை. கண்ணில் இருந்து ஒரேயடியாக வழிந்த நீர் கண்ணாடிவரை இறங்கியது. பஸ் உடனே புறப்பட்டது. அந்த இளைஞனின் கடுமையான குரல் மோகனசாமியின் காதுகளில் ஒலித்துக்கொண்டே இருந்தது – “டே காண்டு . . . ஓம்போது மவனே . . . பேடிப் பயலே வாடா . . . மாதர்சூத் . . .” அவன் செய்த அந்த அசிங்கமான செயல் – பாவனை, மக்களின் எகத்தாளப் பார்வை, சிரிப்பு எல்லாம் அவன் மனத்தைக் கூசச் செய்தது.

“டிக்கட் வாங்குங்க . . . யாரு இப்ப ஏறினது . . . டிக்கட் . . .” என்று வந்த நடத்துநர், ஜன்னலில் தலை சாய்த்து வேதனையால் அழுதுகொண்டு உட்கார்ந்திருந்த மோகனசாமியைப் பார்த்து, பேசத் தைரியம் போதாமல், டிக்கெட்டைப் பிறகு கொடுக்கலாம் என்று பின்னால் நகர்ந்தார்.

❍

விமானம் ஒன்றரை மணி நேரம் தாமதமாகப் புறப்பட்டது. மோகனசாமி ஏர்போர்ட்டில் காத்துக்கொண்டிருந்தபோது கார்த்திக்கின் கைப்பேசி அழைப்பு வந்தது. கைப்பேசியில் உள்ளே வரும் அழைப்புகளுக்கும், வெளியே செல்லும் அழைப்புக்களுக்கும் அதிகமாகப் பணம் செலவாவதால், அவன் அழைப்பைத் துண்டித்து, அங்கே இருந்த எஸ்டிடி பூத்திற்குச் சென்று, கார்த்திக் அலுவலகத்தின் தொலைபேசிக்கு அழைப்பு விடுத்தான். எஸ்டிடி பூத்திற்குச் செல்லவேண்டிய மகத்துவமான காரணம் என்னவென்றால், அவர்கள் பேச்சை யாரும் கேட்க இயலாது என்பதுதான். கைப்பேசியில் பேசினால் எதிர்பாராமல் அக்கம்பக்கத்தில் இருப்பவர்கள் கேட்டுவிட்டால் விபரீதம் என்ற

பயம் எப்போதும் மோகனசாமியை வதைக்கும். அதனால் எஸ்டிடி பூத்திற்குள் நுழைந்து, கதவைப் பத்திரமாகச் சாத்திக்கொண்ட பிறகே பேசுவான். கார்த்திக்குக்கு அதுபோல எந்தத் தயக்கமும் கிடையாது. அலுவலகப் போனில் இருந்தே மோகனசாமிக்கு ‘ஐ லவ் யூ’ என்று பலமுறை சொல்லியிருக்கிறான். தனக்கு அதுபோலான தைரியம் இந்தப் பிறவியில் சாத்தியமில்லை என்று மோகனசாமி பல தடவை நினைத்திருக்கிறான்.

‘ஹலோ . . .’ என்ற மோகன்சாமியின் குரலைக் கேட்டே, கார்த்திக் ஏதோ சரியில்லை என்பதைத் தெரிந்துகொண்டான்.

“என்னாச்சு மோகனா, எனிதிங் ராங்க்?” என்று அன்புடன் விசாரித்தான்.

அவனுடைய அக்கறையான பேச்சைக் கேட்டதும் மோகனசாமிக்குக் குமுறல் விம்மிக்கொண்டு வந்தது. ஆனால் அழக்கூடாது என்று முடிவு செய்தான். அந்தச் சிறிய எஸ்டிடி பூத்தில் அவனுடைய இயலாமையின் பெருமூச்சு வெளியே இருக்கும் மக்களுக்குக் கேட்க வாய்ப்பில்லை. அவனிடமிருந்து எந்தச் சத்தமும் கேட்காதபோது கார்த்திக் ஓரிரு விநாடி அமைதியானான். நடந்த நிகழ்வு என்னவாக இருக்கும் என்று அவனால் ஊகிக்க முடிந்தது. இது ஒன்றும் முதல்முறை அல்ல.

“அவமானமா மோகனா?” என்று மெல்லக் கேட்டான்.

“ஆமா . . .” மோகனசாமி மூக்கில் இருந்து வழிந்த நீரைக் கைக்குட்டையால் மெல்லத் துடைத்துக்கொண்டான்.

கார்த்திக் மறுபக்கம் பெருமூச்சுவிட்டான்.

“பப்ளிக்கில் எதுக்கு சைட்டடிக்கிற? ஸ்ட்ரைட் மென் கோபப்படுவாங்க.”

“நான் என்ன செய்யட்டும் சொல்லு கார்த்திக்? சிலநேரம் ஏற்படுற ஆசையை என்னால் அடக்க முடியலை. என்னையும் மீறி . . .” என்று மோகனசாமி இயலாமையுடன் சொன்னான்.

சில விநாடிகள் அங்கே நிசப்தம். ஒருவர் மற்றவருடைய மூச்சுச் சத்தத்தைக் கேட்டுக்கொண்டு சமாதானமடைந்தார்கள். கார்த்திக் மௌனத்தை உடைத்தான்.

“சரி, சரி விடு! பெருசா நினைச்சு வருத்தப் படாத . . .இதை எல்லாம் தாங்கிக்கணும் நீ. துயரப்பட்டா உனக்கு நல்லதல்ல. அவுங்களுக்கு எதுவும் ஆகாது. என்ன புரிஞ்சதா?”

புரிந்தவன்போல மோகனசாமி தலையை ஆட்டினான். கார்த்திக்குக்கு அது புரியவில்லை.

“புரிஞ்சுதாடா?” என்று மற்றொருமுறை விசாரித்தான்.

“ஊம்” என்று மோகனசாமி ஒலி எழுப்பினான்.

“இப்ப அதையெல்லாம் மறந்து விமானத்தில பயணம் செய் . . . சியர் அப் . . . ஆகாயம் எதுவும் உன் தலைமேல கழண்டு விழலை . . . ஒரு தடவை சிரியேன் . . .”

மோகனசாமி சிரமப்பட்டுச் சிரித்தான்.

“சிரிச்சியா?” கார்த்திக் விசாரித்தான்.

“ஊம் . . . எப்பிடி நம்ப வைக்கறது உன்னை?” என்று சிறிது உற்சாகமான குரலில் கேட்டான். கார்த்திக்குக்கு இது சிறிது ஆறுதல் அளித்தது.

“நீயொன்னும் அதைப்பத்தி யோசிக்க வேண்டாம் . . . இன்னைக்கு ஆபீசில ஒரு டெக்னிக்கல் ஆர்டிகல் படிச்சேன் . . . எதிர் காலத்தில தாம் மொபைல் ஃபோனில நம் பேச்சோட நம்ம வீடியோ கூட வரலாம் என்று எழுதி இருக்காங்க . . .டிவில வரும்ல்ல, அது மாதிரி.”

“புல்ஷிட் . . . அது இம்பாசிபல் . . .மொபைல் போனில டிவி செய்ய முடியுமா? அப்ப அந்த மெஷினைத் தலைமேல தூக்கிக்கிட்டுப் போற அளவு பெரிசா செய்யணும் போல!” என்று மோகனசாமி அந்தச் செய்தியை நிராகரித்தான்.

“யாருக்குத் தெரியும் . . . என்ன என்னவெல்லாம் கண்டு பிடிக்கறாங்கன்னு. நாளைக்கு மொபைல் வழியா ரெண்டு பேரு செக்ஸ் செய்யலாம் என்று சொன்னாலும் நான் நம்புவேன்” என்று சிரித்தான். அவனுடைய ஜோக்கைக் கேட்டு மோகனசாமிக்குச் சிரிப்பு வந்தது. “அப்போது வார்சுவல் காண்டோம்* உபயோகிக்க வேண்டிவருமோ என்னமோ இல்லையா கார்த்திக்” என்று சிரித்தான்.

“ஆமா . . . இல்லாயின்னா இ – வைரஸ் அட்டாக் ஆயிரும்.”

இருவர் மனதும் பூப்போல லேசானது. மோகனசாமி புறப்படும் விமானம் தயாராக இருப்பதாக அறிவிப்பு செய்தார்கள். தொலைபேசியைத் துண்டித்து மோகனசாமி நுழைவு வழிப்பக்கம் புறப்பட்டான்.

❍

விமானம் மிகவும் காலியாக இருந்தது. தாமதமாகப் புறப்படுவ தால் அதிகமானவர்கள் இந்த விமானப் பயணத்தை ரத்து

---

* Virtual Condom

செய்து வேறு விமானத்தில் போயிருக்கலாம் என்று யாரோ பேசிக்கொண்டது மோகனசாமியின் காதுகளில் விழுந்தது. "பிரைவேட் ஏர்லைன்கள் வந்த பிறகு எல்லாம் சரியாகும்" என்றார்கள். "தொடங்கி ஐந்து ஆண்டுகள் ஆயிற்று. இவர்கள் தலையெழுத்தும் இவ்வளவுதான்! இளம் பெண்களை வேலையில் அமர்த்தியிருக்கிறார்கள் என்பதைத் தவிர மற்றவையெல்லாம் அதே ஆறிப்போன பழங்கஞ்சிதான்" என்று மற்றொருவர் பொருமினார்.

மோகனுடைய பயிற்சி தொடங்குவது மதியத்திற்குப் பிறகு என்பதால் அப்படியொன்றும் அவசரம் கிடையாது. "சாப்பாடு முடிந்ததும் பசங்க வகுப்புல தூங்குவாங்க. காலையிலேயே பயிற்சியைத் தொடங்கலாம்" என்று அவன் பரிந்துரை செய்திருந்தாலும்,"ப்ராஜெக்ட் டெலிவரி இருக்கு, முடியாது" என்று அங்குள்ள எச்.ஆர். டிபார்ட்மென்ட்காரர்கள் நிராகரித்துவிட்டார்கள்.

மோகனசாமி உட்கார்ந்திருந்த வரிசையில் அவனைத் தவிர மற்றொருவர் இருந்தார். அவனுக்கு ஜன்னல் வழியாகத் தரையைப் பார்ப்பது பயம் என்பதால் வலது பக்கத்து ஐல் சீட்டில் உட்கார்ந்திருந்ததால், அவர் நடு இருக்கையின் அந்த முனையில் உட்கார்ந்திருந்தார். இளம் சாம்பல் நிறத்தில் சட்டை போட்டிருந்த அவர் ஏதோ கவலையில் இருப்பதைப்போல மோகனசாமிக்குப் பட்டது. சுமார் ஐம்பதை நெருங்கிய பெரியவர். சாதாரணமாகக் கூடப் பயணிப்பவர்களுக்கு "ஹலோ" சொல்லி அறிமுகப்படுத்திக்கொள்ளும் வழக்கத்தை மோகனசாமி கடைப்பிடிப்பான். அதுபோல அவருக்கு "ஹலோ" சொல்லி அவருடைய கவனத்தை ஈர்க்கப் பார்த்தான். கவலையில் மூழ்கி இருந்த அவர் இவன் பக்கம் திரும்பிப் பார்க்கவில்லை. மோகனசாமி பிறகு அவரைத் தொந்தரவு செய்யாமல் அவன் தன் இருக்கையின் பெல்டை இறுக்கிக்கொண்டு கன்னடப் புத்தகம் ஒன்றை எடுத்துப் படித்துக்கொண்டிருந்தான்.

விமானத்தின் பைலட் தாமதத்திற்காக வருந்திய பின், விமானப் பணிப்பெண் பயணியர் பாதுகாப்பு முறைகளை விவரிக்கத் தொடங்கினாள். பல தடவை விமானத்தில் பயணம் செய்திருந்தாலும் மோகனசாமி அந்த விவரங்களைக் காதுகொடுத்துக் கேட்பான். அவர் சீட் பெல்ட்டைக் கட்டிக் கொள்ளுங்கள் என்றால், போட்டுக்கொண்ட சீட் பெல்டைக் கழற்றிவிட்டு, மறுபடியும் போட்டுக்கொள்வான். அக்கம் பக்கத்தில் சீட் பெல்ட்டைச் சரியாகப் போட்டுக்கொண்டுள்ளார்களா என்று கவனியுங்கள் என்றவுடன், அந்தப் பக்கம் கண்களைத் திருப்புவான். அந்தப் பெரியவர் சீட் பெல்ட்டைப் போடவில்லை

என்று தெரிந்தது. ஏதோ ஆலோசனையில் இருந்த அவர் இன்னும் அதில் இருந்து வெளியேறவில்லை. அவனே அழைத்துச் சொல்லலாமா என்று நினைத்தாலும், அவர் சற்றுத் தொலைவில் இருந்த காரணத்தால் வேண்டாம் என்று அமைதியானான்.

அப்போது இளம் விமானப் பணிப்பெண் அவனுடைய இருக்கையின் அருகிலேயே வேகமாக நடந்து வந்துகொண்டிருந்தாள். அவளிடமாவது அந்தச் செய்தியைத் தெரிவிக்கலாம் என்று, அவள் கவனத்தை ஈர்ப்பதற்காக மோகனசாமி அவளுடைய இடுப்பைத் தொட்டு "ஹலோ . . ." என்றான். அவள் மோகனசாமியின் செயலுக்குக் கோபப்பட்டு வெகுண்டாள். அவனை நெருங்கி வந்து, "நீங்கள் அப்படியெல்லாம் என் உடம்பைத் தொடக்கூடாது. ஹவ் கேன் யூ டச் மீ? என்ன தேவை என்றாலும் வார்த்தையில் கேட்க வேண்டும்" என்று மிரட்டினாள். அக்கம்பக்கத்தில் இருப்பவர்களும் அவளுடைய பேச்சைக் கேட்டு, அவன் பக்கம் நோட்டம் விட்டார்கள். மோகனசாமி இந்த எதிர்பாராத தாக்குதலுக்குக் குழம்பி "மன்னிக்கவும், நான் எந்தக் கெட்ட நோக்கத்துடனும் உங்களைத் தொடவில்லை. அந்தப் பக்கம் உட்கார்ந்திருப்பவர் சீட் பெல்ட் போடவில்லை. அதற்காகத்தான் கூப்பிட்டேன் . . ." என்று விவரித்தான். அவன் பேச்சுக்களைக் கேட்கத் தயாராக இல்லாத விமானப் பணிப்பெண், "எல்லா ஆண்களும் இப்படித்தான்! தொட ஏதாவது சாக்கு வேணும்! ஜஸ்ட் ஸம் எக்ஸ்க்யூஸ்" என்று வெடித்து விறுவிறுவென்று போய்விட்டாள்.

பின் வரிசையின் நடுவில் உட்கார்ந்திருந்த நடுவயது சர்தார்ஜி ஒருவர் இவனைப் பார்த்துக் கண் சிமிட்டி, "மஜா கர் பேட்டா, குச் நஹீம் ஹோகா" (அனுபவி மகனே, ஒண்ணும் ஆகாது) என்று உற்சாகமூட்டினார். அவர் அருகில் அமர்ந்திருந்த மற்றொரு பயணி, "எஞ்சாய்" என்று கட்டை விரலை உயர்த்திக் காட்டினார். நடந்த நிகழ்வுக்குச் சிரிக்க வேண்டுமா, கோபப்படவேண்டுமா என்று தெரியாமல் மோகனசாமி குழப்பமடைந்தான். பத்துப் பதினைந்து அறிமுகமில்லாத மனிதர்களின் நடுவில் அவனைக் 'கெட்ட பையன்' ஆகச் செய்த அந்த முட்டாள் விமானப் பணிப்பெண்ணிற்கு நன்றியைத் தெரிவிக்க வேண்டுமா, கோபத்தால் கத்தவேண்டுமா? தெரியவில்லை. முழு நிர்வாணமாக அவள் முன்னால் நடந்து வந்தாலும், அவளைத் தொட அசிங்கப்பட்டுக்கொள்ளும் அவனுக்கு எப்படிப்பட்ட அவமானம் செய்துவிட்டாள் என்று சிரிப்பு வந்தது. அதற்குள் அவன் வரிசையில் உட்கார்ந்திருந்த பயணி ஒருவன் இவன் கவனத்தைக் கவர்ந்து அவனும் சரியாகப் பெல்ட் அணிந்ததைப் பார் என்று சைகை வழியாகக் கட்டை விரலை உயர்த்திக் காட்டி,

நன்றி தெரிவித்தான். அவனும் முகத்தை மலரச் செய்தான். முழு நிகழ்வும் அவனுக்குக் கிச்சுக்கிச்சு மூட்டி, மனத்தை லேசாக்கியது. விமானம் ரன்வே பக்கம் நுழைந்தது. மோகனசாமி மறுபடியும் தன் கன்னடப் புத்தகத்தில் மூழ்கிப்போனான்.

விமானம் ஆகாயத்தில் சீராகப் பறக்கத் தொடங்கி, "நீங்கள் சீட் பெல்ட்டைத் தளர்த்திக்கொள்ளலாம்..." என்ற அறிவிப்பு வந்த பிறகு, எழுந்து கழிவறைப் பக்கம் போனான். அங்கு அனைத்தும் முடித்துவிட்டுக் கை கழுவுவதற்காக வாஷ்பேசின் பக்கம் வந்தபோது கண்ணாடியில் ஒரு விநாடி கார்த்திக்கைக் கண்டதுபோலத் தெரிந்தது. "ஹேய்..." என்ற குரல் வியப்பில் ஒலித்தது. உடனே அந்த ஆள் கார்த்திக் அணிவதைப் போன்ற ஆடையை அணிந்திருப்பது தெரியவர, தான் ஏமாந்ததைக் கண்டு சிரிப்பு வந்தது. சிறிது 'தொளதொள'வென்று இருந்த ஆடையை மற்றொருமுறை சரிசெய்து கொண்டு வெளியே வந்தான். அப்போது எதிர்பாராமல் மற்றொரு நிகழ்வு நடந்தது.

அதே இளம் விமானப் பணிப்பெண் ட்ரிங் ட்ராலியைப் பின்புறமாக இழுத்துக்கொண்டு வந்தாள். கழிவறையில் இருந்து வெளியே வந்த மோகனசாமியின் இடுப்பில் அவளுடைய பின்னழகு இடை வேகமாக இடித்தது. "ஓ... ஐ ஆம் சாரி..." என்று பின்னால் திரும்பி ஒய்யாரம் செய்தாள். இப்போது அதட்டும் வாய்ப்பு மோகனசாமிக்குக் கிடைத்தது. "ஹவ் கென் யு டச் மி... லைக் தட்... இட் இரிட்டேட்ஸ்..." என்று அவளைத் திட்டினான். முகம் சுருங்கிய அவள், "ஐ ஆம் ஸோ சாரி சார்..." என்று மற்றொருமுறை மன்னிப்பு கேட்டாள். மோகனசாமிக்குச் சிரிப்பு வந்தது. ஆனாலும் அதை அடக்கிக்கொண்டு, கோபமாக முகத்தை வைத்துக்கொண்டு, "ஜஸ்ட் ஸம் எக்ஸ்க்யூஸ்..." என்று அவளைத் திட்டி, தன்னுடைய இருக்கையின் பக்கமாக நடந்து வந்தான். மனது லேசானது.

அவன் வரிசையில் உட்கார்ந்திருந்த இளம் சாம்பல் வண்ணத்துச் சட்டை அணிந்த அவர் மோகனசாமியின் இருக்கையின் பக்கத்து ஜன்னல் பக்கம் உட்கார்ந்து, அவனுடைய கன்னடப் புத்தகத்தைப் படித்துக்கொண்டிருந்தார். மோகனசாமி அருகில் வந்ததைப் பார்த்து உடனே அவர் புத்தகத்தைக் கீழே வைத்து எழுந்து செல்லப் பார்த்தார். "பரவாயில்லை அங்கேயே அமருங்கள்.." என்று மோகனசாமி கன்னடத்திலேயே சொல்லித் தன் இருக்கையில் அமர்ந்தான். "கன்னடப் புத்தகம் எனக்கு மிகவும் பிடிக்கும். முன்பெல்லாம் மிகவும் படிப்பேன். இப்போது இந்த பேங்க் வேலைப் பளுவால் புத்தகம் படித்தே எத்தனையோ ஆண்டுகளாகி விட்டன. இந்த தில்லி விமானத்தில் கன்னடப் புத்தகம் படிப்பவர் கிடைப்பது மிகவும் அதிசயம்.

அதனால்தான் என்ன புத்தகமாக இருக்கும் என்ற ஆர்வத்தில் வந்து பார்த்துக்கொண்டிருந்தேன்" என்று அவர் விவரித்தார். மோகனசாமி உடனே, "நான் மோகனசாமி . . ." என்று கையை நீட்டினான். அவர் முகம் மலர்ந்து, "நான் ரமேஷ் . . . ரமேஷ் ஜமதக்னி. டாயிஷ் பேங்கில் வேலை செய்கிறேன்" என்று அறிமுகப்படுத்திக்கொண்டார்.

"நான் அப்போதே உங்களை அறிமுகப்படுத்திக்கொள்ளலாம் என்று முயன்றேன், ஆனால் நீங்கள் ஏதோ யோசனையில் ஆழ்ந்திருந்தீர்கள். உங்கள் கவனத்தை ஈர்க்க என்னால் முடியவில்லை" என்று மோகனசாமி விவரித்தான். அவனுடைய பேச்சுக்கு அவர் முகம் சுருங்கியது. "ஆம் மோகன், விமானம் ஏறும் முன்பு யாரையோ எதிர்பாராமல் சந்தித்தேன். மனதுக்குச் சங்கடமானது" என்று அதற்கான காரணத்தைச் சொன்னார். "அப்படியா, ஸாரி" என்று மோகனசாமி அதிகம் கிளறாமல் அவர் முகத்தைப் பார்த்தான். "யாரைப் பார்த்தேன் என்று கேட்க மாட்டீர்களா மோகன்?" என்று அவரே பேச்சைத் தொடர்ந்தார். மோகனசாமிக்குக் குழப்பமாக இருந்தது. "உங்களுக்குச் சொல்லவேண்டும் என்றால் சொல்லுங்கள்" என்றான். அவர் ஓரிரு நிமிடம் ஜன்னல் வழியாக மேகங்களைப் பார்த்தார். வெய்யிலுக்கு அவை பிரகாசமாக ஒளிவீசிக்கொண்டு மெல்ல நகர்ந்தன. மோகனனின் பக்கம் திரும்பாமல் சொல்லத் தொடங்கினார்.

"அவள் பெயர் ஸ்மிதா. மைசூரில் எம்.காம் படிக்கும்போது என்னுடன் படித்தவள். நாங்கள் இருவரும் காதலித்தோம். இரண்டு வருடம் ஒருவரையெருவர் பார்க்காமல் ஒருநாளும் இருந்ததில்லை. ஒரே கல்லூரியில் படித்துக்கொண்டிருந்தாலும் இருவரும் தினம் ஒரு காதல் கடிதம் எழுதிக்கொள்வோம். இப்போதும் நூற்றுக்கும் அதிகமான கடிதங்கள் என்னிடம் இருக்கின்றன. மனைவியின் கண்ணில் படக்கூடாதென்று பேங்க் லாக்கரில் வைத்திருக்கிறேன். இவையெல்லாம் நடந்து இருபத்தைந்து ஆண்டுகள் கடந்துவிட்டன. இன்று எதிர்பாராமல் அவளை விமான நிலையத்தில் பார்த்தேன். அரண்டு போனேன். மறுபடியும் என் வாழ்க்கையில் அவளைப் பார்ப்பேன் என்று நினைத்துக்கூடப் பார்க்கவில்லை."

"அவ்வளவு காதலிச்சீங்க... ஏன் திருமணம் செய்துகொள்ள வில்லை?"

"எனக்குத் தைரியம் போதவில்லை, மோகன். அப்போது மிகவும் கோழையாக இருந்தேன். நாங்கள் பிராமணர்கள் . . . யு நோ, மாத்வா குலம் அப்படி ஒண்ணு இருக்கு . . ."

"எனக்குத் தெரியும் சொல்லுங்க."

"அப்பா - அம்மா மிகவும் மடி ஆசாரமானவங்க. பெரிய சம்பிரதாயவாதிங்க. அவளோ குடகுப் பெண். பன்றிக்கறியை விரும்பிச் சாப்பிடறவங்க. அவளை மருமகளா கண்டிப்பா ஏத்துக்கமாட்டாங்கன்னு எனக்கு நல்லாவே தெரியும். அதனால சொல்லவே இல்லை. வீட்டை விட்டுப் போய்த் திருமணம் செஞ்சுக்கலாமுன்னு அவ வற்புறுத்தினா; எனக்குத் தைரியம் போதலை. இன்னும் வேலை எதுவும் இருக்கலை. அப்ப தைரியம் எப்படி வரும் சொல்லு மோகன்? என்ன ஆனாலும் இந்த உறவு நீடிக்காதுன்னு தெரிஞ்சுது. வலுக்கட்டாயமா அவகிட்ட இருந்து விலகினேன். அவளுக்குக் கடிதம் எழுதறதையே நிறுத்திட்டேன். சந்திக்கிறதையும் நிறுத்திட்டேன். அதுவரைக்கும் நாங்க சுத்தாத இடமில்லை. பேசாத பேச்சில்லை. பாக்காத சினிமா இல்லை. மழைக்காலம் வந்தா சிவசமுத்திரம் போய் ஒருத்தர் கையை ஒருத்தர் பிடிச்சுக்கிட்டு உக்காந்து அங்க நீர்வீழ்ச்சியை மணிக்கணக்கா பாத்துக்கிட்டு உக்காந்திருந்தாலும் எங்களுக்குச் சலிக்காது. அப்படிப்பட்ட உறவு ஒரேடியா இல்லையின்னு ஆனா எப்படியிருக்கும் சொல்லு? அவ அழுதா, கெஞ்சினா, இப்படிக் கைவிட்டு விடாதீங்கன்னு வேண்டினா. எவ்வளவு துயரத்தை அனுபவிச்சாலும் நான் மசியவே இல்லை. கடைசியா அவ வெறுத்துப்போயி வேறு யாரையோ திருமணம் செஞ்சுக்கிட்டுப் போயிட்டா. நானும் அப்பா - அம்மா காட்டின பெண்ணை விருப்பமில்லாம கட்டிக்கிட்டேன். ரெண்டு பேரும் எங்க காதலைக் கொலை செஞ்சுட்டோம்."

"இன்னைக்குப் பாத்தப்ப அவங்க என்ன சொன்னாங்க?"

"ஊகூம், பேசவே இல்லை அவ. இருபத்தஞ்சு வருஷமா னாலும் அவளுடைய கோபம் தணியலை. அதுக்காக எனக்கு வருத்தமில்லை. கோபத்தில அவ எல்லார் முன்னாடியும் என் கன்னத்தில ரெண்டு அறைஞ்சிருந்தாலும் பொறுத்திருப்பேன். ஆனா அவ என்னை உதாசீனப்படுத்திட்டா. 'நீங்க யாரோ எனக்குத் தெரியாது'ன்னு முகத்தில அறைஞ்ச மாதிரி சொல்லிட்டுப் போயிட்டா."

"இத்தனை வருசத்தில நீங்க ரொம்பவே மாறிப்போ யிருக்கலாமல்லவா? அவங்களுக்கு அடையாளம் தெரியலையோ என்னமோ."

"அவ்வளவு காதலிச்சவங்க ஒருத்தர ஒருத்தர் அடையாளம் கண்டுக்காம இருக்க எப்படி முடியும்? வெளித் தோற்றம் எவ்வளவுதான் மாறியிருந்தா என்னப்பா, எங்க ரெண்டு

பேருக்கும் மனதளவில அறிமுகம் இருக்குல்ல? வேஷம் போட்டு வந்தாலும் கண்டுபிடிக்க முடியும்."

"ஸாரி, உங்க மனசுக்கு ரொம்பவும் வேதனையா இருக்குமுன்னு நினைக்கிறேன்."

"வலி அல்ல மோகன், இது குற்ற உணர்வு. எ கைண்ட் ஆப் கில்ட். வாழ்க்கையில எப்பவும் இதுல இருந்து தப்பிக்க முடியாது. அவளுக்கு நான் ஏமாத்திட்டேங்கிற வருத்தம் இருக்கு. அதைச் சரி செய்ய முடியாது. அவளுடைய நம்பிக்கையைக் கெடுத்த துரோகி நான்னு யார்கிட்ட சொல்லமுடியும் சொல்லு?"

"அப்படின்னா உங்களுக்கு நடுவே உடல் உறவும் இருந்ததா?"

அந்தக் கேள்விக்கு ரமேஷ் அதிர்ந்துபோனார்.

"நோ, நோ, நோ . . . அதுபோல எதுவும் கிடையாது. ரெண்டு பேரும் ரொம்பவும் மரியாதையான குடும்பத்தில இருந்து வந்தவங்க. அப்படிப்பட்ட தப்பையெல்லாம் செய்யலை."

"ஓ, ஸாரி" என்று மோகன் தவற்றை உணர்ந்தான். ஆனால் உள்ளுக்குள்ளே ரமேஷின் நம்பிக்கைகளைப் பற்றிச் சிரிப்பு வந்தது.

அதற்குள் விமானப் பணிப்பெண் குளிர்பானத்து ட்ராலியைத் தள்ளிக்கொண்டு வந்தாள். ரமேஷ் பியர் எடுத்துக்கொண்டார். அவன் ஆரஞ்ச் ஜூஸ். "குடிப்பதில்லையா?" என்று ரமேஷ் வியப்பை வெளிப்படுத்தினார். "இல்லை, பழக்கமில்லை" என்று வெட்கத்தால் தலையாட்டினான். "நீங்க நல்லவரு . . . பரவாயில்லை" என்று அவர் சிரித்தார்.

பிறகு பியர் குடித்துக்கொண்டே ரமேஷ் மறுபடியும் தன் பழைய காதல் நினைவில் மூழ்கிவிட்டார். ஜன்னல் கண்ணாடி யின் மீது தலைவைத்து, மேகங்களைப் பார்த்தபடி பழைய மகிழ்ச்சியான தருணங்களை நினைத்துக்கொண்டு வந்து அசைபோட்டுக் கொண்டிருந்தார். மோகனசாமி தன்னுடைய கன்னடப் புத்தகத்தைப் படித்துக்கொண்டிருந்தான்.

ஐந்து நிமிடங்களுக்குப் பின் திடீரென்று விழித்துக்கொண்ட ரமேஷ், "மோகன் நீங்க யாரையாவது காதலிச்சிருக்கீங்களா? ஐ மீன் உங்களுக்கு இன்னும் திருமணம் ஆகவில்லை என்று நினைக்கிறேன்" என்று கேட்டார். மோகனசாமிக்குத் தொண்டையில் ஏதோ சிக்கிக்கொண்டதைப் போலானது. ஒரு வினாடி ரமேஷ் முகத்தையே உற்றுப் பார்த்து, "ஆமா, காதலிக்கிறேன்" என்று சொன்னான்.

"அந்த அதிர்ஷ்டக்காரப் பெண்ணின் பெயரைத் தெரிந்து கொள்ளலாமா?" என்று கேட்டார்.

"கா . . .ர் . . .த் . . .தி . . . . . .கா . . ." என்று மெல்ல ஒவ்வொரு எழுத்தாக உச்சரித்தான். முழுவதும் பொய்யான பெயரைச் சொல்ல முடியவில்லை.

"ஸ்வீட் நேம்" என்று ரமேஷ் ஒத்துக்கொண்டார்.

'உன்கிட்ட கார் இல்லை, வெறும் திகா* மட்டும் இருக்கு. ஆனாலும் நீ கார்த் – திகா' என்று மோகனசாமி அவ்வப்போது கார்த்திக்கைக் கிண்டல் செய்வதை நினைத்து மகிழ்ந்தான் மோகனசாமி.

"தேங்க்ஸ்."என்றான் மோகனசாமி.

"ரொம்ப நாளா காதலிக்கிறீங்களா?"

"ஆமா, நாலு வருஷமாச்சு."

"எங்க சந்திச்சீங்க?"

"இப்படித்தான், ஒரு முறை இரயில் பயணத்தில சந்திச்சோம். ரெண்டு பேருக்கும் ஒரே பர்த்தில ஆர்.ஏ.சி. கிடைச்சுது. அதையே பகிர்ந்துக்க வேண்டியதாப் போச்சு. அப்ப ஆன அறிமுகம் காதலா மாறிடிச்சு." அந்த இரவின் முதல் சந்திப்பின் பயணத்தை நினைத்துக்கொண்டால் இப்போதும் மோகனசாமியின் உடம்பு சூடேறுவதையும், கார்த்திக் எவ்வளவு எளிதாக ஒரே இரவில் தன்னை ஏற்றுக்கொண்டு சேர்ந்துவிட்டதையும் எண்ணிக் கொண்டிருந்தான்!

"ஓ, ஸோ ரொமாண்டிக் . . . அப்பா – அம்மாவிடம் சொல்லிவிட்டீர்களா?"

"ஆம் . . . மூன்றே மாதத்தில் அப்பா – அம்மாவுக்கு அறிமுகப் படுத்திக்கொண்டோம்."

அறிமுகமான மூன்றே மாதத்தில் தன்னைப் பைக்கில் அமர்த்திக்கொண்டு அவன் ஊருக்கு அழைத்துக்கொண்டு போய் அவன் அப்பா – அம்மாவுக்கு அறிமுகப்படுத்தினான். 'ஒரே அறையில படுக்க வேண்டாம்டா, அவுங்களுக்குச் சந்தேகம் வந்தா சிரமம்' என்று தான் வேண்டிக்கொண்டாலும் ஒத்துக்கொள்ளாமல், அவன் வீட்டிலும் அன்று இரவு ஓசையில்லாமல் சேர்ந்ததையும், நயம் நாசூக்கு, சங்கோஜ குணமுடைய தன்னை கார்திக்கின் அப்பா – அம்மா மிகவும் பாராட்டியதையும், எப்போதும் தொலைபேசியில் கார்த்திக்கிடம் பேசும்போது தன்னுடன் பேசுவதையும், நலம் விசாரித்ததையும் அப்போது எண்ணிக் கொண்டான் மோகனசாமி.

---

* கன்னடத்தில் திகா என்றால் பிருஷ்டம்

“அப்படீன்னா அவுங்க உங்களை ஏத்துக்கிட்டாங்க?”

“ஷூர் . . . அவங்க அப்பா – அம்மாவுக்கு என்னைக் கண்டா ரொம்பப் பிடிக்கும்.”

“லக்கி . . . அப்ப நீங்க ரெண்டுபேரும் அதிகம் சுத்துவீங்க போல?”

“ஆமா . . . ரொம்பவே சுத்துவோம். அவளுக்குப் பைக்குனா மிகவும் பிடிக்கும். வீக் எண்ட் வந்தா எங்கேயாவது போலாமுன்னு பிடிவாதம் பிடிப்பா. மைசூர், பேளூர் – ஹளேபீடு, ஊட்டி அங்கெல்லாம் போவோம். அங்கயே ரெண்டு நாலு தங்கி வருவோம்.” கார்த்திக்குக்கு வீக் எண்டில் பெங்களூரில் இருக்கவே பிடிக்காது. எங்காவது தொலைவாகப் போய் ஒரு இரவு தங்கிவிட்டு வரவேண்டும்.

“அப்படின்னா ஹோட்டலில ஒரே அறையில தங்குவீங்களா?” எச்சிலை விழுங்கிக்கொண்டு ரமேஷ் கேட்டார். மோகனசாமிக்கு அவர் தவிப்பைப் பார்த்து மகிழ்ச்சியானது.

“ஆமா . . . காதலர்களான நாங்க வெவ்வேறு அறையில தங்கினா எப்படி?” என்று சிரித்தான். அப்படி பட்ட யோசனைக்குக் கார்த்திக் ஒத்துக்கொள்வானா?

“அப்படின்னா . . . உங்களுக்கு இடையே உடல் உறவு . . . ஸாரி, இப்படிக் கேக்கறேன்னு தப்பா நினைக்க வேண்டாம்” என்று ரமேஷ் குற்றவுணர்வுடன் மெல்லக் கேட்டார்.

மோகனசாமி மற்றொரு முறை சிரித்தான். இப்போது கதை கட்டும் ஆசை அவனுக்கு வந்தது. பொய் மணிகளைக் கட்டி அதன் அழகை அனுபவித்தான்.

“யெஸ் . . . அவளுக்கு அதில் என்னைவிட அதிக இண்ட்ரெஸ்ட். வாரத்தில் ஓரிரு முறை சேரவில்லை என்றால் சமாதானமே ஆகாது.” வாரம் எங்கே, ஒருநாளைக்கு ரெண்டு தடவைகூட சேரக்கூடிய சபலம் அவனுக்கு!

“ஓ . . ! பெரியவன் நான் ஒரு அறிவுரை சொல்றேன். தயவு செய்து எந்த விபரீதமும் ஆகாம பாத்துக்கங்க ப்ளீஸ். வாழ்க்கை எப்படிப்பட்ட திருப்பத்தைக் கொண்டுவந்து நிறுத்துமுன்னு சொல்லமுடியாது” ரமேஷ் மிகவும் சங்கோஜத்துடன் இந்த வார்த்தைகளைச் சொன்னார்.

“நானும் அதைத்தான் சொல்றேன். ஆனா அவள் பேச்சைக் கேட்பதில்லை. காண்டோம் பயன்படுத்த வேண்டாமுன்னு சொல்றா. இன்பம் குறையுமுன்னு அவளுடைய வாதம்.”

என்றாவது காண்டோம் பயன்படுத்த கார்த்திக் ஒத்துக்கொள்வானா? முடியாது. இருவருக்கும் இதுவரை காண்டோம் வாங்கிப் பழக்கமில்லை என்று தனக்குள் எண்ணினான்.

“அவளாவது எச்சரிக்கையுடன் இருக்கிறாள்தானே?”

“எனக்கொன்னும் ஆகாது, நீ சும்மா யோசிச்சு தலையைக் கெடுத்துக்காதன்னு சொல்றா.”

கார்த்திக்குக்கு என்ன ஆக முடியும்? அவன் கர்ப்பமான வயிற்றைத் தூக்கிக்கொண்டதைப் போன்ற வேடிக்கையான காட்சி கண்முன் வந்து சிரிப்பு உண்டாக்கியது.

“ஆனாலும் பொறுப்புடன் இருங்க ப்ளீஸ் . . .”

“தேங்க்ஸ் . . .”

“உங்க வீட்டுக்குப் பக்கத்திலயே இருக்காளா?”

“நோ நோ . . . ஒரே வீட்டில கூடவே இருக்கோம். லிவிங் டு கெதர் . . .”

“மை காட் . . . யாரும் எதுவும் சொல்றதில்லையா?”

“இல்லீங்க . . . இன்ஃபேக்ட் அவளுடைய அப்பா - அம்மா நாங்க ரெண்டு பேரும் ஒண்ணா இருக்கறதுக்குச் சந்தோஷப்படறாங்க. சண்டைப் போடாம ஒத்துப்போங்கன்னு சொல்றாங்க.”

“வீடு வாடகைக்குக் கொடுத்தவரு ஒத்துக்கிட்டாரா?”

“ஓ . . . அவருக்கு எங்க ரெண்டு பேரையும் கண்டா மிகவும் விருப்பம். அப்பப்ப வீட்டில செய்யற இனிப்புப் பலகாரங்களைக் கொடுத்தனுப்புவாரு.”

“இப்படியெல்லாம் பெங்களூரு முன்னேறி இருக்குன்னு எனக்குத் தெரியாது . . . பேப்பரில படிப்பேன். ஆனா நம்பிக்கை இருக்கலை.”

“இது உங்களுக்குத் தவறாப் படுதா?”

“நோ, நோ.. அப்சலூட்லி நோ ப்ராப்ளம் . . . ஐ கேன் அண்டர்ஸ்டாண்ட் . . . ஆனா சீக்கிரமா திருமணம் செஞ்சுக்கங்க. அதிக நாள் இப்படி இருக்கறது நல்லதல்ல.”

“ஓ . . .திருமணத்தைப் பத்தி நாங்க ரெண்டு பேரும் என்னைக்கும் யோசிச்சதே இல்லை.”

அதைக் கேட்டு ரமேஷ் அதிர்ச்சியடைந்தார்.

“ஆர் யூ சீரியஸ்?”

“ஆமா . . . சுகத்தை அனுபவிக்கறது மட்டும்தான் தற்சமயம் எங்க வழி. குடும்பம், பிள்ளைங்க அப்படியெல்லாம் ரிஸ்க் வேண்டாமுன்னு நினைக்கிறோம்.”

“நோ. . . நோ . . . யூ ஆர் ராங்க். குடும்ப வாழ்க்கையிலும் அதிக சுகம் இருக்கு. அதை நீங்க இருவரும் இழந்துவிடக்கூடாது.”

“அப்படியே ஆகட்டும் விடுங்க. உங்க ஆசீர்வாதத்தால அதுவும் நடக்குமான்னு பாக்கலாம்.”

“கண்டிப்பா . . . வேணுமுன்னா நானே வந்து முன்னாடி நின்னு திருமணத்தை நடத்திக்கொடுக்கறேன் . . . ஒரு போன் பண்ணினா போதும்” என்று உணர்ச்சியுடன் சொன்னார் ரமேஷ்.

“மிக்க நன்றி! அப்படி ஒரு வாய்ப்பு வந்தா கண்டிப்பா உங்களை அழைப்பேன்.”

ரமேஷுக்கு இத்தனை பேச்சுக்களை ஜீரணிக்க சிரமமானது. அவர் தனக்குள் தற்போதைய இளைஞர்கள் தங்களைவிட மிகவும் மாறுபட்டவர்கள்! அவ்வளவு காதலிச்சாலும் நான் ஸ்மிதாவுக்கு ஒரு முத்தம் கொடுக்க ஒரு வருஷம் தேவைப்பட்டது. இவங்க தைரியமே வேற, இவங்க உலகமே வேற என்று சிந்தித்தார்.

மோகனசாமி தன்னுடைய கன்னடப் புத்தகத்தில் மறுபடியும் மூழ்கினான். மனது மகிழ்ச்சியால் பூரித்தது. அறிமுகமில்லாத ஒருவரிடம் அவிழ்த்துவிட்ட வெள்ளைப் பொய்களில் வாழ்க்கைக் கனவுகளைப் பகிர்ந்துகொள்வது எப்படிப்பட்ட சுகம்! தில்லி வந்ததும் இந்த ரமேஷ் எங்கேயோ . . . நான் எங்கேயோ . . . ஆனால் இந்த நான்கு மணி நேர விமானப் பயணத்தின் நட்பு எவ்வளவு மகிழ்ச்சியைத் தருகிறது?

சிற்றுண்டிக்குப் பிறகு ரமேஷ் மறுபடியும் கார்த்திக்காவின் விஷயத்திற்கு வந்தார். “மிஸ்டர் மோகன், நீங்க தப்பா நினைக்கலைன்னா கார்த்திகாவின் போட்டோவைப் பார்க்கலாமா?அந்த மாதிரி தைரியமான பொண்ணு எப்படி இருப்பாங்கற ஆர்வம் எனக்கு. உங்க வாலெட்டில கண்டிப்பா அவங்க போட்டோ இருக்குமுன்னு எனக்குத் தெரியும்” என்று கெஞ்சினார். இப்போது மோகனசாமிக்குப் பொய் சொல்லி மகிழ்ந்து ருசித்ததற்குச் சரியான தண்டனை வந்தது! ஆனால் தைரியத்தை இழக்காமல் புத்திசாலித்தனமாகப் பிரச்சினையைச் சமாளிக்க முயன்றான்.

“வாலெட்டில் அவள் போட்டோ இல்லை.”

கார்த்திக்கின் இரண்டு போட்டோக்கள் வாலெட்டில் எப்போதிருந்தோ இருக்கின்றன!

"அவளுக்கு அதெல்லாம் பிடிக்காது. என் போட்டோ இருக்க வேண்டியது உன் இதயத்தில். வாலெட்டில் அல்ல என்று திட்டுவாள். அதனால அவளை என் நெஞ்சில வைச்சிருக்கேன்."

"ஓ . . ." ரமேஷ் குரலில் மிகவும் ஏமாற்றம் தெரிந்தது. மோகனசாமிக்கும் அவர் ஏமாற்றமடைந்ததைப் பார்த்து வருத்தமானது. ஏதாவது உபாயம் செய்யத் தோன்றியது!

"ஒரு வேலை செய்யலாம். அவளோட போட்டோ என் லேப்டாப்பில் இருக்கு. அதில நீங்க பாக்கலாம்" என்று தைரியமாகச் சொல்லிவிட்டான். லேப்டாப்பில் நூத்தி எட்டுப் போட்டோக்கள் இருக்கும். அது இப்போது கை கொடுக்கும் என்ற தைரியம் மோகனசாமிக்கு. அதில் காட்டக்கூடிய ஏதாவது ஒரு அழகான பெண்ணின் போட்டோ இருக்காதா என்பது அவனுடைய ஆலோசனையாக இருந்தது.

"சூப்பர்ப்! தயவு செய்து சீக்கிரமா காட்டுங்க" என்று ரமேஷ் அவசரப்படுத்தினார். "கண்டிப்பா, எனக்கு நீங்க அஞ்சு நிமிஷம் டைம் கொடுங்க. மறுபக்கம் அமர்ந்து மெல்ல அவளுடைய "போட்டோவைக் காட்டுகிறேன்" என்று சொல்லிவிட்டு, தலைக்கு மேலே இருந்த லக்கேஜ் பகுதியிலிருந்து தன்னுடைய லேப்டாப்பை எடுத்துச் சிறிது தொலைவில் போய் அமர்ந்தான்.

எல்லா இமேஜ் பைல்களையும் துழாவத் தொடங்கினான். வெறும் கார்த்திக் போட்டோக்கள்தான் கிடைத்தன. டிஜிட்டல் கேமரா வாங்கியதிலிருந்து போதுமான அளவுக்குப் போட்டோக்களை எடுத்து லேப்டாப்பில் சேகரித்து வைத்திருந்தான். ஒரு சில புகழ்பெற்ற சினிமா ஹீரோக்களின் போட்டோக்களும் அதில் இருந்தன. 'தட்கன்' சினிமாவின் அக்ஷயகுமார்,'கஹோனா பியார் ஹை' கந்தர்வன் ஹிரிதிக் ரோஷன், 'ஹம் தில் தே சுகே சனம்' சல்மான் கான், 'ஸ்பர்ஷா' வின் புதுப் பையன் சுதீப் . . . என்று ஆண்கள் படங்கள்தான் அதிலிருந்தன.

ஒரு பெண் போட்டோவும் கிடைக்கவில்லையே. மோகனசாமிக்குக் கவலையானது. ஆனாலும் பொறுமையுடன் தேடினான்.

எப்போதோ ஒருமுறை குமாரபர்வாவுக்குப் போனபோது எடுத்த போட்டோக்களில் ஏதோ பெண் தெரிந்தாள். கார்த்திக் டிரக்கிங் பைத்தியம்.மோகனசாமிக்கு அது பிடிக்காது.குமாரபர்வா

போய் வந்த பிறகு இரண்டு நாள் கால் வலியால் துடித்தான். கார்த்திக் அப்போது வலி குறைய மஸாஜ் செய்தான். அந்த ட்ரக்கிங்குக்கு இரண்டு பெண்கள் வந்திருந்தார்கள். அவர்கள் யார் யாரென்று மோகனசாமிக்கு மறந்துபோனது. அந்த இரண்டு பெண்களில் ஒருத்தி மோகனசாமியைவிட உயரமாக இருந்தாள். மற்றவள் இவன் உயரத்துக்குப் பொருந்தியவள். அவளையே தற்போதைக்கு கார்த்திகாவாகக் காட்டிவிடுவது என்று முடிவு செய்து ரமேஷ் அருகில் சென்றான். வேடிக்கை என்னவென்றால் எல்லாப் போட்டோக்களிலும் கார்த்திக்கும் இருந்தான்.

ரமேஷுக்கு அந்தப் பெண் பிடித்துப்போனாள். 'நல்ல தேர்வு' என்று சொல்லி, இரண்டு கைகளையும் மார்பின் அருகே வைத்துக் காட்டினார். அவளுக்குப் பெரிய மார்பகங்கள் இருப்பதாகச் சொன்னார் என்பது மோகனசாமிக்குப் புரிந்தது.

உண்மையாகவும் அதை அவன் ட்ரக்கிங்கின்போது கவனித்திருக்கவில்லை. இப்போது போட்டோவைக் கவனமாகப் பார்த்தான். உண்மை என்று தோன்றியது. அது எப்படி அவன் கவனத்திற்கு அப்போது வரவில்லை என்று வியப்பாக இருந்தது. ஆனால் அவள் பாய் ஃப்ரெண்ட் ஒருவன் ட்ரக்கிங்குக்கு வந்திருந்தான். ஆறடி உயரமான அவன் வாட்டசாட்டமாக மிகவும் கவர்ச்சியாக இருந்தான். அவன் மூக்கு நீளமாக இருந்தது. அதைப் பிடித்து ஆடவேண்டும் என்ற விருப்பம் மோகனசாமிக்கு இருந்தது. திருட்டுத்தனமாக அவன் மூக்கையே பார்த்து, கார்த்திக்கிடமிருந்து திட்டுவாங்கியதுகூட நினைவுக்கு வந்தது.

இந்த உரையாடலின் கடைசி வாக்கியம் என்பதைப்போல "மற்றபடி எதுவாகவோ இருக்கட்டும், நீங்கள் இருவரும் கூடிய விரைவில் திருமணம் செய்துகொள்ளுங்கள்" என்று ரமேஷ் மற்றொருமுறை சொல்லி அவர் தூக்கத்தில் ஆழ்ந்தார். மோகனசாமி ஒரு பத்து நிமிடம் புத்தகம் படித்தாலும், உணவு அருந்தியதால் தூக்கம் சொக்கியது.

O

திடீர் என ஏற்பட்ட விசித்திரமான சத்தத்தால் மோகனசாமிக்கு விழிப்பு ஏற்பட்டது. காதைப் பொத்திக்கொள்ளும் அளவுக்குச் சத்தம். விமானம் பயங்கரமாய் ஒலி எழுப்பியது. விமானப் பணிப்பெண்கள் அவசர அவசரமாகக் கேபினுக்குள் ஓடிக்கொண்டிருந்தார்கள்.

யாரோ ஒருவர் "என்னாச்சு" என்று பயத்துடன் கேட்டார். அதற்குப் பதிலளிக்காமல் அவள் கேபினுக்குள் ஓடினாள். அவள்

பின்னால் மற்றொரு பயணி ஓடினார். திடீரென்று விமானம் வலது பக்கம் சாய்ந்தது. அந்த மனிதர் நிலைதவறிக் கீழே விழுந்தார். ஸீட்டுக்கு மேலே இருந்த இரண்டு கேபினெட்கள் தானாகத் திறந்துகொண்டு, அங்கிருந்த லக்கேஜுகள் 'தொப தொப' என்று கீழே விழுந்தன. மக்கள் 'ஓ' என்று அலறினார்கள். விமானம் இன்னும் நாரசமாக ஒலி எழுப்பியது. ரமேஷுக்கு விழிப்பு வந்தது. 'என்னாச்சு?' என்று கண்ணைக் கசக்கிக்கொண்டு கேட்டார். மோகனசாமி 'தெரியலைங்க' என்றான்.

ஏதோ ஒரு குழந்தை சத்தமாய் அலறியது. அதன் அம்மாவும் சேர்ந்து அழுதாள். கேபினிலிருந்து வெளியே வந்த விமானப் பணிப்பெண் அழுதுகொண்டு போனதைப் பார்த்துப் பயணி களுக்குத் தைரியம் குறைந்தது. யாரோ ஒருவர் அவளைப் பிடித்து நிறுத்தி 'என்ன நடக்குது சொல்லுங்க' என்று சாவின் பயத்துடன் கத்தினார். 'இஞ்சினில் ஏதோ கோளாறு' என்று அவள் பயத்துடன் சொல்லிக் கிச்சன் பக்கம் பயத்துடன் அழுதுகொண்டே ஓடினாள். அவள் அதைச் சொன்னதுதான் தாமதம் பயணிகள் எல்லோரும் சாவின் பயத்தால் அலறினார்கள். அதிர்ச்சியால் உறைந்தார்கள். யாரோ ஒருவர் ஏதோ ஸ்தோத்திரத்தை உரக்க உளறினார். ஓரிருவர் வாந்தி எடுத்ததால் கெட்ட வாடை விமானம் முழுக்கப் பரவியது.

ரமேஷ் பயத்தால் கத்தினார். "ஆண்டவா, ஆண்டவா, காப்பாத்து . . .' என்று உரக்கக் கத்தினார். விமானம் இப்போது இடது பக்கம் தடுமாறிச் சாய்ந்து இன்னும் அதிகமாக ஒலி எழுப்பியது. மோகனசாமி உடனே ஜன்னல் வழியாகக் கீழே பார்த்தான். தில்லியின் வீடுகள் தெரிந்தன. தரையில் இறங்கும் அவசரத்தில் ஒரு இறக்கை ஏறத்தாழ ஒரு வீட்டின் மீது மோதியதைப் பார்த்ததும் மோகனசாமிக்கு மூச்சே நின்றுவிட்டது. 'ஆச்சு, இனி முடிஞ்சது. கார்த்திக், கார்த்திக், என் வாழ்க்கை முடிஞ்சது' என்று பயத்துடன் மனதுக்குள்ளேயே சொல்லிக்கொண்டான். வயிற்றைக் கலக்கியது. 'ஆண்டவா காப்பாத்துப்பா' என்று வேண்டினான். இன்னும் சில லக்கேஜ்கள் 'தபதப' என்று விழுந்தன. யாரோ 'நெருப்பு, நெருப்பு' என்று கூவினார்கள். மற்றொருவர் விமானத்து ஜன்னலை உடைக்கத் தொடங்கினார். "டோன்ட் டூ தட் ப்ளீஸ் . . ." என்று யாரோ மற்றொருவர் கத்தினார். ஆனாலும் ஜன்னலை உடைப்பது தொடர்ந்தது. மோகனசாமி கண்களை மூடிக்கொண்டான். காதுகளை இறுக்கமாக மூடிக்கொண்டான். சிறிய வயதில் அப்பா சொல்லிக்கொடுத்த ஏதோ மந்திரத்தை உச்சரித்தான்.

விமானம் தரையைத் தடார் என்று தாக்கியபோது, முதுகு எலும்பு கண்டிப்பாக முறிந்திருக்கும் போலான வலி. உயிர்

போவதைப்போலக் கத்தினான் மோகன். அருகில் பார்த்தால் ரமேஷ் அப்போதே மயங்கி விழுந்ததுபோலத் தெரிந்தது. முழு விமானமும் வலி, பயம், அதிர்ச்சி, கவலைகளின் கூச்சலால் நிறைந்திருந்தது. விமானம் தரையிறங்கும் பாதையை விட்டு ஏதோ மண் பாதையில் தாறுமாறாக ஓடியது. வேகமாகப் போய்க்கொண்டிருந்த ஏதோ மரத்தில் மோதிய வேகத்தில் பெரிய சத்தத்துடன் எல்லாப் பக்கமும் விமானம் தீப்பிடித்து எரிய ஆரம்பித்தது.

விபத்தில் அதிக பயணிகள் பிழைக்கவில்லை. விமானத்தின் முன் பகுதியில் அமர்ந்திருந்தவர்கள் எல்லாம் வெந்து கருகிப்போனார்கள். விமானம் காலியாக இருந்ததால் அதிக எண்ணிக்கையில் மரணம் நிகழவில்லை. ஆனால் விமானத்தின் பைலட், துணை பைலட், சில விமானப் பணிப்பெண்கள், நாற்பதிற்கும் அதிகப் பயணிகள் உயிர் நீத்தனர். பல பேருக்குத் தீக்காயங்கள், இரத்தக் காயங்கள், பலருக்கு எலும்பு முறிவு ஏற்பட்டது. ஆனால் பின்னால் அமர்ந்திருந்த சிலர் மட்டும் வியப்பாக அதிகக் காயங்கள் இல்லாமல் தப்பினார்கள். மோகனசாமி ரமேஷ் இருவரின் தலை எழுத்துகள் நன்றாக இருந்தன. மோகனசாமியின் முடி நெருப்புப் பட்டுக் கருகியிருந்தது. ரமேஷ் நினைவு இழந்திருந்தார். பிணங்களுடன் உயிரோடு மீதமிருந்தவர்களை மெல்ல நகர்த்தினார்கள். மோகனசாமியின் ஸ்ட்ரெச்சரில் ஒரு பிணத்தையும் பக்கத்தில் படுக்க வைத்து நான்கு பேர் எடுத்துச் சென்றார்கள். கோரக் காட்சி. பதற்றம், அலறல், பிதற்றல் எல்லாம் சூழ்ந்த நிலை.

மூன்று மணி நேரம் மோகனசாமியை மருத்துவமனையில் சோதனை செய்தார்கள். அவர்கள் கேள்விக்குப் பதில் சொல்லும் வலுவையும் இழந்திருந்தான் மோகனசாமி. என்ன நடக்கிறது என்பதை ஜீரணித்துக்கொள்ள முடியாத நிலைமை. கார்த்திக்குக்குப் போன் செய்யும் ஆர்வமும் இல்லை. ஒரு சில பத்திரிகையாளர்கள் வந்து சுற்றி நின்றார்கள். அவர்கள் கேள்விகளுக்கு வெறுப்புற்றுக் கோபமாகக் கத்தினான்.

○

மாலையில் மோகனை அனுப்பினார்கள். வெளியே கூட்டிப் போவதற்கு அவன்கூட வேலை செய்பவர் ஒருவர் காரில் காத்திருந்தார். விஷயமறிந்து பயத்தால் அலுவலகத்திற்குப் போன் செய்த கார்த்திக்குடன் அவர் பேசிப் பயப்படத் தேவை இல்லை என்று சொன்னார். மோகனசாமியுடன் பேச வேண்டும் என்று கேட்டுக்கொண்டான்.

ஏதோ அறையில் சோதனையில் இருந்த மோகனசாமிக்குத் தொலைபேசியைக் கொடுக்க முடியவில்லை.அவன் உடனே புறப்பட்டு வருவதாகச் சொன்னான். 'லேப்டாப்' எங்கே இருக்கிறது? என்றுகூட மோகனசாமிக்குத் தெரியாது. அதைப் பற்றிய ஆர்வமும் அவனுக்கு இல்லை. வலி அதிகமாக இருந்ததால் அழவேண்டும் போல இருந்தது. ஆனால் முடியவில்லை.

மாலை காரில் ஏறும்போது தொலைவில் ரமேஷ் காரில் ஏறுவது தெரிந்தது. தொலைவில் சூரியன் மூழ்கிக்கொண் டிருந்ததால் எல்லாப் பக்கமும் செவ்வானம் பரவி இருந்தது. 'ஒரு நிமிடம் வருகிறேன்' என்று சக ஊழியரிடம் சொல்லி மெல்ல அடி எடுத்து வைத்து அங்கே போனான். இவனைப் பார்த்த ரமேஷ் மகிழ்ச்சியால் கண்ணீருடன் அணைத்துக்கொண்டார். 'பிழைச்சுக்கிட்டோம் மோகன், ஆண்டவன் நம்மைக் காப்பாத்திட்டான்' என்று உணர்ச்சிப்பூர்வமாகச் சொன்னார். ஓரிரு விநாடிகள் அவர்கள் அப்படியே தழுவிக்கொண்டு பாதுகாப்பான உணர்வை அனுபவித்தார்கள்.

அவரை வழியனுப்பும்போது மோகனசாமி "உங்களிடம் மன்னிப்புக் கேட்கவேண்டும்" என்று கன்னடத்தில் சொன்னான். ஏன் என்று ரமேஷுக்குப் புரியவில்லை. "நான் விமானத்தில் சொன்ன கதை எல்லாம் பொய். கார்த்திகா என்றால் பெண் இல்லை, பையன். நான் ஒரு 'கே'. கார்த்திக் எனும் ஆண் என் பார்ட்னர். நாங்கள் இருவரும் ஒன்றாகக் குடும்பம் நடத்துகிறோம். எனக்கு வாழ்க்கையில் எப்போதும் பெண்களைப் பற்றிய கவர்ச்சியோ மயக்கமோ இல்லை. சும்மா கதைகட்டிவிட்டேன். உங்களிடம் பொய் சொன்னதற்கு மன்னிக்கவும். அந்தக் காரணத்திற்காக ஆண்டவன் இப்படி ஒரு தண்டனையைக் கொடுத்தானோ என்று தோன்றுகிறது" என்று சொன்னான்.

அந்தப் பேச்சுக்கு என்ன பதில் சொல்ல வேண்டும் என்பது புரியாமல் ரமேஷ் தவித்தார். பிறகு நிலைமையைப் புரிந்து கொண்டு அவன் முதுகை மெல்லத் தடவி, "இட்ஸ் ஆல் ரைட் . . . மன்னிக்க வேண்டிய தவறு எதையும் நீங்கள் செய்ய வில்லை" என்றார்.

6

பேசக்கூடாத பேச்சுக்கள் வதைக்கும்போது

வெகு நாட்களாக மோகனசாமியின் அப்பா சுப்பராயரின் உடல்நிலை சரியில்லாமல் இருந்தது. ஊருக்கு தினமும் ஃபோன் செய்யும் போதெல்லாம், அவன் அம்மா சுபத்ரம்மா துயரமான குரலிலேயே பதிலளிப்பார். இன்றோ நாளையோ அவரை இழந்துவிடுவோம் என்கிற பயம் அவனுக்குள் இருந்தது. ஊரிலிருந்து அம்மாவின் ஃபோன் வந்தவுடன், 'போய்விட்டாரோ ...' என்ற பரபரப்பு உண்டாகும். அதுபோன்ற பரபரப்பிலிருந்து தப்பித்துக்கொள்ள வேண்டும் என்பதைப்போல அவனே தினமும் ஓரிரு தடவை அம்மாவுக்கு ஃபோன் செய்து, பேச்சின் முடிவில் அப்பாவின் உடல்நிலையை விசாரிப்பான். 'நீ ஒன்னும் கவலைப்பட வேண்டாம் எல்லாம் சரியாப் போகும்' என்று அழைப்பை முடித்தாலும், அந்த வார்த்தைகளில் அவனுக்கு நம்பிக்கை இருக்க வில்லை.

நேற்று இரவு சரியாகப் பன்னிரண்டு மணிக்கு அம்மாவிடமிருந்து ஃபோன் வந்தபோது அவன் மிகவும் படபடப்பானான். "அவர் பேச்சு நின்று விட்டது மோகனா, நெஞ்சில் கபம் கட்டி இருக்கிறது. எதையோ சொல்லத் தவிக்கிறார். ஆனால் 'கொரகொர'ன்னு சத்தம் மட்டும்தான் வருது, பேச்சு வரலை. கண்ணில இருந்து 'பொலபொல'ன்னு தண்ணி வருது. நேரம் வந்திருச்சுன்னு நினைக்கிறேன். நீ ஊருக்கு வந்திரு' என்றார் அதிர்ச்சியாக. ஆறுதல்

சொல்லும் விதமாகப் பேசினால்கூட அழுதே விடுவார் என்ற நிலைமையில் சுபத்ரம்மா இருந்தார். 'அப்படியே ஆகட்டுமம்மா, புறப்பட்டு வர்றேன்' என்று அதிகம் பேசாமல் ஃபோனை வைத்தான்.

மோகனசாமிக்கு என்ன செய்வதென்றே தெரியவில்லை. காரணம், வெகு நாட்களாக டெரிக் என்ற அழகான பையனுடன் சாட் செய்துகொண்டிருந்தான். அம்மா ஃபோன் செய்த அதே நாள் இரவு டெரிக் மோகனசாமியின் வீட்டில் சேருவதாக ஏற்பாடு. சொன்ன நேரத்திற்கு டெரிக் வந்திருந்தான். முதல் துணையுடன் நீண்ட நாட்கள் கூடி இருந்த வாழ்க்கை கசப்பாக முடிந்த பிறகு, மோகனசாமி தனிமைக்குப் பழகிவிட்டான். துணை கிடைத்தால் நல்லது என்று அவ்வப்போது தோன்றினாலும், அதை உதறித் தள்ளிவிட்டு வேலையைப் பார்ப்பான். திடீர் என்று ஏதாவது கிடைக்கும் ஏதோ ஓர் இளைஞனுடன் ஓரிரு முறை அலைந்து, இருவருக்கும் பிடித்திருந்தால் இணைவது; பொருந்திப்போனால் சில காலம் உறவைத் தொடர்வது, பிறகு மறுபடியும் புது இளைஞனைத் தேடத் தயாராவது. இது மோகனசாமியின் வாழ்க்கை முறையாக இருந்தது.

சில நேரம் ஏதோ இளைஞனுடன் சேர்ந்து இன்பமடைந்த பிறகு, "வாழ்ந்தால் இப்படிப்பட்டவனுடன் வாழவேண்டும், இவன்தான் எனக்குச் சரியான ஜோடி" என்று ஆழமாக மனத்தில் தோன்றும். ஆனால் சில நாட்களிலேயே சந்திக்கக் கோரினால், அவன் சாக்குப்போக்குச் சொல்லித் தப்பித்துக்கொள்வதைப் பார்த்தால் அல்லது எதிர்பாராமல் அவன் மனைவி, பிள்ளைகளுடன் திரிவதைப் பார்த்தால் அல்லது அவன் பேஸ்புக்கில் புதிய பையனின் போட்டோவைப் பார்த்தால் – மறுபடியும் தனிமைதான் சரி என்ற எண்ணத்திற்குத் திரும்பிவிடுவான் மோகனசாமி. அதனால் ஏதோ தெரியாத இரவில் எதிர்பாராமல் துணையாக வந்து இன்பமளித்த தேகமும், மறுபடியும் சுகமளிக்கக் கிடைக்கும் என்றோ, விடியும்வரை அதே உன்மத்தமான உறவின் உணர்வுகளைக் காப்பாற்றிக்கொண் டிருக்கும் என்றோ - அவனுக்குள் நம்பிக்கை பிறக்கவில்லை. அது போன்ற விருப்பங்களுக்கு மனது தவித்தாலும், மறுபடியும் ஏமாற்றத்தின் கசப்பை, பிரிவின் வலியை அனுபவிக்க வேண்டி வருமே என்ற எண்ணம் அவனுக்குத் தலை தூக்கும் ஆசை களைக் கடிவாளம் போட்டு நிறுத்திவிடும். வாழ்க்கை இவ்வளவுதான் ... அதிகம் ஆசைப்படக்கூடாது. ஆசைப்படும் அளவுக்கு வேதனையும் இருக்கும். ஆனால், அப்படிச் சின்னச் சின்ன ஆசைகள்கூட இருக்கக்கூடாதென்றால் அதென்ன வாழ்க்கை?

வயது முப்பத்தைந்தைத் தாண்டிவிட்டது. நடு வயது வாழ்க்கைக்கு அவன் வந்திருந்தான். இப்போது இளம் பையன்களைச் சேர்க்கைக்கு அழைக்க மோகனசாமிக்குப் பயமாகவும், கூச்சமாகவும் இருந்தது. தலையில் வளர்ந்த வெள்ளை முடி, அங்கங்கே சுருங்கிய தோல், அரை மணி நேரம் கட்டிலில் புரள்வதில் ஏற்படும் சோர்வு – எல்லாம் சேர்ந்துகொண்டு மாறுபட்ட எண்ணத்தை எழுப்பிக் கொண்டிருந்தன. ஆனால் உள்ளுக்குள்ளிருந்து விருப்பம் அடக்கமுடியாமல் விசையோடு எழும்போது சும்மா இருக்க முடியுமா என்ன? தன் கல்லூரி நண்பர்களெல்லாம் திருமணமாகி, பிள்ளைகளின் பூணூல் விழா நடத்தவும், புதுமனை புகுவிழாவிற்குப் பத்திரிகை கொடுக்கவுமாக மூழ்கிக்கிடப்பதைப் பார்க்கும்போது அவனுக்கு வருத்தமாக இருக்கும். எல்லோரும் தங்கள்வருங்கால வாழ்க்கையைப் பாதுகாக்க இப்படித் தயார்ப்படுத்திக்கொள்ளும் வேலையில் மூழ்கிக்கிடக்கிறார்கள். தனக்கோ அப்படிப்பட்ட அழுத்தங்கள் இல்லை.வங்கியில் பணத்தை நிரந்தரக் காப்பீட்டில் வைக்கும்போது, வாரிசு சம்பந்தப்பட்ட ஆவணங்களில் யார் பெயரை எழுதுவது என்று சங்கடப்படும் நிலைமை தனக்கு. அப்போதே மரணத்தை நெருங்கிக்கொண்டிருக்கும் அப்பா – அம்மா பெயரை வாரிசு ஆவணத்தில் எழுதும்போதுஅவனுக்கு வேடிக்கையாக இருக்கும்.

அறிமுகமானவர்கள் யார் சகவாசமும் வேண்டாம் என்று தீர்மானித்து, 'திருப்பதி திம்மப்பன்' என்று மோகனசாமி ஒருமுறை அந்தக் கடன்காரக் கடவுளை வாரிசாக நியமித்துவிட்டான். தான் இறந்துவிட்டால் அந்தப் பணத்தை வங்கிக்காரர்கள் திருப்பதி ஏழுமலையானின் உண்டியலில் போடுவார்களா என்று எண்ணிச் சிரிப்பு வந்தது அவனுக்கு. அவன் வாரிசு விண்ணப்பத்தைப் படித்த வங்கி எழுத்தர் வயிறு குலுங்கக் குலுங்கச் சிரித்து, அங்கே இருந்தவர்களுக்கெல்லாம் அதைக் காட்டிச் சிரிப்பை வரவழைத்தார். அவருடன் சேர்ந்து தானும் சிரித்துவிடுவோமோ என்று சங்கடமாகி, விரைவாக அங்கே இருந்து வெளியே வந்தான். இனி என்ன கதி என்று புரியாத பயம் அவனைக் கசக்கிப் பிழிந்தது. தான் படுத்த படுக்கையாக உடல்நிலை சீர்கெட்டுவிட்டால் . . . ஊகூம், அப்படிப்பட்ட எண்ணம்கூடத் தனக்கு நடுக்கத்தை உண்டாக்கும் என்று அதைப் புறந்தள்ளிவிட்டு உடனே பிரபலமான மருத்துவமனையில் பணம் கொஞ்சம் அதிகமாகவே செலவு செய்து மாஸ்டர் ஹெல்த் செக்அப் செய்துகொள்வான். நிறைய பணத்தைப் பிடுங்கிக்கொண்டு, அதற்குப் பதிலாக மருத்துவமனையில் கொடுக்கும் சில அச்சிடப்பட்ட காகிதங்களைக் கையில் பிடித்துக்கொண்டு, 'இல்லை, இன்னும் எதுவும் ஆகவில்லை . . .'

என்று பெருமூச்சுவிடும் நேரத்தில், வாழ்க்கை மற்றொரு பக்கம் புரண்டுவிடுகிறது.

சிலநேரம் மோகனசாமிக்கு இப்படித் தோன்றும், தனக்கும் யாராவது இளமையில் அழகான பையனாகப் பார்த்துத் திருமணம் செய்திருந்தால், நூறு பேர் முன்னிலையில் கொண்டாட்டத்துடன் ராஜகுமாரனைப்போல ஒரு பையனின் கைப்பிடித்திருந்தால், எல்லோருடைய ஒப்புதல் பெற்று முதல் இரவு நடந்திருந்தால் – தானும் அவர்களைப் போலச் சுகமாக இருந்திருப்போமோ என்று. அது மிகவும் அற்பமாகத் தோன்றினாலும், உள்ளுக்குள்ளே அப்படித் தோன்றிவிடும். எல்லாத் துணையும் வம்சம் வளரத்தான் இருக்க வேண்டும் என்ற கட்டாயத்தை யார் ஏற்படுத்தியது? குழந்தை என்றால் நம் இரத்தத்தையும், சதையையும்பகிர்ந்துகொண்டிருக்க வேண்டும் என்ற சுயநலமான நியதிகளை யார் தோற்றுவித்தது? வாழ்க்கையில் சேர்ந்து வாழ ஒரு நல்ல துணை தேவை, அந்தத் துணையும் நிம்மதியாக இருக்க மேலும் இரத்த சம்பந்தப்பட்ட துணைகள் தேவை – வாழ்க்கை அவ்வளவுதானே? அவ்வளவு எளிதான வாழ்க்கையைச் சமுதாயம் புரிந்துகொண்டிருந்தால் இந்தக் காமத் தவிப்பு இப்போது தனக்குள் அடங்கிப் போயிருக்குமோ என்னமோ? கைக்கு எட்டியும் வாழக் கிடைக்காமல் போகும் இரக்கத்தால்தான் இந்தத் தவிப்பு; தேவைப்படுவது அனைத்தும் எல்லா நேரங்களிலும் கைக்குக் கிடைக்கும்படி இருந்தால் தாகம் என்றோ தணிந்துபோயிருக்கும்.

டெரிக் துணையாக வந்தபோதும் எந்த நீண்ட உறவுக்கான நோக்கத்தின் பிரமையும் மோகனசாமிக்கு இருக்கவில்லை. இருபது வயதைத் தாண்டாத அந்த இளம் தேகம் இன்பத்தை மொத்தமாகத் தாரை வார்க்கும் தருணத்தில், அது நிரந்தரமாக இருக்கட்டும் என்ற ஆசை உள்ளுக்குள்ளே தோன்றும். அவன் கவர்ச்சியான மென்மையான சருமத்தின் ஸ்பரிசத்தைத் தொட்டுத் தொட்டுச் சுகத்தை அனுபவிக்கும்போது, மீண்டும் நாளை இந்தத் தேகம் தனக்குத் தேவை என்று ஆசை ஏற்பட்டால் கிடைக்காதோ என்று மனம் ஏங்கும். கொழுப்பில்லாத அந்த மெலிதான தேகத்தின் வளைவுகளில் கையை ஓட்டித் தடவும்போது, இந்த இன்பம் சில நொடிகளின் பிரமைதான் என்ற அறிவு விழித்துக்கொள்ளும். அவனுடைய சூடான மூச்சில் இருந்த இளமையின் கடும் வாசனையின் மோப்பத்திற்கு மெய் மலரும்போது, எங்கேயோ தேகத்தின் ஒரு பகுதி கட்டுப்பாட்டை மீறி நடுங்கும். சேர்க்கையின் தீவிரத்திற்குப் புல்லரித்து அவன் மெல்ல அங்கங்கே கடித்த வலி இன்பத்தின் மற்றொரு

பகுதியாக வதைக்கும்போது, தான் அவனுக்கு ஈடான சுகத்தை அளிக்கவில்லையோ என்ற உறுத்தல் அவனுக்கு இருந்தது.

அறிமுகமில்லாத ஒருவனுடன் தேகத்தைப் பகிர்ந்து கொள்ளும் இந்தச் செயல் அவனுக்குப் பயம், வெட்கம், குற்ற உணர்வை ஏற்படுத்தின. சிலநேரம் அந்த அறிமுகமில்லாத இன்பத்தின் உன்மத்தத்தின் எதிர்பார்ப்பிற்குக் காரணமானது. அறிமுகமில்லாத ஒரு தேகம் காமத்தைத் தூண்டுமளவிற்கு, ஏற்கெனவே அறிமுகமான ஒரு தேகம் தூண்டுவதில்லை. அப்படியானால் டெரிக்குக்கும் மோகனசாமிக்கும் இடையே முன்பு நடந்தது என்ன? கணினியின் அந்தப் பொய்யான திரைமீது ஆடிய ஒரு சில எழுத்துக்கள், கைப்பேசியில் ஓடிய சில வார்த்தைகள், இணையதளத்தில் வழியாகப் பரிமாறிக்கொண்ட சில புகைப்படங்கள் – அவ்வளவுதான்! இந்த அறிமுகத்துடன் அவனை வீட்டிற்கு அழைத்து, எந்தப் பயமும் இல்லாமல் இருவரும் உறவுகொள்வது என்ன வகை? காமவெறி பிடித்தவனுக்கு வெட்கமும் கிடையாது, பயமும் கிடையாது என்ற பழைய வாக்கு மோகனசாமிக்கு நன்றாகத் தெரியும். ஆனால் வெட்கப்படாமல், முரட்டுத் துணிவில்லாமல் தன்னைப் போன்றவர்களுக்குக் காம சுகம் கிடைக்காது என்ற உண்மையை அனுபவம் கற்றுக் கொடுத்திருந்தது. மரியாதைக்குப் பயந்து, உடம்பிலும் மனத்திலும் ஏற்படும் இயற்கையான காம வேட்கையை ஒடுக்குமளவுக்கு அது கொடூரமானது. மனிதனை உருக்குலைக்கும். ஊராருக்குப் பயந்து சுகத்தை அடக்கி, நாளை மூப்பு வரும்போது இழந்துபோன வாழ்க்கைக்குச் சங்கடப்பட்டு மனம் மீண்டும் அந்த இன்பத்திற்கு ஆசைப்பட்டால் என்ன கதி?

டெரிக் அதிகம் பேசமாட்டான். டெரிக் கிறிஸ்துவனாக இருக்க வேண்டும் என்று மோகனசாமி ஆங்கிலத்தில் பேசினான்; டெரிக் தடுமாறினான்.அவனுக்கு ஆங்கிலம் சரியாகப் பேச வர வில்லை. பேசிய சில ஆங்கில வார்த்தைகளும் மோகனசாமிக்குச் சரியாகப் புரியவில்லை. ஆனால் அழகான கன்னடத்தில் பதிலளித்தான் டெரிக். எந்தப் பக்கத்துக்காரன், என்ன சாதி, என்ன வேலை – இவை எதையும் முதல் சந்திப்பில் கேட்பது நாகரிகமல்ல. பேச்சில்லாமல் ஒருவரை அனுபவித்துச் சுகிப்ப தற்கு அதன் தேவையும் கிடையாது. இருவருக்கும் சம்மதம் என்றால் தானாகவே இந்த எல்லா விவரங்களும் அடுத்தடுத்த சந்திப்பில் பகிர்ந்துகொள்ளலாம் என்று அவனுக்குத் தெரியும். அதனால் தேவையில்லாமல் எதையும் சீண்டாமல்அவனை ஏற்றுக்கொண்டுவிட்டான். இருவரும் நிர்வாணமானபோது 'பூணூலைக் கழற்றிவிடவா?' என்று மோகனசாமி கேட்டதற்கு, 'வேண்டாம் அது ஒன்றும் தடையல்ல' என்று டெரிக் மறுத்துச்

சிரித்தான். அவனுடைய சின்ன மீசை, இளம் உதடுகளின் சிரிப்பு மோகனசாமிக்கு மயக்கத்தை அதிகமாக்க, அவன் முகத்தைத் தன் பக்கமாக இழுத்துக்கொண்டான்.

தேகங்களின் உன்மத்தம் முடிந்து அமைதியானதும் அப்போதே நள்ளிரவாகி இருந்தது. இரவு எவ்வளவு தாமதமானாலும், வியர்வையுடன் படுத்து உறங்குவது மோகனசாமிக்குப் பிடிக்காது. குளித்துவிட்டு, சுத்தமான ஆடையை அணிந்து படுத்து உறங்குவதுதான் அவன் இயல்பு. முடிந்தால் வந்தவனுடன் பூக்குளியல் போட விரும்புவான். ஆனால் டெரிக் எதற்கோ குளிக்க விருப்பம் காட்டவில்லை. அப்போதே அவன் கண்கள் தூக்கக் கலக்கத்தில் மூடிக்கொள்வது போல அவனுக்குத் தெரிந்தது. அதனால் அவனை வற்புறுத்தாமல் தான் மட்டும் குளிக்கப் போனான். டெரிக் வருவதற்கும் முன்னமே கீஸரைப்போட்டிருந்ததால், நீர் நன்றாகக் கொதித்திருந்தது. வெந்நீரின் பூக்குழியல் தேகத்தையும், மனத்தையும் லேசாக்கியது. டெரிக்குடன் நடந்த கேளிக்கை, மனநிறைவின் அலையை எழுப்பியது. அதனால் ஏதோ பழைய கன்னட சினிமாப் பாட்டு அவன் மனதிலிருந்து எழுந்து வந்தது. அந்த உல்லாசத்துடன் வழக்கத்தைவிடவும் உற்சாகமாகக் குளித்துவிட்டு, உடம்பைத் துடைத்துக்கொண்டு வெளியே வந்தான்.

குளித்துவிட்டு வெளியே வந்தவன், டெரிக்கைப் படுக்கையில் காணாமல் அங்குமிங்கும் தேடினான். மோகனசாமிக்குச் சந்தேகம் வந்தது. 'டெரிக்', 'டெரிக்' என்று இரண்டு மூன்று முறை அழைத்தான். மற்றொரு குளியலறைக்குப் போயிருப்பானோ என்று பார்த்தான்; அதுவும் காலியாக இருந்தது. வெளிக் கதவைத் திறந்து பார்த்தான். வெறும் இருட்டு. தொலைவில் நிறுத்தியிருந்த டெரிக்கின் பைக்கைக் காணவில்லை. சந்தேகம் மேலும் வலுவானது. அவன் போட்டுக்கொண்டு வந்த ஷூ இருக்கவில்லை. மோகனசாமிக்குப் பரபரப்பு அதிகமானது. உடனே நண்பனுக்கு ஃபோன் செய்யலாம் என்று கைப்பேசியைத் தேடினான். ஆனால் அதுவும் கைக்குக் கிடைக்கவில்லை. கைப்பேசியை எங்கே வைத்தேன் என்ற குழப்பத்துடன் லேண்ட் லைனிலிருந்து கைப்பேசிக்கு அழைப்பு விடுத்தான். "ஸ்விட்ச் ஆப் செய்யப் பட்டுள்ளது' என்ற ஒலி கேட்டது. டெரிக்கின் ஃபோன் எண்ணை நினைவுப்படுத்திக்கொள்ள முயற்சி செய்தான். நான்கைந்து எண்களுக்கு அதிகமாக நினைவுக்கு வரவில்லை. என்ன செய்வதென்று எதுவும் தோன்றாமல் நொடிந்து போய் சோபாவில் உட்கார்ந்தான். அதற்கு எதிர் மேஜையில் எப்போதும் வைக்கும் லேப்டாப் காணவில்லை; சார்ஜருடன் காணாமல் போயிருந்தது. அதன் அருகில் இருக்கும் 'ஐ பேடு'ம்கூட மாயம்!

ஏதோ சந்தேகம் எழ உள் அறைக்குப் போய் வார்ட் ரோப் கதவைத் திறந்து, டிராவை இழுத்தான். பத்துப் பதினாறு காண்டோம்கள் கிடந்தன. ஆனால் அத்துடன் வைத்திருந்த முன்னூற்றிப் பத்துச் சொச்சம் பணமும் கிரெடிட் கார்டும் இருக்கவில்லை. இரவில் டெரிக் கண் முன்பே அங்கிருந்து 'காண்டோம்' எடுத்து, அவனுக்கும் போட்டுத்தானும் போட்டுக்கொண்டது நினைவுக்கு வந்தது.

உடுத்தியிருந்த துண்டைக் கழற்றிக் கோபத்தால் அதை நிலத்தில் விட்டெறிந்து, 'திருட்டுத் தேவடியாப் பய, எல்லாத்தையும் கொள்ளையடிச்சுக்கிட்டுப் போயிட்டான் . . .' என்று மனத்துக்குள்ளேயே சொல்லிக்கொண்டு கட்டிலின் மீது மல்லாக்கப் படுத்துக்கொண்டான். மிருதுவான தலையணையை மடித்து முகத்தை முழுவதுமாக மூடிக்கொண்டான். சில நிமிடங்களுக்கு முன்பு அவனை உன்மத்தமாக்கிய டெரிக்கின் மூச்சின் கடும் வாசனை அதில் இன்னும் ஒட்டிக்கொண்டிருந்தது; அது அசிங்கம் என்று தோன்றியது அவனுக்கு. அந்தத் தலையணையைக் கட்டிலின்மீது 'தபதப' என்று நான்கைந்து தடவை அடித்து, 'இடியட் . . . இடியட் . . .' என்று வீடு முழுதும் கேட்கும்படிக் கத்தினான். என்ன செய்வதென்று தெரியவில்லை. தனக்கு ஏற்பட்ட ஏமாற்றத்தை யாரிடம் சொல்வது என்று யோசித்தான். போலீசுக்குச் சொல்லலாம் என்றால் 'நடந்த நிகழ்வை விவரமாகச் சொல்லுங்கள்' என்று நச்சரிப்பார்கள் என்ற பயம். நண்பர்களிடம் சொல்லலாம் என்றால், மனைவி, பிள்ளைகளின் உலகில் மூழ்கிப்போன அவர்களிடமிருந்து வெறும் பேச்சும் அனுதாபமும் கிடைக்கலாம்; மறுநாள் அவர்கள் நம்மை எண்ணிப் பேசிச் சிரிக்கலாம் என்று தோன்றியது. ஏனோ கையறுநிலையில் இருந்தான். யாரிடமும் சொல்ல வேண்டாம் என்று முடிவுசெய்து கண்களை மூடிக்கொண்டு படுத்தான்.

அந்த நேரத்திற்குச் சரியாக லேண்ட்லைன் சத்தம் போட்டது. அவசரமாகக் கட்டிலிலிருந்து தாவி, ஃபோனை எடுத்து, 'டெரிக் . . .' என்றான். 'நான்தான்டா, உங்க அம்மா . . . ரொம்ப நேரமா உன் மொபைலுக்கு ஃபோன் பண்ணறேன், ஸ்விச் ஆஃப்புன்னு வருது. அதுக்குத்தான் லேண்ட்லைனுக்கு ஃபோன் செஞ்சேன் . . .' என்று அவன் அம்மா சுபத்ராவின் குரல் மறுமுனையில் இருந்து வந்தது. அவனுக்கு ஏமாற்றமாக இருந்தது. 'என்ன சொல்லும்மா . . .இந்த ராத்திரியில எதுக்கு ஃபோன் பண்ணின ?' என்று கடுமையாகக் கேட்டான். 'என்னமோ அவர் பேச்சு நின்னுபோச்சுடா மோகனா. நெஞ்சில கபம் கட்டி இருக்கு . . .' என்று சுபத்ராம்மா ஆரம்பித்தார்.

❍

பேருந்தில் அமர்ந்தபோது மோகனசாமி வினோதமான குழப்பத்தில் இருந்தான். தொலைந்துபோன கிரெடிட் கார்டைப் பற்றிப் புகார் கொடுக்க நாள் முழுக்கத் தவிக்கவேண்டி இருந்தது. மறுபக்கம் ஃபோன் எடுத்த பெண் ஒருத்தி 'கிரெடிட் கார்ட் எண்ணைச் சொல்லுங்கள்' என்றாள். கார்டின் விவரங்களை அவன் லேப்டாப்பில் குறித்து வைத்திருந்தான். 'லேப்டாப்'பும் தொலைந்துபோனது என்று அவளுக்கு விவரமாகச் சொல்ல இவனுக்கு வருத்தம். ஏதோ அட்டைப் பெட்டியில் போட்டுவைத்திருந்த பழைய ரசீதுகளை எல்லாம் பரப்பி, எப்படியோ அந்த எண்ணைத் தேடி, திரும்பவும் அவளுக்கு ஃபோன் செய்து சொல்வதற்குள் உயிர்போய்த் திரும்ப வந்தது போலிருந்தது. நல்லவேளை டெரிக் இன்னும் எதையும் பயன்படுத்தியிருக்கவில்லை.

வேலைசெய்யும் கம்பெனியில் 'லேப்டாப்' கொடுத்திருந் தார்கள். தொலைத்துவிட்டால் முழுப் பணத்தையும் ஈடுகட்ட வேண்டும் என்ற நிபந்தனை இருந்தது. பணத்தை எப்படியோ கட்டிவிடலாம். அது மோகனசாமியின் பொருளாதார நிலைமைக்கு பெரிய நஷ்டமல்ல. ஆனால் பல கோப்புகள் பேக்கப் *(Backup)* ஆகியிருக்கவில்லை. ஒரு மாதம் முழுவதும் செய்த வேலையையே திரும்பச் செய்ய வேண்டும். ஒரு தடவை செய்யவே சலிப்பைத் தரும் வேலைகளை மற்றொருமுறை செய்ய வேண்டுமே என்ற எண்ணம் கோபத்தை வரவழைத்தது. அந்த நாள் முழுவதும் அலுவலகத்தில் லேப்டாப் எப்படித் தொலைந்தது என்று சொல்வதற்கு ஏதோ பொய்களை ஜோடித்து, எல்லோரிடமும் ஒரே பொய்யைச் சொன்னேனா இல்லையா என்ற தவிப்பில் துடித்தான். அவர்களுடைய நூத்தியெட்டுக் கேள்விகளுக்கும், அறிவுரைகளுக்கும் வெறுத்துப்போயிருந்தான். இந்த எல்லாச் சிரமங்களும் ஒரு இரவின் சில நொடிகளின் இன்பத்திற்காகத் தந்த விலையாகத் தெரிந்தது! இனி அறிமுகமில்லாதவர்களை வீட்டிற்கு அழைத்துவரக்கூடாது என்று முடிவு செய்தான். ஹோட்டலுக்கு அழைத்துக்கொண்டு போவதுதான் சரி, பணம் செலவானாலும் பரவாயில்லை என்று நினைத்தான். ஆனால் இந்த ஹோட்டல்காரர்கள் தற்போது கேமராவை அறையில் ஒளித்துவைத்துப் பிளாக்மெயில் செய்வது நினைவுக்கு வந்து 'ச்சே' என்று வெறுப்படைந்தான்.

நடந்துபோன கசப்பான உண்மையை யாரிடமும் சொல்லிக் கொள்ளமுடியாத நிலைமையில் இருக்கும்போது, அவன் அம்மா வேறு மணிக்கொரு தடவை ஃபோன் செய்து சுப்பராயரின் நிலைமையை விவரமாகச் சொல்லிக் கொண்டிருந்தார். 'எனக்கு என்னமோ அவர் உயிர் பிழைப்பார் என்ற நம்பிக்கை

இல்லைடா . . . ஒரேடியா அழுகிறார் . . . உனக்குத் திருமணம் ஆகவில்லை என்ற கவலை அவருக்கு . . .' என்று அழும்போது மோகனசாமிக்கு இன்னும் அதிகமாக வெறுப்பைத் தந்தது. அப்பாவின் உடல்நிலையைவிடத் தனக்குத் தொலைந்துபோன பொருட்கள் முக்கியமாகப்படுகிறதா என்று ஒரு நொடி தோன்றி மனத்தைப் பிசைந்தது. ஒரு கெட்ட நேரத்தில் 'அப்பா போய்விட்டால் நிம்மதியோ என்னமோ . . .' என்று தோன்றி, திரும்பவும் தனக்கு அப்படிப்பட்ட கெட்ட யோசனை வந்தது என்று வருத்தப்பட்டான். மெல்ல இரண்டு கன்னத்திலும் அறைந்துகொண்டு, அப்படி யோசித்ததற்கு ஆண்டவனிடம் மன்னிப்பு கேட்டான்.

அப்பாவுடன் தான் பழகுவது தற்போது மிகவும் குறைவு என்பதை மோகனசாமி உணர்ந்திருந்தான். சிறுவயதில் இப்படி இருக்கவில்லை. அப்பா என்றால் உயிரை விடுவான். சுப்பராயர் அலுவலகத்தில் இருந்து வருவதற்காகவே காத்திருந்து, அவருடன் விளையாடத் துடிப்பான். ஞாயிற்கு கிழமை சந்தைக்குச் சில தடவை இவனைத் தோள்மீது உட்கார வைத்துக்கொண்டு செல்வார். அப்போது அப்பாவின் கழுத்தைச் சுற்றிக் கால் போட்டுக்கொண்டு, அவர் மார்பின் மீது பாதத்தை உதைத்துக்கொண்டு, அவரது தலையை இரண்டு கைகளாலும் பிடித்துக்கொண்டு, சந்தையில் எல்லாரையும் விட உயரமான இடத்தில் தான் இருக்கும் வியப்பு அவனை மகிழ்ச்சியின் உச்சத்திற்குக் கொண்டு செல்லும். தீபாவளி நாட்களில் அப்பாவுடன் கடைக்குப் போய்ப் பட்டாசு வாங்கி வந்து, பண்டிகை நாள் காலையில் அதைப் பற்றவைத்து வெடிப்பதற்கு அப்பா அருகில் இருந்தே ஆகவேண்டும். அப்பா முடிதிருத்தப் போகும்போதும் கூடவே போவான். இருவரும் பக்கத்துப் பக்கத்து நாற்காலியில் உட்கார்ந்துகொண்டு, பல கண்ணாடிகளில் தங்கள் உருவங்களைப் பார்க்கும் போது அவர் மற்றொரு கண்ணாடியின் வழியாக அவனைப் பார்த்துக் கண்சிமிட்டிச் சிரித்தால் அவனுக்குள் வினோதமான மகிழ்ச்சி ஏற்படும்.

பியூசி முடித்து நுழைவுத் தேர்வில் நல்ல ரேங்க் எடுத்த போது அப்பா மிகவும் வறுமையில் இருந்தார். ஊர் மக்கள் மோகனசாமியைப் புகழ்ந்த நாட்கள் அவை. மோகனசாமியும் பெருமையுடன் ஊரெல்லாம் சுற்றிய நாட்கள். பெங்களூரில் ஒரு நல்ல அரசாங்கக் கல்லூரியில் அவனுக்குப் படிக்க வாய்ப்புக் கிடைத்தது. ஆனால் சுப்பராயர் மட்டும் வருத்தமாக இருந்தார். இவன் படிப்பின் வெற்றியைக் கொண்டாடுவதுபோலத் தெரிய வில்லை. ஒருநாள் இவனைப் பின்புறம் அழைத்து, இவன் கண்களில் கண் வைத்துப் பார்க்க முடியாமல் 'உன்னை இஞ்சினீயர்

படிக்க வைக்கிற அளவுக்கு எனக்கு வசதி இல்லை. எனக்குக் குறைந்த சம்பளம். உன் அக்காவுக்குத் திருமணம் செய்யணும். உனக்கு எல்லாம் தெரியும்' என்று கையைப் பிசைந்துகொண்டு சொன்னபோது மோகனசாமிக்குத் தன் உயிரைப் பிழிந்தது போல இருந்தது. அப்பாவின் கையைப் பிடித்துக்கொண்டு 'நீங்க பயப்பட வேண்டாம்ப்பா ... நானே எல்லாச் செலவையும் செஞ்சுப் படிக்கறேன் ... எப்படியும் பெங்களூரில் இருப்பேன் ... தாவது வேலை செய்து நானே படிப்புச் செலவைப் பாத்துக்கி றேன் ... நீங்க கவலைப்பட வேண்டாம் ...' என்று தைரியமளித்தான். தான் சொன்னதுபோல என்றும் அப்பாவிடமிருந்து செலவுக்குப் பணம் கேட்கவில்லை. காலையில் பத்திரிகை போடுவதிலிருந்து, மாலை ஏதோ ஹோட்டலில் சர்வர் வேலைசெய்து தன் செலவுகளைச் சமாளித்தான். தன் நண்பர்களின் வீடுகளுக்கு நாளிதழைப் போடும்போதும், தன் கல்லூரியில் படிக்கும் பையன்கள் ஹோட்டலுக்கு வருகையில், அவர்களுக்குப் பலகாரம் பரிமாறும்போதும், அவமானத்தால் உடல் நடுங்கினாலும் அதை அசராமல் செய்தான். அது அவனுக்குச் சிரமமான நாட்கள். இப்போது நினைத்தாலும் உடல் நடுங்கும். ஆனால் பியூசிக்குப் பிறகு, வீட்டை விட்டு வந்த பிறகு என்றும் அப்பாவிடம் பணத்திற்குக் கையேந்தவில்லை என்பது மோகனசாமிக்கு இன்றும் பெருமைதான். கல்லூரிச் செலவுக்கு வங்கியிலிருந்து வாங்கிய கடனை, வேலையில் சேர்ந்த மூன்று ஆண்டுகளில் அடைத்தது அவன் தன்னம்பிக்கையை அதிகரித்தது. இப்போது பணத்திற்கு எந்தக் குறையும் இல்லை. பணம் என்பது அவனுடைய தற்போதைய வாழ்க்கையின் பிரச்சினை அல்ல.

ஆனால் விடுமுறை நாட்களில் ஊருக்குப் போனால் அப்பா சிறிது விலகியே இருக்கிறார் என்று தோன்றும். முன்பு போல அன்பாக அரட்டை அடிப்பதாகட்டும், கண்ணைப் பார்த்துப் பேசுவதாகட்டும், எங்கேயாவது துணையாக அழைத்துப் போவதாகட்டும், வீட்டிற்கு எதிர்பாராமல் விருந்தாளிகள் யாராவது வந்தால் மகனைப் பெருமையுடன் அறிமுகப் படுத்துவதாகட்டும் – என்று இப்போது எதுவும் கிடையாது. ஆனால் அம்மாவின் அன்பில் எந்த மாற்றமும் இருக்க வில்லை. ஆரம்பத்தில் இருந்தே நச்சரிப்பு என்று தோன்றும் அளவிற்கு அன்பைப் பொழிவது அவள் இயல்பு. அவனுக்கு வயதாகிவிட்டதை மறந்துவிடுவதுபோல இருக்கும். பெங்களூரில் இருக்கும்போது தேவை என்று தோன்றும், ஊருக்குப் போனால் வேண்டாமென்று தோன்றும் கரடிப் பாசம் அவளுடையது. இஞ்சினீயரிங் முடித்து நல்ல வேலையில் சேர்ந்த பிறகும்கூட, 'கல்யாணம் எதுக்குச் செஞ்சுக்க மாட்டே' என்று 'பொலபொல' என்று அழுதாலும், பிறகு தானே சமாதானமடைந்து வேறு

வேலைகளில் ஈடுபடுவாள். மோகனசாமிக்காக ஏதேதோ பூசைகள் செய்து தவிப்பாள். யாரோ சொன்னார்கள் என்று பதினோரு வாரம் ஸ்ரீனிவாச கல்யாணம் செய்தாள். ஆனாலும் மகன் திருமணத்திற்கு ஒத்துக்கொள்ளாதபோது 'இந்தத் திருப்பதி திம்மப்பனுக்கு எத்தனை தடவை கல்யாணம் செஞ்சு வெச்சாலும் வெட்கமில்லாமல் பண்ணிக்கிறான். என் மகனைப் பற்றிய கவலை கொஞ்சமும் கிடையாது' என்று கடவுளைத் திட்டி அமைதியாவாள்.

மோகனசாமி இஞ்சினீயரிங் முடித்து நல்ல வேலையில் சேர்ந்து, பெரிய சம்பளம் வாங்கத் தொடங்கி, வீட்டுக்குப் போனபோது அப்பாவிடம் கொஞ்சம் பணம் கொடுத்தான். அதைத் தொடப் பயந்தவர் போல 'உங்க அம்மாவிடம் கொடு, எனக்கு வேண்டாம்' என்று மறுத்துவிட்டார். சுபத்ராம்மாவுக்கோ பெருமை, மகிழ்ச்சி; பெருமையுடன் அவன் கொடுத்த சம்பளப் பணத்தை வாங்கிக்கொண்டாள். ஊரில் தன் தோழிகளிடம் எல்லாம் மகன் கொடுத்த சம்பளப் பணத்தைப் பற்றிச் சொல்லிப் பெருமைப்பட்டுக் கொண்டாள். வீட்டுக்குத் தேவையான பொருள்களையெல்லாம் வாங்கி, 'எங்க மோகன் வாங்கிக் கொடுத்தது' என்று சொல்வதிலேயே வாழ்க்கையில் மகிழ்ச்சியைக் கண்டாள்.

○

எவ்வளவுதான் அன்பு செலுத்தினாலும் மகனைப் புரிந்து கொள்ள சுபத்ரம்மாவுக்குச் சிரமமாக இருந்தது. அது அவளுடைய உலக அறிவை மீறிய விஷயமாக இருந்தது. சிறிதளவாவது மோகனசாமியைப் புரிந்துகொண்டது சுப்பராயர் என்று சொல்லலாம். தினமும் 'த ஹிந்து' பத்திரிகையை முழுமையாகப் படிக்கும் அவருக்கு 'கே', 'ஹோமோ' போன்ற வார்த்தைகள் கொஞ்சம் பரிச்சயம். அவருடன் வேலை செய்பவர்களுடனும் ஓரிருமுறை இதைப் பற்றிக் கூச்சத்துடன் பேசியிருக்கிறார். மகன் வாய் விட்டுச் சொல்லாமல் இருந்தாலும், அவன் நிலைமை அதுவாகத்தான் இருக்கும் என்ற சந்தேகம் அவ்வப்போது அவருக்குத் தோன்றும். சிறுவயதிலிருந்து அவனுக்குப் பெண்களின் வேலைகளில் ஆர்வம் அதிகமாயிருப்பதை நுட்பமாகக் கவனித்திருக்கிறார். அவன் வராந்தாவில் சங்கராந்தி நாள் மெய்ம்மறந்து கோலம்போட்டுக் கொண்டிருந்ததை அவர் பார்த்திருக்கிறார். மருதாணியை இரண்டு உள்ளங்கை முழுவதும் வைத்துக்கொள்ளும் ஆசை அவனுக்கு இருந்தது. கௌரி பூஜையின்போது பெண்கள் பாடுவதற்கு முன்பே இவன் பாடத் தொடங்கிவிடுவான். ஆனால் இவையெல்லாம் பால்யத்தில் நடக்கும் இயல்பான விஷயங்கள், பெரியவனானால்

இவையெல்லாம் மாறும் என்று எண்ணியிருந்தார். ஆனால் மோகனசாமி பியூசி படிக்கும்போது ஒருமுறை அக்காவின் வளையல்களை இரகசியமாகப் போட்டுக்கொள்வதைப் பார்த்தபோது எங்கேயோ ஏதோ அவனுக்குச் சரியில்லை என்ற எண்ணம் சுப்பராயரை ஆழமாகக் கவலையடையச் செய்தது.

'கே' என்றால் ஏதோ தூரத்துக் கல்கத்தா, மும்பைகளில் சில கெட்டவர்கள் விகாரமாக நடந்துகொள்ளும் விஷயம் என்ற கற்பனையில் இருந்த அவருக்கு, தங்கள் சம்பிரதாயக் குடும்பத்து வீட்டுக் கதவையும் அது வந்து தட்டும் என்ற கசப்பான உண்மையை ஏற்றுக்கொள்ளச் சிரமமாகத்தான் இருந்தது. மகனுடன் நேரடியாக இந்த விஷயத்தைப் பேசும் துணிவு அவருக்கு வரவில்லை. மிகவும் குறைவாகவே பேசும் அவர், சூட்சுமமாக மகனின் நடத்தையைக் கவனித்திருந்தார். நண்பர்களுடன் இந்த விஷயத்தைப் பற்றி நேராகப் பேச பயம். ஆனால் எப்போதாவது திடீர் என்று 'கே', 'ஓரினச் சேர்க்கை' போன்ற விஷயங்களைப் பற்றிப் பேசும்போது உடம்பெல்லாம் காதாக்கிக்கொண்டு கேட்பார். ஒருமுறை அவரோடு வேலை செய்தவர் ஒருவர் "அப்பா – அம்மா சரியாக வளர்க்க வில்லை என்றால் இப்படிப்பட்ட பிரச்சினைகள் எல்லாம் வரும். விதை விதைத்துச் சும்மா பெத்துட்டா போதாது. வளக்கர பொறுப்பும் தெரியணும்" என்று சொன்னதைக் கேட்டுக் குழப்பத்தில் மூழ்கிவிட்டார். மகனை வளர்ப்பதில் தான் எங்காவது தவறிவிட்டோமோ என்ற குற்ற உணர்வு ஏற்பட்டது.

மோகனசாமி மேல்நிலைப் பள்ளி படிக்கும்போது நிகழ்ந்த ஒரு வினோதமான சம்பவம் சுப்பராயருடைய ஆர்வத்தையும் ஆதங்கத்தையும் அதிகரித்தது. அவர் வீட்டில் ஒரு கிணறு இருந்தது. அவர் தாத்தா தோண்ட வைத்துக் கட்டிய அந்தக் கிணற்றின் மீது அவருக்குத் தனிப்பட்ட ஈடுபாடு இருந்தது. தினமும் அங்கேதான் குளிப்பார். தாமிரக் குடத்தைக் கிணற்றில் இறக்கி, நான்கு குடம் தண்ணீர் எடுத்து உடம்பில் ஊற்றிக்கொண்டால்தான் அவருக்குக் குளித்த உணர்வு ஏற்படும். எப்படிப்பட்ட குளிர் காலத்திலும் அவர் அந்தப் பழக்கத்தை விட்டதில்லை. பட்டையாகக் கோடுபோட்ட நிக்கருடன் குளித்து, பிறகு துண்டால் உடம்பை முழுவதுமாகத் துடைத்துக்கொண்டு, துண்டைப் பிழிந்து, அதைச் சுற்றி இடதுகையில் பிடித்துக்கொண்டு, வலதுகையால் மெல்ல நிக்கரை இறக்கி, பிறகு துண்டை இறுக்கமாகப் பிடித்துக்கொண்டு, நிக்கரைக் கிணற்றுக் கல் மேல் சோப்புப்போட்டுத் துவைத்து, பின்னால் கயிற்றில் அதை உலரப் போட்டு விட்டு, பூசை அறைக்குப் போவார்.

அந்த நேரத்தில் சின்னப் பையன் மோகனசாமி மாடிக்கு அவசரமாக ஓடிப்போகும் விஷயம் முதலில் அவர் கவனத்திற்கு வரவில்லை. "அப்படி எதுக்கு அவசரமாக ஓடறே, விழுந்தின்னா" என்று அவனுக்குப் புத்தி சொல்லி இருந்தார். ஆனால் தினசரி இது நடந்தபோது அவருக்குச் சந்தேகம் வந்தது. "இந்த நேரத்தில மாடிக்கு எதுக்குப் போற?" என்று ஒரு தடவை அவனை மிரட்டிக் கேட்டபோது சரியான பதில் கிடைக்கவில்லை. ஒருமுறை தனக்குச் சந்தேகம் வந்ததும், பிறகு அவனை உன்னிப்பாகக் கவனிக்கத் தொடங்கினார். மாடியின் ஜன்னல் கம்பிகள் வழியாக சிறிய கண்கள் தன் பக்கமாகப் பார்ப்பது அவருக்குத் தெரிந்தது. தான் ஆடையை மாற்றும்போது தன் நிர்வாணத்தைப் பார்க்க மோகனசாமி அப்படி மாடிக்கு ஓடுகிறான் என்ற உண்மை புலப்பட்டு அவனைப் பற்றி மிக அசிங்கமாகவும் துயரமாகவும் எண்ணிக் கவலைப்பட்டார். கடவுளைப் பூஜிக்கும்போது "இதென்ன கஷ்டம் ஆண்டவா?" என்று தன் சங்கடத்தைச் சொல்லி வேண்டிக்கொண்டார். அன்றிலிருந்து தான் குளிக்கும்போது அவன் மாடிக்கு ஓடுவதைப் பார்த்தால், "டே, மோகனா, சும்மா சும்மா எதுக்கு மாடிக்குப் போற? கீழ இறங்கு. வீட்டுக்குள்ள போய்ப் படி போ" என்று அவனை மிரட்டி வீட்டுக்குள்ளே அனுப்பி, அந்த அசிங்கமான பழக்கத்தை நிறுத்தினார். ஆனால் வெறும் ஒரு மிரட்டலால் ஒரு மனிதனின் இயல்பான குணத்தை மாற்ற முடியுமா?

அத்தனை எளிதாகத் தன் மகனின் இயல்பு தான் பத்திரிகைகளில் படித்ததைப் போல இருக்கிறது என்பதை ஒத்துக்கொள்ள சுப்பராயர் தயாராக இல்லை. "ஏதோ சிறுபிள்ளைத்தனம்" என்று மனத்தைத் தேற்றிக்கொள்ள முயன்றார். ஆனால் அவன் உடல் மொழி, குரலின் ஏற்ற இறக்கம், கண் பார்வைகள், விரும்பும் பொருட்கள் அவர் தன் சந்தேகங்களை மறுக்க உதவவில்லை. ஒருநாள் இரவு நடந்த அசிங்கமான நிகழ்வு அவருக்குத் தன் மகனின் குணம் இதுதான் என்று உறுதியாக நம்பவைத்துவிட்டது.

அவர்கள் இருந்தது ஒரு சிறிய வீடு. அனைவரும் படுத்துக் கொள்ளத் தனித் தனி அறைகள் கிடையாது. இருந்தது ஒரு கூடம். அங்கே இரண்டு மூன்று படுக்கைகளைப் போட்டுக்கொண்டு, சுவரருகில் அவர் மனைவி, அவள் பக்கத்தில் தான், தன் பக்கத்தில் மோகனசாமி, அவன் அருகில் ஜானகி என வரிசையாகப் படுப்பார்கள். குழந்தைகள் பக்கத்திலேயே படுத்திருப்பதால், அவர்கள் இருவரும் தூங்கிய பிறகே கணவன் – மனைவி இணைய முடியும். ஆனால் அவர்கள் தூங்கும்வரை விழித்திருக்க அந்த நடுவயதில் அவர்கள் இருவருக்கும் முடியவில்லை; அப்படிப்பட்ட ஆர்வமும் தற்போது அவர்களிடம் இல்லை. அதனால் இரவு

யாராவது ஒருவருக்கு விழிப்பு வந்தால், அப்போது தூங்கிப்போன மற்றவரை எழுப்பி அவர்கள் இணைவார்கள். குழந்தைகள் கொஞ்சம் பெரியவர்கள் ஆனார்கள் என்று தெரிந்த போதும் இந்த வழக்கத்தை அவர்கள் கடை;g பிடித்தார்கள்.

ஒருமுறை யாரோ தன் மர்மப் பகுதியைத் தொட்டுத் தடவி எழுப்பியபோது, மனைவிதான் என்று நினைத்து அவரைத் தழுவப்பார்த்தார். ஆழ்ந்த உறக்கத்தில் இருந்த அவள் விழித்துக்கொண்டு, “கெட்ட வெக்கையா இருக்கு. சும்மா படுங்க, இன்னைக்கு வேண்டாம்” என்று மறுபக்கம் புரண்டு படுத்துக்கொண்டாள். “நீ என்னை எழுப்பிட்டு இப்ப இப்படிச் சொல்றயேடி” என்ற அவர் முனங்கலைக் கேட்கும் அளவுக்கும் அவரிடம் விழிப்பு இருக்கவில்லை. இந்த நிகழ்வு மறுபடி இரண்டு முறை நடந்தபோது அவருக்குச் சந்தேகம் வந்தது. பக்கத்தில் படுத்திருந்த மோகனசாமியைப் பார்த்தார். சத்தமில்லாமல் படுத்திருந்த அவனைப் பார்த்த உடன் அவன்தான் இந்த வேலையைச் செய்திருக்க வேண்டும் என்ற சந்தேகம் உறுதியானது. மோகனசாமி தூங்கும்போது குறட்டை விடுவான் என்று தெரியும். இப்போது குறட்டைச் சத்தம் இல்லை. ஆனால் இறுக்கமாகக் கண்களை மூடி இருந்தான். அவனைச் சிறிது அசைத்துப் பார்த்தார். என்ன செய்தாலும் அவன் விழித்துக் கொள்ளவில்லை. பொய்த் தூக்கம் தூங்குபவர்களை எப்படி எழுப்ப முடியும்? தன் மகனின் இந்த அசிங்கமான நடத்தையைச் செரித்துக்கொள்ள முடியாமல் தன் படுக்கையில் வெகுநேரம் தலைமேல் கை வைத்துக்கொண்டு படுத்திருந்தார். கண்களில் இருந்து கண்ணீர் வழிந்து தலையணையை நனைத்தது.

ஆனால் இந்த விஷயத்தை மறுநாள் சுபத்ராம்மாவிடம் முழுமையாகச் சொல்ல முடியவில்லை. இதுபோன்ற பிடிக்காத உண்மையை ஏற்றுக்கொள்ளக்கூடிய உலக அறிவு அவளுக்கு இல்லை என்று அவருக்குத் தெரியும். ஆனால் படுக்கையை விரிக்கும் போது ஒரு மாற்றத்தைக் கொண்டுவந்தார். “பிள்ளைகள் பெரியவர்களாகி விட்டார்கள். இனி விலகிப் படுத்துக்கொள்ளட்டும்” என்று சொல்லி, அவர் படுக்கையை மற்றொரு மூலைக்குத் தள்ளிப் போட்டுக்கொண்டார். சுபத்ராம்மாவுக்கு அது பிடிக்கவில்லை. “அவங்க சின்னப் பசங்க, தூரமாப் படுத்தா பயந்துக்குவாங்க” என்று அதை எதிர்த்தார். “நீ கொஞ்சம் நான் சொல்றதைக் கேளு” என்று சுப்பராயர் கடுகடுத்தார். என்றும் குரலை உயர்த்தாத அவர், அதிசயமாக எப்போதாவது எதிர்த்தால் சுபத்ராம்மா அமைதியாகிவிடுவார். அன்றிலிருந்து பிள்ளைகள் தூரமாகப் படுக்கத் தொடங்கினார்கள். மோகனசாமிக்கு லேசாக அப்பாவின்

செயலுக்கான காரணம் புரிந்தது. அப்பா விஷயத்தில் விழித்துக் கொண்டான். சில நாட்களில் அவன் ஆர்வம் இளம் பையன்களின் பக்கம் திரும்பியிருந்ததால், வயதான அப்பா இப்போது அவனைக் கவரவில்லை.

○

மகனின் இயல்பு இதுதான் என்று புரிந்த பிறகு அவனைத் திட்டுவதற்கும் அடிப்பதற்கும் தயங்கினார். அதற்கு ஒரு முக்கியமான காரணமும் இருந்தது. அவருடைய சிறுவயது நண்பன் திப்பேசாமியின் பிணம் கிணற்றில் மிதந்துகொண்டிருந்த காட்சி அவர் கண்முன்னே வந்து போனது. எல்லோரையும் சிரிக்கவைத்துக்கொண்டு, தானும் மகிழ்ந்து, பள்ளியில் மிகவும் புத்திசாலியான திப்பேசாமியின் பிணம், திருவிழாவின் மறுநாள் கிணற்றில் மிதந்துகொண்டிருந்ததை நினைத்துக்கொண்டால் இப்போதும் அவர் கைகால்கள் நடுங்கும். ஊர் முழுவதும் கிணற்றின் முன் கூடிவிட்டது. பத்தாவது படிக்கும் சிறுவன் ஒருவனின் பிணத்தைப் பார்க்கும் பயம், துயரம், வெறுப்பு எல்லாம் நிறைந்திருந்தன. இளைஞர்கள் அவன் பிணத்தை எடுக்கும் முயற்சியில் இருந்தபோது, திப்பேசாமியின் அப்பா பக்கத்தில் இருந்த திண்ணைமேல் உட்கார்ந்து அழுதுகொண்டிருந்த காட்சியை நினைத்துப் பார்த்தல் நெஞ்சைப் பிழியும். ஆனால் அவன் தற்கொலைக்கான சரியான காரணம் அங்கே நிறைந்திருந்தவர்களில் யாருக்கும் தெரியவில்லையாதலால், மனத்திற்குத் தோன்றியபடி அவர்கள் கதை கட்டினார்கள். மறுநாள் பள்ளியின் பிரார்த்தனை நேரத்தில் திப்பேசாமியின் ஆத்மாவிற்குச் சாந்தி வேண்டி ஒரு நிமிடம் மௌன அஞ்சலி இருந்தபோது தங்கள் நண்பன் இனி தங்களுக்குக் கிடைக்கப்போவதில்லை என்ற கொடுமையான உண்மைக்குக் கண்கலங்கி அவர் அழுதார். திப்பேசாமியின் சாவுக்கான காரணத்தை அவரால் ஊகிக்க முடிந்தது. இரண்டு நாட்களுக்கு முன்பு ஊர்த் திருவிழாவில் நடந்த ஒரு நிகழ்வுதான் அதற்குக் காரணம்.

அன்று ஊரில் திருவிழா நடந்துகொண்டிருந்தது. சுற்றி யிருக்கும் பத்துப் பதினாறு ஊர்க்காரர்கள் கூடும் பெரிய திருவிழா அது. ஒரே நேரத்தில் ஜோடி ரதத்தை இழுக்கும்போது எங்கே பார்த்தாலும் மக்கள் தெரிவார்கள். சுப்பராயனும் திப்பேசாமியும் தங்களின் நண்பர்களோடு பல ஆசைகளுடன் திருவிழாவிற்குப் போவார்கள். அதில் முக்கியமானது பெண்களைப் பார்ப்பது. முடிந்தால் அவர்களின் தேகங்களைத் திருட்டுத் தனமாகத் தடவுவது. திப்பேசாமியும் அவர்களுடன் உற்சாகமாகக் கலந்துகொண்டான். ஆனால் பெண்கள் விஷயத்தில் அவனுக்கு

ஈடுபாடு குறைவு என்று சுப்பராயனுக்குத் தெரியும். பெண்களைப் பற்றி உற்சாகமாகப் பேசுவது இருக்கட்டும், அவர்களை உற்றுப்பார்த்து, கைக்குக் கிடைக்கவில்லையே என்ற தோல்வி யால் தவிப்பதாகட்டும் . . . அந்த மாதிரியான விஷயங்கள் அவனிடம் இல்லவே இல்லை. எல்லோரும் பெண்களைப் பற்றிப் பேசும்போது, கூட்டத்திலிருந்து தனியாக இருக்கும் பயத்தால் அவனும் ஏதோ பெண்களைப் பற்றிய ஒப்புக்குப் பேசுவானே தவிர, அது உண்மையல்ல என்ற எண்ணம் அவருக்கு வரும். அவன் தேவைக்கு அதிகமாகத் தன்னைத் தொடுவது, உடம்பின் மேல் விழுவது, சிறுநீர் கழிக்கப் போகும்போது தன் பக்கம் ஆசைக் கண்களுடன் பார்ப்பது போன்றவற்றைச் சுப்பராயன் கவனித்திருந்தார். ஆனால் அந்தச் சின்ன வயதில் அது இயல்புதானே என்று அவர் எண்ணினார்.

அன்று திருவிழாவில் நடந்தது இப்போதும் சுப்பராயன் கண் முன்னே நிழலாடியது. நண்பர்களெல்லாம் தங்கள் கண்களுக்குக் கிடைத்த பெண் பிள்ளைகளை தொடும் விளையாட்டைத் தொடங்கி இருந்தபோது, திடீர் என்று ஊர்ப் பெரியவர் ஒருவரின் மூத்தமகன் ருத்ரேகௌடன் திப்பேசாமியின் சட்டையைப் பிடித்துக்கொண்டு, கன்னத்தில் 'பளார் பளார்' என்று அறைந்தான். அதற்கு எதிர்ப்பைத் தெரிவிக்காமல் திப்பேசாமி "மன்னிச்சுடுங்க, மன்னிச்சுடுங்க தப்பாச்சு" என்று கெஞ்சினான். ருத்ரேகௌடன் அதற்குச் சமாதானமாகாமல், மறுபடியும் அறைந்து அவனைக் கீழே தள்ளினான். மற்றவர்கள் எல்லாம் "என்ன ஆச்சு, என்ன ஆச்சு" என்று கேட்டாலும் இருவரும் பதிலளிக்கவில்லை. திப்பேசாமி அழுதுகொண்டே வீட்டிற்குப் போனான்.

ருத்ரேகௌடன் அத்துடன் அதை விடவில்லை. அதற்குக் காரணம் ருத்ரேகௌடன் குடும்பத்திற்கும் திப்பேசாமியின் குடும்பத்திற்கும் இருந்த முன் விரோதம். திருவிழா நடந்த மறுநாள் காலையிலேயே ருத்ரேகௌடன் அவன் வீட்டிற்குப் போனான். வீட்டிற்கு முன்னால் நின்று கத்தினான். கூட்டம் கூடிவிட்டது. "என்ன பிள்ளையைப் பெத்து வைச்சிருக்க மாமா? நேத்து திருவிழாவுல உன் மகன் என் ஆண் உறுப்பை இழுத்தான். அவன் ஆம்பளையா, வேற ஏதாவதா? சேலையை உடுத்தித் தேவிடியாவா ஆக்கிரு" என்று துப்பி, நடந்த சங்கதியை ஊருக்கே தெரியும்படி செய்துவிட்டான். கூடியிருந்தவர்கள் எல்லாம் 'கிசுகிசு' என்று பேசிக்கொண்டார்கள். திப்பேசாமி யின் அப்பாவுக்குப் பெருத்த அவமானமாகிவிட்டது. மகனைப் பிடித்து இழுத்துவந்து "அப்படிச் செஞ்சையாடா, சொல்லுடா" என்று கேட்டார். அதற்குப் பயந்துகொண்டே திப்பேசாமி "மன்னிச்சிடுங்கப்பா, தப்பு செஞ்சிட்டேன், இனிமே அப்படிச்

செய்யமாட்டேன்" என்று அவன் அப்பாவிடம் அழுதுகொண்டே சொன்னான். ஊராரின் முன்னால் அவர் அப்பாவின் மானம் போய்விட்டது. அவமானத்தில் வந்த கோபத்தில், அங்கே அருகில் இருந்த புளியமரத்துக் குச்சியை எடுத்துப் 'படபட' என்று அடித்துவிட்டார். அவன் உடம்பெல்லாம் தடிப்புகள் ஏற்பட்டாலும் அவருடைய கோபம் அடங்கவில்லை. கடைசியில் யாரோ பெரியவர் இடையே போய்த் தடுக்கவேண்டியதாயிற்று. அந்தக் கூட்டத்தில் இருந்த தன் நண்பன் சுப்பராயனை மிகவும் பரிதாபமாக "எப்படியாவது காப்பாற்று" என்பதைப்போல திப்பேசாமி பார்த்த பார்வை, சுப்பராயரை இப்போதும் நடுங்கவைக்கும்.

மறுநாள் திப்பேசாமியின் பிணம் ஊர்ப் பெரிய கிணற்றில் மிதந்தது. தண்ணீர் குடித்துப் பிணம் ஊதிக் கிடந்தது. பிணத்தின் மேல் தடிப்புகள் இன்னும் தெளிவாகத் தெரிந்தன. "ஏதோ கோபத்தில் அப்பா அடித்தால் இந்தப் பையன் இப்படியா செய்யறது?" என்று ஊர் மக்கள் தவறு திப்பேசாமியுடையதுதான் என்று பேசிக் கொண்டார்கள். ருத்ரேகௌடன் பிணத்தைப் பார்க்க வந்தான். "சின்னப் பையன் தப்புச் செஞ்சா நாமதானே திருத்தணும்? சும்மா இருக்க முடியுமா?" என்று எல்லோர் முன்னாலும் தன்னை நியாயப் படுத்திக்கொண்டான்.

இப்போது தன் மகன் மோகனசாமியும் திப்பேசாமி வழியில்தான் நடக்கிறானோ என்ற பயம் மெதுவாகச் சுப்பராயரின் மனத்தில் வேரூன்றிவிட்டது. சிறுவயதில் சரியாகப் புரியாமல்போன திப்பேசாமியின் நடத்தை, இப்போது மகனைப் பார்க்கும்போது தெளிவாகப் புரிந்தது. அவன் கண்களைப் பார்க்கும்போது திப்பேசாமியைப் பார்ப்பதுபோலவே அதிர்ந்துபோவார். அதற்காக அவனைக் கடுமையாகத் திட்டுவது, அடிப்பது போன்ற காரியங்களைச் செய்ய மாட்டார். ஆனால் மனத்திற்குள்ளே மகனின் இயல்பு அவரை வதைக்கும். அவனைத் தூக்கிக் கொஞ்சி, சிரித்து விளையாடிய அந்த இயல்பான செயலை அவனிடம் இப்போது தொடர முடியவில்லையே என்று மனம் ஏங்கும். தன்னுடைய ஆண்மை யின் தோல்வியைப்போல மோகனசாமி அவர் கண்களுக்குத் தெரிந்தான். யாரிடமாவது தன் வலியைச் சொல்லிக் கொள்ளவேண்டி இருந்தது. ஒருநாள் மெல்ல இந்த விஷயத்தைச் சுபத்ராம்மாவிடம் பேசினார்.

"ஏனோ மோகனின் வளர்ப்பு சரியாக இல்லைன்னு தோணுது" என்று மெல்ல விஷயத்தை ஆரம்பித்தார். மனைவிக்கு 'கே', 'ஹோமோ' போன்ற வார்த்தைகள் கண்டிப்பாகத் தெரிந்திருக்காது என்று அவருக்குத் தெரியும். அதனால் முடிந்த

அளவுக்கு மென்மையாக அவனுடைய நிலைமையை விவரிக்க முயன்றார். ஆனால் சுபத்ராம்மாவுக்குக் கணவன் சொல்ல முயற்சி செய்வது என்னவென்று நினைத்துப் பார்க்க முடியவில்லை.

“அவனுக்கு என்ன இப்ப? நல்லா சாப்பிட்டு வாட்டசாட்டமா இருக்கான் . . . பாத்தா கண்ணுப் படர மாதிரி உயரமா வளர்ந்திருக்கான்” என்று பதிலளித்தார்.

“அதல்லடி . . . ஏனோ ஆண்மை இன்னும் வரலேன்னு தோணுது . . . கல்யாணம் ஆகாதோன்னு சந்தேகமா இருக்கு . . .” என்று எச்சிலை விழுங்கிக்கொண்டே சொன்னார்.

சுபத்ராம்மா அதைக் கேட்டுக் கோபமடைந்தார். “உங்களுக்கு என்ன புத்தி கெட்டுப் போச்சா?என்ன பேச்சுப் பேசறீங்க? நம்ம வயித்தில பிறந்த பையனைப் பத்தி இப்படிப் பேசலாமா?” என்று ஒரேயடியாக அழத் தொடங்கினார்.

எதற்காக மோகனசாமியைப் பற்றி அவளிடம் பேசினோமோ என்று சுப்பராயருக்கு வருத்தமானது. “நீ எல்லாத்துக்கும் சும்மா அழுகாத தாயி . . . எனக்கு என்னமோ அப்படித் தோணுச்சு, சொன்னேன். நீ நம்ப வேண்டாம் . . . இப்படி அழுகறத நிறுத்து . . .” என்று சொல்லிவிட்டுப் பின்பக்கமாகப் போய்விட்டார். அழும்வரை அழுது ஓய்ந்து, பிறகு கண்ணைத் துடைத்துக்கொண்டு சுபத்ராம்மா, எதையோ மனத்திற்குள் முடிவுசெய்தது போல பின்வாசலுக்கு வேகமாகப் போய், கணவன் முன்னால் “எப்போதும் பக்தியோட ஆண்டவனைப் பூஜிக்கிறவ நான். என்னை அப்படிக் கடவுள் ஏமாற்றமாட்டான்” என்று திடமான குரலில் சொல்லிவிட்டு, பிறகு எதுவும் பேசாமல் வீட்டுக்குள்ளே ‘திடுதிடு’வென்று போய்விட்டாள்.

❍

கணவன் முன்னால் ஆவேசத்துடன் மகனைப் பற்றிப் பெருமையாகப் பேசினாலும் உள்ளுக்குள்ளே சுபத்ராம்மாவுக்குக் குழப்பமாக இருந்தது. தன் உடலிலிருந்து இரத்தத்தோடும் சதையோடும் வெளியே வந்த தன்னுடைய குழந்தையைப் பற்றி எந்தவித அபத்தமான வார்த்தைகளைக் கேட்கவும் அவள் தயாராக இல்லை. அன்பைத் தாரைவார்த்து வளர்த்த தன் மகனுக்கு அப்படிப்பட்ட கெட்டது எதுவும் நடந்திருக்க சாத்தியமில்லை என்று அவள் திடமாக நம்பினாள். ஆனாலும் குழப்பம். ஏதோ சரியில்லை என்ற தோல்வி உணர்வு. நேற்றுவரை அவன் குழாயில் இருந்து தண்ணீர் எடுத்து வரும்போது பெண்களைப்போலக் குடத்தை இடுப்பில் வைத்துக்கொண்டு வரும் காட்சி அவள் வேண்டாம் என்றாலும் கண்முன் வந்து வாட்டியது. தோள்மீது வைத்துக்கொண்டு வா என்று யார்

எவ்வளவு சொன்னாலும் கேட்கவில்லை. தனக்குச் சரிசமமான பையன்களுடன் கோலிக்குண்டு, பம்பரம் விளையாட எந்த ஆர்வமும் இல்லாத இவன், தான் அதிசயமாக வயரில் கூடைப் பின்னுவதைத் தொடங்கினால், அதைப் பிடுங்கி, அந்தக் கூடையை விரைவாகவே பின்னி முடித்துவிடுவான். பொறியியல் இரண்டாம் ஆண்டில் இருந்தபோது ஒருமுறை மோகனசாமியின் விநோதமான குணத்தைக் கவனித்திருந்தார். அவன் குங்குமத்தையும் மற்றும் நெய்யையும் இடதுகையால் குழப்பி, கண்ணாடியின் முன் நின்று அதை உதட்டில் பூசிக்கொள்வதை அவர் பார்த்து அதிர்ந்துபோனார். அவ்வப்போது ஊர்ப் பெண்கள், திருமணம் வேண்டாம் என்று சொல்லும் தன் மகனின் ஆண்மையைக் கேலி செய்யும் பேச்சுக்கள் மெல்லக் காதில் விழுந்தன.

வேலைக்குச் சேர்ந்து இரண்டு மூன்று ஆண்டுகள் கழிந்த பிறகு ஒருமுறை மோகனசாமி ஊருக்கு வந்திருந்தான். மாலை வேளை வந்தவன், வயிறு முட்டச் சாப்பிட்டுப் படுத்துக்கொண்டான். பெங்களூர் ஹோட்டல் சாப்பாட்டிற்குச் சலிப்படைந்த மகன், வீட்டுக்கு வந்தபோது போடுவதை எல்லாம் வயிறுமுட்டச் சாப்பிட்டுக் குறட்டைவிட்டுத் தூங்குவதைப் பார்க்கும்போது சுபத்ராம்மாவுக்கு மகிழ்ச்சியாக இருக்கும். ஒரு இரவுப் பொழுதில் எல்லோரும் படுத்திருந்தபோது, மெல்ல அவன் கட்டிலுக்கு அருகில் வந்து உட்கார்ந்தார். தான் செய்ய நினைத்த சோதனை அவருக்கு வெட்கத்தை வரவழைத்தது. ஆனாலும் உண்மையை அறிந்து கொள்ளவேண்டிய கட்டாயம் அவருக்கு இருந்தது. ‘மோகன் என்ன ஆனாலும் என் மகன், ஒன்பது மாதம் வயிற்றில் சுமந்து பெற்றவள் நான். அவன் எவ்வளவு பெரியவனானாலும் இன்றும் எனது குட்டிப் பையன்தான். அவன் மலம் கழித்ததை எல்லாம் கழுவியவள் நான். அவனை அம்மணமாகக் குளியலறையில் நிறுத்திக் குளிக்க வைத்தவள் நான். அவன் காய்ச்சல் வந்து படுத்தபோது உள்ளாடையை மாற்றியவள் நான். எனக்கென்ன வெட்கம்? எனக்கெதற்குச் சங்கோஜம்? ஆண்டவா என் தவறை மன்னித்துவிடு. எனக்கு எந்தக் கெட்ட எண்ணமும் கிடையாது’ என்று தைரியத்தை வரவழைத்துக்கொண்டு, மெல்ல அவன் போர்வையை விலக்கி, அவன் லுங்கியைத் தூக்கி, அவன் ஆணுறுப்பை மிகவும் கூச்சத்துடனும் சங்கோஜத்துடனும் தொட்டுப் பார்த்தாள். அது விரைத்துக்கொண்டிருந்தது தெரிந்து மிகவும் மகிழ்ச்சியானாள். எல்லாச் சந்தேகங்களும் தீர்ந்துபோனதுபோல அவள் மனது அமைதியடைந்தது.

ஆனால் அந்தச் சூட்சுமமான பாகத்தின் ஸ்பரிசத்திற்கு மோகனசாமிக்கு விழிப்பு வந்தது. யாரோ தன் மர்ம அங்கத்தைத்

தொட்டது அவனுக்குத் தெரிந்தது. எழுந்து கண் திறந்து பார்த்தால் கட்டில் நுனியில் உட்கார்ந்திருந்த அம்மாவைப் பார்த்து அவன் அச்சமும் கூச்சமும் கொண்டான். "என்னம்மா இது?" என்று மிகவும் துயரமான குரலில் கேட்டு, லுங்கியைச் சரி செய்துகொண்டான். மகனுக்குத் தான் செய்தது தெரிந்துவிட்டதை உணர்ந்து அதிர்ச்சியடைந்தாலும், "அம்மா சங்கடம் உனக்கென்ன தெரியும்? நீ ஆம்பளையா இல்லையான்னு ஊரில எல்லாம் பேசிக்கிறாங்க, உண்மை என்னான்னு நீயும் சொல்ல மாட்டேங்கிற, நான் இனி என்ன செய்ய முடியும்?" என்று சுபத்ராம்மா 'பொலபொல'வென்று அழுதார். மோகனசாமிக்கு இப்போது நிலைமை முழுமையாகப் புரிந்துவிட்டது. அதை எவ்வாறு எதிர்கொள்வது என்று தெரியாமல் அமைதியானான். சிறிது நேரம் அழுதுகொண்டிருந்த சுபத்ராம்மா, முடிவில் தானே மெல்லத் தேறி, "ஆண்டவன் பெரியவன், என் வயிற்றில் ஆண் பிள்ளையைத்தான் கொடுத்திருக்கிறான். இனி எனக்கு எந்தப் பயமும் கிடையாது. படுத்துக்கப்பா" என்று சொல்லிவிட்டு, பூஜை அறைக்குப் போய், நெய் விளக்கை ஏற்றி "என்னை நீ கைவிடலை கடவுளே" என்று பக்திப் பரவசத்துடன் அவன் கருணையைக் கொண்டாடி, வணங்கி, கணவன் அருகில் சென்று படுத்துக்கொண்டு, அவரை எழுப்பி 'என் மகன் ஆம்பளையின்னு எனக்கு உறுதியாத் தெரிஞ்சிருச்சு' என்று மகிழ்ச்சியாகச் சொன்னாள்.

அவள் போன பிறகு நடந்த நிகழ்வைச் சீரணித்துக் கொள்ள முடியாமல் மோகனசாமி வெகுநேரம் தவித்தான். தனக்கு அந்த நேரம் உணர்ச்சிவசமாக இருந்தது கனவில் வந்த இளம் பையனின் நிர்வாண தேகம்தான் காரணம் என்ற உண்மையைச் சொன்னால், அம்மாவுக்கு அந்த விஷயம் புரியாது என்று மெல்ல நடுங்கினான். தன் இயலாமையைப் பற்றி அந்த நடு இரவில் பெருமூச்சுவிட்டான். பிறகு அவனுக்குத் தூக்கம் வரவில்லை. மறுநாள் அம்மா - அப்பாவின் முகத்தைப் பார்க்க முடியாமல், பெங்களூருக்குத் திரும்பிவிட்டான். பிறகு ஊருக்கு வரவும் அவனுக்கு ஆர்வம் இல்லாமல் போனது.

○

மோகனசாமி பியூசி படித்துக்கொண்டிருந்தபோது சுப்பராயர் தன் நண்பன் ஒருவரின் மகனின் திருமணப் பேச்சு வார்த்தைக்காகப் பெல்லாரிக்குப் போயிருந்தார். நண்பர் வற்புறுத்தி அழைத்துப் போனார். அவர் பெரிதாக ஒன்றும் பேசமாட்டார் என்று தெரிந்திருந்தாலும், 'நீ அருகில் இருந்தால் எனக்குத் தைரியமாக இருக்கும் வாடா' என்று அழைத்துக்கொண்டு போயிருந்தார். மதியம் இரண்டு மணிக்குத் தொடங்கிய திருமணப் பேச்சு,

வரதட்சணை விஷயத்தில் மேலும் கீழும் இறங்கி, முடிவாக ஐம்பதாயிரம் என்று முடிவானது. மேலும் இரண்டு கிலோ வெள்ளி, நாற்பது சவரன் தங்கம், மாப்பிள்ளைக்குப் பஜாஜ் ஸ்கூட்டர், நல்ல வாட்ச் கொடுப்பது என்று முடிவானது. புரோகிதரை அழைத்து எல்லாவற்றையும் விவரமாகப் பத்திரத்தில் எழுத வைத்து, சம்பந்திகள் இருவரும் அதில் கையொப்பமிட்டார்கள். அந்தப் பத்திரத்தில் ஆண் வீட்டார் சார்பாகச் சாட்சிக் கையெழுத்துப் போட அவரிடம் சொன்னார்கள். பத்திரத்தில் கையொப்பமிடும் பொழுது அவருக்குத் தன் மகனின் எதிர்காலத்தை நினைத்துக் கை நடுங்கியது. ‘தன் மோகனசாமி யால் இப்படியான மாரியாதைகள் எதுவும் தனக்குக் கிடைக்காது. அவனால் எதிர்காலத்தில் எந்தப் பயனும் இல்லை. அவனால் தன் வம்சம் வளரப்போவதில்லை. தனக்கு சுவர்க்கத்தில் நற்பேறு கிடைக்காது. எப்படிப்பட்ட பேடிப் பயலைப் பெற்றெடுத்தேன் நான்! இவனால் வாழ்க்கை முழுவதும் தான் சமூகத்தில் அவமானத்தை அனுபவித்துக்கொண்டே இருக்க வேண்டும். எல்லார் முன்னிலையிலும் தலை நிமிர்ந்து நடக்க முடியாமல், கூனிக்குறுகி வாழ வைத்து விட்டானே’ என்று மனத்தில் ஆழமாகப் பதிந்துவிட்டதால் உட்கார்ந்த போதும், நிமிர்ந்த போதும் அந்த எண்ணமே அவரை ஆக்கிரமித்துக்கொண்டது. பிறகு ஊருக்குத் திரும்பி வந்ததும் அவருடைய நடத்தையிலும் மாற்றம் ஏற்பட்டது. மோகனசாமியை அன்பாகப் பார்க்கவும் முடியாமல் போனது. அவனுக்காக என்ன செலவு செய்தாலும் அது விழலுக்கு இறைத்த நீர் போல அவருக்குத் தோன்றியது. மகனை நேருக்கு நேர் பார்ப்பதையே தவிர்த்தார். அவனுடைய எல்லாத் தேவைகளும் நடத்தைகளும் இப்போது அவருக்குக் குடைச்சலாகத் தெரிந்தன. சுபத்ராம்மா மகனைப் பற்றிப் பெருமையாக, அன்பாகப் பேசினால் கோபமடைவார். சிறுவயதில் திப்பேசாமியின் நிலைமையைப் பார்த்தபோது தோன்றிய வருத்தம் தன் மகன் மீது ஏற்படவில்லை.

சில மாதங்களில் மோகனசாமியின் நுழைவுத் தேர்வின் முடிவுகள் வெளிவந்தன. நல்ல மதிப்பெண் பெற்றுத் தேர்வடைந்திருந்த மோகனசாமிக்கு பெங்களூரு அரசாங்க பொறியியல் கல்லூரியில் இடம் கிடைத்தது. ஊரில் எல்லோரும் அவன் வெற்றியைக் கொண்டாடும்போது, சுப்பராயர் மட்டும் கவலையாக இருந்தார். பொறியியல் படிக்கவைக்கக் குறைந்தது நாற்பதிலிருந்து ஐம்பதாயிரமாவது செலவாகும். அரசாங்கக் கல்லூரி என்றாலும் சாப்பாடு, விடுதி, ஊருக்கு வந்துபோகும் பயணச் செலவு அனைத்தையும் செய்துதானே ஆகவேண்டும்? எப்போதும் திருமணம் செய்துகொள்ளாத, வரதட்சணை வாங்கமுடியாத, வம்சத்தை வளர்க்க முடியாத இந்தப் பையனுக்கு

அவ்வளவு செலவு செய்யவேண்டிய அவசியமென்ன? அதற்குப் பதிலாக அந்தப் பணத்தை மகளின் திருமணத்திற்குப் பயன்படுத்துவது புத்திசாலித்தனமல்லவா?

மகனைப் பொறியியல் படிக்க வைப்பதில் பணத்தைச் செலவழிக்கக் கூடாது என்பதில் உறுதியாக இருந்தார் சுப்பராயர். தன்னால் முடியாது என்று கைகழுவிவிட்டார். அங்கேயே ஊரில் பட்டப் படிப்பு பயின்று ஏதாவது எழுத்தர் வேலையில் சேர்ந்துவிடு என்று மறைமுகமாகச் சொன்னார். ஆனால் மோகனசாமியின் மனத்தில் யார் அவ்வளவு துணிவை நிரப்பினார்களோ தெரியாது, பொறியியல் படிக்கப் போவதாகப் பிடிவாதம் பிடித்தான். கணவன் மனத்தில் இருப்பதை அறியாத சுபத்ராம்மா 'எப்படியோ கடன் வாங்கினாப் போச்சு விடுங்க. இருக்கறது ஒரே மகன். தேவையின்னா எங்கிட்ட இருக்கிற நகையையும் கொடுக்கறேன் வித்துருங்க' என்றாலும் அவர் ஒத்துக்கொள்ளவில்லை. மகன் மிகவும் பிடிவாதமாக இருந்ததால், 'உன் விருப்பம்' என்று சொல்லி அவனிடமே பொறுப்பை விட்டுவிட்டுக் கைகழுவி விட்டார்.

மோகனசாமி பெங்களூருக்குப் புறப்படத் தயாரானான். பணமோ, உதவியோ இல்லாமல் எத்தனை நாள் அங்கே இருக்க முடியும்? இன்றல்ல என்றாலும் நாளைத் திரும்பி விடுவான் என்று சுப்பராயர் நினைத்தார். அதை யாரிடமும் சொல்லாமல் அந்த நாளுக்காகக் காத்திருந்தார். ஆனால் மோகனசாமி எந்த உதவிக்கும் அப்பாவிடம் கையேந்தவில்லை. அது எப்படிப் பணம் சம்பாதித்தானோ, யாரிடம் கடன் வாங்கினானோ, அதையெல்லாம் எப்படி அடைத்தானோ என்று கேட்டுத் தெரிந்துகொள்ளும் துணிவு சுப்பராயருக்கு இல்லை. யாருக்கும் அகப்படாமல் அவன் வளரத் தொடங்கினான். அவருக்கு மகனை எதிர்க்கும் துணிவு குறையத் தொடங்கியது. ஊருக்கு அவன் வரும்போது அவன் கண்களில் படாமல் திரிந்தார். ஒவ்வொரு மாதமும் அவன் பணம் கொடுக்கத் தொடங்கியவுடன், அதை வாங்கிக்கொள்ளும் துணிவை இழந்துவிட்டார். மகள் திருமணச் செலவை அவன் தனியாகவே சமாளித்தபோது, இன்னும் அதிகமாகப் பூமிக்குள் சரிந்துவிட்டார். முன்பு அவர் எடுத்த முடிவு அவரை வாட்டியது.

எல்லோர் முன்னிலையிலும் பணிவாக - பண்புடன் நடந்து கொள்ளும் மகனுக்குத் தான் எப்படி அநீதியாக நடந்து கொண்டேன்? அவனுடைய பாலியல் விஷயத்திற்கு முக்கியத்துவம் அளித்து ஒரு ஜீவனையே ஒதுக்கி வைத்தேனே? ஏதோ வரதட்சணைப் பணம் தனக்கு வராது என்ற அற்பமான சங்கதி தன்னை எதற்கு அப்படி வதைத்தது? அப்படி நூறு

மடங்கு வரதட்சணைப் பணத்தை மகன் இப்போது சொந்தமாகச் சம்பாதித்துவிட்டான். பல நாடுகளைச் சுற்றி வந்திருக்கிறான். அவர்களையும் வெளிநாட்டிற்குச் சுற்றுலா செல்ல ஒருமுறை அழைத்திருந்தான். ஆனால் ஊர் சுற்றப் போகும் துணிவு சுப்பராயருக்கு இருக்கவில்லை. இன்று வீட்டு நிலைமையே மாறிவிட்டது. ஒரு கட்டு கருவேப்பிலை வாங்கவும் தன் முன்னால் கையேந்தும் சுபத்ராம்மா, இப்போது நகைகளை இவரிடம் சொல்லாமலேயே வாங்கிவிடுகிறார். மகன் சம்பாதிக்கும் பணத்தில் அப்பாவைவிட அம்மாவுக்கு அதிக அதிகாரம் இருக்கும். நெஞ்சு வலியால் மூச்சுவிடச் சிரமப்பட்டபோது யாரிடமும் எதையும் கேட்காமல் பெங்களூருக்கு அழைத்துச் சென்று, மிகப் பெரிய மருத்துவமனையில் அறுவைச் சிகிச்சை செய்து, குணமாக்கி அன்பாகப் பார்த்துக்கொண்டிருந்தான். சுபத்ராம்மாவின் முழங்கால் வலிக்கும் முறையான சிகிச்சை அளித்து, இப்போது அவளால் நன்றாக நடக்க முடிகிறது. ஒரு மகன் இதைவிட என்ன அதிகமாகச் செய்துவிட முடியும்? திருமணமானால் மட்டும் நன்றிக்கடன் தீர்ப்பது போலவா? பெல்லாரிப் பெண்ணை ஐம்பதாயிரம் வரதட்சணை வாங்கித் திருமணம் செய்துகொண்ட தன் நண்பன் மகனின் குடும்ப நிலைமையை அவர் நன்றாக அறிந்திருந்தார். அப்பா – அம்மா இருவரையும் அவன் துரத்திவிட்டான். மனைவியையாவது சுகமாக வைத்திருக்கிறானா? அதுவும் கிடையாது. இரண்டு பிள்ளைகளைப் பெற்றெடுத்திருப்பது மட்டும்தான் அவன் சாதனை. அதில் மகிழ்ச்சியடைய என்ன இருக்கிறது?

எப்படியாவது மகனிடம் தான் இழைத்த அநீதியை, புறக்கணிப்பைத் தெரியப்படுத்தி, அவனிடம் மன்னிப்புக் கேட்கவேண்டும் என்று அவர் உறுதியாக எண்ணினார். ஆனால் அவருக்குத் துணிவு வரவில்லை. அவன் ஊருக்கு வரும்போதெல்லாம் அவன் முன்னால் மண்டிபோட்டு உட்கார்ந்து கைகுவித்து வணங்க வேண்டும் என்று நினைப்பார். ஆனால் ஏனோ அது வேடிக்கையான சங்கதியாகிவிடுமோ என்று தயங்கினார். ஒவ்வொரு வருடமும் அவர் மன்னிப்புக் கேட்பது தள்ளிப்போய்க் கொண்டே இருந்தது. ஆனால் இப்போது அவரது மரணம் அருகில் வந்து அமர்ந்திருக்கிறது. இனித் தாமதிக்கக் கூடாது. பேச்சும் நின்றுவிட்டது. எழுதிக் காட்டலாம் என்றால் கை நடுங்குகிறது. எந்த நேரத்திலும் மூச்சு நின்றுவிடலாம். வேகமாக மகன் வந்துவிடவேண்டும். ஒருமுறை அவன் முன்னால் கைகூப்பிவிடுகிறேன். “மோகனா, என் மோகனா . . . நான் தவறு செய்துவிட்டேன். பெரியவனான நான் மிகவும் அற்பத்தனமாக நடந்துகொண்டேன். ஒரு அப்பா செய்யக்கூடாத தவறைச் செய்துவிட்டேன். என்னை மன்னித்துவிடு மகனே . . . சீக்கிரம்

வா . . . உன் கையைப் பிடித்து மன்னிப்புக் கேட்க வேண்டும் . . . உடனே வா . . ."

○

பதின்மூன்றாம் நாள் சடங்கு உணவை முடித்துக்கொண்டு தீட்டுக் கழிந்த பிறகு, சாயந்திர நேரம் மோகனசாமி கோபாலபட்டரைப் பார்க்கப் போனான். 'ஏழைப் பிராமணன், மிகவும் சிரமத்தில் இருக்கிறார். உன்னுடன் ஏதோ பேசவேண்டும் என்கிறார். போய்ப் பார்த்து விட்டு வா' என்று அவன் அம்மா சொல்லி அனுப்பினாள். அம்மா மிகவும் புனிதமானது என்று நம்பிக்கொண்டிருந்த வளையல், குங்குமம், தோடு, மாங்கல்யம் இவற்றைக் கழற்றிவிட்டு இருட்டு மூலையில் உட்கார்ந்திருந்தாலும், அந்தப் பட்டரின் சிரமத்திற்குத் துடித்ததைப் பார்த்து அவன் இளகினான். அப்பாவின் சிரார்த்தக் காரியங்களைக் கோபாலபட்டர் நல்லபடியாக நடத்திக் கொடுத்திருந்தார். பட்டரின் மனைவியும் சமையல் வேலைகளைப் பார்த்துக் கொண்டிருந்தார். தங்கள் ஊரில் இப்படியான சௌகரியங்கள் இல்லை என்று, ஹம்பியின் துங்கபத்திரை நதிக்கரையில் கருமாதிக் காரியங்களை நடத்துவது என்று முடிவானது. பணத் தட்டுப்பாடு இல்லாததால் மோகனசாமி அவர் சொன்னதற்கெல்லாம் ஒத்துக்கொண்டான். ஐந்து நாட்களுக்கு முன்னதாகவே அவர்கள் இங்கு வந்திருந்தார்கள்.

கரும காரியங்கள் எல்லாம் மோகனசாமிக்குப் புதியது. இந்தச் சடங்குகளில் அவனுக்கு அப்படிப்பட்ட விருப்பம் இல்லை. இப்போது சொந்த - பந்தங்களின் கண்கள் தன்னையே பார்ப்பதால் எதற்கும் எதிர்ப்புத் தெரிவிக்காமல் கோபாலபட்டர் சொன்னதுபோலச் செய்தான். அவனுக்கு அது ஒன்றும் அப்படிச் சிரமமாக இருக்கவில்லை. ஆனால் காக்கைக்குப் பிண்டம் வைக்கும்போது மட்டும் மிகவும் சங்கடமானது. காக்கை என்ன செய்தாலும் வைத்த சோற்றை எடுக்கவில்லை. யார் யார் போய் எதெதையோ வேண்டிக்கொண்டு வந்தார்கள். ஆனாலும் காக்கை திருப்தியடையவில்லை. அப்போது சுபத்ராம்மா பிடிவாதம் பிடித்தார். 'அவருக்கு வேற எந்த ஆசையும் இருக்கவில்லை. மகனின் திருமணத்தைப் பார்த்து கண்மூட வேண்டும் என்று நினைத்தார். என் முன்னே பலதடவை அப்படிச் சொல்லியிருக்கிறார். அந்த ஆசை ஈடேறாமல் போனது. அதுக்காகத்தான் அவர் வந்து சோற்றைச் சாப்பிடவில்லை' என்று ஒரேடியாகக் கண்ணீர் சிந்திக்கொண்டே சொன்னார். 'போய் வேண்டிக்கபோடா. எதுக்கு எல்லார் கோபத்துக்கும் ஆளாகறே' என்று மோகனசாமியின் அக்கா ஜானகி, தன் இரண்டு வயது மகனைச் சமாதானப் படுத்திக்கொண்டே மோகனசாமிக்குக் கட்டளையிட்டாள்.

ஆனால் அவன் பிடிவாதமாக இருந்தான். அசையவில்லை. 'அவன் ஒத்துக்கமாட்டான். எனக்குத் தெரியும்டீ. அவர் இருந்த போதும் பேரனின் சுகத்தைக் கொடுக்க ஒத்துக்கொள்ளவில்லை. இப்ப இறந்த பிறகும் அதுக்கு ஒத்துக்க மாட்டேங்கிறான். அவனுக்குப் பிடிவாதம். ஒரே பிடிவாதம்' என்று சுபத்ராம்மா இன்னும் அதிகமாக அழத் தொடங்கினார். 'போப்பா மோகனா, மாட்டேன்னு சொல்லாதே . . .' என்று மற்ற பெரிய தலைகள் அவனை வற்புறுத்தத் தொடங்கினார்கள். மோகனுக்குக் கோபம் வந்தது. அந்த நேரத்தில் கோபாலபட்டர், 'நீங்க போய் உங்க மனசுக்கு எது சரீன்னு தோணுதோ அதை வேண்டிக்கங்க மோகனராவ் . . . எல்லோருக்கும் கேட்கும்படி சொல்லத் தேவை இல்லை . . .' என்று சமாதானம் செய்து அனுப்பினார். கோபத்துடனேயே மோகனசாமி எழுந்து பிண்டம் வைத்திருந்த தூணின் பக்கத்தில் போய் நின்றுகொண்டான்.

அப்பாவிடம் என்னவென்று வேண்டிக்கொள்வது? என்ன ஆசை இருந்ததோ யாருக்குத் தெரியும்? இறக்கும் முன்பு தன் கையைப் பற்றிக்கொண்டு ஒரேடியயாகக் கண்ணீர் விட்டார். எதற்கு என்று ஒன்றும் புரியவில்லை. அப்படி அழக்கூடிய அளவிற்கு நான் என்ன சிரமத்தை அவருக்குக் கொடுத்தேன்? 'திருமணம் செய்துகொள்ளப் போவதில்லை' என்று தெளிவாகச் சொல்லி இருந்தேன். மற்றபடி அவரை நன்றாகத்தானே பார்த்துக்கொண்டேன்? சொல்லப்போனால் வெறும் 'கொரகொர' சத்தம். நான் என்னவென்று புரிந்துகொள்வது? என் இரண்டு கைகளையும் தன் கைக்குள் கதகதப்பாகப் பிடித்துக்கொண்டு அழுதால் அதற்கு என்ன பொருள்? அவையெல்லாம் இறப்பதற்கு முன்பு நடந்த சங்கதிகள் என்றால், இப்போது இறந்த பிறகும் அப்படியான சங்கடமான நிலைமை. மோகனசாமிக்கு அங்கிருந்து கிளம்பிவிட வேண்டும் என்று தோன்றியது. அத்தனை பேர்களுக்கும் முன்னால் அப்படித் திமிராக நடந்துகொள்ள வேண்டாம் என்று கைகூப்பி நின்றான்.

"அப்பா, உன் கஷ்டம் என்னவென்று எனக்குத் தெரியாது . . . உனக்கு விருப்பமிருந்தால் வந்து சாப்பிடு, இல்லையின்னா விட்டுடு . . . நீ சாப்பிட வேண்டும் என்பதற்காக நான் திருமணம் செய்துகொள்ள முடியாது . . . ஒரு பெண்ணின் வாழ்க்கையைச் சீரழிக்க நான் விரும்பவில்லை . . . எனக்கு ஒத்துவராத வாழ்க்கையை நான் வாழ வேண்டும் என்று நீ விரும்ப வேண்டாம் . . . உனக்கு அந்த உரிமை கிடையாது' என்று கொஞ்சம் எரிச்சலாகவே மனத்தில் வேண்டிக்கொண்டான். எங்கிருந்தோ ஒரு காக்கை 'சர்'ரென்று பறந்து வந்து பிண்டத்தைச் சாப்பிட்டு ஆகாயத்தில் பறந்துபோனது. 'ஓ' என்று கூடியிருந்த

மக்கள் கூட்டம் மகிழ்ச்சியால் ஆரவாரம் செய்தார்கள். ‘அதிசயம் நடத்திட்டீங்களே மோகனராவ்’ என்று பட்டர் பாராட்டினார். ‘அப்படி ஒரு ஆசை அவருக்கு இருந்தது எனக்குத் தெரியும் . . .’ என்று சுபத்ராம்மா இப்போது மிகவும் மகிழ்ச்சியுடன் கண்ணீர் சிந்திக்கொண்டே சொன்னார். ‘அப்படீன்னா இனி மோகனுக்குப் பெண் பார்க்க ஆரம்பிக்க வேண்டியதுதான்’ என்று கூட்டத்திற்கு நடுவில் இருந்து ஒருவர் வார்த்தையை வீசினார். அதற்குச் சிலர் சிரித்தார்கள்.

பிராமணர்களின் சாப்பாடு முடிந்ததும் அந்த இலைகளைக் கருமம் செய்த மூத்த மகன்தான் எடுக்க வேண்டும். அவனுக்குத் திருமணம் நடந்திருந்தால் மனைவியின் உதவியுடன் இலைகளை எடுக்கலாம். அது வழக்கம். பத்து இருபது பேர் கூடத்தில் உட்கார்ந்து பார்த்துக்கொண்டிருக்கும்போது, பிராமணர்கள் சாப்பிட்ட எச்சில் இலையை எடுப்பது மோகனசாமிக்குச் சங்கடமாக இருந்தது. சின்ன வயதில் சாப்பிட்ட இடத்தைச் சுத்தம் செய்யும் பழக்கம் இருந்தாலும், வேலைக்குச் சேர்ந்த பிறகு அவன் அதைச் செய்ததில்லை. எச்சில் இலையை எடுக்க வேண்டிய கெட்ட சம்பிரதாயம் மோகனசாமியை எரிச்சலடையச் செய்தது. ‘திருமணம் செய்துகொண்டிருந்தால் இந்தச் சிரமம் இருந்திருக்காது பாரு’ என்று யாரோ வெட்டியாகச் சொன்னார்கள். ‘ஆமா, ஆமா’ என்று இரண்டொரு குரல்கள் அதற்குச் சம்மதம் தெரிவித்தன. அவனுக்கு எல்லாவற்றையும் விட்டுவிட்டுப் பெங்களூருக்கு ஓடிவிட வேண்டும் என்று தோன்றியது. தன் இயலாமையால் கண்களில் இருந்து இரண்டு சொட்டுக் கண்ணீர் வழிந்து, அந்தக் கோமியத் தண்ணீருடன் கலந்துவிட்டது. கோபால பட்டருக்கு அவனுடைய நிலைமை புரிந்தது. ‘மோகனசாமி அதெல்லாம் பழைய சம்பிரதாயம், பெண்களை உதவிக்குக் கூப்பிடுங்க. ஒன்னும் தப்பில்லை’ என்று மற்றொருமுறை மோகனசாமியின் உதவிக்கு வந்தார். உடனே ஜானகி எழுந்து தன் கைகளால் எச்சில் இலையை எடுத்தாள்.

இந்த இரண்டு நிகழ்வுகளால் கோபாலபட்டர் தன் இயல்பான குணத்தால் மோகனசாமிக்கு ஆதரவாக வந்தார். அதனால் அவர் மீது மோகனசாமிக்கு ஒருவிதமான அன்பும் மரியாதையும் ஏற்பட்டது. அவர் தன்னைப் பார்க்க வேண்டும் என்று சொன்ன விஷயம் தெரிந்ததும், என்ன காரணமாக இருக்கும் என்று அதிகம் யோசிக்காமல் புறப்பட்டுவிட்டான். அவர் வீடு வீருபாக்ஷ கோயில் பின்னால் சில சந்துகளைக் கடந்து இருக்கும் என்று தெரியும். முன்பு தேரடி வீதியில் இருந்த கல் தூண்களின் சத்திரம் ஒன்றை வீடாக வைத்திருந்தாராம். அரசாங்கம் அதையெல்லாம் தன் வசம் எடுத்துக்கொண்ட பிறகு

இப்போது பின்புறம் எங்கேயோ ஒரு மண்வீட்டைக் கட்டிக் கொண்டு வாழ்ந்து வருகிறார்.

○

தொலைவில் துங்கபத்திரை நதி ஓடிக்கொண்டிருந்தது. கரையில் ஒரு பக்கம் மண் வீட்டை எழுப்பியிருந்தார்கள். அதன் அக்கம் பக்கம் எந்த வீடும் இல்லை. ஆனால் பெரிய பெரிய பாறைகள் ஒன்றை ஒன்று தாங்கிக்கொண்டு அருகிலேயே நின்றிருந்தன. ஒரு பாறை இவர் வீட்டுப் பின்புறச் சுவராக இருந்தது. மற்றொரு சுவரில் யாரோ ஆஞ்சநேயரின் ஓவியத்தைச் செதுக்கி இருந்தார்கள். யாரோ அதற்குப் பூஜை செய்து குங்குமம் வைத்திருந்தார்கள். அதே கல்லின் நுனியில் ஒரு காக்கை உட்கார்ந்து கொண்டு 'கா...கா...' என்று கரைந்துகொண்டிருந்தது.

வராந்தாவில் கோபாலபட்டர் உட்கார்ந்துகொண்டு விசிறியால் வீசிக்கொண்டு, அன்றைய நாளிதழைப் படித்துக் கொண்டிருந்தார். வராந்தாவை ஒட்டிக்கொண்டு மாட்டுக் கொட்டகை இருந்தது. அங்கே இரண்டு மாடுகள் புல்லை மென்று அசைபோட்டுக்கொண்டிருந்தன. வீட்டுக்கு முன்னால் அழகான பெரிய கோலம் போடப்பட்டிருந்தது. வீட்டைச் சுற்றிப் பல பூச்செடிகளை வளர்த்திருந்தார்கள். மாலை நேரமானதால் சூடு தணிந்து, சிறிது குளிர்ச்சியாகவும் வெளிச்சம் குறைவாகவும் இருந்தது.

மோகனசாமியைப் பார்த்ததும் கோபாலபட்டர் 'வாங்க... வாங்க...' என்று அன்புடன் வரவேற்றார். வீட்டுத் திண்ணை மேல் ஒரு பாயை விரித்து மோகனசாமியை உட்காரச் சொன்னார். 'அடியே...' என்று அழைத்தார். பதில் வரவில்லை. மற்றொரு முறை 'அடியே...' என்றார். இந்தத் தடவை அவர் மகள் வெளியே தலையை நீட்டி, 'அம்மா ராமர் கோயிலுக்குப் பஜனைக்குப் போயிருக்காப்பா...' என்று பதில் சொன்னாள். அப்படியே அவள் கூர்மையாக மோகனசாமியின் பக்கம் கண்ணை ஓடவிட்டாள். அழகான முகம் என்று மோகனசாமி கண்டுகொண்டான். 'அப்படீன்னா நீயே ஒரு காப்பி போடும்மா...' என்று கட்டளையிட்டார். முகம் மறைந்தது.

'வீடு கண்டுபிடிக்கச் சிரமமா இருந்ததோ... ஊருக்கு வெளியே இருக்கு...' என்று சங்கடப்பட்டார். 'இல்லை... இல்லை... இந்த ஊரில எல்லாருக்கும் உங்களைத் தெரியும். கேட்டா சொல்லி இருப்பாங்க' என்று மோகனசாமி பதிலளித்தான். 'முதல்ல தேரடி வீதியில வீடு இருந்தப்ப நல்லா இருந்தது... என்ன செய்யமுடியும், வெளியேத்திட்டாங்க... அப்பா காலத்தில இருந்து அங்கதான் இருந்தோம்... இப்ப முடியாதுன்னு

சொல்றாங்க . . . யாருகூட வேணுமுன்னாலும் சண்டைப் போடலாம், ஆட்சிசெய்யற அரசாங்கத்துக்கிட்டே சண்டை போட முடியுமா, சொல்லுங்க' என்று தன் இயலாமையைச்சொன்னார்.

அதற்குள் காப்பி வந்தது. "அவள் என் மகள் . . . அஞ்சலின்னு பேரு . . . முப்பத்திரெண்டு வயசு . . . ரொம்ப புத்திசாலி, அந்தப் பெரிய கோலம் எல்லாம் அவள் போட்டதுதான் . . . அந்தப் பூச்செடிகளை எல்லாம் அவதான் வளர்த்தது . . . சமையலி லும் கெட்டிக்காரி . . . நாலு வருஷத்துக்கு முன்னாடி கணவன் இறந்து விட்டான் . . . சுரங்கத் தகராறுல ஏதோ பணம் அடிச்சுட்டா னாம் . . . அரசாங்கம் பிடிச்சு சிறையில் தள்ளிருவாங்கன்னு பயந்து போயிட்டான் . . . ஒருநாள் காலையில ஹம்பி எக்ஸ்ப்ரெஸ்ல தலையைக் கொடுத்துட்டான் . . ." என்று மகளின் சோகக் கதையைச் சொன்னார். இதையெல்லாம் தன்னிடம் எதற்குச் சொல்கிறார் என்று புரியாமல் மோகனசாமி யோசித்துக் கொண்டிருந்தபோது, பட்டர் மீண்டும் பேசத் தொடர்ந்தார். 'அத்தை வீட்டில் இவளை ஏத்துக்கலை. எங்க வீட்டுக்குத் துரத்திட்டாங்க. கடன் வாங்கிக் கல்யாணம் பண்ணி இருந்தேன் மோகனராவ் . . . இன்னும் கடன்கூடத் தீரலை . . . அப்பவே அவ வீட்டில வந்து உக்காந்திருக்கா . . . வாங்கிய கடனுக்கு மாதா மாதம் வட்டிப் பணத்தைக் கட்டறப்ப சங்கடமா இருக்கு . . .' என்று வேஷ்டியால் கண்களைத் துடைத்துக் கொண்டார் . . . மோகனசாமி ஓரிரு நிமிடம் அமைதியாக இருந்தான். பிறகு மெல்ல 'அமைதியா இருங்க . . .' என்று மென்மையாகச் சொல்லி, 'இப்ப எங்கிட்ட இருந்து என்ன உதவி வேணும் சொல்லுங்க?' என்று விஷயத்தைத் தெரிந்து கொள்ள முயற்சி செய்தான். அநேகமாகப் பெரிய தொகையை உதவியாகக் கேட்கலாம் என்று எண்ணினான்.

'நீங்க பெரியவங்க . . . படிச்சவங்க . . . எல்லாம் தெரியும் . . . எப்படியாவது என் பொண்ணைக் கைப்பிடிச்சுக் காப்பாத்தணும் . . .' என்று கை கூப்பினார். விஷயம் எந்தப் பக்கம் திரும்புகிறது என்று மோகனசாமிக்குத் தெளிவாகப் புரிந்து விட்டது. ஆனால் அவன் புரியாததுபோல, 'பட்டரே உங்க பேச்சு எனக்குத் தெளிவாப் புரியலை' என்றான். 'அவளைத் திருமணம் செய்துகொண்டால் உங்களுக்கும் ஒரு துணையாக இருக்கும். எங்களுக்கும் சிரமம் தீரும்' என்று பட்டர் விவரமாகச் சொன்னார். மோகன் ஒரு வினாடி மௌனமாக இருந்தான். பிறகு 'பட்டரே நீங்க என்னைத் தப்பாப் புரிஞ்சுகிட்டு இருக்கீங்க. எனக்குத் திருமணம் செய்துகொள்ளும் எண்ணமே இல்லை. அப்படியிருந்தா நான் எப்பவோ கல்யாணம் பண்ணியிருப்பேன். இப்படி நாப்பது வயசுவரைக்கும் எதுக்குச் சும்மா இருப்பேன்

சொல்லுங்க?' என்று அமைதியாகவே பதிலளித்தான். இப்படிப் பட்ட கேள்விகளைப் பலரிடமிருந்து பலதடவை கேட்டிருந்ததால் அவனுக்குப் பெரிய வருத்தம் ஒன்றும் ஏற்படவில்லை.

'அப்படி இல்லை மோகனராவ் . . . வயசில மூத்தவனா உங்களுக்கு ஒண்ணு சொல்லணும், தப்பா நினைக்க வேண்டாம் ... வயசு அதிகமா ஆக ஆக உங்களை யாராவது கவனிக்க வேண்டிய தேவை இருக்கும் . . . அப்பா – அம்மா எத்தனை நாளைக்குப் பாத்துக்குவாங்க சொல்லுங்க? மனிதன் தனியா இருக்கக் கூடாது ... அதுவும் நாப்பது வயசு ஆண்களுக்கு ஆபத்தான வயசு . . . கூட இருந்து சமைச்சு, அக்கறை காட்டற ஜீவன் ஒண்ணு இருந்தா நல்லது ...' பட்டரின் வற்புறுத்தல் மோகனசாமிக்குச் சங்கடமாக இருந்தது.

'உங்களுக்கு நான் எப்படிச் சொல்றதுன்னு தெரியல. வேண்டாமுன்னு சொல்றவங்களுக்குத் திருமணத்துக்காக எதுக்கு வற்புறுத்தறீங்க?' இந்த முறை மோகனசாமி தன் பேச்சில் சிறிது கோபத்தைக் காட்டி, புறப்பட எழுந்து நின்றான். கோபாலபட்டரும் எழுந்து நின்றார். ஆனால் பேச்சை நிறுத்த வில்லை. பயந்துகொண்டே அந்த விஷயத்தை வெளிப்படை யாகச் சொல்லிவிட்டார்.

'உங்களுக்குப் படுக்கை சகவாசம் வேண்டாமுன்னா விட்டுடுங்க ... மகளிடம் முதல்லயே சொல்லி வைச்சிருக்கேன் ... அதை எதிர்பார்க்கக்கூடாதுன்னு . . . உங்களை அதுக்குக் கட்டாயப்படுத்தமாட்டா ... ஆனால் வீட்டில சமையல் செய்யறது, துணி துவைப்பது, உங்களைப் பாத்துக்கறது . . . மொத்தத்தில ஒரு நல்ல தோழியைப்போல இருக்கலாம்தானே? அவளுக்கும் ஒரு வாழ்க்கை கிடைச்ச மாதிரி இருக்கும், நீங்களும் ஜனங்க முன்னாடி பொண்டாட்டியைக் கூட்டிக்கிட்டுச் சுத்தலாம் . . . எதுக்கு ஊர் வாய்க்கு ஆளாகறீங்க?'

மோகனசாமி ஊமையானான். இப்படி ஒரு வேண்டுகோள் வரும் என்று அவன் சற்றும் எதிர்பார்க்கவில்லை. அப்போதே என் பாலியலைப் பற்றிய வாழ்க்கையை இந்தப் பிராமணன் தெரிந்துகொண்டானே என்று வியப்பு, கோபம், சலிப்பு எல்லாம் ஏற்பட்டது. அந்த வேண்டுதலில் அம்மாவின் பங்கிருக்கிறது என்று மோகனசாமிக்கு உறுதியாகத் தெரிந்துவிட்டது. ஆனாலும் பொறுமையை இழக்காமல் பதிலளித்தான்.

'பாருங்க பட்டரே ... வீட்டு வேலை செய்யப் பட்டணத்தில யாராவது கிடைப்பாங்க . . . அதுக்குப் பொண்டாட்டிதான் வேணுங்கற அவசியம் கிடையாது ... படுக்கை மேல் உறவில்லாத திருமணத்தில் எனக்கு எப்போதும் நம்பிக்கை கிடையாது . . .

உலகத்துக்கு முன்னாடி ரொம்ப நாள் நடிக்க முடியாது..." என்று தெளிவாகச் சொன்னான் மோகனசாமி.

'அப்படீன்னா உங்க விருப்பம் . . . அதிகமா சொல்ல எதுவுமில்லை . . . என் பேச்சு தப்புன்னா மன்னிச்சிடுங்க . . .' என்று மற்றொருமுறை கைகூப்பி, அவனை வழியனுப்பினார். அங்கிருந்து கழன்றுகொண்டால் போதும் என்று மோகனசாமி வேகமாக வெளியே அடியெடுத்து வைத்தான். அவர்கள் இருவரும் வாசல்வரை வந்தார்களோ இல்லையோ, பட்டரின் மனைவி மற்றொரு இளம் வயதுப் பையனுடன் வீட்டுக்குத் திரும்புவது வீதி விளக்கின் வெளிச்சத்தில் தெரிந்தது. பட்டரின் மனைவி ஈமச்சடங்கின்போது சமையல் செய்து பரிமாறியதால் அவரை மோகனசாமிக்குத் தெரியும். ஆனால் அவர் கூட இருந்த அழகான பையனின் உருவம் மிகவும் அறிமுகமானதுபோலத் தெரிந்தது. அவன் அருகில் வரவும் மோகனசாமிக்கு அடையாளம் தெரிந்துவிட்டது. டெரிக்! இளம் மீசையின், இதமான சருமத்தின், கடுமையான மூச்சு வாசனையின், இருபத்தைந்தைத் தாண்டாத டெரிக்! மோகனசாமியின் அடையாளம் அவனுக்கும் தெரிந்திருக்க வேண்டும். நின்ற இடத்திலேயே நடுங்கினான். வெள்ளை வேஷ்டியை உடுத்தி, வெளிர்நீலச் சட்டை அணிந்து, நெற்றியில் விபூதி பூசி, விபூதிக்கு நடுவில் குங்குமம் வைத்திருந்த டெரிக் இப்போது அவனுக்கு வேறு அவதாரத்தில் தெரிந்தான்.

'என் மகன் ரமேஷ் . . . பொறியியல் மூன்றாம் ஆண்டில் படிப்பை நிறுத்திவிட்டான் . . . முடிக்க முடியலை . . . ஏதாவது வேலைக்குப் போக முயற்சி செய்யறான் . . . ஆனா எதுவும் கிடைக்கலை . . . நீங்க பெரிய வேலையில இருக்கீங்கன்னு கேள்விப்பட்டிருக்கேன் . . . ஏதாவது அவனுக்கு உதவி செய்ய முடியுமா?' என்று கோபாலபட்டர் ஈனமாக வேண்டி கேட்டுக் கொண்டார். பட்டரின் மனைவி தன் மகனை அவர்களுடன் பேசவிட்டுவிட்டு வீட்டிற்குள் சென்றார்.

மோகனசாமிக்கு 'டெரிக்'கை எதிர்பாராமல் பார்த்ததும் எப்படி எதிர்வினை செய்ய வேண்டுமோ என்று தெரியாமல் குழம்பினான். ஆனாலும் வெளியே தெரியாததுபோல் முகத்தை வைத்துக்கொண்டு ரமேஷிடம் நேரடியாகப் 'பெங்களூரில் என்ன பண்ணறீங்க?' என்று கேட்டான். ரமேஷ் பேசவில்லை. 'பேசுடா ரமேஷ் . . . அவரு பெரிய மனுசன் . . . உனக்கு ஏதாவது உதவுவார் . . . சும்மா தெருத் தெருவா சுத்தறத விட்டுட்டு ஏதாவது பொறுப்பா இருக்க முடியும்' என்று கோபாலபட்டர் மகனுக்குப் புத்திமதி சொன்னார். வேறு வழி தெரியாமல் ரமேஷ் வாயைத் திறந்தான். 'ஏதோ சின்னச் சின்ன வேலை செஞ்சுக்கிட்டு இருக்கேன் . . . சரியான வேலை கிடைக்கமாட்டேங்குது . . .'

வசுதேந்திரா

என்று நிலத்தைப் பார்த்துக்கொண்டே பதிலளித்தான். அவன் பதில் மோகனசாமிக்குச் சிறிது தெம்பைத் தந்தது.

'ஒரு வேலை செய்... எங்க வீட்டுக்கு அடிக்கடி வந்துபோ... உன்னைப் பத்தித் தெரிஞ்சுக்க முடியும்... ஏதாவது வழி தேடுவோம்... சாயந்திரமா வந்தா நான் வீட்டில இருப்பேன்' என்று சொன்னான் மோகனசாமி. கோபாலபட்டர் மோகனசாமியின் பேச்சால் திருப்தியடைந்து, 'நீங்க அவ்வளவு உதவினாப் போதும் மோகனராவ்... மகளைக் கரையேத்த தலையில எழுதலை... மகனுக்காவது உதவுங்க...' என்று தாழ்வான குரலில் சொன்னார். பிறகு மகன் பக்கமாகத் திரும்பி 'அவரைப் பார்க்க அடிக்கடி அவர் வீட்டுக்குப் போய் வருவியாடா?' என்று அதட்டினார். ரமேஷ் தலையசைத்தான்.

25 ஆகஸ்ட் 2014

7

மூட்டைப்பூச்சி

என் சிறுவயது நண்பன் சங்கரகௌடன் இன்றும் எனது நினைவுக்கு வருகிறான். எங்கள் ஊரிலிருந்து சுமார் இரண்டு கிலோமீட்டர் தொலைவில் இருக்கும் கிராமத்திலிருந்து அவன் பள்ளிக்குத் தினமும் நடந்தே வருவான். அந்தக் கிராமத்துக் கௌண்டரின் இளைய மகன் அவன். போதுமான அளவுக்கு நிலம், பணம், அதிகாரங்கள் இருக்கும் பெரிய குடும்பம் அவனுடையது. சுமார் ஆறு அடி உயரம், மாநிறம், வாட்டசாட்டமான உடம்புடைய அவன் சந்தேகத்திற்கு இடமில்லாமல் அழகாகத்தான் இருந்தான். ஆனால் அவன் அது மட்டுமாகவே இருந்திருந்தால் பெண்களின் கனவு அரசனாகியிருப்பான். ஆனால் ஆண்டவன் அவனிடம் அப்படியான கருணையைக் காட்டவில்லை.

சங்கரின் பேச்சு, குரல், நடை-பாவனை, விருப்பங்களெல்லாம் பெண்களைப்போல இருந்தன. பள்ளி மாணவர்கள் மட்டுமல்ல, ஆசிரியரும் அவனுடைய பெண்மையான குணத்தை ஏளனம் செய்து சிரிப்பது மிகவும் சாதாரணமான விஷயமாக இருந்தது. அவன் குரலைக் கேலி செய்து அவனுடன் பேசுவது, அவன் நடப்பதைப்போலப் பெண் நடையை மேடையில் செய்து காட்டுவது, அவன் புத்தகங்களை மாணவிகள் அமரும் இடத்தில் வைத்து அவனைத் தேடவைப்பது எப்போதும் நடக்கும். ஒருமுறை உயிரியல் பேராசிரியர் 'க்ரோமோசோம்'களைப் பற்றி பாடம் நடத்தும்போது, அவற்றில் சில நேரம் ஏற்படும் ஏற்றத் தாழ்வில், ஆணும் அல்லாத, பெண்ணும்

அல்லாத குழந்தை பிறக்கலாம் என்று சொல்லி எகத்தாளமாகச் சிரித்துச் சங்கர கௌண்டனின் பக்கமாகப் பார்ப்பார். வகுப்பு முழுவதும் சங்கர கௌண்டா என்று கத்திக் கூவிச் சிரிக்கும்.

சங்கர கௌண்டன் இதுபோன்ற விஷயங்களுக்கெல்லாம் சிறிதும் கவலைப்படமாட்டான். எல்லோருடனும் சேர்ந்து தானும் சிரித்துவிடுவான். பையன்கள் கிண்டல் செய்வதற்கு ஏதுவாக அவன் பேச்சும் நடத்தையும் பெண்மை பாவனை மிகுந்திருக்கும். பள்ளி ஆண்டு விழாவின் பாட்டுப் போட்டியில் பி. சுசீலா பாடிய "ஹூவு செலுவெல்லா தனதெந்திது" (பூ அழகெல்லாம் தன்னுடையதென்றது) என்று பெண்குரலில் பாடியிருந்தான். நோட்டுப் புத்தகத்தின் கடைசிப் பக்கத்தில் புதுபுதுக் கோலங்களை வரைவான். துணிக் கடைகளில் தொங்கப் போட்டிருக்கும் சேலைகளை ஆசைக் கண்கள் விரியப் பார்த்து "எவ்வளவு அழகா இருக்கு?" என்று வியப்பாகச் சொல்வான். சிறுவர்கள் விளையாடும் கபடி, வாலிபால் போன்ற விளையாட்டுகளின் பக்கம் தலைகாட்டாமல், பெண்களுடன் சேர்ந்து டென்னிகாய்ட் விளையாட்டை உற்சாகமாக விளையாடுவான். கிராமத்தில் இருந்த வேசிகள் "அண்ணே, ராத்திரி வாண்ணே" என்று இளம் ஆண்களை அழைப்பதைப்போலத் தன் உடம்பை வளைத்து நடித்துக் காட்டுவதை இரசித்து ஆண்கள் மட்டுமல்ல, பெண்களும் விழுந்து விழுந்து சிரிப்பார்கள். அவர்கள் எத்தனை தடவை கேட்டாலும் சலிக்காமல் "அண்ணே, ராத்திரி வாண்ணே"என்று சொல்லிச் சிரிக்க வைப்பான்.

வகுப்பில் அவன் எப்போதும் என் அருகில் அமருவான். படிப்பில் அவ்வளவு ஒன்றும் புத்திசாலி அல்லாத சங்கர கௌண்டனுக்குப் பாடத்தைப் புரிந்துகொள்ள என் உதவி தேவைப்படும். என் நோட்டுப் புத்தகங்களை எடுத்துக்கொண்டு போய்ப் படித்துவிட்டுத் திருப்பிக் கொடுப்பான். நான் செய்யும் வீட்டுப் பாடங்களை நகல் எடுத்துக் கொள்வான். அதற்கு ஈடாகத் தன் கிராமத்தில் கிடைக்கும் நெல்லிக்காய், விளாம்பழம், களாக்காய், இனிப்புப் புளியங்காய் – போன்றவற்றை எனக்குக் கொண்டுவந்து கொடுப்பான். சில சமயம் வண்ணத்தில் வரைந்த அழகான கோலங்களின் ஓவியத்தை எனக்குக் கொடுப்பான். இயல்பாகவே மிகவும் நல்லவனான அவனை நண்பனாக ஏற்றுக்கொள்ள எனக்கு எந்தத் தயக்கமும் இருக்கவில்லை. எங்கள் வீட்டிற்கு ஓரிருமுறை வந்திருந்தான்; அவன் கிராமத்து வீட்டிற்குக்கூட என்னை அழைத்துச் சென்று விருந்து வைத்திருக்கிறான்.

மிகவும் மிடுக்கான வாழ்க்கையை நடத்திக்கொண்டிருந்த அவர்கள் வீட்டிற்கு இவன் சூடான நெய்யாக இருந்தான்.

அவனுடைய இரு அண்ணன்கள், அப்பா, அம்மா எல்லாம் அவனை மாறச் சொன்னார்கள். ஆனால் பெண்மையின் சாயல் அவனுடைய இயல்பான குணமாக இருந்தது. அதனை மாற்றி ஆண்மைக் குணம் பெறுவது எப்படி? ஒருமுறை அவன் மூன்று நாட்கள் பள்ளிக்கு வரவில்லை. அவன் கிராமத்தில் இருந்து வரும் சிறுவர்கள் அவனுக்கு உடல்நிலை சரியில்லை என்று சொன்னார்கள். நான்காவது நாள் அவன் பள்ளிக்கு வந்தான். மிகவும் களையிழந்து காணப்பட்டான். பள்ளி முடிந்ததும் நான் என்ன நடந்தது என்று விசாரித்தபோது, என்னைத் தனியாகப் பள்ளிக் கட்டிடத்தின் பின் பகுதிக்கு அழைத்துச் சென்று, தன் சட்டை மற்றும் பேண்டை கழற்றி, தன் உடம்பு முழுவதும் இரத்தம் கட்டி இருந்த கருப்புக் வடுக்களைக் காட்டினான். எனக்கு மிகவும் அதிர்ச்சியானது. இனி பெண்போல நடந்துகொள்ளக் கூடாது என்று அவன் அப்பாவும் அண்ணன்களும் அவனை அறையில் அடைத்து வைத்துப் பிரம்பால் சரமாரியாக அடித்திருந்தார்கள். பிறகு அந்தச் செய்தி வெளியே வராதபடி, அவனுக்கு உடல்நிலை சரியில்லை என்று எல்லோரிடமும் சொன்னார்கள். டாக்டரிடமும் போகாமல், அவன் அம்மாவே தேங்காய் எண்ணெய்யை அவன் காயங்களுக்குத் தடவி வலியைக் குறைத்திருந்தாள்.

இந்த நிகழ்வுக்குப் பிறகு, அவன் சில நாட்கள் சோர்வாக இருந்தான். அப்போதுதான் பள்ளி ஆண்டு விழா வந்தது. அதற்காகத் திரௌபதியின் ஆடையைத் துச்சாதனன் அபகரிக்கும் நாடகத்தைப் போடுவதென்று ஆசிரியர்கள் முடிவு செய்தார்கள். திரௌபதி பாத்திரத்தில் நடிக்க எந்தப் பெண்தான் ஒத்துக்கொள்வாள்? எல்லாப் பையன்களும் அந்தப் பாத்திரத்தில் சங்கர கௌண்டன் நடித்தால் பொருத்தமாக இருக்கும் என்று வற்புறுத்தினார்கள். ஆசிரியரும் அந்தப் பாத்திரத்தில் அவனை நடிக்கச் சென்னார். ஆனால் சங்கர கௌண்டன் ஒத்துக்கொள்ளவில்லை. “என் அப்பா திட்டுவார். நான் பெண் பாத்திரத்தில் நடிக்க மாட்டேன். என்னை விட்டுவிடுங்கள்” என்று கண்ணீர் சிந்திக்கொண்டே சொன்னான். ஆசிரியர்கள் முடிந்தவரை கட்டாயப்படுத்தியும், கடைசிவரைஅவன் ஒத்துக்கொள்ளாதபோது மற்றொரு பையனை அந்தப் பாத்திரத்தில் நடிக்க ஒத்துக்கொள்ள வைத்தார்கள். ஆண்டுவிழா அன்று பையன்கள் அலங்காரம் செய்துகொண்டிருந்த ஒப்பனை அறைக்குச் சென்று, திரௌபதி வேஷம் போட்ட பையனின் வழுவழுப்பான பட்டுச் சேலை, ரவிக்கை, நகைகளைத் தொட்டுத் தொட்டுப் பார்த்து ஆசையைத் தீர்த்துக்கொண்டான் சங்கர கௌண்டன்.

பி.யு.சி முடிந்ததும் நான் பொறியியல் படிக்க வேறு ஊருக்குச் சென்றுவிட்டேன். புது நண்பர்கள் கிடைத்த மகிழ்ச்சியில் பழைய பள்ளி நண்பர்கள் நினைவிலிருந்து மறையத் தொடங்கினார்கள். சங்கரன் பி.யு.சியில் தேர்ச்சி அடைய வில்லை. மறுபடியும் எழுதி உள்ளூர் கல்லூரியில் பி.ஏ. படிக்கச் சென்றான். நான் ஊருக்குப் போவதே அபூர்வமாகிவிட்டது, அப்படியே சென்றாலும் ஓரிரு நாட்கள் இருந்துவிட்டு உடனே திரும்பிவிடுவேன். எனக்கு இப்போது அவனுடன் பழகுவதும் பார்ப்பதும் கொஞ்சம் கூடப் பிடிக்கவில்லை. எப்படியாவது அவனிடமிருந்து தப்பித்துக்கொள்ள முயற்சி செய்வேன். அவன் இப்போதும் கொண்டுவந்து கொடுக்கும் நெல்லிக்காய், கொய்யா, புளியங்காய்களைச் சாப்பிடாமல் வேறு யாருக்காவது கொடுத்துவிடுவேன். ஒருமுறை நான் கல்லூரிக்குத் திரும்பிக்கொண்டிருந்த நேரம் பேருந்து நிலையத்திற்கு வந்து என் கையில் ஒரு சிறிய பரிசு டப்பாவைக் கொடுத்துப் போனான். பேருந்து ஊரைவிட்டுப் புறப்பட்ட பிறகு திறந்து பார்த்தால் விலை உயர்ந்த ஸ்னோ, பௌடர், ஷாம்பூ, வாசனை எண்ணெய்களின் டப்பாக்கள் அதில் இருந்தன. கூடவே ஒரு சீட்டு, "என் நண்பன் ஹேண்ட்சம்மாகத் தெரிய வேண்டும் என்பது என் விருப்பம்" என்று. பேருந்தில் இருப்பவர்கள் எங்கே அதைப் பார்த்துவிடுவார்களோ என்ற பதற்றத்துடன் நான் மூடி மறைத்துக்கொண்டு, கண்டி நரசிம்மய்யா குன்றின் மீது பேருந்து போகும்போது அந்தப் பரிசுப் பொட்டலத்தைப் பள்ளத்தாக்கில் யாருக்கும் தெரியாமல் எறிந்துவிட்டுப் பெருமூச்சுவிட்டேன்.

என் பொறியியல் படிப்பு முடிந்து, பெரிய சாஃப்ட்வேர் கம்பெனியில் எனக்கு வேலை கிடைத்து, நகர வாழ்க்கையின் சிக்கல்களைப் பார்த்து, சிறிது இலக்கியம் கற்ற பிறகு, எனக்குச் சங்கர கௌண்டனின் மேலிருந்த கசப்பான உணர்வு குறைந்து, அனுதாபம் ஏற்பட்டது. இப்போதும் என்னிடம் பேச வரும் அவனைப் பற்றி நல்ல எண்ணங்கள் தோன்றின. பி.ஏ. முழுமை யாக முடிக்க முடியாமல், பாதியில் நிறுத்தி, வீட்டாரிடமிருந்து அவமானப்பட்டு, சும்மா தெருத் தெருவாகத் திரிந்துகொண்டு, எப்படியோ வாழ்க்கையை ஓட்டும் அவனைப் பார்க்கும்போது மனது தவிக்கத் தொடங்கியது. அவன் சந்திக்க வந்தால், மகிழ்ச்சியாகவே நான்கு வார்த்தைகள் பேசி அனுப்புவேன். ஒருமுறை ஆர்வத்திற்காக "இப்ப உங்க அப்பா என்ன சொல்றார்?" என்று கேட்டேன். உடனே சங்கர கௌண்டன், "இப்போது அவன் விளையாட்டெல்லாம் எங்கிட்ட நடக்காது. ஒருமுறை என்னைத் திட்ட வந்தான். நான் குச்சியை எடுத்து அவன் மூஞ்சி

முகரைப் பார்க்காமல் விளாசிவிட்டேன். பதினைந்து நாள் மருத்துவமனையில் இருந்தான். பிறகு என்னுடன் தகராறுக்கு வருவதை நிறுத்திவிட்டான் அந்தத் தேவடியாப் பையன்” என்று தான் என்னமோ வீரச் செயல் செய்ததுபோல சிரித்துக்கொண்டே சொன்னான்.

மறுமுறை சங்கர கௌண்டனைச் சந்தித்தபோது ஏதாவது ஒரு வேலையில் அவனைச் சேரச் சொன்னேன். அதற்கு அவன், “எனக்கு யார் வேலை கொடுப்பார்கள்?” என்று கலகலவென்று சிரித்தான். பணக்கார வீட்டுப் பையன் ஆனதால் சாப்பாட்டிற்குக் குறைவில்லை. ஆனாலும் ஏதாவது ஒரு வேலைக்கு ஏன் சேரக்கூடாது என்று அவனுக்கும் தோன்றி, உள்ளூர் கம்பெனியில் பியூன் வேலைக்கு நேர்முகத் தேர்வுக்குப் போனானாம். அங்கே மூன்று ஆண் தேர்வாளர்கள் இருந்தார்களாம். “உங்களுக்கு என்ன நன்றாகச் செய்ய வரும்?” என்று கேட்டதற்கு, சங்கர கௌண்டன் “பாடவும் டான்ஸ் ஆடவும் நல்லா வரும்” என்று நேர்மையான பதிலைச் சொன்னானாம். அதற்கு அவர்கள் சிரித்து, “அப்படி என்றால் ஒரு பாட்டுப் பாடி நடனமாடு” என்று சொன்னார்களாம். இவன் உடனே தயங்காமல் “கில்லு கில்லு கிலக்கு, காலு கெஜ்ஜே ஜலக்கு...” (கில்லு கில்லு கிலக்கு, கால் கொலுசு ஜலக்கு) என்று தேர்வு அறையிலேயே உற்சாகமாகப் பாடி ஆடினானாம். அந்தப் பாட்டுக்கும் ஆடலுக்கும் அவர்கள் விழுந்து விழுந்து சிரித்தார்களாம். ஆட்டம் முடிந்ததும் கைதட்டி “வொண்டர்புல்” என்று பாராட்டினார்களாம். கண்டிப்பாக வேலை தருகிறோம் என்று சொல்லி அனுப்பி யிருந்தாலும் அப்படி அவர்களிடமிருந்து எந்தப் பதிலும் வரவில்லையாம். அப்புறம் இவனுக்கு வேலை மீதான ஆர்வமும் போய்விட்டது.

ஒருமுறை ஊருக்கு வெளியே இருக்கும் அனுமார் கோவிலுக்கு என்னை வலுக்கட்டாயமாக அழைத்துப் போனான். போகும் வழியில் மற்றொரு நண்பனான கொம்மி என்கிற குமாரசாமி ஜவுளிக்கடை வைத்திருந்தான். அவனிடம் சிறிது நேரம் பேசும் எண்ணத்தை நான் வெளிப்படுத்தினேன். அவன் கடைக்கு முன்னால் நின்று “டே, கொம்மி . . .” என்று அழைத்தான். அவன் வாடிக்கையாளர்களுக்குத் துணிகளைக் காட்டிக்கொண்டிருந்தான். அவன் குரலில் இருந்தே யார் என்று அடையாளம் கண்டுகொண்ட கொம்மி, அவன் பக்கம் முகத்தைத் திருப்பாமல், பிச்சைக்காரர்களை அலட்சியமாக ‘அடுத்த வீட்டுக்குப் போ’ என்பதைப்போலச் சைகையில் சொன்னான். அதைக் கண்டு கொஞ்சமும் அசராத சங்கர கௌண்டன், “என்னிடம் பேசவேண்டாமப்பா பெரிய மனுசா.

இங்க யார் வந்திருக்காங்கன்னு பாரு" என்று மற்றொருமுறை கூப்பிட, திரும்பி என்னைக் கவனித்த கொம்மி, உடனே வாடிக்கையாளர்களை விட்டுவிட்டு, "நீ எப்ப வந்தடா நண்பா? உள்ள வா" என்று மகிழ்ச்சியுடன் என் கையைப் பிடித்துக்கொண்டு உள்ளே அழைத்துச் சென்றான். சங்கர கௌண்டன் மௌனமாக எங்கள் இருவருக்கும் பின்னால் வந்தான். பதினைந்து நிமிடம் என் கையைப் பிடித்துக்கொண்டே உற்சாகமாகப் பேசிய கொம்மி தப்பித் தவறியும் சங்கர கௌண்டனிடம் முகம் கொடுத்து, "எப்படி இருக்க?" என்று ஒரு வார்த்தைகூடக் கேட்கவில்லை.

"தம்ஸ் அப் குடிக்கிறயா, வெயில் அதிகமா இருக்கு" என்று கேட்டு, என் சம்மதத்திற்குக் காத்திருக்காமல் கடைக்காரப் பையனிடம் ஒரு பாட்டில் குளிர்ந்த தம்ஸ் அப் வாங்கிவரச்சொல்லி எனக்குக் கொடுத்தான். "உனக்கு?" என்று கேட்டதற்கு, "எனக்கு இது சரிப்படாது, இது சில்லறை ட்ரிங்குப்பா. சாயந்திரம் வர்றியா சொல்லு, நல்லா குடிக்கலாம்" என்று உற்சாகத்துடன் சொன்னான். நான் எதுவும் சொல்லாமல் சிரித்து, ஒரு காலி கிளாசைக் கடைக்காரப் பையனிடமிருந்து தருவித்து, அதில் பாதி 'தம்ஸ் அப்'பை ஊற்றிச் சங்கர கௌண்டனுக்குக் கொடுத்தேன். கொம்மியின் துணி வியாபாரம், தற்போதைய தெலுங்கு சினிமா, நொடிந்த நிலையில் இருக்கும் எங்கள் பள்ளி இவைகளைப் பற்றி எல்லாம் பேசிவிட்டு நாங்கள் இருவரும் புறப்படத் தயாரானோம். ஆனால் சங்கரன் மெல்ல, "டே கொம்மண்ணா, சந்திரவ்வா எப்படி இருக்காங்க?" என்று சற்றுச் சிரித்துக்கொண்டே கேட்டான். அந்தப் பேச்சுக்குக் கோபமுற்ற கொம்மி "தாயோளி . . ." என்று கத்திச் சங்கர கௌடனை அடிக்கக் கை ஓங்கினான். அப்படியெல்லாம் நடக்குமென்று எதிர்பார்த்துத் தயாராக இருந்தவனைப்போல கலகலவென்று சிரித்துக் கடையிலிருந்து வெளியே ஓடிவிட்டான். அவன் சூழ்நிலை புரியாமல் நான், "யாருடா கொம்மி, சந்திரவ்வா?" என்று கேட்டேன். "அந்தப் பன்னி பேச்ச என்ன கேக்கறத விடு, வாய்க்கு வந்ததை உளறுவான் தேவடியாப் பய" என்று சங்கர கௌண்டனைத் திட்டினான். நான் விடைபெற்றுக்கொண்டு, சந்தின் மூலையில் நின்றிருந்த சங்கரனிடம் போய் நின்றபோது, நான் அவனைக் கேட்காமலேயே, "ரெண்டு வருசமா சந்திரவ்வா என்பவளை அவன் வச்சுக்கிட்டு இருக்கான். துர்கையம்மா கோயிலுக்குப் பின்னாடி அவ வீடு இருக்கு. தங்க நெக்லஸ் செஞ்சு கொடுத்திருக்கான்" என்று சிரித்துக்கொண்டே சொன்னான்.

கோயிலில் யாரும் இருக்கவில்லை. வெறிச்சோடிக் கிடந்தது. குளிர்ச்சியாக இருந்தது. கோயில் கோபுரங்கள்மீது பரவிக்கொண்டிருந்த நந்தியாவட்டை மரப் பொந்தில் ஒரு

பறவை இனிமையாகக் கூவிக்கொண்டிருந்தது. நந்தியாவட்டைப் பூவின் நறுமணம் கோயில் முழுதும் பரவி இருந்தது. இருவரும் கடவுளை வணங்கினோம். அங்கே மூலையில் இருந்த தீப ஒளி மீது கைவைத்துக் கண்களில் ஒற்றிக்கொண்டோம். வாசலில் கொஞ்சம் குங்குமம் இருந்தது. சங்கர கௌண்டன் தன் நெற்றியில் இட்டுக்கொண்டு, மற்றொரு முறை எடுத்து என் நெற்றியில் வைத்தான். நெற்றியில் பரவிய குங்குமத்தை மெல்லத் துடைத்தான். பிறகு ஒரு பெஞ்சின் மூலையில் அவனும், மற்றொரு மூலையில் நானும் உட்கார்ந்துகொண்டோம். சிறிது நேரம் மௌனமாக அந்த அமைதியை அனுபவித்தோம். சங்கரனைக் கிண்டல் செய்யும் உற்சாகத்தில், "கௌண்டா , நீ ஒரு கல்யாணம் செஞ்சுக்க" என்றேன். என் பேச்சுக்கு அவன் கண்களில் நீர் வரும்வரை வெகு நேரம் சிரித்தான். பிறகு உடனே தீவிரமான குரலில், "நீ என்னைக் கேலி செய்யாதே . . ." என்று கெஞ்சி வேண்டிக்கொண்டான். நான் "ஸாரி, மன்னிச்சிடு" என்று சொன்னேன். இருவரும் எதுவும் பேசாமல் வீடு திரும்பினோம்.

அன்று இரவு உணவை முடித்துக்கொண்டு, வெளியே திண்ணைமீது காற்று வாங்கிக்கொண்டு உட்கார்ந்திருந்தபோது கொம்மி வந்தான். "உன் கூடக் கொஞ்சம் பேசணும்" என்று சொல்லி என்னை எழுப்பிக்கொண்டு சர்க்கிள் பக்கமாக அழைத்துக் கொண்டு போனான். "பாரு, நீ பெங்களூர்க்காரனாயிட்ட. இங்கே ஊரில நடக்கற விஷயம் உனக்குத் தெரியாது. நான் சொல்வதை அமைதியாக் கேளு. உன் நல்லதுக்குத்தான் சொல்றேன்" என்று தொடங்கினான். "இனி ஒரு போதும் எந்தக் காரணத்திற்காகவும் சங்கர கௌண்டனுடன் ஊரில் சுற்றாதே" என்று சொன்னான். நான் அவன் பேச்சை அவ்வளவு சீரியஸாக எடுத்துக்கொள்ளாமல், "எதுக்குடா, அப்படிச் சொல்றே; நம்ம கூடப் படிச்சவன் அவன்" என்றேன். கொம்மி கோபப்பட்டான். "நீ வாத்தியாருகிட்ட கேள்வி கேக்கிற மாதிரி எங்கிட்டக் கேட்க வேணாம், பாரு. . . சொன்னதைப் புரிஞ்சுக்க. நீ புத்திசாலி. நம்ம ஊரில உன் அளவுக்கு மார்க் வாங்கி பாஸானவங்க யாரும் இல்லை. இனிமேலும் இருக்கமாட்டாங்க. நம்ம ஊருக்கே நீ பெருமை. பெரிய வேலையில இருக்க. பெங்களூரில இருக்க. நான் உன் ஃப்ரெண்ட் அல்ல; அண்ணன்னு நினைச்சுக்கிட்டு என் பேச்சை தயவுசெஞ்சு கேளு. அதிகம் பேசாத. இந்த ஊரில யாராவது உன்னைப் பத்தித் தப்பாப் பேசுனா எனக்குப் பிடிக்காது. கோபம் வந்துரும். இனிமே அந்தத் தேவிடியாப் பய சகவாசத்தை விட்டுடு" என்று என்னை எச்சரித்துவிட்டுப் போனான்.

பிறகு நான் ஊருக்குச் சுமார் ஐந்து ஆண்டுகள் கழித்துதான் வந்தேன். என் அப்பா - அம்மா என்னுடன் இருக்க பெங்களூர் வந்துவிட்டார்கள். ஊரின் உறவும் நட்பும் குறைந்தது. ஒரு சமயம் தூரத்து உறவினர் திருமணத்திற்கு அப்பா - அம்மா போக முடியாததால் என்னைப் போகச் சொன்னார்கள். அந்தத் திருமணத்திற்கு வந்திருந்தேன். இந்தப் பயணத்தில் கண்டிப்பாகச் சங்கர கௌண்டனைச் சந்தித்துப் பேசவேண்டும் என்று முடிவு செய்தேன்.

ஆனால் ஊரில் எனக்கொரு அதிர்ச்சி காத்திருந்தது. திருமண வீட்டில் ஓரிருவர் அவன் தூக்குப் போட்டுக்கொண்டு தற்கொலை செய்துகொண்டதாகச் சொன்னார்கள். அப்பனைக் குச்சியால் அடித்த சங்கர கௌண்டன் தூக்குப் போட்டுக்கொள்ள வேண்டிய நிலைமை எதற்கு வந்தது என்று எனக்குத் தெரியவில்லை. திருமணத்திற்கு வந்தவர்கள் யாரும் எனக்குச் சரியான தகவலைத் தெரிவிக்கவில்லை. எனக்கு அவன் கிராமத்து வீடு தெரியும். மாலையில் நடந்தே அங்கே போனேன். அவன் வீட்டை அடைந்தபோது இருட்டத் தொடங்கியது. நடுவீட்டில் அவன் அம்மா வெந்தயக் கீரையை ஆய்ந்துகொண்டு உட்கார்ந்திருந்தார். பக்கத்தில் போட்டிருந்த கயிற்றுக் கட்டிலில் அவன் அப்பா படுத்துக்கொண்டு, பீடி புகைத்துக்கொண்டிருந்தார். அந்த இருட்டில் கண்ணைச் சுருக்கிக் கொண்டு பார்த்த சங்கர கௌண்டனின் அம்மா, "யாருப்பா?" யார் வேணும்?" என்று என்னைக் கேட்டார். அந்தப் பேச்சைக் கேட்டு சங்கரன் அப்பாவும் எழுந்து உட்கார்ந்தார். நான் அங்கே இருந்த நாற்காலியில் அமர்ந்து என் பெயரைச் சொல்லி, "சங்கரன் கூடப் படித்தவன் நான். பெங்களூரில் இருக்கிறேன். ஒரு திருமணத்திற்கு வந்திருந்தேன். அவன் இறந்துபோன விஷயம் இப்போதுதான் தெரிந்தது. மிகவும் வருத்தமாக இருந்தது. உங்களைப் பார்த்துப் பேசிவிட்டுப் போக வந்தேன்" என்று சொன்னேன். என் பேச்சைக் கேட்டு அந்த அம்மாவின் கண்களில் நீர் கசிந்தது. முந்தானையால் துடைத்துக்கொண்டார். நான் பேச்சைத் தொடர்ந்தேன். "தயவு செய்து மன்னிக்கவும், உங்களைத் துயரப்படுத்துவது என் நோக்கம் அல்ல. அவ்வளவு நன்றாக இருந்தவன் எதற்காகத் தற்கொலை செய்துகொண்டான் என்று கேட்க வந்தேன். எனக்கும் மிகவும் வருத்தமாக இருக்கிறது" என்று பணிவாகச் சொன்னேன். அந்த அம்மா மறுபடியும் கண்ணீர் சிந்தி, எழுந்து உள்ளே போய்விட்டார். நான் பீடி புகைத்துக்கொண்டிருந்த அப்பாவின் முகத்தைத் திரும்பிப் பார்த்தேன். அவர் ஒரு 'தம்'

இழுத்துப் புகையை வெளியே தள்ளி, பீடியைத் தரையில் போட்டு அணைத்தார்.

"இறந்தவனை எப்படி இறந்தான் என்று எப்படிச் சொல்வது சாமி? அவனுக்கு வாழ்க்கை வேண்டாம் என்று தோன்றியிருக்கும். போயிட்டான். இங்கே இருக்கும் நாங்கள் அனுபவித்துச் சாகட்டும் என்றும் இருக்கலாம்" என்று கடுகடுத்துச் சொன்னார்.

"அப்படியெல்லாம் இல்லை, சாவதற்கு முன்பு உங்களுக்கு ஏதாவது விஷயம் தெரிந்திருக்குமே?"

"தெரியாது! எங்களுக்கு எதுவும் தெரியாது. இப்போது என்ன சொல்கிறீர்கள்?" என்ற அவர் குரல் அப்போதே காட்டமாக இருந்தது. வீட்டுக்குள் இருந்த சங்கர கௌண்டனின் அண்ணன்கள், அவர் மனைவிகள் எல்லோரும் வெளியே வந்தார்கள். குட்டிப் பாப்பா ஒன்று அதன் அம்மாவின் முந்தானையில் ஒளிந்துகொண்டு பயத்துடன் என்னைப் பார்த்தது.

"அப்படி இதையெல்லாம் தெரிந்துகொள்ள நீங்கள் யார்? அவன் புருசனா, இல்லை அவனை வெச்சிருந்தயா? எங்க கஷ்டத்தையே எங்களால சமாளிக்க முடியல. இதுல நீங்க இங்க வேற கரடி மாதிரி வந்து... அப்படி உங்களுக்கு அவன் எதுக்குச் செத்தான்னு தெரிஞ்சுக்க ஆசையாய் இருந்தா நீங்களும் தூக்குப் போட்டுக்கங்க. மேல போங்க... அங்கே கிடைப்பான். போங்க, போய்க் கேளுங்க..." என்று ஆத்திரத்தில் கத்திவிட்டு, நடுங்கும் கைகளால் நான் வெளியே போவதற்கு வாசலைக் காட்டினார் சங்கரனின் அப்பா. அவரது மகன் அவர் அருகில் வந்து அவரைச் சமாதானப்படுத்தினான். நான் மறுபேச்சுப் பேசாமல் மெல்ல வெளியே வந்தேன். வீட்டிலிருந்து சிறிது தூரம் நடந்து திரும்பிப் பார்த்தேன். பின் வாசலில் அவன் அம்மா நின்று என்னையே பார்த்துக்கொண்டிருப்பது மங்கலாகத் தெரிந்தது. ஏதாவது சொல்வாரோ என்று அவர் பக்கம் திரும்பி நடந்தேன். அதைக் கவனித்த அவர் தடதடவென்று வீட்டுக்குள் போய்விட்டார். பிறகு நான் வெகுநேரம் அங்கேயே காத்திருந்தாலும் அவர் வெளியே வரவில்லை. நான் திரும்பி வந்துவிட்டேன்.

வழியில் கொம்மியின் வீட்டுக்குப் போனேன். அவனுக்குத் திருமணம் ஆகி இரண்டு வயதில் மகன் இருந்தான். மனைவியை அறிமுகப்படுத்தினான். பி.காம் படித்த பெண். ஹகரிபொம்மன ஹள்ளியைச் சேர்ந்தவள். கடையில் கல்லாவை நேர்த்தியாக நிர்வகிக்கிறாள். மகனிடம் இரண்டு விளையாட்டுகளை விளையாடச் சொல்லிக் காட்டினான். அவன் குறும்பைச் சொல்லிப் பெருமைப்பட்டான். சிறிது நேரம் பொறுமையுடன்

அவன் தன் வீட்டுப் பெருமைகளையெல்லாம் சொல்லிய பிறகு, “சங்கர கௌண்டன் எதற்குத் தூக்குப் போட்டுக்கொண்டான்?” என்று நான் கேட்டேன். அதற்கு அவன் பதில் சொல்லவில்லை. மகனை “அம்மாகிட்டப் போ ராஜா” என்று சமையலறைக்குத் துரத்தினான். சில விநாடி கழித்து, “எப்ப பெங்களூருக்குத் திரும்பிப் போற?” என்றான். “நாளைக்கு” என்றேன். “பிறகு இதையெல்லாம் எதுக்குக் கிளர்ற? பேசாம நிம்மதியா ஊருக்குப் போ” என்றான். என்னால் பதிலைத் தெரிந்துகொள்ளும் ஆர்வத்திலிருந்து விடுபடமுடியவில்லை. அவன் முகத்தைப் பார்த்துக்கொண்டே உட்கார்ந்தேன். என்னைப் புரிந்துகொண்ட அவன், “சரி, வா, வெளியே போகலாம்” என்று சொல்லி, பேண்ட் சட்டையைப் போட்டுக்கொண்டு, சமையலறையில் மனைவியிடம் எதையோ சொல்லிவிட்டு வெளியே வந்தான்.

நேராக ஊருக்கு வெளியே இருந்த தாபா போன்ற ஹோட்டலுக்கு அழைத்து வந்தான். “நான் குடிக்க மாட்டேன்” என்று சொன்னேன். “தெரியும், வாடா, நான் குடிக்கணும். இல்லையின்னா இதையெல்லாம் சொல்ல முடியாது” என்று என்னைத் திட்டினான். நான் எப்போதும்போல சாஃப்ட் ட்ரிங்கை உறிஞ்சிக்கொண்டு உட்கார்ந்தேன். தனக்குத் தேவையான சரக்கும் கொரிக்கக் காரமும் கொண்டு வரச்சொல்லிவிட்டுப் பேசத் தொடங்கினான். முதலில் ஏதோ ஆழ்ந்த ஆன்மிக விஷயத்தைச் சொல்பவனைப் போல, “தம்பி, இந்த ஊரு மொத மாதிரி இப்ப இல்லை. ஆனால் நீ சின்னப் பையனா இருந்தப்ப எப்படி இருந்தியோ, இப்பவும் அப்படியே இருக்கே. மாறவே இல்லை. நீ நல்லவன். எங்களை மாதிரி கெட்டது எதையும் பழகலை. ஆனா ஊரு நேத்து இருந்தது மாதிரி இல்லை” என்று சுற்றி வளைத்துப் பேசினான். சிறிது நேரம் அவன் சொற்பொழிவை எல்லாம் கேட்ட பிறகு, நான் பொறுமை இழந்தேன். அவன் கிளாசை என் பக்கமாக இழுத்துக்கொண்டு, “எதுக்குத் தூக்குப் போட்டுக்கிட்டான், சொல்லு?” என்று கேட்டேன். அப்போது போதை அவனுக்குத் தலைக்கு ஏறி இருந்தது. என் கண்ணில் கண்வைத்து “சாகலை. சாகடிச்சாங்க” என்றான்.

“யார்?” பார்வையை அகற்றாமல் அவனிடம் கேட்டேன்.

“அவன் அப்பா, அண்ணன்கள் எல்லாரும் சேர்ந்து கொன்னு தூக்கில தொங்கவிட்டுட்டாங்க” என்று சொல்லிக் கையிலிருந்து கிளாசைப் பறித்துக்கொண்டு, மடமடவென்று மீதமிருந்ததைக் குடித்துவிட்டுத் திரும்பவும் கிளாசை நிரப்பினான். அவன் பேச்சைக் கேட்டு எனக்கு அதிர்ச்சியும் கவலையும் பொங்கியது. கண்கள் பனித்தன.

“அவங்க வீட்டில பிறந்து வளர்ந்த மகன் அவன். அது எப்படி அவர்களே அவனைக் கொன்றிருக்க முடியும்?” என்று வியப்புடன் கேட்டேன். கொம்மி மற்றொரு மொடக்குக் குடித்து, இடது கையால் வாயைத் துடைத்துக்கொண்டு, மறுபடியும் இரண்டு காரக் கடலையை வாயில் போட்டு மென்றான்.

“மூட்டைப் பூச்சி நினைவு இருக்கா உனக்கு? படுக்கையில் புகுந்து, இரவெல்லாம் படுத்திருக்கிறவங்களைக் கடித்துத் தூக்கத்தைக் கெடுக்கும். அந்தத் தேவிடியாப் பயலும் மூட்டைப் பூச்சி மாதிரிதான். நம்ம கூட வீட்டில பிறந்து வளந்ததுன்னு யாராவது கடிக்கிற மூட்டைப் பூச்சியை அன்பா பாத்துக்குவாங்களாடா? எங்கேயாவது கண்ணுக்குத் தெரிஞ்சா, நசுக்கிப் போட்டுக் கையைக் கழுவிக்குவாங்க. அவங்க அப்பனும், அண்ணனுங்களும் செஞ்சதும் அதைத்தான். ஒருநாள் படுத்திருந்தான். மூணுபேரும் போய்ச் சத்தமில்லாம தலையணையைப் போட்டு அமுக்கி மூச்சுத் திணற வைத்துச் சாகடிச்சுட்டாங்களாம். பிறகு அவன் போர்வையைக் கழுத்தில கட்டி விட்டத்திலே தொங்கவிட்டுட்டாங்க. காலையில அழுது நாடகமாடி எல்லாத்தையும் முடிச்சுட்டாங்க, அவ்வளவுதான்.”

“இதை எல்லாம் உனக்கு யார் சொன்னது?”

“டே, ஊருக்கே தெரியும், எனக்கு மட்டுமல்ல. இவங்க மூணு அண்ணன்களும் பெரிய விஷயத்தை இரகசியமாகவே வைக்க பாடுபட்டாங்க. அவங்க அம்மா எப்படித் துக்கத்தைத் தாங்கிக்குவாங்க சொல்லு? அந்த அம்மா நெருங்கினவங்ககிட்ட இப்படி ஆச்சுன்னு சொல்லிக்கிட்டு அழுதாங்க. கேட்டுட்டு வந்தவங்க அவளுக்கு ஆறுதல் சொல்லிவிட்டு வெளியே அதைப் பல பேருக்குச் சொல்லிட்டாங்க.”

நான் பெருமூச்சுவிட்டேன்.

“அவன் பாட்டுக்கு அவன் இருந்தான். எதுக்குச் சாகடிக்கணும். அப்படி என்ன ஆச்சு? என்ன கொடூரம்!”

“டே, டே, டே . . . நீ அவசரப்படாத. நான் இன்னும் முழுசா சொல்லி முடிக்கலை. அவன் பாட்டிற்கு அவன் இருந்திருந்தா இப்படிப்பட்ட வேலையை யாரும் செய்யமாட்டாங்க.”

“கொன்னு போடற மாதிரி என்ன செஞ்சான் அவன்?”

“அவன் மும்பைக்கு ஓடிப்போயிட்டான். ஆறு மாசம் அங்கேயே இருந்தான். வரும்போது ஆணுறுப்பைக் கட் பண்ணிக்கிட்டு, சேலை ரவிக்கை போட்டுக்கிட்டு தன்னை ஒரு பெண் போல அலங்கரிச்சுக்கிட்டு வந்தான்.”

இப்போது என்னிடம் பேச வார்த்தை இல்லை. கொம்மி சொல்லிக்கொண்டே போனான். “அன்னைக்கு யுகாதிப் பண்டிகைத் தேர். மாடு மேய்க்கிற பசங்க கை வலிக்க தப்புக் கொட்டிக்கிட்டு இருந்தானுங்க. நந்திக் குச்சி ஆடிக்கிட்டு இருந்தது. அந்த நேரத்துக்கு அவன் வந்தான். தமுக்கு அடிக்கிற பசங்க முன்னாடி ஆட வேற ஆரம்பிச்சான். பாக்கறதுக்கு சினிமா ஹீரோயின் மாதிரி இருந்தான். எங்க இருந்து இவ நம்ம ஊருக்கு வந்திருக்கான்னு எல்லோருக்கும் ஆச்சரியம். இளவட்டப் பசங்க அவகூட ஆடுனானுங்க. யாருக்கும் அது சங்கரன்னு தெரியலை பாரு. தேர் பசவண்ணா கோயில் சேர்ந்த பிறகு நானும், என் பொண்டாட்டியும் சாமி கும்பிட்டிட்டு வெளிய வந்து பொரிகடலை, மிளகாய் பஜ்ஜி வாங்க நின்னோம். அப்போ எங்கப் பக்கத்தில வந்து நின்னு ‘கொம்மண்ணா, சந்திரவ்வா எப்படி இருக்கா?’ என்று கேட்டுச் சிரித்தான். உடனே எனக்கு யாருன்னு தெரிஞ்சுபோச்சு. அப்பத்தான் கல்யாணம் ஆன புதுசு. என் பொண்டாட்டி ஒரேடியா நச்சரிக்க ஆரம்பிச்சுட்டா, ‘சந்திரவ்வான்னா யாரு?’ன்னு. அவளைச் சமாதானப்படுத்தறதுக்குள்ள போதும் போதுமுன்னு ஆயிடுச்சு.

“அடுத்த நாள் ஆரம்பமாச்சு பாரு அவன் ஆட்டம். நேரா கடைக்கு வந்தான். அஞ்சு பிரா வேணும், அஞ்சு ஜட்டி வேணுமுன்னு ஒய்யாரமாக் கேட்டான். நான் கோபமா வெளியே போன்னு திட்டினேன். அதற்கு அவன் வெட்கமே இல்லாம, ‘கடையில எனக்கு என்ன வேணுமோ அதைக் கேட்டு வாங்கினா உனக்கு என்ன சிரமம்’ என்று என்னையே மிரட்டி வாங்கிக்கிட்டுப் போனான். ஊரில செய்தி பரவத் தொடங்கிச்சு. பெரிய கௌண்டரையும் அவங்க மகன்களையும் ஜனங்க கேள்வி கேட்க ஆரம்பிச்சாங்க. மகன் சேலையை உடுத்திக்கிட்டு, பொம்பளையா இருந்தா அவனை என்ன செய்வாங்க சொல்லு? மகனை வீட்டை விட்டுத் துரத்தப் பார்த்தாங்க. ‘இந்த வீட்டில எனக்கும் பங்கிருக்கு’ என்று அவன் பிடிவாதமாக இருந்தான். ‘ஆண் பிள்ளைங்களுக்குத்தான் சொத்து. பொம்பளைப் பிள்ளைங்களுக்கு இல்லை’ என்று அவன் அண்ணன் மிரட்டினான். அவனுக்கு மும்பையில் யார் துணிவைக் கொடுத்தார்களோ தெரியாது. என்ன ஆனாலும் வீட்டை விட்டுப் போகவில்லை. அங்கேயே சாப்பாடு, அங்கேயே குளியல், அங்கேயே தூக்கம்.

“அத்தோட நிக்கலை பாருப்பா அவன் ஆட்டம். ஊரில இருக்கிற ஆம்பளைங்க ஒவ்வொருத்தரையும் தன் வலையில சிக்கவச்சான். பார்க்க அப்படியே பொம்பளையாட்டம் இருப்பான். நம்ம பொம்பளைங்களும் அவன் முன்னாடி ஒண்ணும் கிடையாது. அவ்வளவு அழகு. தொடை, பிருஷ்டம்,

மார்பு – எல்லாம் பெண்கள் போலவே மாறிடுச்சி. ஆண்கள் ஒருத்தர் மாத்தி ஒருத்தர் அவங்கிட்டப் போகத் தொடங்கினாங்க. நல்ல பிஸினஸ் தொடங்கிவிட்டான். சந்திரவ்வா லாட்டரி அடிக்க வேண்டியதாச்சு. வீட்டில பொம்பளைங்கள்லாம் சாபம் கொடுத்தாங்க. கௌண்டரும் அவங்க வீட்டுக்காரங்களும் ஊரில தலை நிமிர்ந்து நடக்க முடியலை. போதாதற்கு எப்பவும் தோற்காத ஹீரேகௌண்டர் அந்த வருஷம் பஞ்சாயத்துத் தேர்தலிலே நின்னு தோத்துட்டாரு.

“எத்தனை நாளைக்குத்தான் அவமானத்தைச் சகிச்சுக்கிட்டு வாழ முடியும்? கௌண்டர் குடும்பம் நல்ல மரியாதையான குடும்பம். அவரும் பொறுமை இழந்தார். ஒருநாள் மூணுபேரும் சேர்ந்து கொன்னுபோட்டாங்க. ஊரில இப்ப எல்லோருக்கும் நிம்மதி.”

இப்போது கொம்மிக்கு நன்றாகவே போதை ஏறியிருந்தது. என்ன கேட்டாலும் சொல்லும் நிலைமையில் அவன் இருந்தான்.

“சாகடிக்கிறத விட, அவன் சொத்தை அவனுக்குக் கொடுத்து வீட்டை விட்டு வெளியே அனுப்பி இருக்கணும். அவனும் பொழைச்சிருப்பான்.”

“டே, டே, மறுபடியும் நீ வழி தவறிப் போற பாரு. பணத்துக்கு எந்தக் குறையும் கிடையாது. பெரிய தொழில் அவனுக்கு. இறந்த பிறகு வங்கியில ஒன்றரை இலட்சம் இருந்ததாம். அவங்க அம்மாவுக்குன்னு எழுதி வைச்சிருந்தானாம். பணத்தை யாராவது வேணாமுன்னு சொல்லுவாங்களா சொல்லு? ரெண்டு ஆம்பளைப் பசங்களும் அவங்க அம்மாவைக் கூட்டிக்கிட்டுப் போய் , அவ்வளவு பணத்தையும் எடுத்துக்கிட்டு வந்தானுங்க. வங்கியில் சேலை கட்டிய போட்டோவைக் கொடுத்திருந்தானாம். சிக்கல் இருந்தது பணத்துக்கல்ல. வீட்டில எனக்கும் பங்கிருக்கு, இங்கதான் இருப்பேன்னு சொன்னான். இது என்ன பைத்தியம்னு சொல்லு? வீட்டுக்காரங்க கொல்லாம என்ன செய்வாங்க?” என்று வாய்விட்டுச் சிரித்தான் கொம்மி.

எனக்கு வயிற்றைக் கலக்கியது. துயரத்தால் கண்களில் இருந்து ஓரிரு சொட்டுக் கண்ணீர் என்னை அறியாமல் வந்தது. மெல்லத் துடைத்துக்கொண்டேன்.

“தம்பி, நீ அவ்வளவு துயரப்படக்கூடிய அளவுக்குப் பெரிய விஷயமல்ல. கண்ட கண்ட ஆண்களுடன் படுத்துக்கொள்வான். இன்னைக்கில்லைன்னாலும் ஒரு நாளு அவனுக்கு எய்ட்ஸ் வந்தே தீரும். துடிதுடித்துச் சாவான். அவங்க அப்பா, அண்ணன்கள் இரண்டு வருஷம் முன்னாடியே கொன்னு நல்லது செஞ்சாங்க.”

எனக்கு இனி அதிகம் கேட்க ஆர்வம் இல்லை. கொம்மியை எழுப்பிக்கொண்டு புறப்பட்டேன். நான்தான் பில் கொடுத்தேன். வழி நெடுக கொம்மி, சங்கரன் பெண்ணான பிறகு எப்படி அழகாகவும் கவர்ச்சியாகவும் இருந்தான் என்று அவன் அழகை வர்ணித்துக்கொண்டு வந்தான்.

“நீ என்னதான் சொல்லு, கையைக் கழுவிவிட்டுத்தான் அவனைத் தொடணும். அப்படியிருந்தா லவுண்டி. அந்தச் சேலை கட்டறது என்ன, மேச்சிங் ப்ளவுஸ் என்ன? கழுத்தில சங்கிலி, கையில வளையல், செண்டு, பௌடர்... அப்பப்பா . . . பொம்பளை தோத்துட்டா போ . . .”

அவனை வீட்டருகில் விட்டேன். “குட்நைட் தோஸ்த்” என்று கையை இறுக்கமாகப் பற்றிக்கொண்டு குலுக்கினான். “கொம்மி, ஒரு பேச்சுக்குக் கேக்கறேன், உண்மையைச் சொல்லுவியா?” என்றேன். “கேளு சாமி, என்ன வேணுமுன்னாலும் கேளு. உண்மையையே சொல்றேன். உண்மையைத் தவிர வேறு எதுவும் சொல்ல மாட்டேன்” என்று நீதிமன்றத்தில் சொல்வதைப்போல சொல்லித் தன் ஜோக்குக்குத் தானே சிரித்துக்கொண்டான்.

“நீயும் சங்கர கௌண்டனை அனுபவித்திருக்கிறாயா?” மெல்லக் கேட்டேன். அவன் சிரிப்பு அடங்கியது. என் கையை விட்டான். மயக்கம் தெளிந்து கம்பீரமானான். என் கேள்விக்குப் பதில் சொல்லாமல் தன் வீட்டு வாசல்வரை போனான். நான் அங்கேயே நின்றிருந்தேன். அது என்ன தோன்றியதோ தெரியவில்லை, உடனே திரும்பி வந்தான். திக்காமல் தெளிவான குரலில் சொன்னான்.

“பக்கத்தில் படுத்துக்கொண்டு தொடுவதும், அமுக்குவதும் செய்தால் நான்தான் எப்படிச் சும்மா இருக்க முடியும்? ஆண்மை இருக்கிற ஆம்பளை நான். ஊரில அடுத்த ஆணுக்கு என்ன நீதியோ அதுதான் எனக்கும் பொருந்தும்” என்று சொல்லி விட்டு வேகமாக வீட்டுக்குள் போய்ச் சட்டென்று கதவைச் சாத்திக்கொண்டான்.

06 செப்டெம்பர் 2011

8

வேண்டாத தாம்பூலம்

அந்தக் கட்டடத்தின் இராட்சச வடிவத்தைக் கண்டு மோகனசாமி அதிர்ந்து போனான். பூமியைப் பிளந்துகொண்டு மேலெழும்பியது போல உயர்ந்து இருந்தது அந்தச் சிக்கலான எட்டு மாடிக் கட்டடம். இன்னும் முழுமையாகக் கட்டி முடிக்கப்படவில்லை. பலபேர் வேலை செய்துகொண்டிருந்தார்கள். கூலி ஆட்கள், சூபர்வைஸர்கள். எந்திரங்களின் பலவகைச் சத்தங்கள் அந்த இடத்தை ஆக்கிரமித்துக் கொண்டுதான் இருந்தன. அந்தக் கட்டடத்தை விட உயரமான, பார்க்கப் பயங்கரமான இராட்சச க்ரேன்கள் ஒரு இடத்திலிருந்து மற்றொரு இடத்திற்குக் கட்டட சாமான்களை எடுத்து வைத்துக் கொண்டிருந்தன. அந்த இராட்சச எந்திரங்கள் எப்படி இதுவரை நடந்து வந்தன? எல்லா இடங்களிலும் தூசி. மணல், சிமெண்ட், இரும்பு, செங்கல் என்று பரவிக்கிடந்தன. இந்த நெருக்கடிக்கும் இடையில் ஒரு சிறிய வழியில் “அபார்ட்மெண்ட் அலுவலகத்துக்கு வழி” என்று ஒரு பெயர்ப் பலகையைத் தூசி படிந்த ஒரு மரத்தில் கட்டித் தொங்கவிட்டிருந்தார்கள். அந்தப் பெயர்ப் பலகை மட்டும் எப்படியோ தெரியாது, சுத்தமாக இருந்தது.

மோகனசாமிக்கு இங்கே வந்திருக்கவே கூடாது என்று தோன்றியது. ஒரு மணி நேரத்திற்கு முன்புங்கூட அவனுக்கு இங்கே வரும் எண்ணம் இருக்கவில்லை. மறுநாள் மாலை வேளையில் நான்கு ஆண்டுகால நீண்ட வெளிநாட்டுப்

பயணத்திற்காகப் புறப்பட இருந்த மோகனசாமிக்கு வீடு வாங்கும் எண்ணம் எப்படி வரும்? அன்றொரு நாள் மாலை நண்பன் குருராஜ் வீட்டிற்குப் போயிருந்தான். தான் வெளிநாட்டிற்குப் போவதால் இனிப் பல வருடங்கள் தான் அவனைச் சந்திக்க முடியாது என்பதைச் சொல்வது முக்கிய நோக்கமாக இருந்தது. கூடவே அவன் மனைவி சாப்பிட ருசியாக எதையாவது செய்து கொடுப்பாள் என்ற ஆசையும் இருந்தது. பல நாட்களாக வீட்டுச் சாப்பாடு சாப்பிடாமல் அவன் வாய் கெட்டுப்போயிருந்தது. குருராஜ் வீட்டுக்குப் போனால் தவறாமல் ஏதாவது சாப்பிடக் கிடைக்கும். இவன் கேட்பதற்கு முன்பே குருராஜ் அவன் மனைவியிடமோ அம்மாவிடமோ சொல்லிச் சாப்பிட எதையாவது ஏற்பாடு செய்வான். சாப்பாட்டு நேரமானால் தவறாமல் சாப்பிட்டுப் போகச் சொல்வான். “வேண்டாம் குரு, சும்மா எதுக்குச் சிரமம்? இப்பத்தான் சாப்பிட்டுட்டு வந்தேன்” என்று ஏதாவது பொய் சொல்ல முய;னறாலும், “சாப்பிட்டா என்ன, இன்னொரு முறை சாப்பிடு” என்று குருராஜ் அதிகார மாகச் சொல்வான். இவனுக்கு மனத்தில் எங்கேயோ அன்பு பீறிட்டு வந்து இளகும். பதில் பேசினால் குரல் தழுதழுக்கும் என்ற பயத்தில் சும்மா தலையசைப்பான்.

அவன் வீட்டுக்குப் போக ஆரம்பித்த புதிதில் இப்படி சாப்பாட்டுக்கு ஏங்கி அவர்கள் கொடுப்பதற்குக் காத்திருக்கும் தன் ஈனமான நிலைமைக்குத் துயரப்பட்டு எதுவும் சாப்பிடக் கூடாது என்று பிடிவாதமாக அவர்கள் வீட்டிலிருந்து வெளியே வந்து பக்கத்தில் இருக்கும் சிற்றுண்டிச்சாலையில் எதையாவது உண்பான். ஆனால் தற்போது அப்படி பிடிவாதம், கௌரவம் தன் ஆளுமைக்குப் பொருந்தாது என்று மோகனசாமிக்குப் புரிந்தது. யார் வீட்டில் எதையாவது சாப்பிடக் கொடுத்தால், எதுவும் பேசாமல், சிறிதும் தட்டில் மீதம் வைக்காமல் உண்பான். சிலநேரம் இன்னும் கொஞ்சம் வேண்டுமென்று வெட்கத்தைவிட்டுக் கேட்டு மேலும் வாங்கிக்கொள்வான்.

அவனது நண்பன் குருராஜனுக்கு எல்லாம் புரியும். பல வருடங்களாகத் தனியாகக் காய்ந்துபோயிருக்கும் நண்பனின் வலி தெரியும். அதனால் எதையும் கிளறாமல், தன் நட்பின் அதிகாரத்தைச் செலுத்தி, அவனைச் சாப்பிடச் சொல்வான். பதினைந்து ஆண்டு கால நட்பு அது. கல்லூரி நாட்களில் இருந்து ஒருவருக்கொருவர் அன்னியோன்னியமாக இருக்கிறார்கள். ஆனால் என்றும் அந்த நண்பனின் மேல் தனக்கு உடல் கவர்ச்சி ஏற்பட்டதில்லை என்ற சங்கதி மட்டும் மோகனசாமிக்கு மகிழ்ச்சியையும் நிம்மதியையும் தந்தது. பல தடவை அவனுடன் ஒரே கட்டிலில் படுத்திருந்தாலும் தனக்கு அவனைத் தொடும் ஆசை

ஏற்படாதது மிகவும் ஆறுதலான விஷயம். பல ஆண்டுகளாகக் காப்பாற்றிக்கொண்டு வந்த நட்பும் தன் பலவீனமும் ஒரு கசப்பான நொடியில் குலைந்துவிடும் அனுபவங்கள் மோகனசாமிக்குப் பல உண்டு. இதற்கு முன்பு தன்னைமீறி நடந்த காரியத்திற்கு மாதக்கணக்கில் அவன் வருத்தப்பட்டிருக்கிறான். முறிந்த நட்பை மறுபடியும் ஒன்று சேர்க்க முயன்று தோல்வி அடைந்திருக்கிறான். ஒருநாள் எல்லா நண்பர்களையும் இழந்துவிட்டு, பேசக்கூட யாரும் இல்லாமல் தனிமையாகிவிடுவோமோ என்ற பயம் அவனுக்கு இருந்தது. நண்பர்கள் இல்லாமல் வாழ்வது எப்படி? ஹே கிருஷ்ணா, குருராஜனின் நட்பைக் காப்பாற்று. எனது இந்தக் கெட்டப் பார்வை அவன் மேல் விழாமல் பார்த்துக்கொள் என்று வேண்டிக் கொண்டான் மோகனசாமி.

அன்று மாலை குருராஜனின் வீட்டிற்குச் சில குட்டிச் சிறுவர்கள் வந்திருந்தார்கள். கச்சை வேஷ்டி உடுத்திக்கொண்டு, வண்ண வண்ண அங்கவஸ்திரம் அணிந்து, நாமம் – முத்திரையை அழகாகப் போட்டுக்கொண்டு வீடு முழுவதும் திரிந்து விளையாடிக்கொண்டிருந்தார்கள். குருராஜனின் அம்மா, "இன்னைக்குச் சுப்பராயர் சஷ்டி. ஒரு ஐந்து பிள்ளைகளுக்குப் பூணூல், மேல் துண்டு கொடுக்கலாமுன்னு அழைத்திருந்தேன். எனக்குப் பிறந்ததில் இருந்து சர்ப்ப தோஷம் இருக்கு. எப்போதோ எங்கள் தாத்தா வீடு கட்டும்போது ஜோடியாக இருந்த நாகப்பாம்புகளைக் கொன்றுவிட்டாராம். அந்தப் பாவம் வந்து என்னைச் சுத்திக்கிச்சு. வயதாகிக்கொண்டிருந்தாலும் திருமணம் ஆகவில்லை. இதை நிவர்த்தி செய்ய யாரோ சுப்பராயர் விரதத்தை அனுசரிக்கச் சொன்னார்கள். அதன்படி விரதத்தைத் தொடங்கினேன். பிறகு திருமணம் நடந்தது. பிள்ளைகள் பிறந்தார்கள். அப்போதிலிருந்து தவறாமல் இந்த விரதத்தைக் கடைப்பிடித்து வருகிறேன்." என்று தாங்கள் வந்த காரணத்தை விவரமாகச் சொன்னார்.

குருராஜனின் மனைவி அன்று தோசை செய்துகொடுத்தாள். "இனி நான்கைந்து ஆண்டுகள் இவனைப் பார்க்க முடியாது வெளிநாடு போகிறான். இன்னும் இரண்டு தோசை அதிகமாப் போடு" என்று குருராஜ் உபசரித்தான். குருராஜனின் குட்டிப்பையன் அநிகேதன் இவன் மடிமீது ஏறி அமர்ந்துகொண்டு கண்ணாடியைக் கழற்றிக்கொண்டிருந்தான். சட்டைப் பையில் இருந்த பேனா, பேப்பர், மொபைலை எடுத்து வீசிக்கொண்டிருந்தான். குட்டிக் கைகளால் தன் தாடையைத் தடவிக்கொண்டு இருந்த அநிகேதனின் மென்மையான சரும ஸ்பரிசத்தின் தெய்வீக சுகத்தை அனுபவித்துக்கொண்டிருந்தான். அப்போது "அநி, அங்கிளைத்

தொந்தரவு செய்யாதே” என்று குருராஜ் அடிக்கடி மிரட்டினாலும் அந்தக் குட்டிப் பையன் விடாது தன் விளையாட்டைத் தொடர்ந்தான். அவ்வப்போது கலகல என்ற சிரிப்பு. மோகனசாமி சாப்பிட்டுக்கொண்டிருந்த தோசையை வேண்டும் என்று கேட்டான். ஆனால் தான் சாப்பிட்டுக்கொண்டிருந்த தோசைத் துண்டை எடுத்து அவன் வாயில் வைக்கும் துணிவு மோகனசாமிக்குக் கண்டிப்பாக இருக்கவில்லை. “அம்மா சொல்றதைக் கேக்கணும். சமத்துப் பையன்தானே நீ” என்று குழந்தைக்கு ஆறுதல் சொல்லிக்கொண்டிருந்தான்.

திடீர் என்று ஏதோ தோன்றியது போல குருராஜன் சொன்னான். “மோகனா, எப்படியும் நான்கைந்து வருஷம் வரப் போவதில்லை என்று சொல்கிறாய். நீ ஏன் ஒரு அபார்ட்மெண்ட் வாங்கக் கூடாது? எப்படியும் உங்கிட்டப் போதுமான அளவு பணம் இருக்கு. இனியும் தேவைன்னா லோன் வாங்கிக்க. நீ வர்ற வரைக்கும் அதுபாட்டுக்கு லோன் தீரும். திரும்பி வர்றப்ப உனக்குச் சொந்த வீடு இருக்கும்தானே?” என்றான். அந்தப் பேச்சைக்கேட்டு மோகனசாமி முழுவதும் குழம்பிப்போனான். வீடு வாங்கும் எண்ணம் அவனுக்கு ஒருபோதும் இருந்ததில்லை. நண்பர்கள் எல்லோரும் அப்போதே வீடு கட்டிக்கொண்டு, விமரிசையாகக் கிரகப்பிரவேசம் செய்து, ஜோராக விருந்து வைத்திருந்தார்கள். மோகனசாமி இந்த எல்லாக் கிரகப் பிரவேசங்களுக்கும் தவறாமல் போய்ப் பரிசளித்து, வயிறு முட்டச் சாப்பிட்டுவிட்டு வந்திருந்தான். குருராஜன் இந்த அழகான வீட்டைக் கட்டத் தான் பட்டச் சிரமங்களை மோகனசாமிக்குக் கதைகதையாகச் சொல்லி இருந்தான், பல தடவை. கான்ட்ராக்டருக்கு ஏதோ ஆவணத்தைக் கொடுத்து வருவது, அவென்யூ தெருவுக்குப் போய் ஏதோ அழகான விளக்கை வாங்கி வருவது. செயின்ட் மார்க்ஸ் வீதிக்குச் சென்று வக்கீலைப் பார்ப்பது - இப்படி ஏதேதோ காரணங்களுக்கு குருராஜன் மோகனசாமியைத் தன்னுடன்அழைத்துப் போயிருந்தான். ஆனால் என்றும் தான் ஒரு சொந்த வீட்டைக் கட்டிக்கொள்ள வேண்டும் என்ற ஆசை மோகனசாமிக்கு இதுவரை ஏற்பட்டதில்லை. அது அவனுக்குச் சம்பந்தப்பட்ட விஷயம் என்றுகூட அவனுக்குத் தோன்றவே இல்லை. அப்பா - அம்மா இருக்கும்போது எப்போதாவது வீடு வாங்குவதைப் பற்றிப் பேசியிருந்தாலும் அவர்கள் இறந்தபின் இவனுக்கு எடுத்துச் சொல்ல யாரும் இருக்கவில்லை.

“வீடு வாங்கி நான் என்ன செய்ய? அதெல்லாம் உன்னைப்போல குடும்பஸ்தனுக்குத்தான் சரி” என்றவன் கோமாளியைப் போலச் சிரித்தான்.

"குடும்பஸ்தனோ பிரம்மச்சாரியோ, இந்தத் தரித்திரம் பிடித்த ஊரில் வாடகை கொடுப்பது முட்டாள்தனம் என்று தோன்றுகிறது. இருக்க ஒரு கூரை இருந்தால் நிம்மதி. தனி வீடு உனக்கு வேண்டாம். ஆனால் ஒரு அபார்ட்மெண்ட் இருக்கட்டும். பாதுகாப்பு இருக்கும். பராமரிக்கும் சிரமம் இருக்காது. இங்க இருந்து நாலு கிலோமீட்டர் தொலைவில ஒரு நல்ல அபார்ட்மெண்ட் வருதாம். கட்டமைப்பு சிறப்பா இருக்காம். நம்ம அலுவலகத்தில் ரொம்பப் பேர் வாங்கி யிருக்காங்க. அங்கேயே ஒரு அபார்ட்மெண்ட் புக் செய்துவிட்டு வெளிநாட்டுக்குப் போ. பதிவு செய்யறப்ப வந்தாப் போதும், இல்லைன்னா நானே செய்யறேன்" என்று உற்சாகப்படுத்தினான். வீடு வாங்கும் எண்ணமே இவனை விநோதமான அதிர்வுக்கு உள்ளாக்கி எப்படி அதனை வேண்டாமென்று சொல்வது என்று தெரியாமல் தவித்தான். ஆனால் நண்பனின் ஊக்கம் உற்சாகத்தைத் தந்தது. தனக்கும் அப்படி ஒரு வீடு இருந்தால் இந்த வீட்டுச் சொந்தக்காரர்களின் தொந்தரவு இருக்காது என்றும் தோன்றியது. ஆனால் வீட்டுச் சொந்தக்காரர்கள் தனக்கு ஒருநாளும் சிரமம் கொடுத்ததில்லை என்றும் தோன்றியது. மோகனசாமி காலையில் அலுவலகம் போனால் மாலை வீடு திரும்புவான். தேவைப்பட்டால் மதிய நேரம் வீட்டைப் பயன்படுத்திக்கொள்ள மற்றொரு சாவியைக் கொடுத்திருந்தான். வீட்டைச் சுத்தமாக வைத்துக்கொள்ளும் அக்கறை வேறு. தண்ணீரைக் குறைவாகப் பயன்படுத்துவது; எந்தச் சத்தமும் கிடையாது; போதாதற்கு மாதம் தவறாமல் சரியான தேதியில் வாடகை கொடுப்பது. வருடம் பத்து விழுக்காடு வாடகை ஏற்றம். எந்த வீட்டுச் சொந்தக்காரன் வேண்டாம் என்பான்? ஆனாலும் சொந்த வீடு இருந்தால் நல்லது தானே?

குருராஜனின் அம்மா வெளியே வந்தார். "பாருப்பா மோகனா, சொல்லி அனுப்பிச்சதுபோல நீ வந்திருக்க பாரு. அஞ்சு பேரு பிரம்மச்சாரிங்க வேணும். நாலு பேருதான் வந்திருக்காங்க. ஐந்தாவதாக நீயே பூணூல், மேல் துண்டை வாங்கிக்க" என்றார். இவனுக்குச் சங்கடமாயிருந்தது. "அத்தை, எனக்கு அப்பவே முப்பத்தஞ்சு வயது ஆகிவிட்டது. என்னை எப்படிப் பிரம்மச்சாரின்னு நீங்க நினைக்கறீங்க" என்று சிரித்தான். "என்ன ஆச்சு இப்ப. உனக்குத் திருமணம் ஆகவில்லைதானே? சும்மா என் விரதத்தைக் கெடுக்க வேண்டாம். வா. தாம்பூலம் வாங்கிக்க" என்று கட்டளையிட்டார். மோகனசாமி குருராஜன் பக்கம் பார்த்தான். "போய் வாங்கிக்க, ஒண்ணும் ஆகாது" என்று குருராஜன் வேறு மிரட்டினான்.

நான்கு குட்டிச் சிறுவர்களுடன் அமர்ந்து சஷ்டி தாம்பூலத்தைப் பெற்றுக்கொண்டான். அந்தச் சிறுவர்களுக்குத் தங்கள் அருகில் அமர்ந்த அப்பா வயதுடைய அங்கிளைப் பார்த்து உள்ளுக்குள்ளேயே சிரிப்பு. அவர்கள் சிரிப்பைப் பார்த்து அவனுக்கும் சிரிப்பு வந்தது. தாம்பூலம் வாங்கிக்கொண்டு அந்தச் சிறுவர்கள் அம்மாவை வணங்கியபோது, "நன்றாகப் படித்து ரேங்க் வாங்கணும்" என்று அவர் ஆசீர்வாதம் செய்தார். ஆனால் மோகனசாமி வணங்கியபோது, "உடனே திருமணம் செஞ்சுக்கப்பா" என்று வாழ்த்தினார். இப்போதெல்லாம் மோகனசாமிக்குத் திருமணம் நடக்க வாழ்த்தினால் பயம் ஏற்படுவதில்லை. அதற்குப் பதிலாக மனத்தில் எங்கேயோ ஒரு ஆசை பிறக்கிறது. அந்த அம்மாவின் வாழ்த்துப்படி தனக்குள் ஏதாவது அதிசயம் நடந்து, பெண்ணை அடையும் நிலைமை ஏற்பட்டால் வாழ்க்கை எவ்வளவு அழகாக இருக்கும் என்று கனவு கண்டான். பிறந்த பயனை அடைந்தது போன்ற உணர்வு பிறந்தது. ஆனால் உடனே அதன் பின்னால் அதெல்லாம் நடக்காத விருப்பங்கள் என்று புரிந்துகொண்டு அவர்கள் முன்பு பகட்டாகச் சிரிப்பை உதிர்த்தான். "உங்க வாழ்த்துப்படியே நடக்கட்டும்! விடுங்க அத்தை. நீங்க எது கேட்டாலும் வாங்கித் தர்றேன்" என்றான். "நீ சும்மா சரின்னு சொல்லு. பொண்ணை உன் முன்னாடி கொண்டாந்து நிறுத்தறேன்" என்று அவரும் சிரித்துவிட்டு உள்ளே போனார். "செஞ்சுக்கறயாடா?" குருராஜன் சந்தேகமாகக் கேட்டான். "சும்மா இருப்பா, வேடிக்கை செய்யாதே" என்று மோகனசாமி பழைய ராகத்தை எடுத்தான்.

மோகனசாமி வீட்டுக்குக் கிளம்பும்போதுகூட குருராஜ் மற்றொரு முறை வீடு வாங்கும் விஷயத்தை அவனிடம் சொல்லி, அவனை உடனே அபார்ட்மென்ட் பக்கம் போய் விசாரிக்க வற்புறுத்தினான். வீடு வாங்காமல் இந்த உயிர் நண்பன் விடமாட்டான் என்று புரிந்துகொண்ட மோகனசாமி, வீடு வாங்க ஒரு மனதாக முடிவு செய்தான். உடனே போய் வீட்டைப் பார்த்து, முடிந்தால் நாளையே புக் செய்துவிடுமாறு குருராஜ் உற்சாகமூட்டினான். "நீயும் கூட வாடா . . ." என்று மோகனசாமி அவனை அழைத்தான். குருராஜ் பிஸியாக இருந்தான். "இவள் எங்கேயோ போகவேண்டும் என்று சொல்கிறாள் மோகனா. நீயே போய்ப் பார்த்துவிடு. தண்ணி, மின்சாரம், ஜெனரேட்டர், லிப்ட் எல்லாம் சரியாக இருக்கிறதா என்று பார். இரவு இன்னும் கொஞ்சம் டிப்ஸ் தர்றேன்" என்று சொல்லிவிட்டு நழுவிக்கொண்டான். மோகனசாமிக்குச் சலிப்பு ஏற்படவில்லை.

இந்த ஏழெட்டு ஆண்டுகளுக்கு முன் நண்பன் ஒருவனின் துணையில்லாமல் எங்கேயும் போகமாட்டான். கடைக்குப் போய் சின்னக் கைக்குட்டை வாங்குவதாக இருக்கட்டும், சினிமாவுக்குப் போவதாக இருக்கட்டும், சிற்றுண்டிச்சாலைக்குப் போய் பைடூ காப்பி குடிப்பதாக இருக்கட்டும் – எல்லாவற்றிற்கும் நண்பர்கள் இருக்க வேண்டும். அவர்களுடன் அரட்டை அடித்து, சிரித்து, விவாதிக்கிற சமயங்களில் உலகத்தையே அவன் மறந்துவிடுவான். ஆனால் நண்பர்களெல்லாம் ஒவ்வொருவராகத் திருமணம் செய்துகொண்டு பிரிந்து போய்க்கொண்டிருந்தார்கள். சும்மா எப்போதாவது போன் செய்தால் சிறிது நேரம் பேசியபிறகு, “கொஞ்சம் பிஸி, அப்புறமா பேசறேன்” என்று துண்டித்துவிடுவார்கள். ஓரிரு ஆண்டுகளில் அவர்களுக்குக் குழந்தைகள் பிறந்தார்கள். வாழ்வில் அவர்கள் திருமணமான பிறகு போனில்கூட யாரும் கிடைக்கவில்லை.

பிறகு மோகன் தனிமையைப் பழகிக்கொள்ளத் தொடங்கினான். கொஞ்ச நாள் எங்கேயும் போகாமல், ஒன்றும் செய்யாமல் சும்மாவே வீட்டில் தங்கிவிடுவான். ஆனால் எத்தனை நாள் அப்படி இருக்க முடியும்? வேறு வழி இல்லாமல் தனியாகச் சினிமாவுக்குப் போக, ஆடைகள் வாங்க, சுற்றுலாத் தலங்களுக்குப் போக ஆரம்பித்தான். ஆரம்பத்தில் அப்படி தனியாகப் போவது பயமாக இருந்தது. ஐஸ்க்ரீம் கடைக்குப் போய்த் தனியாக உட்கார்ந்து பெரிய ‘கட்பட்’ஐஸ்க்ரீம் வாங்கிச் சாப்பிடும்போது விநோதமான சங்கடம் ஏற்பட்டு ஐஸ்க்ரீம் கசக்கும். பார்லரில் எல்லோரும் தன்னையே பார்க்கிறார்கள் என்று சங்கோஜம் ஏற்படும். ஆனால் மெல்ல அதற்குத் தன்னைத் தயார்ப்படுத்திக் கொண்டான். எத்தனை மணிக்கு வேண்டுமென்றாலும் வீட்டிற்குப் போகலாம், எப்போது வேண்டுமானாலும் எழலாம், எங்கே வேண்டும் என்றாலும் போகலாம் – கேட்பார் யாரும் இல்லை என்று மகிழ்ச்சியாக இருந்தான். ஆனால் ஒரே ஒருமுறை மட்டும் அவனது தனிமை மிகவும் வருத்தத்தைக் கொடுத்தது.

அன்று அலுவலகத்தில் திடீரென்று வயிற்றுவலி ஏற்பட்டுத் துடித்தான். இதற்கு முன்பு எப்போதும் இதுபோல ஆனதில்லை. ஏதோ உள்ளேயிருந்து இறுகப் பிடித்துக் கொண்டதுபோல வலி. நடக்க முடியாத நிலைமைக்கு ஆளாகி இருந்தான். அலுவலகத்தில் எல்லோரும் அவனைச் சுற்றிக் கூடிநின்றார்கள். ஆனால் அரைமணி நேரத்தில் வலி மாயமானது. என்றாலும் ஏனோ அந்த வலிக்குப் பயந்து மறுநாள் மருத்துவமனைக்குப் போனான் மோகன்சாமி. மருத்துவமனையென்றால் மோகனசாமிக்கு விருப்பம். டாக்டர்கள், நர்சுகள் எவ்வளவு அக்கறையுடன் நம்முடன்

பேசுகிறார்கள்? அவர்கள் எல்லோருடைய கவனமும் ஈர்க்கும் ஆளாக அவன் ஆகிவிடுகிறான் அல்லவா? ஊசி குத்திய பிறகு "வலிக்குதா" என்று எவ்வளவு பாசத்துடன் நர்சுகள் கேட்கிறார்கள்? டாக்டரும்கூடத் தான் சொல்வதை எவ்வளவு கவனமாகக் கேட்கிறார்? மருத்துவமனை அப்படி ஒன்றும் கெட்ட இடம் இல்லை என்று அவனுக்குத் தோன்றியது.

இந்தமுறை சோதனை செய்த டாக்டர் எண்டோஸ்கோபி பரிசோதனை செய்யச் சொன்னார். எப்போதும்போலத் தானே துணிவுடன் மருத்துவமனைக்குப் போனான். இரவெல்லாம் பட்டினியாக இருந்து வயிற்றைக் காலியாக வைத்திருந்தான். எண்டோஸ்கோபி என்றால் எந்தவிதமான சோதனை என்ற சிந்தனை அவனுக்கு இருக்கவில்லை. இரத்தப் பரிசோதனை, இரத்த அழுத்தப் பரிசோதனைபோல இதுவும் ஒன்றாக இருக்கலாம் என்று எண்ணினான்.

இந்தப் பரிசோதனை அவன் நினைத்ததுபோல அவ்வளவு எளிதாக இருக்கவில்லை. இவனைக் கட்டிலில் படுக்கவைத்து, கை கால்களை அசையாமல் கட்டி, பெரிய ரப்பர் குழாயை வாய் வழியாக வயிற்றில் செலுத்தி, அந்தக் குழாய் நுனியில் இருக்கும் கேமரா வழியாக அவன் வயிற்றை டிவி திரையில் பார்ப்பதுதான் அந்தப் பரிசோதனையின் வழிமுறை. நர்ஸ் அந்தக் குழாயைத் தொண்டை வழியாக வயிற்றுக்கு அனுப்ப முயற்சி செய்தாள். அது தொண்டையைக் கடந்ததும் அவனுக்கு ஏதோ சங்கடம் ஏற்பட்டு, இனி என்ன உயிர் போய்விடுமோ என்பதுபோலப் பயந்து, மூச்சு நிற்பது போலக் கண்களை மிதக்கவிட்டான். வயிற்றில் ஒன்றும் இல்லாவிட்டாலும் கொஞ்சம் பித்த நீர் வாந்தியாக வந்தது. அவனுக்கு மிகவும் வேதனையாக இருந்தது. "நீங்கள் ரிலேக்ஸ் ஆக இருக்கணும். அப்பத்தான் பரிசோதனை எளிதாகச் செய்ய முடியும்" என்று நர்ஸ் திரும்பத் திரும்ப மென்மையாகச் சொன்னாள். இவன் எவ்வளவுதான் பொறுமையாக இருந்தாலும் குழாய் தொண்டையில் இறங்கியதும் உயிர்போவதுபோலத் துடித்தான். பரிசோதனை முடிய சுமார் முக்கால்மணிநேரம் ஆனது. இதற்குள் நர்சுக்குப் போதும் போதும் போதுமென்றாகி விட்டது; அவனுக்கும் அப்படித்தான். பரிசோதனை முடிந்த பின், அவனுக்குக் கை கால்களில் நடுக்கம் ஏற்பட்டது. "சிறிது நேரம் ஓய்வெடுங்கள். கூட யாரும் வரவில்லையா? தனியாகவா வந்திருக்கீங்க" என்று அவள் கவலையாகக் கேட்டாள்.

வெளியே மரப் பெஞ்சில் உட்கார்ந்து ஓய்வெடுக்கும்போது ஏனோ அழுகை வந்தது. யாராவது நண்பனை அழைத்துக் கொண்டு வந்திருந்தால் நன்றாக இருந்திருக்கும் என்று தோன்றியது.

மோகனசாமி

ஆனால் யார் நாள்முழுவதும் விடுமுறை எடுத்துக்கொண்டு அவன் துணைக்கு வருவார்கள் என்ற சந்தேகம் இருந்தது. தனியாக வருவதைத் தவிர வேறு வழி இல்லை என்று தோன்றிய போது மனத்தில் இன்னும் அதிக வலி ஏற்பட்டது. ஒரு ஆறுதலான விஷயம் என்னவென்றால் பரிசோதனையின் முடிவைப் பார்த்த டாக்டர், “உங்களுக்கு எந்தத் தொந்தரவும் இல்லை. ஆரோக்கியமாகத்தான் இருக்கிறீர்கள். வாயுக் கோளாறால்தான் வயிற்றுவலி வந்திருக்க வேண்டும். அவ்வளவுதான்” என்று சொல்லியனுப்பினார். உடல் நலம் கைவிட்டால் தான் வாழ்க்கையில் தோல்வியுற்றதுபோல என்று மோகனசாமி நம்பினான். சிறிதாகக் காய்ச்சல் வந்து படுக்கையில் படுத்தாலும் கஞ்சி காய்ச்சிக் கொடுக்க என்று யாரும் இல்லை. மாத்திரை எடுத்துக்கொள்ள நினைவூட்டவும் ஒருவரும் இல்லை. சோர்வடைந்தால் டாக்டரிடம் அழைத்துச் செல்ல எவரும் இல்லை. அதனால் உடல் நலத்தில் மோகனசாமிக்கு எப்போதும் மிகவும் அக்கறை.

நண்பன் குரூராஜ் சொல்லியபடி நமக்கு இன்று வீடு பார்க்கும் வேலை. துணைக்கு நண்பர்கள் யாராவது இருக்க வேண்டும் என்று கட்டாயம் இல்லை. இது எளிது. பிடித்திருந்தால் வாங்குவது சிரமம் என்று தோன்றினால் வேண்டாம்; அவ்வளவுதான்!

அபார்ட்மெண்ட் அலுவலகத்தில் தன் முறை வர முக்கால் மணிநேரம் அவன் காக்கவேண்டி இருந்தது. இரு குடும்பங்கள் தாங்கள் வாங்க வேண்டிய அபார்ட்மெண்ட் பற்றி நிறைய விசாரித்துக்கொண்டிருந்தார்கள். பிரெஞ்ச் விண்டோ வேண்டும் என்று கணவனும், வீடு முழுதும் வெளிச்சமாக இருக்கும் என்று மனைவியும் சண்டைப் போட்டுக்கொண்டிருந்தார்கள். மற்றொரு குடும்பத்தில் கணவன் – மனைவியைவிடப் பெண்ணின் அப்பா – அம்மா மிக அதிகாரத்துடன் நிர்வாகியிடம் கேள்விகளைக் கேட்டுக்கொண்டிருந்தார்கள். அநேகமாக அவர்களும் வீடு வாங்கச் சிறிது பணம் கொடுத்திருக்க வேண்டும் என்று மோகனசாமி ஊகித்துக்கொண்டான். இந்தியன் டைப் மாதிரி கமோட்தான் வேண்டும் என்று மாமா விவாதம் செய்துகொண்டிருந்தார். பூசை அறை இல்லாமல் அது எப்படி வீடாகும் என்பது அத்தையின் வாதம். சதுர அடியின் விலையைச் சிறிது குறைக்க முடியுமா என்று வீட்டுத் தலைவன் விசாரித்தான். பிள்ளைகள் இருப்புக் கொள்ளாமல் சலிப்புடன் வெளியே விளையாடப் போனார்கள். அதை உணர்ந்து “கம்பி கிம்பி குத்திடப் போகுது” என்று அம்மா ஓடிவந்து இரண்டு அறை அறைந்து பிள்ளைகளை உள்ளே அழைத்து வந்தாள். அவர்கள் அழ ஆரம்பித்தார்கள். “பார் பாண்டு,

அழக்கூடாது. அங்கிளுக்குச் சொல்றேன். புது வீட்டில உனக்கு ஒரு தனி அறை இருக்கும் தெரியுமா? கார்ட்டூனை எல்லாம் சுவரிலே ஒட்டிக்கலாம், சரியா" என்று பிள்ளையைப் பார்த்துச் சமாதானப் படுத்தினாள்.

இந்த இரண்டு குடும்பங்களின் நூத்தியெட்டுக் கேள்விகள், பேரம், மாற்றங்கள், தேர்வுகள் எல்லாம் முடிய முக்கால் மணி நேரம் ஆனது. மிகவும் சோர்வடைந்த நிர்வாகி இப்போது மோகனசாமியின் அருகில் வந்தார். அப்படிப் பெரும் சோர்வடைந்திருந்தாலும் ஓர் அழகான புன்னகையை உதிர்த்து, "என் பெயர் ராஜேஷ். மன்னிக்கணும். உங்களை ரொம்ப நேரம் காக்க வைச்சிட்டேன். உங்களுக்கு எப்படிப்பட்ட வீடு வேணும் சார்? உங்கள் தேவைகள் என்ன?" என்று பவ்யமாக விசாரித்தார். அந்தக் கேள்விகளுக்கு உண்மையாக மோகனசாமி தயார் செய்துகொண்டு வரவில்லை. வீடு தேவை என்றுதான் வந்திருந்தானே தவிர, எப்படியான வீடு தேவை என்ற கற்பனை செய்திருக்கவில்லை. "ஒரு சின்ன வீடு போதும்" என்று பதிலளித்தான். "குறைந்தது இரண்டு படுக்கை அறை கொண்ட வீடு மட்டுமே எங்களிடம் இருப்பது. வாங்கறது வாங்கறீங்க மூணு படுக்கை அறை வீடா வாங்கிருங்க சார். பிற்பாடு பிள்ளைக்குட்டி ஆனா வேணும்" என்றார். தன் நிலையை எண்ணி வெட்கமாகச் சிரித்த மோகனசாமி "அவ்வளவு பெரிசு தேவை இல்லை. இருப்பதில் எது மிகச் சின்னதோ அதைக் காட்டுங்க" என்று வேண்டினான். "வாஸ்து பார்ப்பிங்களா சார்" என்று ராஜேஷ் சந்தேகத்தை எழுப்பியபோது, "இல்லை அப்படி ஒன்றும் கிடையாது. வீடு சின்னதா, நல்லா இருந்தாப் போதும்" என்று மோகனசாமி மற்றொரு முறை சொல்லிவிட்டுத் தன் சின்ன கோரிக்கையை வைத்தான். "அப்பாடி . . . ஒருத்தராவது வாஸ்து வேணாமுன்னு சொல்றவங்க கிடைச்சிங்களே. எப்படிப்பட்ட அரண்மனையையும் கட்டிக்கொடுக்க முடியும் சார். ஆனா இந்த வாஸ்துப்படி ஒரு சின்னக் கழிவறையைக்கூடக் கட்ட முடியாது சார்" என்று சிரித்து மோகனசாமியை வீட்டைக் காட்ட அழைத்துக்கொண்டு போனார். இன்னும் அபார்ட்மெண்ட் கட்டுவது முழுமை அடையாவிட்டாலும் ஒரு மாதிரியாக வீடு அமைத்திருந்தார்கள். அதில் வீட்டுக்குத் தேவையான எல்லா அறைக்கலன்களையும் வைத்திருந்தார்கள்.

கதவைத் திறந்ததும் பெரிய முகப்புக் கூடம். அந்த முகப்புக் கூடத்தின் விசாலத்தைப் பார்த்தே மோகனசாமி "இது நமக்குத் தேவையா?" என்று உள்ளே கால் வைக்கப் பின்வாங்கினான். ஒரு விநாடி வாசல் சட்டத்தை இறுக்கமாகப் பற்றிக்கொண்டு வெளியே தயக்கமாக நின்றான். "உள்ள வாங்க

சார். ஷூவைக் கழட்ட வேண்டியதில்லை” என்று ராஜேஷ் சொன்ன பிறகு உள்ளே அடியெடுத்து வைத்தான். பெரிய எல்ஸீடி தொலைக்காட்சிப் பெட்டியை அறையின் மூலையில் வைத்திருந்தார்கள். அதைப் பார்க்கச் சுற்றியும் பெரிய பெரிய சோபாக்கள் இருந்தன. அங்கே மற்றொரு மூலையில் சாப்பாட்டு மேசை. ஆறு பேர் ஒன்றாக உட்கார்ந்து சாப்பிடலாம். பெரிய சமையல் அறை. அதையொட்டிப் பலசரக்கு வைக்கும் அறை. வாஷிங் மெஷின், பிரிட்ஜ் வைக்க இடம். பாத்திரங்களை வைக்கப் பல அழகான அடுக்குகள். இரண்டு படுக்கை அறை, ஒரு மாஸ்டர் அறை. அதையொட்டிப் பெரிய குளியலறை. அதில் ஒரு பெரிய குளியல் தொட்டி. வராந்தாவில் பொதுக் கழிவறை. ஆள் உயர அலமாரிகள். நிலைக் கண்ணாடி, ஒப்பனையறை. மேலே உபயோகமற்ற பொருட்களை வைக்கப் பரண்கள். முகப்புக் கூடத்தை ஒட்டி விசாலமான முற்றம். இவற்றைப் பார்த்த பிரமிப்பில் மோகனசாமிக்கு நிர்வாகியிடம் பேசமுடியாமல் போனது. “மாஸ்டர் படுக்கை அறையில் அட்டாச்ட் டாய்லெட் இருக்கில்ல, நிம்மதியாக வாழ அதைவிட அதிக இடம் கண்டிப்பாக எனக்குத் தேவையில்லை”என்று அவன் தனக்குள் நினைத்துக்கொண்டான். அவனுடைய எல்லாத் துணிகளையும் ஒரு சூட்கேசில் போட்டு வைத்துவிட முடியும். அவ்வளவு பெரிய அலமாரியில் என்னத்தை வைப்பது? வாஷிங் மெஷின், பிரிட்ஜ், மைக்ரோ ஓவன், கீஸர் – ஊகூம், அவனிடம் இது ஒன்றும் கிடையாது. அவற்றை வாங்கும் எண்ணம்கூட அவனுக்கு வந்ததில்லை. ஒரு சிறிய ஆட்டோவில் மொத்தமாக அடைத்து வைக்கக்கூடிய அவனது குறைவான பொருட்களை இங்கே எந்த மூலையிலும் வைக்க முடியும்! சாப்பாட்டு மேசையைச் சுற்றி உட்காரஅவனுக்கு யார் இருக்கிறார்கள்?

மோகனசாமிக்குச் சங்கடம். அதன் விசாலமான பரந்த வீட்டுக்கு முன்னே தன் குறுகிய வாழ்க்கை மிகவும் அசிங்கமாகத் தெரிந்தது. ராஜேஷ் தன் வணிகப் பிரதிநிதித் திறமையால் அந்த வீட்டுச் சிறப்புகளைச் சொல்லிக்கொண்டே போனார். “பாருங்க, உங்கள் பிள்ளைகள் பால்கனியில் இருந்து கீழே விழாதபடி எப்படி சிறப்பான க்ரில் போட்டிருக்கிறோம் . . . மாஸ்டர் பெட் ரூமில் உங்கள் மனதுக்குப் பிடித்த மாதிரி பெரிய கர்டன் போட்டுக்கலாம். (ஒரு எகத்தாளச் சிரிப்பு) . . . சமையல் அறையில் இருந்து டி.வி தெரியுது பாருங்க. வீட்டுப் பெண்களுக்குச் சலிப்பு ஏற்படக் கூடாது என்று இப்படி டிசைன் செய்திருக்கிறோம் . . . உங்களுக்கு இன்னும் இரண்டொரு வார்ட் ரோப் வேண்டும் என்றால் அதற்கும் இடம் இருக்கிறது பாருங்க . . . எந்தப் பக்கத்து வீட்டில் இருந்தும் உங்கள் வீட்டில் எந்தக் காட்சியும் தெரியாதபடி

எச்சரிக்கையுடன் அமைத்திருக்கிறோம். குடும்பப் ப்ரைவசி முக்கியம் என்பது எங்கள் நம்பிக்கை... உங்கள் பால்கனியில் இருந்து எதிரில் காண்பது குழந்தைகள் விளையாடும் மைதானம், உங்கள் கண் முன்னாடியே பிள்ளைகள் விளையாடிக் கொண்டிருப்பார்கள்...இரண்டு கார் பார்க்கிங் கொடுக்கிறோம்...” மோகனசாமி இந்தப் பேச்சுகளைக் கேட்டுத் தாழ்வுணர்ச்சியால் பயந்துகொண்டே இருந்தான். வீடு வாங்கும் எண்ணத்தையே கைவிட்டு அங்கே இருந்து ஓடிப் போய்விடலாமா என்ற அளவுக்கு அவனுக்குப் பயம் ஏற்பட்டது.

ராஜேஷ் தன் பேச்சை நிறுத்தினான். “வேறு ஏதாவது சிறப்பு வசதிகள் வேண்டுமென்றால் சொல்லுங்க சார். அதையும் செய்து கொடுக்கிறோம். டைல்ஸ், வால் கலர், கிச்சன் மெட்டீரியல், வார்ட் ரோப் பிளைவுட், விண்டோஸ் . . .” என்று கேட்டான். இதைக் கேட்ட மோகனசாமிக்கு என்ன சொல்லத் தோன்றும்? “இது போதும். நன்றாக இருக்கிறது. வேற ஒண்ணும் வேணாம். தயவு செய்து நான் எவ்வளவு முன்பணமாகக் கொடுக்க வேண்டும் என்று சொன்னால் இன்னைக்கே செக் கொடுக்கறேன்” என்றான். இப்போது அதிர்ச்சி அடையும் நிலை ராஜேஷுடையது. “அய்யய்யோ, அப்படிஒன்றும் அவசரம் இல்லை சார். உங்கள் வீட்டிலிருந்து எல்லாரும் வந்து பார்க்கட்டும் சார். பிள்ளைகளும் பார்க்கட்டும். அம்மா – அப்பா, அத்தை – மாமா எல்லாம் பார்க்கட்டும். ஒவ்வொருத்தருக்கும் ஒவ்வொரு ஆசை இருக்கும் இல்லையா சார்?அதையெல்லாம் செஞ்சு தர்றோம், ஒருவாரம் டைம் எடுத்துக்கங்க சார். இப்ப அவசரம் ஒண்ணும் இல்லை. உங்களுக்காக ஒரு வீட்டை ஒதுக்கி வைக்கிறோம். அவசரப்பட்டு வாங்கிய பிறகு வருத்தப்படக்கூடாது இல்லையா சார்?” என்று தெளிவாகச் சொன்னான். “ப்ளீஸ் அதெல்லாம் ஒண்ணும் வேண்டாம். நான் ஒத்துக்கொண்டால் போதும். எல்லாரும் சரீன்னு சொல்லிடு வாங்க. தயவுசெய்து அட்வான்ஸ் எவ்வளவு கொடுக்கணும் சொல்லுங்க” என்று வற்புறுத்தினான். ராஜேஷ் திரும்பவும் எடுத்துச் சொல்லும் சாகசம் செய்யவில்லை. “இரண்டு இலட்சம் கொடுக்கணும் சார். மீதம் முப்பத்தி எட்டு இலட்சம் பதிவு செய்யும்போது கொடுத்தால் போதும். பதிவுச் செலவு தனியாகக் கொடுக்கணும்” என்றான். “யார் பெயரில் செக் எழுத வேண்டும்?” என்று மோகனசாமி விசாரித்தான். ராஜேஷ் ஒரு துண்டுப் பிரசுரத்தைக் கொடுத்து, நிறுவனப் பெயரைக் கோடிட்டுக் காட்டினான். மிகவும் அவசரமாக அதன்படி காசோலை எழுதிய மோகனசாமி, அதை நடுங்கும் கைகளுடன் கிழித்து ராஜேஷிடம் கொடுத்தான்.

இப்படி ஒரு விற்பனை அதிவிரைவாக முடிந்ததால் ராஜேஷுக்கு எப்படி நடந்துகொள்ள வேண்டும் என்று தெரியாமல் குழம்பினான். பிறகு சுதாரித்துக்கொண்டு "கங்ராஜுலேஷன்ஸ் ஸார். உங்களுக்குப் பரிசாக இரண்டு சிங்கப்பூர் விமான டிக்கட் கொடுக்கிறோம். உங்கள் மனைவியுடன் அங்கே போய் மூன்று நாட்கள், இரண்டு இரவுகள் கழித்து வரலாம். அங்கே சாப்பாடு தங்கும் வசதிகள் அனைத்து ஏற்பாடுகளையும் நாங்கள் செய்து கொடுக்கிறோம். இன்னும் இரண்டு நாட்களில் நீங்கள் அதன் முழு விவரத்தையும் எங்களிடமிருந்து பெற்றுக்கொள்ளலாம்" என்று கைகுலுக்கினான். மோகனசாமி அதற்கு எதிர்வினை செய்யவில்லை. ராஜேஷ் ஒரு இரண்டு பக்க விண்ணப்பத்தைக் கொடுத்து, "சார், இதை நிறைவு செய்து கொடுக்க வேண்டும்" என்று வேண்டிக்கொண்டான். மோகனசாமி அதன் மேல் கண்ணை ஓடவிட்டான். வீட்டு உட்பகுதிகளை அமைக்க அதில் வாடிக்கையாளர்களுக்குப் பல தேர்வுகளை அளித்திருந்தது. எப்படிப்பட்ட டைல்கள் தேவை, குளியல் அறையில் குழாய் பைப்புகள் எந்தக் கம்பெனியதாக இருக்க வேண்டும், மாஸ்டர் பெட் ரூமுக்கு ஃபிரெஞ்சு விண்டோ வேண்டுமா? சுவருக்கு எந்த வண்ணம் பூச வேண்டும், கிராஸ் வெண்டிலேஷன் வேண்டுமா? எல்லா அறைகளுக்கும் டி.வி கேபிள் தேவையா, படிக்கும் அறையில் இண்டர்நெட் அவசியமா. . . போன்ற ஐம்பதுக்கும் அதிகமான கேள்விகள் அதில் குறிப்பிடப்பட்டிருந்தன. சில தேர்வுகளைப் பார்க்கும் போது அவை வீடு வாங்கும் செலவை அதிகமாக்கியது. எல்லாக் கேள்விகளும் முடிந்தபிறகு வீட்டுச் சொந்தக்காரரின் கையொப்பம் தேவைப்பட்டது.

மோகனசாமிக்கு இந்தக் கேள்விகளுக்குப் பதில் சொல்லும் மனதோ, தெம்போ, துணிவோ ஒன்றுமே இருக்கவில்லை. இனியும் அச்சூழலில் அங்கே இருந்தால் தான் உடைந்து போவோன் என்ற கவலை அவனை வாட்டியது. இந்த அறிமுகமில்லாத ராஜேஷ் முன்னால் கண்டிப்பாகக் கண்ணீர் சிந்திவிடக்கூடாதென்று உறுதியாக இருந்தான். ஆனால் அவன் முடிவு சிறிது சிறிதாக உடைந்தது. எதையும் தேர்வு செய்யாமல், விண்ணப்பத்தின் கடைசியில் கையொப்பமிட்டான். அந்த விண்ணப்பத்தாளை ராஜேஷிடம் திருப்பிக் கொடுத்து "சார், தயவுசெய்து ஒரு உதவி செய்யுங்கள். உங்களுக்கு எது சரி என்று படுகிறதோ அதைப் பயன்படுத்துங்கள். என்னுடைய விருப்பம் எதுவும் கிடையாது. எனக்கு அவை எப்படியிருந்தாலும் அழகாகத் தெரியும். பணம் அதிகமானாலும் பரவாயில்லை. ப்ளீஸ்" என்று வேண்டிக் கொண்டான். ராஜேஷ் ஒன்றும் பேசாமல் தலையசைத்தான். "இனி ஏதாவது விண்ணப்பங்களுக்குக் கையொப்பம் வேண்டுமா"

என்று மோகனசாமி விசாரித்துக்கொண்டான். "இல்லை சார், நீங்க பதிவு செய்யும்போது வந்தால் போதும். தயவுசெய்து உங்கள் விலாசம், கைப்பேசி எண் கொடுத்துவிட்டுப் போங்க சார்" என்றான். "நான் நாளையே வெளிநாடு போகிறேன். எனக்குப் பதிலாக என் நண்பன் எதுக்கும் உங்களுக்கு உதவியாக இருப்பான். அவனுக்குப் பவர் ஆப் அட்டர்ணி கொடுத்துவிட்டுப் போகிறேன். அவன் விலாசமும் கைப்பேசி எண்ணும் உங்களுக்குக் கொடுத்துவிட்டுப் போகிறேன். போதுமல்லவா?" என்றான். ராஜேஷ் ஒத்துக்கொண்டார்.

மோகனசாமி நல்ல வேளையாகப் புலிக் கூண்டில் இருந்து தப்பித்துக்கொண்டவன்போல அந்த அபார்ட்மெண்ட் காம்ப்ளக்ஸில் இருந்து விரைந்து வெளியே வந்தான். எண்டோஸ்கோபியைவிடவும் இது மிகவும் கடினமாக இருந்தது என்று அவனுக்கு அப்போதே புரிந்தது. வாடகை வீட்டில் இருந்து வாழ்கின்ற வாழ்விற்குக் குறைந்த சம்பளத்து உள்ள உத்தியோகம் இருந்தால் போதுமானது என்று நம்பினான். வெளிநாட்டில் இருந்து திரும்பியதும் இந்தப் பெரிய வீட்டில் தான் மட்டும் தனியாக இருக்க முடியுமா என்று தோன்றியது. என்ன ஆனாலும், புதுமனை புகுவிழாவை மட்டும் நான் கொண்டாடப் போவதில்லை. கடவுள் சத்தியமாகச் செய்வதில்லை என்று பலமுறை சொல்லிக்கொண்டான்.

பால்கனியில் நின்ற ராஜேஷ், அந்த அதிசய ஆசாமி தூரத்தில் மறைவதைப் பார்த்துக்கொண்டிருந்தான். நாற்பது இலட்சம் மதிப்புள்ள வீட்டை எந்தவிதக் குறைகளும் தேவைகளும் சொல்லாமல் வெறும் முப்பது நிமிடத்தில் வாங்கிவிட்டானே என்று ராஜேஷ் வியப்படைந்தான்.

26 ஆகஸ்ட் 2009

9

நான்முகன்

"நீ பிராமணனா?" என்று மோகன்சாமியிடம் திடீரென்று கேட்டான் தர்ஷன். கருநிறக் கண்களுடைய, வலுவான தேகமும் அழகான முகமும் கொண்ட அந்த இளைஞனின் கேள்விக்கு எப்படிப் பதிலளிக்க வேண்டும் என்று தெரியாமல் மோகனசாமி ஒருநொடி தடுமாறினான். பிறகு சுதாரித்துக்கொண்டு, "இல்லை தர்ஷன் 'கே' என்பவனுக்கு எந்தச் சாதியும் கிடையாது. அவனை எந்தச் சாதிக்காரர்களும் ஏற்றுக்கொள்ள மாட்டார்கள்" என்று சிரித்துக்கொண்டே சொன்னான்.

O

கார்த்திக்தான் மோகனசாமியின் முதல் நண்பன். அவனுடன் பல ஆண்டுகள் சேர்ந்து வாழ்ந்தபின், அவன் திருமணம் செய்துகொண்டு இவனிடமிருந்து விலகிவிட்டான். அந்த விலகலின் வேதனையை மறக்க மோகனசாமிக்குப் பல ஆண்டுகள் தேவைப்பட்டன. பிறகு அவன் அதிலிருந்து விடுபட்டான். புதிதாக யார் கிடைத்தாலும், அவர்களுடனான நட்பு நீண்ட நாட்களுக்கு இருக்காது என்ற உண்மையை உணர்ந்து எவ்வளவு நாள் பழக வேண்டுமென்று ஆரம்பத்திலேயே முடிவு செய்துவிடுவான். பழகும்வரை அவர்களுடன் பழகிவிட்டு, பிறகு புதிய நட்பைத் தேடத் தொடங்குவான். சமுதாயத்திற்கு அவனுடைய சுக - துக்கங்களைப் பற்றி என்றும்

அக்கறை இருந்ததில்லை. அவன் இளமையாக இருந்த நாட்களில், "திருமணம் செய்துகொள், நான் முன்னே நின்று பெண் பார்த்து உனக்குத் திருமணத்தை நடத்தி வைக்கிறேன்" என்று நூற்றுக் கணக்கோர் வெட்டி யோசனை சொன்னார்களே தவிர, அவன் 'கே' என்று தெரிந்ததும், "ஏதாவது நல்ல பையனாப் பாத்து அவனோடு வாழ்க்கையை ஓட்டு. துணைக்கு ஒரு ஜீவன் இருந்தா நல்லது" என்று சொல்லும் பெரிய மனது யாருக்கும் இருக்க வில்லை. சமுதாயத்திற்கு ஒரு மனிதன் தேவைப்படாவிட்டால், அவனுக்கும் சமுதாயத்தைப் பற்றிய அக்கறை குறைந்துவிடும். அதனால் மோகனசாமி தன் மனத்திற்குத் தோன்றியபடியெல்லாம் வாழ்க்கையை நடத்தினான். தன் மகிழ்ச்சி, வேதனைகளைத் தனியாக அனுபவிக்கக் கற்றுக்கொண்டான்.

பல ஜீவன்கள் அவன் வாழ்க்கையில் நுழைந்து, அவனோடு இணைந்து, சுகமளித்து, பிறகு விலகிவிட்டன. உறவுகளின் சேர்க்கைக்கும் பிரிவிற்கும் உணர்ச்சிவசப்படுவதை நிறுத்திவிட்டுச் சமநிலை அடைந்தால், மனித உலகின் நுட்பங்கள் புரியத் தொடங்கும். ஒவ்வொரு 'கே' பையனும் எவ்வளவு வேறுபட்டவன் என்று அவனுக்கு வியப்பாக இருக்கும். 'கே' என்ற மனிதர்கள் குறைவாக இருப்பதால் இங்கே வயது, சாதி, வர்க்க வேறுபாடுகள் இல்லாமல் ஒருவர் மற்றவருடன் பழகும் சுதந்திரம் உண்டு. வாழ்க்கைக்கு எத்தனை வண்ணம், வடிவம்! புதிய ஜீவனுடன் பழகும்போதெல்லாம் புதிய உலகம் ஒன்று திறந்துகொண்டே போகும். அதைப் புரிந்துகொள்ளும்போதும் மேலும் மேலும் புதிராகவே தெரியும். அந்தப் புதிரைப் புரிந்துகொள்ளும் தவிப்பும் அதிகமாகும். அப்போதே மோகனசாமி நாற்பதைத் தாண்டிவிட்டான். இப்போது தேக விருப்பத்தைவிட மனத்திலெழும் கேள்விகளுக்கு விடைகளைத் தேடும் விருப்பம் அதிகமாகிவிட்டது. ஆனால் ஓர் உடலுடன் உறவாடாமல், புதிரின் பரிமாணங்களை அறிந்துகொள்ளும் வாய்ப்புக்கள் மிகவும் குறைவு என்பது அவனுக்குத் தெரியும்.

இதற்கு ஆறு ஆண்டுகளுக்கு முன் அறிமுகமான வேலுச்சாமி என்ற இருபத்தைந்து வயது இளைஞனை மோகனசாமியால் மறக்க முடியவில்லை. 'கிரேண்டர்' என்ற 'கே டேட்டிங் ஆப்'பில் கிடைத்தான். அவனுக்கோ 'ஜிம்'மில் முறுக்கேறிய உடம்பு. விசாலமான மார்பு. சிறிய இடுப்பு. வயிற்று மடிப்புக்களுடன் அவன் போட்டோவைப் பார்த்து மயங்கிய மோகனசாமியின் வாயில் எச்சில் ஊறியது. நடு வயதான தனக்குப் பெரும்பாலும் அவன் கிடைக்கமாட்டான் என்ற சந்தேகம் வந்தது. கூடவே அவனுடைய இளமையின் துடிப்பிற்குத் தான் ஈடுகொடுக்க

முடியுமா என்ற சந்தேகமும் அவனிடம் சேர்ந்துகொண்டது! ஆனால் அவனுடைய கனகச்சிதமான இளம் தேகம் காந்தத்தைப்போல அவனைக் கவருவதை அடக்க முடியவில்லை. கடைசியாக ஒரு கல்லை வீசலாம் என்று முடிவு செய்து, “ஹலோ …” என்று ஒரு குறுஞ்செய்தியை அனுப்பினான். பிறகு டிஜிட்டல் அரட்டை, கெபே டே காஃபி, மல்டிப்ளெக்ஸ் சினிமா, பிட்சா ஹட் உணவு – எல்லாம் வழக்கப்படி ஒவ்வொரு நாளும் நடந்து, ஒரே வாரத்தில் அவனை ஒத்துக்கொள்ள வைத்து வீட்டுக்கு அழைத்து வந்துவிட்டான். ஆனாலும் உள்ளுக்குள்ளே வேண்டாத சந்தேகம். இருபத்தைந்து வயதான அந்த இளைஞனுக்கு உண்மையாகவும் தன் மீது விருப்பம் இருக்கிறதா? இல்லை என் மூத்த வயதின் மீதிருக்கும் கௌரவத்தால் இப்படித் தைரியமாக வீட்டிற்கு வந்திருக்கிறானா? அவன் நோக்கம் வெறும் நட்பா இல்லை அதற்கும் மேலானதா? அதை அறிந்துகொள்ள வேண்டுமே? இப்படிப்பட்ட கேள்விகள் தலைக்குள் புகுந்து குழம்பினான். அவனுடைய அழகான தேகம் ஆசை அலைகளை எழுப்பிப் புளகாங்கிதம் அடையச் செய்தாலும், நிராகரிப்பின் அலைகளின் பயமும் இருந்தது. மோகனசாமி ஆவலோடு இருந்தான். ஆனாலும் அதைக் காண்பித்துக்கொள்ளாமல், சாப்பாடு – பேச்சுக்களை மிகவும் இயல்பாகக் கழித்துவிட்டு இரவு நேரத்தில் படுக்கப் போகும்போது மட்டும், “நீ தனி அறையில் படுக்கிறாயா? இல்லை என்னுடன் படுக்கிறாயா?” என்று பணிவாகக் கேட்டான். அவன் தவிப்பைச் சூட்சுமமாகக் கவனித்தவன் அவனை இதமாகப் பக்கத்தில் இழுத்து, வெகுநேரம் முத்தமிட்டான். பட்டாசின் பொறி தாக்கியது போல இருந்தது. மோகனசாமியின் தேகம் சூட்டில் வெந்தது போலிருந்தது. சரசரவென்று வேலுச்சாமியின் ஆடைகளைக் கழற்றிவிட்டான்.

அதற்காக அப்படியெல்லாம் எளிதாக நடந்துவிடுவதில்லை. அங்கேயும் எதிர்பாராத திருப்பம் ஒன்று காத்துக் கிடக்கும். அவன் நிர்வாண உடலைத் தழுவத் தவித்தபோது, வேலுச்சாமி அவனைத் தடுத்தான். “உங்களுக்கு ஒரு விஷயத்தை முதலில் சொல்லிவிடுகிறேன் சார்” என்றான். ஜாலிரைட் போகும்போது குறுக்கே வந்து தடுக்கும் போக்குவரத்துப் போலீஸ்காரரின் கேள்வியைப்போல மோகனசாமிக்கு இந்தப் பேச்சு கோபத்தைத் தூண்டியது. ஆனாலும் பொறுமையாகக் கண்ணால் என்னவென்று கேட்டான். “நான் எச்ஐவி பாசிட்டிவ்... என்று ஒரு வருடத்திற்கு முன்புதான் தெரிந்தது . . . இப்போது மாத்திரை எடுத்துக்கொள்கிறேன் சார்… பிறகு நான் உங்களுக்குச் சொல்லவில்லை என்ற வருத்தம் வரக்கூடாது” என்று அவன்

அமைதியாகச் சொன்னான். மோகனசாமி ஒரு அடி பின்வாங்கினான். அவன் பின்வாங்குவதைக் கவனித்த வேலுச்சாமி "நான் உண்மையைச் சொல்லாமல் உங்களுடன் உடலுறவில் ஈடுபட்டிருக்கலாம்... ஆனால் எனக்கு ஏமாற்ற விருப்பமில்லை சார்..." என்றான். அந்த இளைஞனின் பெருந்தன்மை மோகனசாமிக்குப் பிடித்துவிட்டது. ஆனாலும் இணைவதற்கு உறுத்தல். வேலுச்சாமி பேச்சின் கூர்மை தொடர்ந்தது. "நீங்கள் படித்தவர்கள்... எல்லாம் தெரியும்... என்னிடம் 'காண்டோம்' இருக்கிறது... விந்து உங்கள் தேகத்தில் கொஞ்சமும் படாமல் பார்த்துக்கொள்கிறேன்... கண்டிப்பாக உங்களுக்கு எதுவும் ஆகாது சார்..." என்று நம்பிக்கை அளித்தான். மோகனசாமி அவன் பேச்சுக்கு மெல்லப் பணியத் தொடங்கினான். அவன் நேர்மையோ, அவன் இளம் தேகத்தின் கவர்ச்சியோ 'எச்ஐவி'யைப் பற்றி அதிகம் படித்துத் தெரிந்திருப்பதாலோ என்னமோ - துணிவுடன் தொடர்ந்தான். பிறகு இணைய எந்தத் தடைகளும் ஏற்படவில்லை. கடிகாரங்களின் இரண்டு முட்களும் பலதடவை இணைந்து பிரிந்து ஓடி ஓடித் தணிந்தாலும் கடந்து செல்லும் நேரத்தைக் கவனிக்கும் நிலையில் அவர்கள் இல்லை.

மறுநாள் சீக்கிரமாக எழுந்த வேலுச்சாமி, மோகனசாமியின் கண்களுக்குக்குப் பூ முத்தமிட்டான். அவன் காதுகளில் மிருதுவாக "ஐ லவ் யுவர் கரேஜ் சார்" என்று அன்போடு சொல்லி, தன் ஆடைகளை அணிந்துகொண்டு, பயன்படுத்திய 'காண்டோமை' யாருக்கும் தெரியாமல் இருக்கட்டுமென்று காகிதத்தில் சுற்றி, குப்பைத் தொட்டியில் போட்டுவிட்டுப் போனான். படுக்கையில் அப்படியே வெகுநேரம் படுத்திருந்த மோகனசாமி, மறுபடி நாளைத் தொடர எழுந்தபொழுது மெல்லப் பயம் கவ்வியது. இரவின் உன்மத்தங்கள் கரைந்து, பளபளவென்று வீட்டை வெளிச்சமாக்கி உண்மை நிலையைக் கண்ணுக்குக் காண்பித்தது. பல் துலக்கும்போது, குளிக்கும்போது, பூசையில் அமர்ந்தபோது, "எச்ஐவி' என்னைத் தாக்குமா..." என்ற பயம் வாட்டியது. வேலைக்கும் போக மனமில்லாமல் விடுமுறை கேட்டு மெயில் அனுப்பினான். பிறகு காலை உணவை முடித்துக்கொண்டு விக்டோரியா மருத்துவமனைக்கு ஓடினான். ஆண் - ஆணைச் சேர்ந்து சுகப்படும் மனிதர்களின் நலனுக்காகவே அங்கே அரசாங்கம் நிறுவிய சிறப்புச் சிகிச்சைப் பிரிவு இருந்தது. இதற்கு முன்பு அங்கே பல தடவை சிரித்துக்கொண்டே போய், 'எச்ஐவி' சோதனை செய்துகொண்டு வந்திருந்தான். தனக்கு அப்படிப்பட்ட நோய்கள் தாக்க வாய்ப்பே இல்லை என்ற அசைக்க முடியாத அந்த நம்பிக்கை இதற்கு முன்பு அவனுக்கு இருந்தது. ஆனால் இந்த முறை அவன்

பதற்றத்திற்கு வேறுவிதமான காரணம் இருந்தது. தெரிந்தே 'எச்ஐவி' தாக்கிய 'கே'யுடன் இணைந்து இன்பமடைந்த தனது ஆசையை நினைத்துத் தன்னிரக்கத்தில் மூழ்கினான். என்னதான் 'காண்டோம்' பயன்படுத்தினாலும், ஒருசிறு துளி விந்து தேகத்தின் சந்துபொந்துகளில் நுழைந்திருந்தால் என்ன கதி? ஒரு துளி விந்துவில் இலட்சக்கணக்கான உயிரணுக்கள் இருக்குமாம். அப்படி இருக்க இளைஞன் ஒருவனின் துடிப்பான விந்து வெளியேற்றலில் இருக்கும் கோடிக்கணக்கான உயிரணுக்கள் ஒரு சிறிய ரப்பர்ப் பைக்குள் அடங்கிவிடுமா என்ன?

தனக்கு 'எச்ஐவி' தொற்றியிருக்குமோ என்று பயந்த மோகனசாமி நடந்த விஷயத்தையெல்லாம் தனக்கு நன்கு அறிமுகமான பெண் மருத்துவரிடம் விவரித்தான். சொல்வதையெல்லாம் கேட்டுக்கொண்டிருந்த அந்தப் பெண் டாக்டர் மெல்லச் சிரித்தாள். "எச்ஐவியைப் பற்றி மிகவும் படித்திருக்கிறீர்கள். 'காண்டோம்' பயன்படுத்தி நடந்த உடல் உறவுக்கு இப்படி பயப்படுகிறீர்களா?" என்று சீண்டினாள். அவனுக்கு ஏட்டுப் பாடம் தெரியும். ஆனால் உண்மைநிலைக்கும், படிப்பிற்கும் என்ன சம்பந்தம்? தன் பயத்தையும் சந்தேகத்தையும் மறுபடியும் வெளிப்படுத்தினான். அவனுக்கு ஆறுதலும் தைரியமும் சொல்ல முடிவெடுத்த டாக்டர், "அப்படியென்றால் பரிசோதனை செய்யலாம்... ஆனால் இப்போது வைரஸ் அணுக்கள் இருப்பது தெரியாது... மூன்று மாதங்களுக்குப் பிறகுதான் அது உங்களைத் தாக்கி இருக்கிறதா இல்லையா என்று தெரியவரும். இப்போது என்ன பரிசோதனை செய்தாலும் உறுதியான முடிவுகள் தெரியாது" என்று சொன்னாள். "அப்படியென்றால் இந்த மூன்று மாதம் என்ன செய்ய?" என்று கவலையுடன் கேட்டான் அவன். அதற்கு மறுபடியும் சிரித்த டாக்டர், "தவறாமல் காண்டோம் பயன்படுத்தவும்" என்று யோசனை சொன்னாள். தொடர்ந்து "எச்ஐவி நோய் சர்க்கரை நோயைவிடக் கொடூரமானதல்ல. தாக்கம் ஏற்பட்டிருந்தாலும் கவலையில்லாமல் நாற்பது ஆண்டுகள் வாழலாம். விரும்பிய இனிப்புப் பலகாரங்களைச் சாப்பிடலாம். தற்போது 'எச்ஐவி' தாக்கம் 'எய்ட்ஸ்' நோயாக வளரவிடாமல் தடுக்க மாத்திரை மருந்துகள் இருக்கின்றன. எதற்கு இப்படிக் கவலைப்படுகிறீர்கள்? ரிலாக்ஸ்" என்று ஆறுதல் சொன்னாள்.

இந்த மூன்று மாதங்கள் மோகனசாமி நரகத்தை அனுபவித்தான். உடம்பில் சிறிது ஏற்றம் இறக்கமானாலும் சரி, பயத்தின் சாயல் நாடிநரம்புகளில் ஓடியது. மைக்ரோஸ்கோப் கண்ணாலும் கண்டுபிடிக்க முடியாத நுண்ணிய வைரஸ் அணு ஒன்று, புத்திசாலியான மோகனசாமியின் இரவையும், பகலையும் நரகமாக்கிக் கொண்டிருந்தது. "ச்சு, மடையன்...

இந்த அவஸ்தை எனக்குத் தேவையா? இளம் தேகத்திற்குப் போய் ஆசைப்பட்டேனே..." என்று நூறுமுறைக்கு மேல் தனக்குத்தானே சலித்துக்கொண்டான். இந்த மூன்று மாதங்களில் யாருடனும் இணையும் உற்சாகம் காட்டவில்லை. ஆனால் வேலுச்சாமி மட்டும் திரும்பத் திரும்ப அவனைச் சந்திக்க வேண்டும் என்று கேட்டுச் செய்தி அனுப்பிக்கொண்டே இருந்தான். "உங்களைப்போலத் தைரியசாலிகள் எனக்கு அவ்வளவு எளிதாகக் கிடைக்கமாட்டார்கள். உங்களுடன் கழித்த அந்த இரவு எனக்கு மிகவும் இன்பத்தையும் – ஆறுதலையும் அளித்தது. இப்போதும் அதன் நினைவுகள் எனக்கு மயிர்க் கூச்செறியச் செய்கின்றன. மறுபடியும் இணைவோம்... ப்ளீஸ் சார்" என்று கெஞ்சி 'வாட்ஸப்' செய்தான். செய்தியுடன் வாட்ஸப் 'கே'களுக்காகவே புதிதாக உருவாக்கிய ஆண் – ஆண் கைகோத்துக்கொண்டு நிற்கும் எமோஜிக்களை அனுப்பியிருந்தான். ஆனால் மோகனசாமிக்கு மறுபடியும் உடல் உறவு வைத்துக்கொள்ளத் துணிவு வரவில்லை. அதற்காக ஏதேதோ சாக்குகளைச் சொல்லி அவனை விலக்கி வைத்திருந்தான். "நீங்களும் மற்றவரைப்போல இருந்தால் எப்படி சார்? எச்ஐவி இருக்கு என்ற காரணத்திற்காக நாம் செக்ஸ் இல்லாமல் வாழ முடியுமா? எங்கள் தேகங்களுக்கும் உங்களைப்போல ஆசைகள் இருக்கும்தானே?" என்று துக்கத்தின் எமோஜிக்களைப் போட்டு அனுப்பியிருந்தான். அதற்கும் மோகனசாமி இளகவில்லை. பிறகு வேலுச்சாமியிடமிருந்து எந்தச் செய்தியும் வரவில்லை. அநேகமாக அவன் ஆசையைக் கைவிட்டிருக்க வேண்டும் என்று மோகனசாமி ஊகித்தான்.

மூன்று மாதங்கள் முடிந்ததும் அடுத்த நாளே விக்டோரியா மருத்துவமனைக்கு ஓடினான். இப்போது அவனைப் பரிசோதித்த டாக்டர் சிரித்துக்கொண்டே "நெகட்டிவ், காரணமே இல்லாமல் ரொம்பப் பயந்துட்டீங்க" என்று சொன்னாள். அதைக் கேட்ட பிறகுதான் அவனுக்குச் சற்றே தைரியம் வந்தது. இந்த உலகத்தையே வென்று விட்டது போன்ற மகிழ்ச்சியில் அருகில் இருந்த கூல் கார்னர் ஐஸ்க்ரீம் கடைக்குப் போய் பெரிய 'ஹனி ட்யூ'யை ருசித்தான். மனத்தின் பயங்கள் விலகியவுடன் தேகம் மறுபடியும் இன்பத்தைக் கேட்கத் தொடங்கியது. மறுபடி வேலுச்சாமியின் சூடான இளம் தேகத்தின் நினைவு அவனை வாட்டியது. வேறு யாரும் அவனுக்குக் கிடைக்கமாட்டார்கள் என்றல்ல, ஆனால் வேலுச்சாமி விநோதமாக அவனை முழுவதுமாக ஆக்கிரமித்துக் கொண்டிருந்தான். அவனுடைய நேர்மை, 'ஜிம்'மில் வலுவடைந்த தேகம், இளம் வயது – எல்லாம் அவனை முக்கியமானவனாக ஆக்கியது. அவனுடன் படுத்திருந்த மறுநாள் எவ்வளவு மென்மையாகக் கண்ணுக்குப்

பூ முத்தம் கொடுத்திருந்தான். காதுகளில் இனிய உற்சாகமான வார்த்தைகளைச் சொல்லிப் போயிருந்தான் என்ற சங்கதிகள் திரும்பத் திரும்ப நினைவிற்கு வந்தன. ஒரு ரப்பர் பை எல்லாப் பிரச்சினைகளையும் தீர்த்துவைக்கும் என்ற பிறகு நாம் ஓர் அழகான மனிதனின் உறவை முறித்துக்கொண்டு வாழ்வதில் என்ன அர்த்தம் இருக்கிறது? எனக்கு ஏன் தேவையில்லாத பயம்? வலைத் தளத்தில் தேடினால் எச்ஐவி தாக்கிய நண்பர்களுடன் சுகமாக வாழும் பல கே இளைஞர்களின் கதைகள் இருக்கிறதல்லவா?

மோகனசாமி துணிவுடன் வேலுச்சாமிக்குத் திரும்பத் திரும்ப செய்தி அனுப்பினான். “இந்த வாரக் கடைசியில் மறுபடி சந்திப்போமா?” என்று கேட்டு, சிகப்பு உதடுகளின் எமோஜிக்கள் போட்டு அவனுக்குச் செய்தி அனுப்பினான். ஓரிரு நாட்கள் அவனிடமிருந்து பதில் வரவில்லை. ஆனால் மூன்றாம் நாள் செய்தி வந்தது. “எனக்கு உடல்நிலை சரியில்லை சார் . . . ஓரிரு மாதங்கள் உடலுறவு வேண்டாம்’ என்று பதில் வந்தது. இவனுக்கு வியப்பாக இருந்தது. “என்ன ஆனது வேலு? மாத்திரைகளை எடுத்துக் கொள்கிறாய்தானே?” என்று விசாரித்தான். எச்ஐவி கட்டுப்பாட்டில்தான் இருக்கிறது. ஆனால் ஏனோ மிகவும் இருமல். டாக்டர் காசநோய் தாக்கி இருக்கலாம் என்கிறார். எச்ஐவி வைரஸ் நம் தேகத்தின் எதிர்ப்புச் சக்தியைக் குறைத்து விடுமல்லவா சார்? அதனால் மற்ற எல்லாக் கெடுதல்களும் எளிதாக வந்துவிடும். மூன்று மாதத்தில் என எடையில் பத்துக் கிலோ குறைந்து விட்டது” என்று பதில் சொன்னான். மோகனசாமிக்கு வருத்தமாக இருந்தது. “அதனால் என்ன வேலு? ஒருமுறை நாம் சந்திக்கலாமல்லவா?” என்று அவனை உற்சாகப்படுத்தினான். எச்ஐவி பெரிய நோயல்ல சார், காண்டோம் போட்டுக்கிட்டாப் போதும்... பாதுகாப்பாக இணையலாம். ஆனால் காசநோய்க்கு என்ன காண்டோம் இருக்கு சொல்லுங்க? தற்போது வேண்டாம்?” என்று மறுத்துவிட்டான். மறுபடி மோகனசாமி அவனை விசாரிக்கவில்லை. அவன் தற்போது எப்படியிருக்கிறான் என்றும் தெரியாது.

❍

ராம்தர் திரிவேதி வாரணாசிக்காரன். பண்டிதப் பிரிவைச் சேர்ந்த குடும்பத்தில் பிறந்தவன். கங்கையில் நீந்திக்கொண்டே வளர்ந்த அவன் யோகப் பயிற்சியையும் நன்கு கற்றவன். அவன் தாத்தா சிறுவயதில் சொல்லிக் கொடுத்ததைப் பொறுப்புடன் இப்போது செய்துகொண்டு பிழைத்து வருகிறான். தனது உடம்பை எந்தத் திசையிலும் ரப்பரைப்போல வளைப்பான். அழகான தங்க நிறம், உயரமானவன், கவர்ச்சியான

கண்கள், புத்திசாலியான அந்த இளைஞனின் உடம்பில் எங்கே தேடினாலும் தேவையற்ற தசைகள் இருக்கவில்லை. ஜிம்மில் தேகத்தை வருத்திக்கொண்டு, உடம்பை விபரீதமாக ஊதவைத்துக் கொண்டவர்களைப்போல அல்ல இவன் தேகம்; வாட்டசாட்டமான நீலகிரி மரத்தைப் போன்ற வளர்ச்சி. மோகனசாமியைவிட இரண்டு வயது சின்னவன். ஆனால் இன்னும் படு சுறுசுறுப்பாக இளமையாகத் தெரிந்தான். சிரித்தால் இரண்டு கன்னங்களிலும் அழகாகக் குழிவிழும். அளவான பேச்சு. ஆனால் அவ்வப்போது முத்து உதிர்வதைப்போலப் பேசுவான். இந்து பனாரஸ் பல்கலைக் கழகத்தில் சம்ஸ்கிருதத்தை நன்றாகக் கற்றவன். நெற்றியில் விபூதியைப் பட்டையாகப் பூசி, நெற்றிக்கு நடுவில் குங்குமம் வைத்திருப்பான். பெங்களூரில் சாப்ட்வேர் நிறுவனங்களில் வேலை செய்பவர்களின் வீடுகளுக்குச் சென்று யோகா கற்றுக்கொடுப்பது அவன் தொழில். எப்போதாவது புரோகிதமும் செய்ய ஒத்துக்கொள்வான். இரண்டிலும் நல்ல வருமானம் இருந்தது. ஆனால் அவனுக்குப் பணத்தின் மீது எந்த ஆசையும் கிடையாது. "ஒரு காலத்தில் விடியற்காலை நேரத்தில் எழுந்து தாத்தா சொல்லிக்கொடுத்த யோகப் பயிற்சியும், கங்கையில் நீந்திக் குளித்து விட்டு வந்ததும் அப்பா சொல்லிக் கொடுத்த மந்திரங்களும்தான் எதிர்காலத்தில் தனக்குச் சோறு போடப் போகின்றன என்பது நிச்சயமாக அப்போது தெரியாது. எல்லாம் விஷ்வேஸ்வரனின் அருள்" என்று குரல் தழுதழுக்கச் சொல்வான்.

உடலில் போதுமான அளவுக்கு வலுவிருந்தாலும், ராம்தர் திரிவேதிக்குப் பெண்ணைப் போன்ற பழக்க வழக்கங்கள் இருந்தன. மோகனசாமி 'கே' வாழ்க்கையின் ஆரம்ப நாட்களில் இப்படிப்பட்ட பெண் பாவனைகள் உள்ளவர்களை ஏறெடுத்தும் பார்க்கமாட்டான். நூற்றுக்கு நூறு சதவிகிதம் ஆண்களை மட்டுமே அவன் விரும்பினான். ஆனால் இப்போது அப்படிப்பட்ட குறுகிய எண்ணங்கள் எதுவுமில்லை. அவையெல்லாம் மனத்தின் திமிர் என்று அவனுக்கு இப்போது புரிந்திருந்தது. இரண்டு தேகங்கள் இணைந்து இன்பமடையத் தேவை இரண்டு அழகான மனங்கள்தானே தவிர, இப்படிப்பட்ட கற்பனை விஷயங்கள் அல்லவென்று அவனுக்குப் புரிந்துவிட்டது. வெளித் தோற்றத்திற்குச் சிறிது பெண் குணங்கள் இருந்தாலும், படுக்கையில் மட்டும் ராம்தர் முழுமையான ஆணாகவே இருந்தான். எந்தவிதத் தளர்ச்சியும் இல்லாமல் நடு இரவைத் தாண்டும்வரை இன்பத்தை அளிக்கும் வலுவைப் பெற்றிருந்தான். இரண்டு மணி நேரத்திலேயே மோகனசாமி களைப்படைந்து மூச்சுவாங்கினால், அவனுக்கோ தொடங்கியதிலிருந்து முடியும் வரையிலும் அதே உற்சாகம், அதே திறன் இருக்கும். கங்கையில் நீந்தியது

காரணமோ, நதிக்கரையில் யோகாப் பயிற்சி செய்த காரணமோ – அந்த காசி விஸ்வநாதன்தான் அந்த நிரந்தர சக்தியின் மர்மத்தைச் சொல்ல வேண்டும்.

ராம்தர் ஆளுமையில் அவசரம் இல்லை. நிதானமாக இன்ப லீலைகள் எல்லாவற்றையும் ஏற்றுக்கொள்ளும் அபூர்வ மான வினோதமான பெருந்தன்மையை அவன் பெற்றிருந்தான். ஒரு சிறிய மொபெட்டில் பெங்களூரில் இருக்கும் தன் வாடிக்கை யாளர்களின் வீடுகளுக்குச் சென்று யோகா கற்றுக்கொடுத்து வந்தாலும் என்றும் பெங்களூர் டிராஃபிக்கைக் குறை சொன்னது கிடையாது. என்றும் யார் வீட்டிற்கும் தாமதமாகப் போகமாட்டான். மூன்று வேளை சந்தியாவந்தனம் செய்வதைத் தவிர்த்தது கிடையாது. பதப்படுத்திய தம்பூராவின் ஸ்ருதியைப் போல வாழ்க்கையை அமைதியாக மீட்டினான். அதிகமாகத் தியானம், படிப்பு, ஆய்வுகளில் ஈடுபடுத்திக்கொண்டிருந்தவன், படுக்கையில் மட்டுமே காமத்தைப் பற்றிப் பேசுவானே தவிர மற்ற நேரங்களில் பேசுவது அரிது. அவனுடைய இந்த விபரீதமான அதிசயப் பெருந்தன்மை மோகனசாமிக்கு மட்டும் கொஞ்சம் எரிச்சலாகவே இருந்தது.

உறவைத் தொடங்கும் முன்பாக ராம்தர் ஒரு நிபந்தனையை முன் வைத்தான். "இரண்டு உயிர்கள் சேர்ந்து வாழத் தொடங்கி னால் அது தாம்பத்தியமாகத்தான் இருக்கும். ஒருவருக்கொருவர் நம்பிக்கையாக நடந்துகொள்ளாவிட்டால் தாம்பத்தியம் வெற்றியடையாது. நமக்கு இடையேயான உறவில் அப்படிப்பட்ட நம்பிக்கையுடன் நீ இருப்பாயென்றால், உன்னுடன் என்றும் மகிழ்ச்சியாக இருப்பேன். நான் என்றும் உறவின் எல்லையைத் தாண்ட மாட்டேன்" என்று சொன்னான். மோகனசாமிக்கு இந்தக் குணம் பிடித்திருந்தது. சும்மா கண்டவர்களுடன் கொஞ்ச நாள் சுற்றுவது, பிறகு விலகுவது, மற்றவரைத் தேடுவது – யாருக்கு வேண்டும்? சுகமாக ராம்தருடன் தொடர்ந்து வாழ்வதை யார் வேண்டாம் என்பார்கள்? கடைசியாக வாழ்க்கையில் நமக்குத் தேவை நிம்மதிதானே? எத்தனை நாட்களுக்குத்தான் இப்படித் தடுமாறிக்கொண்டே வாழ்வது? இப்படியெல்லாம் யோசித்துத்தான் அவன் அந்த நிபந்தனைக்கு மகிழ்ச்சியுடன் ஒத்துக்கொண்டான்.

நிபந்தனைக்குத் தக்கபடி ஒரு ஆறு மாதங்கள் எல்லாம் நன்றாகவே நடந்தன. மோகனசாமிக்கு இன்பத்தின் உச்சம் தோன்றிய நாட்கள் அவை. ராம்தர் அவனுடன் வந்து தங்கினான். அவனுக்கு ருசியாகச் சமைக்கத் தெரியும். அதுபோல மோகனசாமிக்குக் கர்நாடகச் சமையல்வகைகள்

நன்றாகச் சமைக்கத் தெரியும். ஆனால் ராம்தரைப்போலத் தினமும் அலுத்துக்கொள்ளாமல் பருப்பை வேகவைப்பது இப்போது சலிப்பைத் தருகிறது. அதனால் இலட்சணமாக அவன் சமைப்பதைச் சாப்பிட்டுச் சுகமாக இருந்தான். வீட்டு வேலைகளைக் குடும்பப் பெண்கள் போலவே ராம்தர் அழகாகச் செய்வான். அவன் வீட்டுக்கு வந்த ஒரு வாரத்திலேயே முழு வீட்டையும் பளபளவென்று மின்னச் செய்தான். இந்த எல்லாக் காரணங்களாலும் மோகனசாமிக்குச் சோம்பேறித்தனம் வந்தது. உடம்பின் சுற்றளவு சிறிது அதிகமாகி, 'பெரிய மனிதனை'ப் போலத் தெரிந்தான். எனினும் உடம்பு விஷயத்தில் எப்போதும் எச்சரிக்கையாகவே இருக்கும் மோகனசாமி, உடனே இமயமலை ஏறியோ, வேகமாக நடந்தோ, விரதமிருந்தோ உடம்பைக் குறைத்துக் கொண்டான்.

மோகனசாமியைப் போல ராம்தர் மற்ற ஆண்களிடம் அப்படியொன்றும் நாட்டம் காட்டவில்லை. வழியில் போகும்போது மோகனசாமி யாராவது அழகான இளைஞனைக் காட்டி "ஹாட்!" என்றால், அந்தப் பக்கம் கண்ணை ஓடவிட்டுச் சிரிப்பான். படுக்கையிலும் எந்தவிதமான அவசரமோ, தவிப்போ, ஆர்ப்பாட்டமோ ராம்தரிடம் கிடையாது. "யோகாவைப் போலவே இணைவதும் ஒரு சாதனை. நிம்மதியாக இணைய வேண்டும். சூரியன் மேற்கே இறங்கும் மாலைவேளையில் கங்கையில் ஓசையில்லாமல் மீனுடன் நீந்தும் சுகம் இந்தச் சேர்க்கையில் நமக்குக் கிடைக்க வேண்டும். சுகம் ஒரு தியான நிலை" என்று பெருமையாகச் சொல்வான். ஆடையைக் களைவதாகட்டும், தழுவிக்கொள்வதாகட்டும், முத்தமிடுவ தாகட்டும், தேகத்தை மீட்டுவதாகட்டும், விந்தை வெளியேற்றுவ தாகட்டும் – எல்லாம் ஹிந்துஸ்தானி சங்கீத ஆலாபனம் போல மந்தகதியில் தொடங்கி, பிறகு உச்சத்திற்கு எடுத்துச் செல்லும் மன்மதக் கலை ராம்தரிடம் இருந்தது. அதற்காக மணிக்கணக்காகச் சாதனை செய்யும் பொறுமை அவனிடமிருந்தது. வெறும் கால்களில் மலை ஏறி, தர்ம தரிசன வரிசையில் நின்று, அந்த ஏழுமலையானின் தரிசனம் பெறுவது சுகமே தவிர, காரில் சர்ரென்று மேலே ஏறி, 'விஐபி' தரிசனம் செய்வதால் ஆத்ம திருப்தி கிடைக்காது என்று அவன் உறுதியாகச் சொல்வான்.

மோகனசாமிக்கு மீண்டும் பிரச்சினை தொடங்கியது! கண்ட கண்ட இடங்களில் மேய்ந்து ருசி கண்டவன். வாய்ப்புக் கிடைக்கும்போதெல்லாம் ஜட்டியை அவிழ்ப்பது நியாயம் என்று நம்பி வாழ்க்கையை ஓட்டிய பின்னணி கொண்டவன். இதற்கு முன்பு தொடக்கத்தில் கார்த்திக்குடன் இருந்தபோது மட்டும் இப்படியான உறவு வேண்டும் என்று தோன்றியதே

தவிர, பிறகு அவனிடமிருந்து விடுபட்டதும், நீண்ட காலத்து உறவைப் பற்றி நம்பிக்கையை இழந்துவிட்டான். மோகனசாமி வலைத்தளத்தைத் திறந்தால்போதும், உடம்பைப் புல்லரிக்க வைக்கும் அழகான இளைஞர்கள் அழைப்பு விடுவது அவனுக்குத் தெரியும். கைபேசியில் 'கிரேண்டர்' டேட்டிங்க் வலைத்தளத்தைத் திறந்தால் போதும், இங்கே வீட்டுக்குப் பக்கத்திலேயே, நூறு மீட்டர் தொலைவில் அழகான இளைஞன் ஒருவன் 'சாயந்திரம் சந்திக்கலாமா," என்று வாயில் ஜொள்ளு வடியும் எமோஜிக்கைப் போட்டுச் செய்தி அனுப்புவான். வாழ்க்கையில் பல விஷயங்கள் சேர்ந்திருக்க வேண்டும். இந்தத் தனிமையானது நீர்த்துப் போனதின் அடையாளம் என்று தன் மன்மத லீலையை மோகனசாமி நியாயப்படுத்துவான்.

இப்படிப்பட்ட எந்தவிதமான சங்கடங்களும் இல்லாமல் இருக்கும் ராம்தரைக் கண்டால் தற்போது மோகனசாமிக்கு எரிச்சலாக இருந்தது. தன்னைச் சிறைப்பட வைத்துவிட்டான் என்று அவன் மேல் கோபம் வந்தது. பறவையைப் போல விருப்பப்படி பறந்துகொண்டிருந்த தன் சிறகைத் துண்டித்துவிட்டான் என்று சங்கடமாக இருந்தது. அதற்காக அதை நேரடியாகச் சொல்லவும் அவனிடம் துணிவு இல்லை. ஆனால் மனத்தில் புற்றுக்கட்டிய எண்ணங்கள் வேறு ஏதாவது ஒரு வழியில் வெளிப்படும் அல்லவா? அவர்கள் இடையே அடிக்கடி சண்டைகள் மூண்டன. எப்போதும் தார்மீக வாழ்க்கையை வாழும் ராம்தரனை மோகனசாமி குறும்பாகச் சீண்டினான். "எல்லா மடத்துச் சாமிகளும் சேர்ந்து நம் மக்களை எதிர்க்கிறார்கள். நீ எதற்கு அப்படிப்பட்ட சமயத்தின் சார்பாகப் பேசுகிறாய்?" என்று விவாதத்தைத் தொடங்கினான். அந்தப் பேச்சுக்கு மிகவும் அமைதியாக, "சமயத்தை மிகவும் ஆழமாகக் கற்றுத் தெரிந்துகொண்டவர்கள் இப்படிப் பேசமாட்டார்கள். குறைகுடம் போல அறியாமையில் வாதம் செய்வதில் அர்த்தமில்லை" என்று சண்டையைத் தொடராமல் வேறு வேலைகளில் ஈடுபடுவான். சில நேரங்களில், "இந்த வடநாட்டுக்காரனுங்க ரொம்பத் தகராறு பிடிச்சவனுங்க. எங்க தென்னாட்டுக்காரனுங்க போல ஒத்துப்போற இயல்பு அவங்களுக்குக் கிடையாது" என்று மேலும் சீண்டுவான். இந்தப் பேச்சுக்கும் தனக்கும் எந்தச் சம்பந்தமும் கிடையாது என்பதைப்போல ராம்தர் அமைதியாக இருப்பான். ஆனால் மோகனசாமி விடுவானா? "நீயும் அந்தப் பக்கத்துக்காரன்தானே … மௌனம் சம்மதத்தின் அறிகுறின்னு வாயைப் பொத்திக்கிட்டு இருக்கியா?" என்று சாடையாகச் சீண்டிவிடுவான். ராம்தர் மிகவும் பொறுமையாக, "உலகத்தில எல்லா இடத்திலேயும்

நல்லவங்களும் கெட்டவங்களும் இருக்கத்தான் செய்வாங்க. வட இந்தியாவா இருந்தா என்ன, தென்னிந்தியாவா இருந்தா என்ன? அப்படி ஒன்னும் வித்தியாசம் கிடையாது" என்று சொல்வான். முடிவில் மோகனசாமியின் அமைதி குறைந்தது. கட்டாயத்திற்காகப் பத்திய உணவைச் சாப்பிடும் நோயாளியைப்போல அவன் தவித்தான்.

இந்தத் தருணத்தில்தான் சாந்தனு பிஸ்வாஸின் அறிமுகம் அவனுக்கு ஏற்பட்டது. வைகுண்ட ஏகாதசி அன்று வெங்கடேசனைத் தரிசிக்க வேண்டும் என்று ராம்தர் மோகனசாமியைக் கோயிலுக்கு அழைத்துச் சென்றிருந்தான். மக்கள் வெங்கடேஸ்வரனைத் தரிசிக்கக் கூடியிருந்தார்கள். ஆனால் வரிசையில் நின்றிருந்தபோது யாரோ குடும்பஸ்தர், "குருஜி, உங்களிடம் என் மகள் திருமணத்தைப் பற்றிப் பேசவேண்டும்" என்று வேண்டிக்கொண்டு ராம்தரை அழைத்துக்கொண்டு போனார். அப்போது வரிசையில் மோகனசாமிக்கு முன்னால், ஒரு வயதுக் குழந்தையைத் தன் ரோமம் நிறைந்த வெற்று மார்பின் மீது போட்டுச் சமாதானப் படுத்திக்கொண்டு சாந்தனு நின்றிருந்தான். கோயிலுக்குள் சட்டை அணிந்து போகக்கூடாது; அதனால் தன் டிஷர்ட்டைக் கழற்றித் தன் இடுப்பில் சுற்றிக்கொண்டிருந்தான். பொதுவாகத் திருமணம் நடந்து, ஒரு குழந்தையைப் பெற்ற அப்பாக்களின் தேகம் சிறப்பான கவர்ச்சியுடன் கூடியிருக்கும். இன்னும் விரியாத அனுபவமற்ற மொக்கு போலவும் இல்லாமல், மாலை வேளையில் வாடிய பூவைப் போலவும் இல்லாமல் – விடியற்காலையில் இளம் சூரிய ஒளிக்கீற்றிற்கு முழுமையாக மலர்ந்த பூவைப்போல அவர்கள் பொலிவோடு இருப்பார்கள். தொடக்க காலத்துச் சேர்க்கைகளின் கூச்சத்தைத் துறந்து, துணிவுடன் புதியதைத் தேடும் உற்சாகம் அவர்களுக்கு இருக்கும். முகத்தில் சிறப்பான நிறைவு தெரியும். சருமத்தில் அழகாகப் பிரகாசம் கூடியிருக்கும். கண்களில் அதிக ஒளி எட்டிப் பார்க்கும். வாழ்க்கையில் எதார்த்தமாக இன்பத்தைக் கண்ட அடையாளமாக இருந்தும் இல்லாததுபோலத் தொப்பை தெரியும். மனைவியின் கட்டளைக்குத் தலைகுனியும் நல்ல குணத்தை வளர்த்துக்கொண்டிருப்பார்கள்.

வரிசையின் இடிபாடுகளில் இருவருக்கும் அவரவர்களின் உடல் விருப்பங்கள் தெரிந்துபோனது. இருவரும் ஒருவர் தேகத்தை மற்றவர் ஏற்றுக்கொள்ளும் நிலையை அடைந்திருந்தார்கள். சாந்தனுவின் மனைவி எங்கே போயிருந்தாளோ மோகனசாமிக்குத் தெரியாது. அதைத் தெரிந்துகொள்ளும் ஆர்வமும் அவனுக்கு இல்லை. சாந்தனுவின் குழந்தையை, "என்னடா திருடா, உன் பேரென்ன?" என்று முகவாயைத் தடவினான் மோகனசாமி.

அவனைத் தூக்கிக்கொள்ளும் உற்சாகத்தைக் காட்டும் சாக்கில் அவன் மார்பை முழுவதுமாகத் தடவினாலும் சலித்துக்கொள்ளாமல் சாந்தனு பிஸ்வாஸ் புன்சிரிப்புடன் வரவேற்றான். அவனும்கூட, குழந்தையை ஒரு தோளிலிருந்து மற்றொரு தோளுக்கு மாற்றும் சாக்கில் பின்னால் நின்றிருந்த மோகனசாமியின் உடம்போடு தன் உடம்பை நெருக்கமாக அழுத்தி நெருக்கி இன்பத்தை அனுபவித்திருந்தான். கடவுள் சன்னிதானத்திலும் காமம் கிளர்ந்து மனிதனிடம் தனக்கிருக்கும் ஆளுமையைக் காட்டுகிறது. ஆண்டவன் முன்னால் கைகூப்பி நின்றாலும் முதுக்குப் பின்னால் நின்று அழுத்தும் மற்றொரு தேகத்தின் வெப்பம் வெளிப்பட்டு எந்தக் குற்ற உணர்வும் இல்லாமல் நம்மை வாட்டுகிறது. கூட்ட நெரிசல், வரிசையின் இடிபாடுகளைக் காரணம் காட்டி இருவரும் தங்கள் நடத்தையை நியாயப்படுத்திப் பயன்படுத்திக்கொள்ள ஒரு வாய்ப்பு இருந்தது. ஆண்டவன் தரிசனம் முடிந்து வெளியே வருவதற்குள் ஒருவருக்கொருவர் தங்கள் கைப்பேசி எண்ணைப் பரிமாறிக் கொண்டிருந்தார்கள். கல்யாண உற்சவத்தின் மந்திர அட்சதையை வாங்கி வரப்போன அவனுடைய தமிழ் மனைவி பிறகு வந்து குழந்தையைத் தூக்கிக்கொண்டாள்.

திருட்டுத்தனமாக உடல் சேர்க்கையில் ஈடுபடுவது மோகனசாமிக்குப் பழக்கமில்லை. ராம்தர் அறிமுகத்திற்கு முன்பு சுதந்திரமாகத் தனக்கு வேண்டியவர்களுடன் இணைந்துவிடுவான். துணிவாக எப்போது வேண்டுமென்றாலும் இளைஞனை வீட்டிற்கு அழைத்து வருவான். ஆனால் தற்போது ராம்தரின் நிபந்தனைகளை ஏற்றுக்கொண்டு வாழ்வதாலோ என்னமோ, சாந்தனுவோடு சேரும்பொழுதெல்லாம் குற்ற உணர்ச்சி ஏற்படும். "இதென்ன தொல்லை" என்று சலித்துக் கொண்டான். தன் வீட்டிற்கு நேரடியாக சாந்தனுவை அழைத்துச் செல்ல மோகனசாமி தயங்கினான். எந்த நேரத்தில் வேண்டுமென்றாலும் ராம்தர் வந்துவிடலாம் என்ற பயத்தால் இன்பத்தை அனுபவிக்க முடியாது. அதனால் அவனே சாந்தனுவின் வீட்டிற்குப் போவான். குழந்தையைப் பார்த்துக்கொள்வதற்காக வாரத்தில் மூன்று நாட்கள் சாந்தனுவின் மனைவியும், இரண்டு நாட்கள் சாந்தனுவும் வீட்டில் இருந்துகொண்டே வேலை செய்வார்கள். இருவரும் சாப்ட்வேர் பொறியாளர்களாக இருந்தார்கள். போதுமான சம்பளம் அவர்களுக்கு வந்தது. அவன் வீடு மிகவும் நாகரிகமான அபார்ட்மெண்டில் பதினான்காவது மாடியில் இருந்தது. வசதியான வீட்டில் நடமாட மோகனசாமிக்கு மகிழ்ச்சியாக இருந்தது.

ஆனாலும் அந்த வீட்டில் வினோதமான பிரச்சினை வாட்டியது. இவர்கள் இருவரும் படுக்கையறையில் நிர்வாண மாகப் புரளும்போது, நடுவீட்டில் ஒரு வயதுக் குழந்தை தவழ்ந்துகொண்டு, லெகோ பொம்மைகளைப் பரப்பிக்கொண்டு, அவ்வப்போது 'ஆ... ஊ...' என்று ஓசை எழுப்பிக்கொண்டிருந்தது. சிலநேரம் மெல்லத் தவழ்ந்து நேராகப் படுக்கை அறைக்கு வந்து கட்டில் விளிம்பைப் பற்றிக்கொண்டு ஏறப் பார்க்கும். "ஹனி, ஹனி . . . யூ கோ அவே . . ." என்று சாந்தனு குழந்தையை வேண்டிக் கொள்வான். சில நேரங்களில் அந்தக் குழந்தை தூங்கிக்கொண்டிருக்கும். அன்றாவது நிம்மதியாக இருக்கலாம் என்று மோகனசாமி மனத்திற்குள்ளேயே நினைத்துக் கொள்வான். ஆனால் சோதனையாய் அப்போதுதான்அந்தக் குழந்தை திடீரென்று எழுந்து வந்து பிடிவாதம் பிடித்து அட்டகாசம் செய்யும். பால் புட்டிக்காக சாந்தனு நிர்வாணமாகவே வீடு முழுவதும் திரிவதை மோகனசாமி சும்மா வேடிக்கைப் பார்த்துக்கொண்டே இருப்பான். மறுபடி குழந்தையைச் சமாதானப்படுத்திவிட்டுத் திரும்புவதற்குள் இவன் தேகத்தில் ஏறிய சூடெல்லாம் தணிந்துவிடும்.

மற்றொரு பிரச்சினையும் அங்கே இருந்தது. சேர்க்கையின் இடையே மோகனசாமி கண்ணைத் திறந்தால் போதும், சாந்தனுவின் அழகான குடும்பத்தின் நினைவுப் படங்கள் கண்ணுக்குத் தெரியும். அவன் மனைவி செய்துவைத்துவிட்டுப் போன சமையல், குளியலறையில் இருக்கும் அவளுடைய விதவிதமான ஷாம்பூ, சோப்பு, டயாபர்கள், தலையணைமீது பின்னிய 'ஐ லவ் யூ' , வீட்டு வாசலில் கால்களை உரச வைத்த விரிப்பில் 'வெல்கம்' என்ற அழகான எழுத்துக்கள் - எல்லாம் அவனிடம் குற்ற உணர்வை ஏற்படுத்தின. இவ்வளவு நல்ல மனைவி, குழந்தை இருந்தாலும் சாந்தனு மற்றொரு தேகத்திற்காக ஏன் தவிக்கிறான் என்று சந்தேகமாக இருந்தது. ஒருமுறை ஆடையை அணிந்துகொண்டு புறப்படத் தயாராக இருந்தபோது அதைப் பற்றித் தெரிந்து கொள்வதற்காக நேரிடையாகவே கேட்டுவிட்டான். இந்தக் கேள்வியைச சாந்தனு எதிர்பார்க்கவில்லை. மிகவும் வருத்தத்துடன் படுக்கையில் அமர்ந்தான். மோகனசாமிக்குத் தன் கேள்வியின் தீவிரம் புரிந்து "ஐ ஆம் சாரி" என்று முதுகைத் தட்டிக் கொடுத்தான்.

"உனக்கு ஆண் மட்டுமே விருப்பம். என் மனைவிக்கும் அப்படித்தான்! இருவரும் உங்கள் பார்வையிலேயே உலகத்தைப் பார்க்கிறீர்கள். உங்கள் முறைப்படியே வாழ்க்கையின் மதிப்பீடு களை அளக்கிறீர்கள். எனக்கு ஆணும் பெண்ணுமாக இருவருமே

தேவை. அவை இரண்டுடன் எனது தேகத்தைப் பகிர்ந்து கொள்ளாமல் நான் முழுமையடைவதாகத் தோன்றுவதில்லை. ஒரு பெண்ணுடன் திருமணம் செய்துவைத்துவிட்டு, அத்துடன் தங்கள் பொறுப்பு முடிந்தது என்று அப்பா – அம்மா கைகழுவி விடுகிறார்கள். எனக்கு அது பாதி வயிறு உணவு. நான் என்ன செய்ய? அவளுக்கு நான் ஒன்றும் துரோகம் செய்யவில்லை. எவ்வளவு முடியுமோ அவ்வளவுக்கு நான் அவளைக் காதலிக்கிறேன். குழந்தையின் கழிவைக் கழுவிவிடுவதில் இருந்து, வீட்டுக் கார் டிரைவராகவும் வேலை செய்கிறேன். அதற்காக என் உடலின் தேவைகளைப் பூர்த்தி செய்யாமல் வாழச் சொல்கிறாயா? அது உனக்குள் புதைந்திருக்கும் கொடூரம் என்று தோன்றவில்லையா?" என்று சாந்தனு பனித்த கண்களுடன் தன் மனம் திறந்து சொன்னான். மோகனசாமிக்கு அவன் சிரமம் புரிந்தது. மறுபடி ஒருமுறை "டேக் இட் ஈஸி. உன் மனதைப் புண்படுத்துவது என் நோக்கம் அல்ல" என்று சொல்லிவிட்டு வந்தான்.

ஆனால் சாந்தனுவுடன் வெகுநாட்களுக்கு இன்ப உறவு தொடரவில்லை. திருமணமான ஆண்களுடன் அதிக காலம் உறவைத் தொடர்வது சிரமம் என்பது மோகனசாமிக்கு அனுபவப்பூர்வமாகத் தெரியும். என்ன ஆனாலும் அவர்கள் மனம் குடும்பத்தின் பக்கம்தான் சாயும். குழந்தைகள் இருந்தால் அவ்வளவுதான். வாரக் கடைசியில் சேர்ந்திருக்கலாம் என்று எவ்வளவு வேண்டிக்கொண்டாலும் கொஞ்ச நேரம்கூட ஒதுக்கமாட்டார்கள். ஆனால் மனைவி அம்மா வீட்டிற்குப் போனால் போதும், காமம் தாங்க முடியாமல் தொல்லை கொடுப்பார்கள். கிடைக்கும் ஓரிரு நாட்களிலேயே எல்லா இன்பத்தையும் வெறியால் சூறையாடிவிடவேண்டுமென்ற பசியுடன் துடிப்பார்கள். சேர்க்கையின் போது மனைவியிடமிருந்து போன் வந்தால் போதும், "எஸ், ஹனி . . . இங்கேதான் வீட்டில் இருக்கிறேன் . . . குழந்தையை விளையாட வைத்துக் கொண்டிருக்கிறேன் . . . மிஸ்ஸிங் யூ . . . சீக்கிரம் வா . . . லவ் யூ . . . ஹக்ஸ்" என்று அவசரமாகப் பொய் சொல்லும்போது மோகனசாமிக்கு உடம்பைக் கீறிக்கொள்ள வேண்டும் போலத் தோன்றும்.

திருமணமான ஆண்கள் சீக்கிரமாகவே சோம்பேறிகளாகி விடுகிறார்கள். மனைவி, அத்தை வீட்டார் அவனை மாப்பிள்ளை என்ற சிம்மாசனத்தில் அமர்த்திச் சோம்பேறியாக்கி விடுகிறார்கள். ஓரிரு ஆண்டுகளிலேயே அவன் உடல் கண்டபடி பெருக்கத் தொடங்குகிறது. திருமணத்திற்கு முன் கண்களைக் கவரும் ஆண்; பிறகு உடம்பெல்லாம் பெருத்துப் போய்த் தெரியும்; ஆண், இப்போது உடம்பெல்லாம் பெருத்துப் போய் மூச்சு

வாங்கத் தொடங்குகிறான். என்ன தேவையென்றாலும் மனைவி வீட்டில் இருக்கிறாள் என்ற விபரீதமான நம்பிக்கை அவர்களுக்கு உண்டு. அதனால் ஒரு காலத்தில் மோகனசாமி பகலிலும் இரவிலும் கனவு கண்ட கார்த்திக் இப்போது எப்படி உப்பி குண்டாக இருக்கிறான், கனவிலும் இப்போதைய கார்த்திக் தேகத்தை மோகனசாமியால் கற்பனை செய்துகொள்ள முடியாது. அவன் மனைவியாவது அவனை இப்போது பக்கத்தில் சேர்த்துக் கொள்கிறாளோ இல்லையோ என்று சந்தேகமாக இருந்தது. சாந்தனு பிஸ்வாஸும் இப்போது அதே பாதையை வகுத்துள்ளான். வயிற்றைச் சுத்தி தசை பெருத்திருக்கிறது, முகவாய் ஊதிக்கொண்டிருக்கிறது. "ஜிம்முக்குப் போ சாந்தனு, வாக்கிங் போ" என்று மோகனசாமி பலதடவை சொல்லியிருந்தான். "சரி, சரி" என்று சொன்னாலும் தொடங்கவில்லை. சோம்பேறித் தனத்தை வெல்வது அவ்வளவு எளிதல்ல என்று மோகன்சாமிக்குத் தெரியும்.

ஆனால் ஒரு 'கே' அவ்வளவு எளிதாகத் தன் உடலழகை அலட்சியப்படுத்த முடியாது. காலம் மாறினால் போதும், துணையை மாற்றிக் கொள்ள வேண்டிய தேவை இருக்கும். இப்படி யாரும் நிலையானவர்கள் அல்ல; முதல் வணக்கத்திற்கும் கடைசி வணக்கத்திற்கும் நடுவில் வாழ்க்கையைப் பசுமை யாக்கிக் கொள்வதே நம் புத்திசாலித்தனம். அதனால் தேகத்தை வலுவாக வைத்துக்கொள்வது அவர்களின் முக்கியமான கடமை. காலையிலெழுந்து ஓடுவது, பின் ஜிம்முக்குப் போய் வியர்வை சிந்த உடற்பயிற்சி செய்வது, யோகாப் பயிற்சி செய்வது, எதுவும் கிடையாதென்றால், மாலை நேரம் வேகமாக நடை பழகி, சாப்பிடும் உணவைக் கட்டுப்படுத்திக்கொள்வதை யாரும் தவறவிடுவதில்லை. ஃபேஷன் உலகில் 'கே'கள் அதிகமாக இருப்பதற்கு இதுதான் காரணம். இது மோகனசாமிக்குப் பொருந்தும். வயது நாற்பத்தைந்தைத் தாண்டினாலும் இன்னும் முப்பதுக்கு முன் பின்னாக இருக்கும் என்பதுபோல உடம்பை அவன் பாதுகாத்தான்.

எல்லாவற்றுக்கும் மேலாக ஒருநாள் முக்கியமாக நடக்கக்கூடாத செயல் ஒன்று நடந்துவிட்டது. அன்று மாலை நேரம் எதிர்பாராமல் மோகனசாமி சாந்தனுவின் வீட்டிற்குப் போனான். இருவரும் சுகமாக அனுபவித்து இன்பமடைந்தார்கள். பிறகு அப்படியே உறங்கிவிட்டார்கள். மனைவி வருவது இரவு ஒன்பதிற்குப் பிறகுதான் என்று இருவருக்கும் தெரியும். குழந்தையும் தூங்கிவிட்டது. அந்த நேரத்தில் திடீரென்று அதிர்ச்சி அடையும்படி வீட்டு மணி அடித்தது. சாந்தனுவுக்குத் தூக்கக் கலக்கம். எழ சோம்பேறித்தனம். "பேப்பர் பையனுக்குப்

பணம் கொடுக்கணும், வந்திருப்பான். ப்ளீஸ் நாளைக்கு வான்னு சொல்லி அனுப்பு" என்று ஏதுமறியாது போலக் கேட்டுக்கொண்டான். மோகனசாமி துண்டைச் சுற்றிக்கொண்டு கொட்டாவி விட்டுக்கொண்டே வெளியே வந்து கதவைத் திறந்தவன் அதிர்ச்சியடைந்து நின்றான்! எதிரே ராம்தர்! ஆம், நெற்றியில் விபூதிப் பட்டையைப் போட்டுக்கொண்டு, நெற்றிக்கு நடுவில் குங்குமப் பொட்டை வைத்துக்கொண்டு, சுத்தமான வெள்ளை ஆடையை அணிந்து, கையில் ஹெல்மெட் பிடித்துக்கொண்டு ராம்தர் நின்றிருந்தான். திடீரென்று அவனைப் பார்த்துத் திடுக்கிட்ட மோகனசாமிக்கு எப்படி நடந்துகொள்ள வேண்டும் என்று தெரியவில்லை. ராம்தர் கண்களில் நீர் வழிந்தது. மோகனசாமிக்கு அப்படிப்பட்ட துயரம் ஏற்படாவிட்டாலும் ராம்தர் முடியைக் கோதப் போனான். "தொடாதே, ப்ளீஸ்" என்று அவன் கடுமையாகவே மறுத்தான். அதற்குள் சாந்தனு உள்ளே இருந்து எழுந்து வந்தான். அவனுக்கு ஏன் அவர்கள் இருவரும் அப்படி ஒருவரையொவர் பார்த்துக் கொண்டு நிற்கிறார்கள் என்று புரியவில்லை.

"ராம் குரு, உள்ளே வாங்க. இவன்தான் என் உயிர் நண்பன், மோகனசாமி" என்று சொல்லி அவன் நிர்வாணமான தோள் மீது கைபோட்டான். மோகனசாமி அவன் கையை எடுத்து விட்டான். "மோகன், இவர் ராம்தர். நல்ல யோகா குரு. உடம்பைக் குறைக்கச் சொல்லி வற்புறுத்தினதானே? அதுக்குத்தான் இவரை வரச் சொன்னேன். வாரம் இரண்டு நாள் வீட்டுக்கு வந்து சொல்லிக் கொடுக்க ஒத்துக்கிட்டிருக்கார். நீயும் வேணுமுன்னா என்கூடக் கத்துக்க . . ." என்று அவர்கள் இருவரின் விவரமறியாமல் சொன்னான். அவன் பேச்சைக் கேட்கத் தயாராக இல்லாத ராம்தர் சரசரவென்று படிகளில் இறங்கிப் போனான். "குருஜி, எதுக்குப் போறீங்க? வாங்க . . . வாங்க . . . ஆரம்பிக்கலாம்" என்று சாந்தனு கத்திக்கொண்டே படிகளில் இறங்கினான். அவன் அந்தப் பக்கம் போனானோ இல்லையோ, மறுபக்கம் குழந்தை தொட்டிலிலிருந்து எழுந்து அழத் தொடங்கியது. மோகனசாமி தொட்டிலுக்கு அருகில் வந்து, குழந்தையைத் தூக்கிக்கொண்டான். "அழாதே பாப்பா, அழாதே . . . சும்மா இரு . . . அப்பா வந்திடுவாரு" என்று ஆறுதல் சொன்னான்.

௦

தர்ஷன் நல்ல கருப்பு நிறம். அதுபோன்று தான் வணங்கும் கண்ணனின் நிறம் ஆண்களுக்கு அழகென்று மோகனசாமியின் அசைக்க முடியாத நம்பிக்கை. அதனால்தான் ஸ்ரீகிருஷ்ண பரமாத்மாவை வேதவியாசர் கரிய நிறமாக வர்ணித்தார் என்பது

அவனுடைய கருத்து. அதனால் வெறும் கருப்பு நிறத்தால் மட்டும் தர்ஷன் அழகானவன் என்று எண்ணவில்லை. அவன் உடலுறுப்புக்கள் கட்டுக்கோப்பாக இருந்தன. ரோமங்கள் இல்லாத அவன் வழுவழுப்பான மார்பு, ஆழமான தொப்புள், கடும் கருப்பான மார்புக் காம்பு, சின்ன இடை, வலுவான தோள்கள், அன்பு பொழியும் முகம், நீளமான மூக்கு, ஒளிரும் கரிய கண்கள், தலை நிறைய முடி – கவர்ச்சியாக இருந்தான். வலது காதில் போட்டிருந்த ஒரு கல் தோடு, வலது கையில் இருந்த தாமிரக் கடகம் அவனுக்குப் பொருத்தமாக இருந்தது. உள்ளே போட்டிருக்கும் சிவப்பு ஜாக்கி சட்டி சிறிது தெரியும்படி தளர்ந்த ப்ளூ ஜீன்ஸ் அணிந்துகொண்டு, நிர்வாணமாக மார்பு முழுமையாகத் தெரியும்படி இரண்டு கைகளையும் தலைக்குப் பின்னால் வைத்துக்கொண்டு, சுவரில் சாய்ந்து நின்றுகொண்டிருக்கும் போட்டோவை 'டேட்டிங்க் ஆப்'பில் போட்டிருந்தான்.

ராம்தர் விலகிப்போன பிறகு ஓரிரு மாதங்கள் மோகனசாமி வருத்தமாக இருந்தான். அவனுக்குத் தான் துரோகம் செய்தோமோ என்ற உறுத்தல் அவனை வாட்டியது. ஆனால் பெரிய துயரம் ஒன்றும் ஏற்படவில்லை. ஒருவிதத்தில் கூண்டிலிருந்து விடுபட்ட சுதந்திர எண்ணத்தின் மகிழ்ச்சி இருந்தது. ஆனால் நேர நேரத்திற்கு அவன் நலனைக் கவனித்துக்கொண்டிருந்த ராம்தரை மறப்பது அத்தனை எளிதாக இருக்கவில்லை. இதற்கு முன்பு கார்த்திக் தன்னிடமிருந்து அவனை விலக்கியபோது மாதக்கணக்காக வலியின் அந்தத் துயரத்தை அனுபவித்தது நினைவுக்கு வந்தது. தானும் ராம்தர் விஷயத்தில் அவ்வளவு கடுமையாக நடந்துகொண்டேனா? அப்போது கொடூரம் என்று தோன்றிய விஷயம், வயது ஆக ஆக சகஜம் என்று தோன்றுகிறதா? வலி – மகிழ்ச்சி என்பதெல்லாம் வயதிற்குச் சம்பந்தப்பட்டதா? இப்படிப்பட்ட பல சந்தேகங்களால் அவன் பலதடவை ராம்தருக்கு மன்னிப்புக் கோரி செய்திகள் அனுப்பினான். போன் செய்தான். ஆனால் எதற்கும் அவன் பதிலளிக்கவில்லை. வாழ்க்கையைத் தவம் போல நடத்தும் மனிதர்கள் பிடிவாதக்காரர் களாக இருப்பார்கள். தங்கள் பிடிவாதத்தால் அவர்கள் சுகப்படுவதில்லை என்று முடிவு செய்து, அவனை முழுவதுமாக மறந்துவிட்டான்.

அப்படி ஒன்றும் சாந்தனு பிஸ்வாஸ் அவனுக்கு நெருக்கமாக இருக்கவில்லை. சாந்தனுவினுடையது வெறும் உடல் விருப்பம். மானசீக சுகத்தையும் உடல் இன்பத்தையும் பாசத்தையும் அன்பையும் அவன் தன் மனைவி, பிள்ளைகளிட மிருந்து பெற்றுவிடுவான். வெறும் உடல் ஆசைக்காகச் சேரும்

உடல்கள் எத்தனை நாளைக்கு நெருக்கமாக இருக்க முடியும்? உடல்கள் கவர்ச்சியை வெகு சீக்கிரமாக இழந்துவிடுகின்றன. அதுமட்டுமல்லாமல் அவன் வீட்டிற்குப் போக இப்போது மோகனசாமிக்கு விருப்பமில்லை. ராம்தர் அந்த வீட்டு வாசலில் கண்ணீர் சிந்திக்கொண்டு நின்ற காட்சி மனத்தை வாட்டியது. ஆனால் சாந்தனுவைத் தன் வீட்டுக்கு வருமாறு அழைத்தான் மோகனசாமி. குழந்தையை எடுத்துக்கொண்டே வரவேண்டிய நிலையிலிருந்த சாந்தனு அந்த யோசனையை ஏற்றுக்கொள்ளவில்லை. அதுமட்டுமல்ல, இப்போது அந்தக் குழந்தை நடப்பதையும் சிறிது பேசுவதையும் பிறரைக் கவனிப்பதையும் பழகியிருந்தது. அப்பாவின் கைப்பேசியை எடுத்துக் கண்டதையெல்லாம் போட்டோ எடுக்கவும் கற்றிருந்தது. ஏதாவது விபத்து ஏற்பட்டு அவன் தமிழ் மனைவிக்குத் தெரிந்தால் என்ன கதி? எல்லாவற்றுக்கும் மேலாக நாளுக்கு நாள் குடும்ப சுகத்தை அதிகமாக அனுபவிக்கும் சாந்தனு பிஸ்வாஸ் இப்பொழுதெல்லாம் தன் அழகைக் கெடுத்துக்கொண்டு கவர்ச்சியற்றவனாக வேறு மாறி இருந்தான். அதனால் சில நாட்களில் மோகனசாமி அவனையும் மறந்துவிட்டான். ஆனால் தேகமும் மனமும் விருப்பப்படும்போது அவற்றிற்குத் துணை தேவையல்லவா? அப்போதுதான் தர்ஷன் அறிமுகம் அவனைக் கவர்ந்தது.

'டேட்டிங் ஆப்'பைப் பயன்படுத்துவது மோகனசாமிக்கு நன்றாக வரும். வயதில் நாற்பதைத் தாண்டியவர்களுடன் நாட்டின் தற்போதைய நடப்புகளைப் பற்றி அல்லது 'கே'யின் உரிமைகளைப் பற்றி அவர்கள் எண்ணங்களைக் கேட்பதிலிருந்து அரட்டையைத் தொடங்க வேண்டும். ஒரு பதினைந்து நாட்களுக்கு இப்படிப்பட்ட சர்ச்சைகளைத் தொடர்ந்து, அவர்களையே அதிகமாகப் பேசவைத்து, சும்மா அவர் கருத்துக்களுக்கு 'ஆமாம்' போட்டு, "நீ நற்பதைத் தாண்டி னாலும் முப்பது வயது இளைஞனைப் போலவே தெரியற, ஐ ஆம் சீரியஸ்" என்று ஒரு முறை சொல்லி, பழகிய பிறகு, கடைசியாக ஒருநாள் "காப்பி சாப்பிடலாமா?" என்று அவசரப்படாமல் அழைத்தால் அப்போது சாக்குப்போக்குச் சொல்லாமல் வருவார்கள். முப்பதுக்கு அருகில் இருப்பவர்களானால் சினிமாவில் இருந்து தொடங்கி, பலதரப்பட்ட 'கே' அனுபவங்களைப் பகிர்ந்துகொள்ளச் சொல்லி, இதற்கு முன்பு அவர்கள் தங்களின் நெருக்கமான நண்பர்களிடமிருந்து விலகியிருந்தால் "உன் வலி எனக்குப் புரிகிறது" என்று துயர எமோஜிக்கள் அனுப்பினால் போதும்; நேராக வீட்டிற்கு வரத் தயாராவார்கள். ஆனால் இருபதை நெருங்கியவர்களுக்கு மிகவும் புகழ்ச்சி தேவை.

"உன் கூர்மையான மூக்கைப் பார்த்தால் கடிக்க வேண்டும் என்று ஆசை", "உன் கண்கள் எவ்வளவு அழகா இருக்கு! இந்த வாழ்க்கையில் எனக்கு வேறெதுவும் வேண்டாம், சும்மா அதைப் பார்த்துக்கொண்டே இருப்பேன்" – இவை போன்ற மந்திரங்கள் பொருந்தும். ஆனால் தப்பித் தவறிக் கிரிக்கெட் பற்றியோ, மோட்டார் சைக்கிளைப் பற்றியோபேசுவது விபரீதத்தில் முடியும். பெரும்பான்மையாகக் 'கே'களுக்கு ஸ்போர்ட்ஸ் என்றால் வெறுப்பு! அதற்குப் பதிலாகப் 'பெமினிசம்' பற்றிப் பேசினால் எத்தனை பேர் ஆர்வம் காட்டுவார்கள்? ஆனால் திருமணம் நடந்து பிள்ளைகளும் இருப்பவர்களுக்கு இப்படிப் பட்ட புத்திசாலித்தனமான அழைப்புகளெல்லாம் தேவையே இல்லை. சும்மா 'ஹலோ' என்றால் போதும், அரைமணி நேரத்தில் அவசரமாக ஓடிவந்து, அடுத்த அரைமணி நேரத்தில் விருப்பத்தைத் தீர்த்துக்கொண்டு, கைப்பேசியில், "இனி அஞ்சு நிமிஷத்தில வீட்டில இருப்பேன் ஸ்வீட் ஹார்ட், டிராஃப்பிக் ஜாமில மாட்டிக்கிட்டேன்" என்று மனைவிக்குப் பொய்யைச் சொல்லிக்கொண்டே, பேண்ட் ஜிப்பை அவசரமாக இழுத்துக்கொண்டே ஓடிவிடுவார்கள்.

தர்ஷனுக்கு ஏறத்தாழ இப்போது முப்பது வயது. அந்தக் காரணத்திற்காகத் தொடக்கத்தில் புகழ்ச்சியான பேச்சுக்களை மோகனசாமி ஆரம்பித்தான். உண்மையாகவே தர்ஷனின் உடல் கவர்ச்சி மோகனசாமியைக் கவர்ந்ததால், செயற்கையான புகழ்ச்சி எதுவும் தேவைப்படவில்லை. நீளமான வாக்கியங்களால் அவனைப் புகழ்ந்து ஒரு செய்தியை அனுப்பினான். இரண்டு நாட்களாகியும் அவனிடமிருந்து பதில் வரவில்லை. நிராகரிப்பை அவ்வளவு எளிதாக யாரும் ஏற்றுக்கொள்ளமாட்டார்கள். மறுபடி இரண்டு நாட்கள் கழித்துப் புகழ்ந்து பெரிய செய்தியை அனுப்பினான். அதற்கும் பதில் இல்லை. அதனால் மோகனசாமிக்குச் சந்தேகம் எழுந்தது. "என்ன ப்ராப்ளம்?" என்று சிறிய செய்தியை அனுப்பினான். "நோ இங்கிலீஷ்" என்று பதில் வந்தது. உடனே, இவன் கன்னடக்காரனாய் இருப்பானோ என்ற சந்தேகம் ஏற்பட்டு, 'ஜஸ்ட் கன்னடா' கீ போர்டைப் பயன்படுத்தி கன்னட எழுத்துக்களில் செய்தியை அனுப்பினான். உடனே தர்ஷன் மகிழ்ச்சி அடைந்தான். "நீயும் கன்னடக்காரனாடா?" எனக்கு இங்கிலீஷ் அவ்வளவு நல்லா வராது. இங்க எல்லாம் வெறும் இங்கிலீஷிலயே பேசறாங்க" என்று பதில் வந்தது. இப்போதுதான் அவனுடைய தடுமாற்றம் மோகனசாமிக்குப் புரிந்தது. மொபைல் 'டேட்டிங் ஆப்'கள் எல்லாம் ஆங்கிலத்தில் இருக்கின்றன. கன்னடத்துப் பசங்களும் அதைப் பயன்படுத்துவார்கள் என்ற கற்பனை ஆப் தயார் செய்பவர்களுக்குப் புலப்படுவதில்லை.

ஆங்கிலம் தெரிந்தவர்கள் மட்டுமே சுகமாக வாழும் இந்தக் காலத்தில், ஆங்கிலம் தெரிந்த 'கே'யும்கூட மற்றவர்களைவிட அதிக அனுகூலமடைவது கசப்பான உண்மை.

ஆனால் ஆங்கில எழுத்துக்களைப் பயன்படுத்தி அவனுக்குக் கன்னடத்தில் எழுதுவது தெரியும். படபட என்று செய்திகளை அனுப்பத் தொடங்கினான். ஆங்கிலத்தில் 'கே'களுக்காகவே ஒரு பரிபாஷை இருக்கிறது. ஆனால் அது கன்னடத்தில் எப்படிப் பயன்படுத்தப்படுகிறது என்று மோகனசாமிக்குத் தெரியாது. பேச்சுக்கு இடையே தர்ஷன், "டே, நீ படுக்கை மீது உடலுறவு வைச்சுக்குவியா? இல்லை நீயே செய்வியா?" என்று கேட்டுவிட்டான். பொதுவாக ஆங்கிலத்தில் டாப் அல்லது பாட்டம் என்று இயல்பாகச் சொல்லப்படும் இந்த வார்த்தைகளைக் கன்னடத்தில் கேட்கும்போது மோகனசாமி வெட்கி உடல் வியர்த்தான். அதற்குப் பதிலளிக்க சில வினாடிகள் தேவைப்பட்டது. ஆனால் கன்னட வார்த்தைகளில் எந்தத் தவறும் அவனுக்குத் தெரியவில்லை. பயன்படுத்தாத வார்த்தை களுக்கு மடி(தூய்மை) அதிகமாக இருக்கும் என்று தோன்றிச் சிரிப்பு வந்தது. ஆனாலும் பொருத்தமான கன்னடச் சொற்களைத் தேர்ந்தெடுத்து அவனுக்குப் பதிலளித்தான். "அப்படீன்னா நம்ம ஜோடி பொருந்துமாடா ... சுகத்தை அனுபவிக்கலாம்"என்று தர்ஷன் மகிழ்ச்சியைவெளிப்படுத்தினான். அவன் பேச்சைக் கேட்டு மோகனசாமிக்குச் சிரிப்பு வந்தது.

ஒரு இரவு இருவரும் ஒன்றாக ஹோட்டலில் உணவருந்துவ தென்று முடிவானது. தர்ஷன் தனக்கு மாமிச உணவு பிடிக்கும் என்றான். மோகனசாமியோ சுத்தச் சைவம். இருவருக்கும் பொருந்துமென்று பக்கத்தில் இருந்த 'நாகார்ஜுன்' என்ற ஆந்திர உணவுவகை ஹோட்டலுக்கு அவனை அழைத்துப் போனான். தர்ஷன் சிறிது ஆடம்பரப் பகட்டு என்று தோன்றும் ஆடையை அணிந்திருந்தான். மாலையாக இருந்தாலும் கூலிங் கிளாஸ் போட்டிருந்தான். அநேகமாக அவனுக்கு இப்படியான நாகரிக ஹோட்டல்கள் பழக்கமிருக்காது என்று மோகனசாமிக்குத் தோன்றியது. ஆனால் அதையெல்லாம் கிளறி அவன் மனத்தைப் புண்படுத்த வேண்டாம் என்று முடிவு செய்தான். வெய்டர் வந்து முன்னால் நின்றதும் "என்ன சாப்பிடற?" என்று தர்ஷனிடம் கேட்டான். "பன்றிக் கறி ஏதாவது கிடைக்குமா?" என்று தர்ஷன் கேட்டான். மோகனசாமிக்கு அநேகமாக அவை அங்குக் கிடைக்காது என்று தோன்றியது. ஆயினும் வெய்ட்டரின் பக்கம் திரும்பி, தர்ஷன் கேட்ட கேள்வியையே அவனிடம் கேட்டான். "போர்க்கும் பீஃப்பும் கிடைக்காது சார். சிக்கன் மட்டன் இருக்கு" என்று சொன்னான். தர்ஷன் மட்டன்

பிரியாணிக்கு ஆர்டர் செய்தான். மோகனசாமி மெனுகார்டைப் பார்க்காமல், “ஒரு வெஜிட்டேரியன் சாப்பாடு” என்று சொல்லி வெயிட்டரை அனுப்பினான். உடனே மோகனசாமி பக்கம் திரும்பி “நீ பிராமணனா?” என்று ஆச்சரியத்துடன் கேட்டான் தர்ஷன். அந்தக் கேள்வியால் சற்றே அதிர்ச்சியில் மூழ்கிய மோகனசாமி, மெல்லச் சமாளித்துக்கொண்டு “இல்லை தர்ஷன், ‘கே’ என்பவனுக்குச் சாதி கிடையாது. அவனை எந்தச் சாதிக்காரர்களும் சொந்தம் கொண்டாட மாட்டார்கள்” என்று சிரித்துக்கொண்டே சொன்னான்.

யோசிக்காமல் தர்ஷன் அவன் வீட்டிற்கு வர ஒத்துக் கொண்டான். அந்த இரவு அவனுடன் இருப்பதாகவும் சொன்னான். நன்றாகச் சாப்பிட்டிருந்ததால் இருவருக்கும் மனது நிம்மதியாக இருந்தது. வீட்டிற்கு நடந்தே வந்தார்கள். “வீட்டில் தனியாகவா இருக்கிறாய்?” என்று தர்ஷன் கேட்டதற்கு, “ஆம்... தர்ஷன்... ‘கே’ மனிதன் குடும்பத்துடன் இருக்க முடியுமா என்ன?” என்று பதிலளித்தான். பிறகு ஆர்வத்துடன் “நீ?” என்று அவனைக் கேட்டான். “இன்னும் திருமணம் ஆகவில்லை. எங்க அம்மா ஒரேடியா நச்சரிக்கறா. என்ன செய்யணுமுன்னு தெரியலை” என்று தன்னுடைய பிரச்சினையை முன்வைத்தான் தர்ஷன். “உனக்குப் பெண்களைக் கண்டால் விருப்பமா?” என்று அடிப்படைக் கேள்வியைக் கேட்டான் மோகனசாமி. ஓரிரு வினாடி யோசித்த தர்ஷன் “பெண்ணுடன் உடலுறவு கொள்வது ஒன்னும் சிரமமுன்னு தெரியல” என்று பதிலளித்தான். மோகனசாமிக்கு அவன் பதில் சிரிப்பை வரவழைத்தது. “திருமணம் என்றால் வெறும் செக்ஸ் அல்ல கண்ணு! அது இரண்டு ஜீவன்கள் சேர்ந்து வாழறது. அப்படி உனக்கு ஒரு பெண்ணோட ஆயுள் முழுக்கச் சேர்ந்து இருக்கணும்னு தோணுதா?” என்று விவரமாகக் கேட்டான் மோகனசாமி. தர்ஷன் சிறிது நேரம் கழித்து, “உண்மை சொல்லனும்னா எனக்குப் பையனைப் பிடிப்பதைப் போலப் பெண்கள் மேல் அவ்வளவு ஈடுபாடு வரலை. ரொம்ப சப்பைன்னு தோணுது. இதுவரைக்கும் எந்தப் பெண்ணையும் அனுபவித்துச் செய்யலை. வாய்ப்பு ஏற்பட்டா செய்யலாம். சிரமமா இருக்காதுன்னு நினைக்கிறேன். இந்தத் தோளைப் பாரு...” என்று சட்டையை மேலே தூக்கி, உப்பியிருந்த தோள் தசையைக் காட்டினான். இப்போது மோகனசாமிக்குச் சிரிப்பு வந்தது. அவன் தோள் தசைகள் வாயில் எச்சிலூற வைப்பதைப்போல இருந்ததைக் கண்டு ஆசை தோன்றியது. தோள்மீது பச்சை குத்திய தேள் ஓவியத்தை மெல்லத் தடவி, “சூப்பர்” என்று சொன்னான். “திருமணம் செய்துகொள்ளாவிட்டால் அம்மா ரொம்பவும்

சங்கடப்படுவா . . ." என்றான். "அது சரி தர்ஷன், மற்றவர் அம்மாவும் சங்கடப்படக்கூடாதுதானே?" என்று மோகனசாமி சொன்னான்.

டிசம்பர்-மார்கழி மாதத்துக் குளிர். சொல்லி வைத்தது போல வீட்டிலும் மின்சாரம் இருக்கவில்லை. பசித்த இரண்டு தேகங்களுக்கு வேறென்ன தேவை? அதிகமான வீண் பேச்சு, நாடகம் எதுவும் இல்லாமல் இருவரும் படுக்கை அறையில் புகுந்தார்கள். பல தேகங்களைக் கண்ட மோகனசாமிக்கு இது ஒன்றும் புதிதல்ல. ஆனால் தர்ஷனின் தாக்குதல் சிறப்பென்று எண்ணினான். அந்த வேகம், அந்தப் பிடி, அந்த ஆற்றல், அந்தத் தாகம், அந்த உன்மத்தம், அந்தச் சுடுமூச்சு - எல்லாம் புதிதாக இருந்தது. எவ்வளவு அனுபவித்தாலும் தணியாமல் அவன் திரும்பத் திரும்ப மோகனசாமியின் தேகத்தைக் கசக்கிப் பிழிந்தான். இதற்கு முன் எப்போதும் அனுபவித்திருக்காத வழியில் அவன் தன்னை அனுபவித்து மோகம் தணிப்பதைக் கண்டு மோகனசாமி வியப்படைந்தான். இவனுக்கு இத்தனை ஆற்றல் எங்கிருந்து வருகிறது? வெறும் அவன் இளமையான வயது மட்டும் இதற்குக் காரணமாக இருக்க வாய்ப்பில்லை. அவனுடைய இன்பத் தாக்குதலில் செயற்கைத்தனம் சிறிதும் இல்லை. வாழ்க்கையில் செய்யும் தொழிலால் அப்படியொரு ஆற்றல் அவனிடம் சேர்ந்திருக்க வேண்டும். தலைமுறைகளின் சக்தியை ஈர்த்துக்கொண்ட மரபணுக்கள் இவன் இரத்தத்தில் கலந்திருக்க வேண்டும். இது மிகவும் சிறப்பானது. தனக்குக் கிடைத்த பாக்கியமாகவே கருதினான். இவனிடம் தேகத்தைக் கொடுத்துவிட்டுச் சுகப்படுவதைத் தவிர வேறு எந்தச் செயலும் இங்கே முக்கியமல்ல. தன்னைவிடப் பதினைந்து வயது பெரியவனான என்னை அவன் வயதுக்கேற்றபடி எப்படித் தன்னுடைய தம்பூராவாக ஆக்கி இனிய நாதம் எழுப்புகிறான்? அவன் வேதியியல் உருவாக்கிய மாந்திரிகன். அவன் மன்மத உலகிலிருந்து வந்த கந்தர்வன். உடலுறுப்புக்களுக்குப் புதிய வடிவம் கொடுக்கக்கூடிய மிகப் பெரும் கலைஞன்.

தர்ஷன் பிடி தளர்ந்து விலகியபோது நேரம் நள்ளிரவு ஒரு மணியைக் காட்டியது. டிசம்பர் மாதத்து உறையும் குளிரிலும் மோகனசாமியின் உடம்பெல்லாம் வியர்வையால் நனைந்து விட்டது. உடம்பின் எல்லாப் பாகங்களும் வலி, ஆனந்தத்தால் சோர்ந்து போயிருந்தது. மின்சாரம் வந்திருப்பது ஜன்னலுக்கு வெளியே தெரிந்த ஏதோ வீட்டின் வெளிச்சத்தால் தெரிய வந்தது. கட்டிலுக்குப் பக்கத்தில் இருந்த பொத்தானை அழுத்தி மின்விசிறியை ஓடவிட்டான். குளிர்ந்த காற்றுக்கு உடல் வினோதமாகப் புளகாங்கிதமடைந்தது. சோர்ந்து பக்கத்தில்

படுத்திருந்த தர்ஷனை மெல்லத் தழுவித் "தேங்க்ஸ்" என்று காதில் கிசுகிசுத்தான். தர்ஷன் கண்மூடியபடியே சிரித்தான். அவன் மார்பில் பூ முத்தத்தைப் பதித்து, குளியலறைப் பக்கம் எழுந்து போனான். போகும் போது திசைக்கொன்றாகக் கழற்றி எறிந்திருந்த உள்ளாடைகள் காலுக்குக் குறுக்கே கிடந்தன. அவற்றை எடுத்துக் கட்டிலில் படுத்திருந்த தர்ஷன் பக்கமாக வீசியெறிந்து, "நீ ஒரு இராட்சசன்!" என்று அன்பாகச் சொன்னான். தர்ஷனின் சிரிப்பு அந்த இருட்டில் பறந்து வந்தது. ஒருமுறை அவன் முழு அழகு உடம்பையும் வெளிச்சத்தில் பார்க்க மோகனசாமிக்கு உணர்ச்சிப் பொங்கியது. பொத்தானை அழுத்தி அறையை முழுமையாக வெளிச்சமாக்கினான். திடீர் என்று வந்த வெளிச்சத்தின் தாக்குதலுக்குத் தர்ஷன் தன் கைகளைக் கண்ணுக்கு மறைவாக வைத்துக் கொண்டு, "வேண்டாம் கண்ணு" என்றான். வலுவான தோள்களைக் கண்ணுக்கு மறைவாக வைத்திருந்த அவன் தோற்றம், செதுக்கிவைத்ததுபோல இருந்த அவன் அவயவங்கள், இதுவரை தீராத இன்பம் அளித்த உயிர் அதுவென்ற அன்பு – எல்லாம் சேர்ந்து ஒரு விதப் போதையை எழுப்பிய அவன் தேகம் ஒரு கருப்புச் சிலையின் சிறப்பான கலைவடிவம் என்று மோகனசாமிக்குத் தோன்றியது. "யூ ஆர் பியூட்டிபுல்..." என்று மனப்பூர்வமாகச் சொல்லிவிட்டுக் குளியலறைக்குள் போனான்.

மோகனசாமி வெளியே வந்தபோது எதிர்பாராத காட்சியொன்று காத்திருந்தது. படுக்கையில் எழுந்து உட்கார்ந்திருந்த தர்ஷன், தன் மீது மோகனசாமி எறிந்திருந்த பனியனிலிருந்து மெல்லப் பூணூலை எடுத்தான். அவன் கண்கள் பனித்திருந்தன. ஏனோ மிகவும் வருத்தப்பட்டவன் போல கண்ட தர்ஷனைப் பார்த்த மோகனசாமிக்கு வியப்பாக இருந்தது.

"என்ன தர்ஷன் ஏதாவது சிரமமா?" என்று அக்கறையுடன் கேட்டான்.

"நீ எதற்கு என்னிடம் பொய் சொன்னாய் கண்ணு? நீ பிராமணனான்னு கேட்டதற்கு இல்லை என்று சொன்னாயே..." என்றபோது அவன் கண்களில் இருந்து ஒருதுளி கண்ணீர் நழுவியது. அவன் அழுவதைப் பார்த்து மோகனசாமி குழப்பமடைந்தான்.

"என் சாதியைத் தெரிஞ்சு நீ என்ன பண்ணப் போற தர்ஷன்? அது எனக்கு முக்கியமுன்னு என்னைக்கும் தோணலை."

"அப்படீன்னா இந்தப் பூணூலை எதுக்குப் போட்டிருக்கே சொல்லு?"

"என் அக்காமார்கள் எல்லா நிகழ்ச்சிகளையும் ராயர் மடத்தில் நடத்துவார்கள். அங்கே பூணூல் இல்லாவிட்டால்

விருந்தளிக்க மாட்டார்கள். நான் வரமாட்டேன் என்று சொன்னால் வருத்தப்படுவார்கள். அதுக்காகப் போட்டிருக்கேன். அதைவிட பெரிய மகத்துவம் எதுவும் எனக்கு அந்தப் பூணூலில இருக்கறதாத் தெரியலை" என்று நேர்மையாகச் சொன்னான்.

"சாதிங்கறது பிறப்பால வர்றதுதானே கண்ணு? நீ பிராமணக் குடும்பத்திலதான் பிறந்திருக்கணும்."

"அது உண்மைதான் தர்ஷன். ஆனா அதனால இப்ப என்ன உனக்குச் சிரமம்?"

"எங்களுக்குச் சாபம் கண்ணு . . . பிராமணர்களின் தேகத்தைத் தொட்டால் எங்களுக்கு நல்லது நடக்காது. கெட்டதுதான் நடக்கும். அவர்கள் சபிப்பார்கள்."

"அப்படீன்னு உனக்கு யாரு சொன்னாங்க?"

"எங்கம்மா . . ." என்று சொன்னான். இப்போது அவன் குரல் முழுமையாகத் தழுதழுத்தது. இந்த எதிர்பாராத சூழ்நிலையை எப்படிச் சமாளிப்பதென்று தெரியாமல் மோகனசாமி அவன் அருகில் அமர்ந்து முதுகை மெல்லத் தடவிக்கொடுத்தான். "பொறுமையா இரு தர்ஷன்" என்றான்.

"என் பேர் தர்ஷன் அல்ல கண்ணு . . . மாதேஷன். சாமராஜ நகரத்துப் பக்கம் எங்க கிராமம் . . ."

அவனிடம் சொல்லிக்கொள்ள ஏதோ விஷயம் இருக்கிறது என்று மோகனசாமிக்குப் புரிந்தது. அதனால் குறுக்கே பேசாமல் தலையை மட்டும் அசைத்துக்கொண்டு, முதுகைத் தடவிக் கொடுத்து அவன் பேச்சைக் கேட்கத் தொடங்கினான்.

"நாங்க கீழ் சாதி. எங்க அப்பா இப்படித்தான் பிராமண வீட்டில் வேலை செய்துகொண்டிருந்தார். அவங்க ரொம்ப நல்ல மனுஷங்க. எங்கக் குடும்பத்தை நல்லாப் பார்த்துக்கிட்டாங்க. ஆனா அந்த வீட்டில இருந்து கல்யாணமாகிப் போன வீட்டுப் பொண்ணொருத்தி சின்ன வயசிலயே விதவையாகி அம்மா வீட்டுக்கு வந்திட்டா. அப்பா பார்க்க நல்லா இருப்பாரு. அவ வற்புறுத்தி அப்பாவை ஒத்துக்க வைச்சா. அப்பா எவ்வளவு சொன்னாலும் கேக்கலை. பிறகு எங்க அப்பாவுக்குத் தரித்திரம் பிடிச்சுக்கிச்சு. என் தங்கச்சி திடீர்னு ஏதோ நோய் வந்து செத்துப்போயிட்டா. அவளுக்கு இரண்டு மாசம் கழிச்சு திருமணம் செய்யணும்னு தீர்மானிச்சிருந்தாங்க. அவ செத்ததும் எங்கம்மா படுத்த படுக்கையாயிட்டா. ஏதோ பேய் பிடிச்சமாதிரி ராத்திரியில எந்திருச்சு குதி குதின்னு குதிப்பா. அப்பாவைப் பிடிச்சு நல்லா அடிப்பா. பிறகு அப்பாவுக்கு

என்ன ஆச்சோ தெரியலை. திடீர்னு ஒருநாள் ஊர் கிணத்துல விழுந்து செத்துக் கிடந்தார். இப்படி எங்கக் குடும்பம் ரொம்பப் பாதிக்கப்பட்டுச்சு. பிராமணங்க சாபமுன்னு ஊரில எல்லாம் பேசிக்கிட்டாங்க. இப்ப எங்க அம்மா நான் ரெண்டுபேரு மட்டும்தான் இருக்கோம் கண்ணு. சம்பாதிக்கணும்னா அந்த ஊரில இருக்க முடியாதுன்னு இந்த ஊருக்கு ஓடி வந்தேன். வர்றதுக்கு முன்னாடி எங்க அம்மா எங்கிட்ட சத்தியம் வாங்கிக்கிட்டா. என்னைக்கும் பிராமணப் பொம்பளைங்க சகவாசம் செய்ய வேண்டாம், சாபம் கிடைக்குமுன்னு வேண்டிக்கிட்டா. இப்ப அவளும் சாகற நிலைமையில இருக்கா. தனியா இருக்கா. எனக்கோ ஆம்பளைங்க கூடத்தான் சகவாசம் வைச்சுக்கறபழக்கம். அதுவும்கூடப் பிராமணங்க சாபமாத்தான் இருக்கணும்னு தோனுது கண்ணு" என்று கதை சொன்னான். மோகனசாமிக்கு அந்த மூடக் கதையை எப்படி எடுத்துக் கொள்ள வேண்டுமோ தெரியவில்லை. அதை மறுத்துவிட்டு அவன் மனத்தைக் காயப்படுத்துவது தவறாகும் என்று தெரிந்திருந்ததால் அமைதியாக அவன் பேச்சைக் கேட்டுக்கொண்டான். ஆனால் ஒரு சூட்சுமத்தை அறிந்துகொண்டான்.

"தர்ஷன் ..." என்றான். "இல்லை கண்ணு, மாதேஷன்" என்று அவனைத் திருத்தினான்.

'மாதேஷா எனக்குச் சாபம் கொடுக்கத் தெரியாது. அப்படிப்பட்ட சக்தி எங்கிட்ட எப்பவும் கிடையாது. உங்க அம்மா உங்கிட்ட சத்தியம் வாங்கினது பிராமணப் பொம்பளைங்ககூட நீ சேரக்கூடாதுன்னுதானே? நானோ ஆம்பளை. அப்படின்னா சாபம் பலிக்காதுன்னு எனக்குத் தோணுது" என்று சொன்னான்.

"என்ன கண்ணு வித்தியாசம்? உடம்பு ஆசைக்குச் சேர்றதுல பொம்பளையா இருந்தா என்னா, ஆம்பளையா இருந்தா என்னா – ரெண்டும் ஒண்ணுதானே? எதுக்கு எங்கிட்ட பொய் சொன்னே?" என்று கண்கள் கலங்கிட நீதி கேட்டான். இதற்கு என்ன பதில் சொல்வது என்று மோகனசாமிக்குத் தெரியவில்லை.

"உனக்குச் சாபத்தைப் பற்றி அவ்வளவு பயமா இருந்தா ஒரு வேலை செய் மாதேஷா. எல்லாத்தையும் விடப் பெரியவன் அந்தக் கடவுள். அவனுக்கு எல்லாரையும் மன்னிக்கும் சக்தி இருக்கு. வெளியே வராந்தாவில வெங்கடரமணர் சாமி போட்டோ இருக்கு. அதுக்கு உண்மையா நமஸ்காரம் செஞ்சிடு. சரியாப் போகும்" என்று தனக்குத் தோன்றிய யோசனையைச் சொன்னான்.

மாதேஷனுக்கு அவன் ஆலோசனை சரியெனப் பட்டது. மெல்ல எழுந்து தன் ஆடைகளை அணிந்துகொண்டு வராந்தாவிற்கு வந்தான். அங்கே இருந்த வெங்கடரமணர் சாமி

போட்டோவைக் கைகூப்பி வணங்கினான். "இனிமே என்னைக்கும் எனக்குச் செய்தி அனுப்பாதே கண்ணு. எனக்குப் பிராமணங்ககூடச் சேர எப்பவும் விருப்பம் இல்லை. சாபம் ஏற்பட்டுடும்" என்று வருத்தத்துடன் சொல்லிப் போய்விட்டான்.

எந்தச் சாதிகளாலும் 'கே'களை ஏற்றுக்கொள்ள முடியவில்லை 'கே'கள் மட்டும் இன்னும் சாதியை விடாமல் இறுக்கமாகப் பற்றிக்கொண்டிருக்கும் இந்த விசித்திர சூழலின் முன் எப்படி எதிர்வினை புரிய வேண்டும் என்று மோகனசாமிக்குத் தெரியவில்லை.

04 பிப்ரவரி 2016

10

கிளிமஞ்சாரோ

சரியாக இரவு பன்னிரண்டு மணிக்குக் கிளிமஞ்சரோ மலையேற்றப் பயணத்தின் கடைசி ஏற்றத்தைத் தொடங்குவதென்று முடிவாகியிருந்தது. பயணம் தொடங்கி அப்போதே நான்கு நாட்கள் ஆகியிருந்தன. இத்தனை நாட்கள் பகலில் பயணம் செய்த நிலையில், இன்று மட்டும் இரவு நேரத்தில் ஏன் பயணம் செய்ய வேண்டும் என்பது மோகனசாமி யின் கேள்வி. "குழந்தை, இது செங்குத்தான மலை. இரவு நேரத்தில் மலைக் காட்சியை நேருக்கு நேர் பார்க்க முடியாது, அதனால் பயமும் ஏற்படாது. காலை நேரம் அதை ஏறும் துணிவு உனக்கு இருக்காது" என்று டேவிட் விவரமாகச் சொன்னான். அவை அமாவாசை நாட்கள். கிளிமஞ்சாரோ மலைப் பகுதி முழுவதும் கடும் இருட்டு. "இருட்டு உனக்குத் துணிவைக் கொடுக்கும். வெளிச்சம் பயமுறுத்தும்" என்ற வியப்பான விவாதத்தை அந்த நான்காயிரத்து முப்பது மீட்டர் உயரத்தில் இருந்த வழிகாட்டி டேவிட் சொன்னான். ஆப்பிரிக்கா கண்டத்து டாஞ்ஜானியா நாட்டின் இந்த அறிமுகமில்லாத மலையில் உண்மைகள் வேறாக இருக்கலாம். "சும்மா நான் கால் வைக்கும் இடங்களில் நீ கால் வைத்து வா, குழந்தை. விடியும் முன் கிளிமஞ்சாரோவின் உச்சியில் உன்னை அழைத்துச் சென்று நிற்க வைப்பது என் பொறுப்பு" என்று அன்புடன் தைரியம் சொன்னான். வயதில் ஐம்பதைத் தாண்டிய டேவிட், மோகனசாமியை 'குழந்தை' என்று அழைக்கும் சுதந்திரத்தைப் பெற்றிருந்தான். அது மோகனசாமிக்கும் சம்மதமாக இருந்தது. டேவிட்டின்

குரலில் தாய்மைப் பாசம் இருந்தது. கடுமையான கருப்பு நிற மசாயி கைடுக்குப் பொருந்தாத விசித்திரமான மென்மை மோகனசாமியை வியப்பில் ஆழ்த்தியது.

நெஞ்சைக் கலக்கும் இருட்டுடன், கல்லைப் பிளக்கும் குளிரும் சேர்ந்திருந்தது. பாலைவனத்தின் நடுவில் இருக்கும் இந்தக் கிளிமஞ்சாரோ மலையின் உடலில் கதகதவென்ற அனல் இருக்கிறதாம். அந்த எரிமலை எப்போது வெடிக்குமென்று யாருக்கும் தெரியாது! பல ஆண்டுகளாக அது நெருப்பைக் கக்கவில்லை. உள்ளேயே எல்லாவற்றையும் சேகரித்து வைத்துக் கொள்கிறது. வெடிக்கும் தருணத்திற்காகக் காத்திருக்கிறது. ஆனால் வயிற்றில் அனலின் சுவடுகூடத் தெரியாததுபோலத் தன் உடம்பின் மீது பனிப் போர்வையைப் போர்த்திக்கொண்டிருக்கிறது! வெளிப்பார்வைக்கு அதன் உடம்பின் சங்கடங்கள் தெரிவதில்லை. நெஞ்சைத் திறந்து பார்க்கும் பொறுமை இப்போது யாரிடம் இருக்கிறது? வெளிப்படையான இந்த நாட்களில், அந்தரங்கம் எடுபடாது.

அப்போதைய குளிரானது மைனஸ் பத்து டிக்ரி செல்சியஸ் என்று ஒருவரும், மைனஸ் எட்டு டிக்ரி செல்சியஸ் என்று மற்றொருவரும் முதல்நாள் இரவு சாப்பிடும்போது வாதம் செய்தார்கள். மோகனசாமிக்கு இதில் எதிலும் பங்கேற்கும் உற்சாகம் இருக்கவில்லை. டேவிட் அவனுக்கு நூடுல்ஸ் செய்து, தட்டு நிறைய அழகாகப் போட்டுக் கொடுத்தான். இரண்டு வாய் சாப்பிடுவதற்குள் மோகனசாமிக்குப் போதுமென்று தோன்றியது. தாங்கமுடியாத தலைவலி. "இந்த உயரத்தில் பிராணவாயு குறைவாக இருக்கும் குழந்தை. அதனால் உன் தேகம் துடிக்கிறது. ஆனால் கவலைப்பட வேண்டாம். நம் தேகம் எல்லாச் சூழ்நிலைக்கும் மெல்லப் பொருந்திக்கொள்ளும். அதன் வலிமை பெரியது. ஆனால் வயிறு நிறைய சாப்பிடு. உடம்பிற்குச் சக்தி வேண்டும். சக்தி இல்லாமல் இந்த இராட்சச மலையை எப்படி ஏறுவாய்?" என்று அன்புடன் வற்புறுத்தினான். "இல்லை, முடியாது. எனக்குச் சாப்பிட எதுவும் பிடிக்கவில்லை" என்று மோகனசாமி உணவுத் தட்டைத் தள்ளி வைத்தான். "ஒரு டம்ளர் பாலாவது குடி" என்று வலுக்கட்டாயமாகக் குடிக்க வைத்தான். மோகனசாமி பால் குடித்து எழுந்து வருவதற்குள், அதே தட்டில் இவன் மீதம் வைத்த நூடுல்ஸைச் சமையல்காரப் பையன், இவன் லக்கேஜைத் தூக்கி வந்த போர்டர் பையன், டேவிட் ஆகிய மூவரும் கபகபவென்று உண்ணத் தொடங்கினார்கள். மோகனசாமிக்கு அந்தக் காட்சி சங்கடப்படுத்தியது. வறுமை யின் கொடுமை. நான்கு நாட்களாக அதே காட்சிகளைப் பார்த்துப் பழகிப் போய் விட்டது. பயணிகள் சாப்பிடாமல் விட்ட

உணவை எந்தக் கூச்சமும் இல்லாமல் இந்த மசாயிக் கூட்டம், அதே தட்டிலிருந்து தின்றுவிடுகிறார்கள். அதை நின்று பார்க்க மனமில்லாமல் காட்டேஜுக்குத் திரும்பினான். இருபது பேர் ஒரே இடத்தில் படுக்கும் ஏற்பாடு அந்தக் காட்டேஜில் இருந்தது. அப்படி இன்னும் இரண்டு காட்டேஜுகள் இருந்தன. அக்கம் - பக்கம், மேலே - கீழே எல்லாம் கட்டில்கள், படுக்கைகள் இருந்தன.

ஸ்லீபிங் பேகில் குறுகிப் படுத்துக்கொண்டாலும் மோகனசாமிக்குத் தூக்கமில்லை. புரண்டுகொண்டிருந்தான். இரவு பன்னிரண்டுக்கு மேல் மலை ஏறுவது தொடங்கும்! ஏழு மணிக்கெல்லாம் உணவு பரிமாறிவிட்டனர். “நாலு மணி நேரமாவது தூங்கு குழந்தை. அப்போதுதான் தேகம் ஓய்வுபெற்றுப் பயணம் எளிதாகும்” என்று இரண்டு முறை டேவிட் அழுத்தமாகச் சொன்னான். ஊகூம், மோகனசாமியால் அது முடியவில்லை. பக்கத்துக் கட்டிலில் ஒரே ஸ்லீபிங் பேகிற்குள் கொஞ்சமும் கூச்சமில்லாமல் நுழைந்துகொண்ட அமெரிக்காவின் ஆண் - பெண் ஜோடி ஒன்று அப்போதே ஆழ்ந்த உறக்கத்தில் இருந்தார்கள். மேல் கட்டிலில் கொஞ்சம் புரண்டுகொண்டிருந்த இத்தாலியின் ஓரினச்சேர்க்கை ஜோடியொன்று அமைதியாக இருந்தது. டென்மார்க்கின் தம்பதிகள் மூலையில் இருக்கும் கட்டிலில் தூங்கினார்கள். மறுபக்கம் இங்கிலாந்து இளைஞன், இன்னும் கல்லூரியில் படிப்பவன். மற்ற கட்டில்களில் இருந்தும் குறட்டைச் சத்தம் கேட்டது. காட்டேஜுக்கு வெளியே எந்தச் சத்தமும் இல்லை. கிளிமஞ்சாரோவில் எந்த விலங்கும் வாழமுடியாது. திடீர் என்று மாறும் இந்த வானிலையை எந்த உயிரினத்தாலும் தாங்க முடியாது. உயிர்கள் இல்லையென்றால் அங்கே சத்தங்கள் இருக்காது. கிளிமஞ்சாரோவில் தனிமை! உடல் ஆழத்தில் இருக்கும் அனலை உள்ளடக்கிக்கொண்டே, மேலே பனியின் குளிர்ந்த முகமூடியை அணிந்துகொண்டு தனியாக நிற்கும் தலையெழுத்து அதற்கு.

டான்ஜானியா நண்பன் ஒருவன் கிளிமஞ்சாரோ மலை ஏற அழைத்தபோது உடனே எப்படி ஏற்றுக்கொண்டு இங்கே பறந்து வந்துவிட்டேன்? பதினைந்து நாட்களில் இப்படி ஒரு முடிவுக்கு வந்தேன்? அறிமுகமில்லாத நாடு, அறிமுகமில்லாத மக்கள், அறிமுகமில்லாத பூமி! எங்கேயோ ஓரிருமுறை கேட்ட ‘கிளிமஞ்சாரோ’ என்ற வார்த்தையின் மேல் எனக்குக் கவர்ச்சி ஏற்பட்டிருந்ததா? இருக்காது. தற்போதைய உலகில் இருந்து ஓடிவந்து ஏமாந்து, எங்கேயோ தொலைந்து போக விருப்பமா? இந்த இராட்சச எரிமலையை அறிமுகமில்லாத சகபயணிகளுடன் ஏறும் உற்சாகமா? இன்னும் இமயமலையையே பார்க்காத

எனக்குக் கிளிமஞ்சாரோ மலையேறும் வேண்டாத ஆசை எதற்கு? புரியாத என் மனது வேறு ஏதாவது இரகசியத் திட்டத்தைத் தீட்டுகிறதோ? மறுபடியும் மோகனசாமி புரண்டான். கடிகாரம் மெல்ல நகர்ந்துகொண்டிருந்தது. இனி என்ன பதினொன்றரை மணியாகிவிடும். டேவிட் வந்துவிடுவான். எழுந்திருக்க வேண்டும். மலை ஏறவேண்டும். 'எதுவும் எங்கேயும் நிற்காது. முடிவையும் எட்டாது', குவெம்பு (கன்னடக் கவிஞர்) சொல்வது சரிதான்.

○

நெற்றியில் கட்டிக்கொண்டிருந்த டார்ச் விளக்கின் ஒளியில் அவர்கள் நடை தொடங்கியது. டேவிட் முன்னே நடக்க, அவனுக்குப் பின்னால் மோகனசாமி செல்ல வேண்டும். மற்ற இரண்டு பையன்கள் வரவில்லை என்று சொல்லிக் கீழே இவன் லக்கேஜுக்குப் பாதுகாப்பாக இருந்தார்கள். டேவிட் முதலில் அடியெடுத்து வைத்து, இவன் எங்கே கால் வைக்க வேண்டும் என்று தன் குச்சியால் குத்திக் காண்பிப்பான். பட் . . .பட் . . .பட் . . . மலையின் அமைதிக்குச் சத்தம் அதிகமாகவே கேட்டது. அவன் அங்கே எச்சரிக்கையாகக் கால் வைத்தான். வாழ்க்கையிலும் இப்படி அடியை எங்கே எடுத்து வைப்பதென்று யாராவது சொல்லிக்கொடுத்தால் நன்றாக இருக்குமே? கடும் இருட்டைத் தவிர வேறு எதுவும் மோகனசாமியின் கண்களுக்குத் தெரியாமல் இருக்கும்போது, டேவிட்டுக்கு மட்டும் எப்படிப் பாதை தெரிகிறது? "கிளிமஞ்சாரோ என் வீடு. இங்குள்ள இருட்டில் என்னால் சுலபமாகச் சுற்றித் திரிய முடியும்" என்று சொல்லிவிட்டு டேவிட் சிரித்தான். அதற்குக் காரணம், அந்தச் சிகரத்தில் கணக்கற்றமுறை அவன் ஏறி இறங்கிய அனுபவம்தான்.

மோகனசாமியின் இரண்டு கைகளிலும் ஊன்றி நடப்பதற்கு ஸ்டீல் ஸ்டிக்ஸ் இருந்தன. செங்குத்தான பாதை அது. பெரிய பெரிய பாறைகளுக்கு நடுவில் வெறும் மணல். சுற்றிலும் பனிக் கட்டிகள். பனி கரைந்த நீரில் மண கலந்து ஏதோ அறியாத வாசம். வானம் முழுக்க நட்சத்திர மண்டலம். இவ்வளவு நட்சத்திரங்களை மோகனசாமி என்றும் பார்த்ததில்லை. மலை ஏற ஏறக் காற்றில் பிராணவாயு குறைந்தது. தேகம் மூச்சுவிடவே தவித்தது. ஆனால் சிறிது நேரத்தில் மாயம் ஏற்பட்டதுபோல குறைவான பிராணவாயுவுக்குத் தகுந்தாற்போல் ஒத்துப்போனது. மறுபடியும் ஏற்றம் . . . மறுபடியும் பிராணவாயுக் குறைவு . . . நிலத்தில் வாழும்போது நமக்கு எப்போதும் பிராணவாயுவின் மகத்துவம் தெரியாதல்லவா? இலவசமாகக் கிடைப்பதாலேயே மனிதனுக்கு அவற்றின் மகத்துவம் தெரியாமல்

போய்விடுகிறது. வாழ்க்கையில் நாம் யாருக்கும் என்றும் நிறைய கிடைப்பவர்களாக இருந்தால் மதிப்பில்லை.

ஒரு மணி நேரத்தில் நான்கு முறை மோகனசாமி பாறையின் மேல் சோர்ந்து அமர்ந்து, ஓய்வெடுத்தான். அவன் அடிக்கடி உட்காருவதைக் கவனித்த டேவிட் தன் நடையை நிறுத்தி, எதுவும் பேசாமலும் அவனுக்கு அறிவுரை வழங்காமலும் அங்கேயே எங்கோ பார்த்தபடி நிற்பான். சிற்சில சமயங்களில் குடிக்கத் தண்ணீர் கொடுக்காமல் சோர்வைப் போக்கிக்கொள்ளப் பெப்பெர்மிண்ட் கொடுப்பான். மோகனசாமிக்குத் தான் சோர்வடைவது சங்கடமாக இருந்தது.

ஏன்தான் இப்படித் தாமதப்படுத்துகிறேனோ? டேவிட்டின் மௌனம் தன் வேகத்திற்கான அசம்மதமோ என்ற எண்ணம் தோன்றி வெட்கம் ஏற்பட்டது. அந்த வெட்கத்தில் இருந்து வெளியே வரப் பொருத்தமில்லாமல் ஏதேதோ பேசினான்.

“இவ்வளவு சிரமப்பட்டு மேலே போனால் அங்கே என்ன இருக்கிறது டேவிட்?”

“ஒன்றுமில்லை குழந்தை. கிளிமஞ்சாரோவின் நடு உச்சி.”

“எங்கள் நாட்டில் அப்படிப்பட்ட மலையுச்சிகளில் கோயில் இருக்கும். சிரமப்பட்டு ஏறிய பிறகு ஆண்டவன் தரிசனமாவது கிடைக்கட்டும் என்ற நோக்கம் எங்களுக்கு. அதுபோல நீங்களும் அங்கே ஒரு கோயிலைக் கட்டியிருக்க வேண்டும்.”

டேவிட் ஒரு வினாடி சும்மா இருந்தான். கேட்கக்கூடாத கேள்வியைக் கேட்டுவிட்டேனோ என்று மோகனசாமிக்குச் சங்கடமாக இருந்தது. ஆனால் டேவிட் மெதுவாகச் சொன்னான்.

“எங்களுக்குக் கிளிமஞ்சாரோ மலையே கடவுளின் வடிவம். மற்றொரு கோயிலின் அவசியம் எதற்கு?”

டேவிட்டின் இதுபோன்ற பேச்சுக்கள் சில நேரம் மோகனசாமியைக் குழப்பத்தில் ஆழ்த்திவிடும். எல்லா வற்றையும் தன் நாட்டுப் பண்பாடுகளுடன் பொருத்திப் பார்க்கும் பழக்கம் மோகனசாமிக்கு இருந்தது. இந்தியாவையே பார்க்காத டேவிட், தனக்கே உரிய சாமர்த்திய பதிலைச் சொல்லி மோகனசாமியை அதிர்ச்சியடையச் செய்வான். நேற்று ஹொரம்போ ஹட்களில் இருந்து புறப்பட்டபோது அப்படி ஒரு நிகழ்வு நடந்தது. மோகனசாமியின் சுமார் பதினைந்து கிலோ உடைகள் போன்ற லக்கேஜை போர்ட்டர் பையன் சிரமப்பட்டுத் தூக்கிக்கொண்டு வந்தான். அவன் பின்னால்

மண்ணெண்ணெய் ஸ்டவ் முதல் ஐந்து நாட்களுக்குத் தேவையான உணவுப் பொருட்களைச் சுமந்துகொண்டு சமையல்காரப் பையன் வந்தான். மோகனசாமிக்கு உடனே தேவைப்படும் உணவுகளான தண்ணீர், காபி, உணவு இருக்கும் ஒரு சிறிய பையை டேவிட் தூக்கிக்கொண்டு இவன் வேகத்திற்கு ஈடாக நடந்துகொண்டிருந்தான். மூன்றுபேருக்கும் ஒருநாளைக்கு இவ்வளவு டாலர் என்று ஒப்பந்தம் இருந்தது. டேவிட்டுக்கு அதிகம், மற்றவர்களுக்குக் குறைவு. அவர்கள் சேவை மனத்திற்கு நிறைவாக இருந்து, விருப்பப்பட்டால் கொஞ்சம் டிப்ஸ் கொடுக்கலாம்.

“இமயமலையில் பொதி சுமக்கக் கழுதையைப் பயன்படுத்துவார்களாம். நீங்கள் ஏன் இங்கே கழுதையைப் பயன்படுத்தக்கூடாது? நீங்கள் எதற்குச் சிரமப்பட வேண்டும்?”

“நீங்கள் கொடுக்கும் பணத்தில் பாதிப் பணம் அந்தக் கழுதையின் தீனிக்குச் செலவானால், எங்கள் வயிற்றிற்கு என்னத்தைத் தின்பது குழந்தை?”

மோகனசாமி அமைதியானான். தான் சாப்பிட்டு மீதமான உணவை அவர்கள் கபகபவென்று உண்ணும் காட்சி கண்முன் வந்து, அவனுக்கு ஏதோ தானே செய்ததுபோலக் குற்ற உணர்வு தோன்றி வாட்டியது. நம் எல்லையை விட்டு மற்றொரு எல்லையில் கால் வைத்தால் போதும், அங்கே வியப்பான உலகம் காத்துக்கொண்டிருக்கும். நம் ஊகங்களுக்கும் எட்டாத நம் பலம், பலவீனம் தெரியும். “தேசத்தைச் சுற்றி வா” என்று பெரியவர்கள் சொன்னது இந்தக் காரணத்திற்காகத்தான் இருக்கும். உலகம் சுற்றுபவனுக்கு என்றும் அகங்காரம் இருக்க முடியாது; இருக்கவும் கூடாது.

இரவில் அன்றைய கூலியை வாங்கிக்கொள்ள போர்ட்டரும் சமையல்காரப் பையனும் வந்தார்கள். ஒன்றும் சொல்லாமல் மோகனசாமிக்கு முன்னால் கையேந்தி நின்றார்கள். அவர்களுடைய தினக்கூலியைக் கொடுத்துவிட்டு “நீங்கள் ஏன் கைட் ஆகக்கூடாது? டேவிட்டைப் போலவே அதிகம் சம்பாதிக்கலாமே? உங்களுக்கும் இந்தக் கிளிமஞ்சாரோ வீடுதானே?” என்று விசாரித்தான். அதற்கு அந்தப் போர்ட்டர் பையன் “நோ இங்கிலிஷ் நோ டாலர் . . . டாங்கி . . . டாங்கி . . .” என்று இரண்டு கைகளையும் காதருகில் வைத்துக்கொண்டு, கழுதை போலக் கத்தினான். அந்தக் கேலிக்குச் சிரிக்க வேண்டுமா, துயரத்தை வெளிப்படுத்த வேண்டுமா என்று தெரியாமல் மோகனசாமிக்குக் குழப்பமாயிருந்தது. இதைக் கண்டு சமையல்காரப் பையன் மட்டும் அப்போது ‘கலகல’வென்று சிரித்தான்.

"குழந்தை, புறப்படலாம். விடிவதற்குள் நாம் உச்சியை அடைந்துவிட வேண்டும்" டேவிட் எச்சரித்தான். விருப்பமில்லாத மனத்துடன் மோகனசாமி எழுந்தான். மறுபடியும் பயணம் தொடர்ந்தது. இதுபோலவே வெளிச்சம் தோன்றி வாழ்க்கைப் பாதையின் தீமையை நினைவுப்படுத்துவதற்குள் வாழ்க்கைப் பாதையைக் கடந்துவிட வேண்டும். மலைப் பாதையின் இருட்டுக்கு நூறு வணக்கங்கள்!

ஐந்து பேண்ட்களை ஒன்றன்மீது ஒன்றாக மோகனசாமி அணிந்திருந்தான். உள்ளே ஸ்வெட்டர் போட்டிருந்தான். அதற்கு மேல் ஆறு சட்டைகள், ஐந்து காலுறைகள், மூன்று கையுறைகள் அணிந்திருந்தான். பிணத்தைப்போலக் கணக்கும், அடிப்பாகத்தில் கூர்மையான ஆணிகள் இருந்த ஷூவை அணிந்திருந்தான். முகத்தை முழுவதுமாக மப்ளரில் சுத்தி, அதற்கு மேல் குரங்குக் குல்லா போட்டிருந்தான். டார்ச் லைட் பொருத்திய தலைக் கவசத்தைத் தலையில் கட்டியிருந்தான். அடுக்கடுக்காக உடைகள் அணிந்தால் குளிர் உடம்புக்குள் நுழையாது என்று டேவிட் சொல்லி, அவனே முன்னால் நின்று மோகனசாமிக்கு ஆடைகளை அணிய உதவினான். எல்லா ஆடைகளையும் ஒன்றன் மீது ஒன்றாகப் போட்டுக்கொண்டு குண்டுத் தடியன் போல இருந்த மோகனசாமிக்குக் காலுறையைப் போட்டுக்கொள்ள முடியவில்லை. அப்போது எந்தவிதமான தயக்கமும் இல்லாமல் கீழே நிலத்தில் உட்கார்ந்து டேவிட் மோகனசாமிக்குக் காலுறைகளை ஒன்றன் மேல் ஒன்றாக மெதுவாக அணிவித்தான். ஷூக்குள் அவனது காலை நுழைத்து, லேசை இறுக்கமாகக் கட்டிவிட்டான். பெரியவன் ஒருவன் இப்படிக் காலைத் தொட்டுச் சேவை செய்வதைப் பார்த்து மோகனசாமிக்குக் கூச்சம் ஏற்பட்டது. ஆனால் வேண்டாம் என்று சொல்ல முடியாதே. கடைசியில் எல்லாம் முடிந்து உட்கார்ந்திருந்த டேவிட்டின் தலையிலுள்ள சுருட்டை முடியைத் தன் இரண்டு கைகளாலும் பாசத்தோடு தொட்டு, அவனுக்குத் தெரியாமல் கண்களில் ஒற்றிக்கொண்டான்.

அதிசயம் என்னவென்றால், டேவிட் இப்படி மோகனசாமி போல் சட்டைகளை அணிந்திருக்கவில்லை. ஒரு ஸ்வெட்டர், அதற்கு மேல் ஒரு கோட் போட்டிருந்தான். ஒரு ஜீன்ஸ் பேண்ட், தடித்த சாக்ஸ், ஷூவா அல்லது செருப்பா என்று சொல்ல முடியாத ஒரு காலணி. இவ்வளவுதான் அவன் மொத்த உடுப்பு. "உனக்குப் பாதுகாப்பு வேண்டாமா டேவிட்?" என்று கேட்டான். "கிளிமஞ்சாரோ என் அம்மாவைப்போலக் குழந்தை. என்றும் எங்கள் பாதுகாப்பின் பொறுப்பு அவளுடையது" என்றும் சொல்லிச் சிரித்தான்.

மோகனசாமிக்குத் தூக்கம் வராத காரணத்தினால் சீக்கிரமாகவே டேவிட்டுடன் புறப்பட்டுவிட்டான். மற்ற பயணிகள் அப்போது இன்னும் தயாராகவில்லை.

அடிக்கு அடி மோகனசாமிக்குத் தளர்ச்சி ஏற்பட்டது. மூச்சுவிடச் சிரமமானது. இரவு தூக்கமில்லாததால் உடம்பு கனமாக இருந்தது. வயிற்றுக்குள் ஏதோ சங்கடம். தேகம் 'கிர்'ரென்று சுத்திக் கீழே விழுவதுபோல இருந்தது. வலுக்கட்டாயமாகக் காலை எடுத்து வைத்தான். அப்படிப்பட்ட குளிரிலும் அவனுக்கு உடல் வியர்த்தது. ஐந்து நிமிடங்கள் நடந்தால் ஓய்வெடுக்க வேண்டும் போல இருந்தது. ஆனால் டேவிட் இப்போது சிறிது கட்டுப்பாடுடன் பயணத்தின் எளிய முறைகளைச் சொன்னான்; உட்கார விடவில்லை. ஓரிரு நிமிடம் நின்ற இடத்திலேயே சுதாரித்துக்கொள்ளச் சொன்னான். தொலைவில் ஐம்பதிற்கும் அதிகமான விளக்குகள் இருட்டில் 'மினுக் மினுக்'என்று மின்னி மலைக்கு மேல் போய்க்கொண்டிருந்தன. நட்சத்திர மண்டலமே பூமிக்கு வந்திறங்கியதைப் போல காட்சி தந்தது. மற்ற பயணிகள் தலைக்கு டார்ச் கட்டிக்கொண்டு அவர்கள் பின்னாலேயே வந்தார்கள். அவர்களுக்குத் தெரியாத அவர்களுடைய அழகான நட்சத்திர மண்டலம் சிறிது உயரத்தில் இருந்த மோகனசாமிக்குத் தெரிந்தது. நம் நட்சத்திர ஒளியின் அழகு எப்போதும் அடுத்தவர் கண்களுக்குத்தான் தெரியும்.

"யாரையாவது துணைக்கு அழைத்து வந்திருந்தால் உனக்கு நன்றாக இருந்திருக்குமே குழந்தை. இந்தியாவில் இருந்து ஏன் இப்படித் தனியாக எதற்கு வந்தாய்?"

மோகனசாமி பேசவில்லை. முகத்தை மற்றொரு பக்கமாகத் திருப்பிக்கொண்டான். நட்சத்திரங்கள் அருகே நெருங்கி வந்தன. இன்னும் சிறிது நேரத்தில் அவையெல்லாம் மோகனசாமியைத் தாண்டிக்கொண்டு முன்னால் போய்விடும். வழியில் சோர்ந்துபோனவன் அவன் மட்டுமே. அடியெடுத்து வைக்க முடியாமல் பலம் இழந்தவன் அவன். சம்பந்தமில்லாத உலகிற்குத் தனியொருவனாக வந்தவன். அவர்களிடம் சோர்விருக்கிறது நிராசை இல்லை. அவர்கள் தேகம் வியர்த்திருக்கிறது, ஆனால் சலிப்பில்லை. அவர்கள் இடுப்பு வலிக்கிறது, ஆனால் தனிமை இல்லை.

"தண்ணீர் . . ." என்று கேட்டான். மோகனசாமி நின்ற இடத்திற்குத் தண்ணீர் வந்தது. ஃப்ளாஸ்கைத் திறந்து டேவிட் கொடுத்தான். சாதாரண ஃப்ளாஸ்கில் தண்ணீர் கொண்டு வந்தால் ஒரு மணி நேரத்தில் அது உறைந்து பனிக்கட்டியாகிவிடும்.

சட்டைமீது சிந்தியபடி கொஞ்சம் தண்ணீர் அருந்தினான். தண்ணீர் சூடு இன்னும் தணியவில்லை. ஃப்ளாஸ்கைத் திருப்பி டேவிட்டிடம் கொடுத்தான். அவனும் சிறிது தண்ணீர் பருகினான். கொஞ்சம் களைப்புத் தீர மோகனசாமி அடுத்த அடி எடுத்து வைத்தான். ஏதோ மனம் சங்கடமாக இருந்தது. முழு உடம்பும் நடுங்குவதுபோல ஓர் அனுபவம். ஒரே வினாடி! ‘உவேக்...’ என்று எல்லாவற்றையும் வாந்தி எடுத்தான். வயிற்றின் உள்ளே இருந்தது எல்லாம் வெளியே வந்தது. இரவு சாப்பிட்ட நூடுல்ஸ் கொஞ்சமும் செரிக்கவில்லை. நொடிந்துபோய் உட்கார்ந்தான். உயிர் போய்விடுமோ என்ற சந்தேகம் எழுந்தது. டேவிட் ஓடி வந்தான். மோகனசாமியின் முதுகை ஆதரவாகத் தடவிக்கொடுத்துக்கொண்டே “கவனம் குழந்தை, கவனம்” என்று ஆறுதல் சொன்னான். மூன்று நட்சத்திரங்கள் நெருங்கி வந்தன. இத்தாலியின் ஓரினச் சேர்க்கை ஜோடியும் அவர்களின் வழிகாட்டியும்! “என்ன ஆச்சு?’ என்று விசாரித்தான். டேவிட் நடந்ததை விவரித்தான். ஜோடியில் ஒருவன் மோகனசாமியின் அருகே அமர்ந்து, முதுகைத் தடவிக் கொடுத்து, “கொஞ்சம் சாக்லேட் சாப்பிடு, தெம்பு வரும்” என்று சொல்லி, “ஹனி, ப்ளீஸ்...” என்று தன் துணையிடம் கேட்டான். அவன் உடனே தன் வயிற்றில் கட்டி இருந்த பௌச்சில் இருந்து கேட்பரியை எடுத்து இவனிடம் தந்தான். “ஹகூன மடாட” என்று புதிதாகக் கற்ற கிஸ்வஹேலி மொழியில் “பயப்படாதே எல்லாம் நல்லபடியாகும்” என்று ஆறுதல் சொல்லி, உதவி செய்துவிட்டுப் புறப்பட்டார்கள். மற்ற நட்சத்திரங்கள் ஒவ்வொன்றாக மெல்ல மோகனசாமியின் அருகே வந்தன. யாரும் யாருக்காகவும் காத்திருப்பதில்லை. எல்லோருக்கும் அவரவர்களுடைய வழி, அவரவர்களுடைய இலக்கு. மெல்ல விடியத் தொடங்கியது. வெளிச்சம் அவனை உலகிற்குக் காட்டிவிடும். இருட்டின் இரகசியத்தைக் காக்கும் நல்ல குணம் அதற்குக் கிடையாது. எல்லாம் வெட்ட வெளிச்சம்.

“நட குழந்தை, இனி ஓராயிரம் மீட்டர் உயரத்தை விரைவில் நாம் ஏற வேண்டும். நமக்கு அப்படிப்பட்ட வாய்ப்பு மற்றொரு முறை கிடையாது” என்று டேவிட் அவசரப்படுத்தினான். மோகனசாமி நாட்டமில்லாமல் பலமான அடிகளை எடுத்து வைத்தான். வாந்தியெடுத்ததால் ஏற்பட்ட கசப்பான வாய்க்கு சாக்கலேட் ருசி தெரியவில்லை.

○

“பயணத்தை வெற்றிகரமாக முடிக்க எல்லோருக்கும் தேவைப்படுவது ஒரே சூத்திரம்தான் குழந்தை! எந்த

நேரத்திலும் அடியைப் பின்னால் எடுத்துவைக்கும் யோசனை மட்டும் கூடாது. எவ்வளவு சிரமமானாலும் சரி, சிறிது ஓய்வெடுத்துக்கொள்ள வேண்டுமே தவிர, இலக்கை அடையாமல் திரும்பவே கூடாது. பயணத்திற்குத் தேவை வலுவான உடல் மட்டுமல்ல. உறுதியான மனமும் கூட. இங்கே தேவைப்படுவது மெதுவான நடையே தவிர தங்கப் பதக்கத்தை வெல்லும் ஓட்டத் திறமை அல்ல. நாம் ஏறும் மலையைக் கௌரவிக்க வேண்டும் குழந்தை. அதன் வீட்டிற்கு வந்து ஆணவத்தால் அதை அவமானப்படுத்தினால், மலை நம்மீது கோபித்துக்கொள்ளும். மலைகளின் கோபத்தைத் தாங்கிக் கொள்ள மனிதர்களால் முடியாது" என்று டேவிட் சொன்னான்.

மேலும் அவன், அன்று ஆஸ்திரேலியாவின் ஒரு இளைஞன் ஹொரம்போ ஹட்ஸில் இருந்து புறப்பட்ட செய்தியைக் கூறினான். அந்த இளைஞன் பார்க்க வாட்டசாட்டமாக இருந்தான். பயணம் தொடங்கிய நாள், மந்தாரா ஹட்ஸ் வந்து சேருவதற்குள், தன் தோள் தசையை எல்லோருக்கும் காண்பித்துக்கொண்டு, எல்லோரையும் சிரிக்க வைத்துக் கொண்டு, அவ்வப்போது உரக்கப் பாட்டுப் பாடிக்கொண்டு, ஆடி, சில சமயம் பெண்களிடம் கெட்ட வார்த்தைகளைப் பேசிக்கொண்டு, தான்தான் கிளிமஞ்சாரோ தலை மீது முதலில் கால் வைப்பவன்போல நடந்துகொண்டான். ஆனால் ஹொரம்போ ஹட்ஸுக்கு வருவதற்குள் சோர்ந்து நொடிந்து போனான். மூச்சுத் திணறித் தவித்தான். தூக்கமில்லாமல் அவஸ்தைப்பட்டான். தாங்கமுடியாத தலைவலி வந்து, உண்டதை எல்லாம் வாந்தியெடுத்தான். விடிவதற்குள் யாருக்கும் முகத்தைக் காட்டாமல் தன் வழிகாட்டியுடன் திரும்பி ஓடிவிட்டான். இதில் வேடிக்கை என்னவென்றால் டென்மார்க்கின் அறுபது வயதை நெருங்கிய தம்பதிகள் மெல்ல அடியெடுத்து வைத்து இதுவரை ஏறிவந்துவிட்டார்கள்.

கில்மன் பாய்ண்ட் வருவதற்குள் மறுபடி இரண்டுமுறை மோகனசாமி சோர்ந்து போனான். காற்றில் பிராணவாயு இன்னும் மோசமாகக் குறைந்திருந்தது. அந்த நேரத்திற்குப் பல நட்சத்திரப் பயணிகள் மோகனசாமியைத் தாண்டிப் போனார்கள். இருட்டில் அந்த நட்சத்திரங்கள் யார் யார் என்றும் மோகனசாமிக்குத் தெரியவில்லை. அவர்களாகவே பேசினால் மட்டுமே தெரிந்தது. உடல் அடுத்த அடியெடுத்து வைக்கப் பிடிவாதம் பிடித்தது. மனத்தில் தோன்றிய "திரும்பிப் போய்விடலாம்' என்ற எண்ணத்தை வலுக்கட்டாயமாகத் தள்ளினான். 'வேண்டாம், வேண்டாம்! தொடரலாம். எந்தத்

திசையில் நடந்தாலும் இப்போது வேறெந்த வித்தியாசமும் தென்படாது. புறப்பட்டு விட்டேன். திரும்பிப் போனாலும் அங்கே எனக்காக யாரும் காத்துக்கொண்டிருக்க மாட்டார்கள். முன்னால் போனால்கூட யாராவது கிடைப்பார்கள் என்ற எதிர்பார்ப்பு உண்டு. இல்லாவிட்டாலும், 'அடியை முன்னால் எடுத்து வைக்கிறேன் என்ற மகிழ்வான எண்ணம் என்னைக் கதகதப்பாகக் காப்பாற்றும். தோற்காவிட்டாலும் இரண்டு நாட்கள் மகிழ்ச்சியாக இருக்கலாம். வாழ்க்கையின் இந்தப் போராட்டத்தில் தோற்று, வெந்து சுண்ணாம்பாகிவிட்டேன். மற்றொரு தோல்வி இனி வேண்டாம்' என்று நினைத்தான்.

கில்மேன் என்ற மலை ஏறுபவன் அதுவரை வந்து அதுதான் கிளிமஞ்சாரோவின் உச்சி என்று நினைத்தானாம். தான்தான் இந்த மலையை ஏறிய முதல் பயணி என்று எண்ணிப் பெருமைப் பட்டுக்கொண்டானாம். ஆனால் நம் எல்லாச் சாதனைகளையும் வெல்லும் சங்கதிகள் வாழ்க்கையில் அன்றாடம் நடந்துகொண்டே இருக்கும். மற்றொருவன் வந்து அங்கே உஹுர் பீக் என்ற இடத்தைக் கண்டுபிடித்து, அதுதான் கிளிமஞ்சாரோவின் உச்சி என்று நிரூபித்துவிட்டான். பின்பு கில்மேன் ஏமாற்றமடைந்த மனிதனாக வரலாற்றில் நிலைத்துவிட்டான். தற்போது என்னவென்றால் இந்த உஹுர் பீக்தான் கிளிமஞ்சாரோவின் உச்சி என்று நாம் எல்லாம் நம்பிக்கொண்டிருக்கிறோம். யாருக்குத் தெரியும்? எதிர்காலத்தில் தனக்குள் இன்னும் என்னென்ன இரகசியங்களை இந்த இயற்கை ஒளித்துவைத்திருக்கிறதோ! அது எந்தத் திருப்பங்களைக் கொண்டுவந்து நம் ஆணவத்தை முறியடிக்குமோ!

"கில்மன் பீக்கில் ஒரு பத்து நிமிடம் தூங்குவேன்" என்று மோகனசாமி பிடிவாதம் பிடித்தான். "வேண்டாம் குழந்தை. இவ்வளவு உயரத்தில் மனிதன் உறங்கக்கூடாது. பிராணவாயு அதிகம் இல்லாததால் இறக்கும் அபாயம் இருக்கும். எவ்வளவு சிரமமானாலும் சும்மா நடந்துகொண்டே வா. இனி என்ன? இரண்டு மூன்று மணி நேரத்தில் பயணம் முடிந்துவிடும். உஹுர் பீக் வந்துவிடும். அதைப்போன்ற சிரமமான பாதை வேறு எங்கும் கிடையாது. அங்கே பார், கிழக்குப் பக்கம் இப்போதே சிவக்கிறது" என்று டேவிட் கிழக்குத் திசையைக் காட்டினான். "நான் இறந்துவிடுவேன் என்று உனக்குப் பயம்தானே? எனக்கு அதைப் பற்றிக் கவலை இல்லை. ஆனால் இப்போது நான் தூங்க வேண்டும். அது அவசியம்" என்று சொல்லி அங்கே இருந்த கல்மீது படுத்தான். டேவிட் இப்பொழுது என்னதான் செய்வான்? மோகனசாமி கொடுக்கும் தினக்கூலிக்கு ஆசைப்பட்டு வந்தவன். சொன்னபடி கேட்கவேண்டுமல்லவா?

அவ்வளவு சோர்வடைந்து பாறைமீது சாய்ந்தாலும் தூக்கம் சிறிதும் வரவில்லை. மனம் விழித்துக்கொண்டது. மரண பயம் சிறிதுசிறிதாக அவனை ஆட்கொண்டது. தொப்புளில் தொடங்கி முதுகுத் தண்டுவரை உடல் நடுக்கம் ஏற்பட்டது. இதுதான் கடைசித் தூக்கமோ? அறிமுகமில்லாத நாட்டில், அறிமுகமில்லாத மலையில் என் கடைசி மூச்சை விடுவேனோ? இந்தத் தேகத்தைச் சுமந்துகொண்டு கீழே போவது சாத்தியப்படாது. டேவிட் கிளிமஞ்சாரோ உச்சியில் இருந்து என் உடலைக் கீழே தள்ளிவிட்டுப் போய்விடுவானோ? இந்தியாவிற்குச் செய்தி போய்ச் சேர்ந்தால் மக்கள் என்ன நினைப்பார்கள்? "தோற்றுப்போனான்' என்ற பெயரை என் நெற்றியில் ஒட்டிவிடுவார்களா? கேலி செய்வார்களா? சிரிப்பார்களா? வேண்டாம், வேண்டாம், வேண்டாம்... தோற்க வேண்டாம்.

ஐந்தே நிமிடத்தில் எழுந்துவிட்டான். நெஞ்சம் படபடத்தது. தேகத்தைக் குடையும் அந்தக் குளிரிலும் உடம்பு சிறிது வியர்த்தது. மரணம் கொடூரம். எவ்வளவு சிரமத்தில் இருந்தாலும் அதன் நினைவு வந்து நம்மைப் பயமுறுத்தும். "டேவிட் வா போகலாம்" என்று மோகனசாமி தானாக அடுத்த அடி எடுத்துவைத்தான். அவனின் இந்தச் செயலால் டேவிட் மெல்லச் சிரித்தான். பல ஆயிரம் பேரைக் கிளிமஞ்சாரோ ஏறவைத்த அனுபவம் அவனிடம் இருந்தது. வெவ்வேறு விதமாக உயிர்களின் வாசனையைப் பார்த்தவன். கிளிமஞ்சாரோவின் கடுமையான பாதையில் மனிதன் தன் முகமூடியைக் கழற்றியே ஆகவேண்டும். எல்லா செயற்கைத் தன்மைகளையும் கழற்றி எறியாமல் தன் உச்சியை அடைய அது வழி செய்து கொடுக்காது. தன் நெற்றியைப் பற்றி ஏறுபவன் புனிதமானவனாக இருக்க வேண்டும். சொக்கத் தங்கமாக இருக்க வேண்டும். கல்மிஷ மனதுடன் உச்சியை அடைய முடியாது.

இன்னும் சில பயண நட்சத்திரங்கள் மோகனசாமியைத் தாண்டிப் போனார்கள்.

○

மலை உச்சி வந்துவிட்டது!

அப்போதே வெளிச்சம் பரவியிருந்தது. இனி ஏற்றம் கிடையாது. இனிச் சோர்வில்லை. இனிச் சிரமம் இல்லை. இனிப் பயமில்லை. மரணம் தற்போது என்னிடமிருந்து விலகி இருக்கிறது. இந்தத் தடவை தோல்வியில் இருந்து தப்பித்தேன். எல்லாச் சிரமமான பாதைகளும் மாயமாகி வெட்டவெளி தெரிந்தது. டேவிட் இனி மோகனசாமிக்குத் தன் பாதுகாப்பின்

தேவை இல்லை என்று முடிவு செய்து, பெரிய பெரிய அடிகளாக எடுத்து வைத்து "நீங்கள் இப்போது ஆப்பிரிக்கக் கண்டத்தின் மிக உயரமான இடத்தில் இருக்கிறீர்கள்" என்ற பலகைக்கு அருகில் சென்று, "வா, வா" என்று மோகனசாமியை அன்புடன் அழைத்தான். மோகனசாமி ஒவ்வோர் அடியாக எடுத்துவைத்தான். கடைசிப் பலமான அடிகள் அவை. தேகம் வலுவை இழந்திருந்தாலும், மனத்தின் ஆர்வ உந்துதலால் நடக்கும் உற்சாக நடை அது. வந்தது, வந்தே விட்டது ... டேவிட்டை அணைத்துக்கொண்டு மகிழ்ச்சியோடு கீழே உட்கார்ந்தான்.

சிறிது நேரத்தில் துயரம் வந்து அழுத்தியது. அவன் தோள் மீது தலைவைத்து 'ஓ'வென்று அழுதான். எங்கே அவ்வளவு கண்ணீர் அவனுள் அடங்கிக் கிடந்ததோ, யார் என்ன நினைப்பார்கள் என்ற கூச்சமில்லாமல் அழுதான். டேவிட்டுக்கு மோகனசாமியின் அழுகையைப் பார்த்து அனுதாபம் ஏற்பட்டது. உச்சியை அடைந்தவர்கள் கொண்டாட்டத்தில் கூவிக் குதித்தார்கள். போட்டோ எடுத்துக்கொண்டு, ஒருவருக்கு ஒருவர் கைகுலுக்கிக்கொண்டு மகிழ்ச்சி அடைந்தார்கள். இதுவரை பட்ட இந்தத் துயரம் இயல்பானதல்ல. மெல்ல மோகனசாமியின் முதுகைத் தடவிக்கொடுத்தான். மனிதனின் ஸ்பரிசத்தின் மயக்க மாயத்தால் அவனது அழுகை இன்னும் அதிகமானது. சுமார் பத்து நிமிடம் அவன் அழுதுகொண்டே இருந்தான். மனத்தின் ஆழத்தில் இருந்த சங்கடங்களை உணர்வுகளை எல்லாம் மோகனசாமி வெளியே கொட்டினான்.

இந்த மலையைப் போல் எத்தனை காலம் இந்த உடலின் கனலைப் பாதுகாப்பது? எத்தனை நாட்களுக்குக் குளிர்ச்சியான முகமூடியை அணிந்துகொண்டு எல்லோர் முன்பும் போலியாகக் காட்டுவது? கிளிமஞ்சாரோ உச்சி எனக்குப் போதுமென்றாகிவிட்டது ... இனி நெருப்பை வயிற்றில் கட்டிக்கொள்ள முடியாது. அது என்னை எரித்துவிடும். எல்லாவற்றையும் வெளியே கொட்டிவிடுகிறேன். என்னை நான் காப்பாற்றிக்கொள்ள வேண்டியிருக்கிறது. உன்னைப்போல எல்லாவற்றையும் தேகத்திற்குள் அடக்கிக்கொள்ளும் தெம்பு எனக்கில்லை. வெறும் மனிதன் நான். எனக்கு இந்த உடலின் ஆழத்திலுள்ள நெருப்பு வேண்டாம்.

"குழந்தை! எதற்கு இத்தனை கவலை? இப்படி அழுவது உன் உடம்பிற்கு நல்லதல்ல."

"போதும் டேவிட். எவ்வளவுதான் கஷ்டத்தை ஏற்றுக்கொள்வது சொல்? எவ்வளவுதான் வலியைத் தாங்கிக்

கொள்வது? தினமும் போராடி நான் சோர்வடைந்துவிட்டேன். சந்தோஷத்திற்கான வழி என்னவென்று எனக்குத் தெரியவில்லை."

"எதற்கும் பயப்பட வேண்டாம் குழந்தை! பயப்படும் நிலை வந்தால் வாழ்க்கை சகிக்க முடியாமல் போகும். சிரமம் அதிகமாகி, சுகம் குறைந்துகொண்டே போனாலும் – எல்லாவற்றையும் பொறுத்துக்கொண்டு தாங்கும் சக்தி வாழ்க்கைக்கு மட்டுமே உண்டு. கொஞ்சம் பொறுமை வேண்டும், அவ்வளவுதான்! முன்னால் நல்லது காத்திருக்கிறது என்று பொறுமையுடன் காத்திருக்க வேண்டும். காலச் சக்கரம் கொஞ்சம் சுழல்வதற்குள் எல்லாம் சரியாகிவிடும். சுகம் – துக்கம் இரண்டுமே வெறும்கற்பனைகள்தான்! எதுவும் இங்கே நிரந்தரமில்லை.

"பகிர்ந்துகொண்டால் துன்பம் குறையும். சுகம் அதிகரிக்கும் என்பார்கள். ஆனால் பகிர்ந்துகொள்ள எனக்கானவர்கள் யாரும் இல்லையென்றால் என்ன செய்வது?"

"இப்படிப்பட்டவர்கள்தான் எனக்கானவர்களாக வர முடியும் என்ற கடினமான கட்டுப்பாடுகளைப் போட்டுக் கொண்டால் மட்டுமே நாம் தனிமைப்படுத்தப்படுவோம் குழந்தை! நம் பயணத்தில் நாம் சந்திப்பவர்கள் எல்லாம் நம்மவர்கள்தான் என்ற குணத்தை வளர்த்துக்கொள்ள வேண்டும். அப்போதுதான் குறைந்த அளவிற்காவது தனிமையைக் குறைத்துக்கொள்ள முடியும். இப்போது அழுதது போதும். நட குழந்தை, உனக்கு ஒரு சிறப்பானதைக் காட்டுகிறேன்."

கண்ணைத் துடைத்துக்கொண்டு மோகனசாமி டேவிட்டைப் பின்பற்றினான். ஒரு சிறிய உச்சியின் கடைசியில் டேவிட் அவனை நிறுத்தினான். அங்கே பெரும்கடலின் நட்ட நடுவில் தான் நிற்பதைப்போல மோகனசாமி வியந்தான். அந்தப் பெரும்காட்சிக்கு முன் தானொரு பொருட்டாகவே அவனுக்குப் படவில்லை. ஆண்டவனின் விஸ்வரூபத்தைப் பார்த்த பக்தனைப்போல ஊமையாய் வியந்து நின்றான்.

எங்கும் வெளி. கண்போன இடத்தில் எல்லாம் வெளி. நான்கு திசைகளிலும் பரவிக்கொண்ட விசாலமான வெளி. முதலாவது பனிக் குவியலின் வெளி, பிறகு மணல் வெளி. ஏ ஆண்டவா! இதென்ன வியப்பான காட்சி. முடியாது. என் சிறிய இதயத்தில் இந்தப் பெரிய விசாலமான வெளியை நிரப்பிக்கொள்ள முடியாது. நான் சிறியவன். சிறு புழு. நீயோ விசால சொரூபன். உன் இந்த வெளியின் தரிசனம் கண்ட நிலையிலேயே எனக்குள் எப்போதும் ஆணவம் நுழைய முடியாது. என் பாதுகாப்பு உன் பொறுப்பு. உன் சக்தி பெரியது.

எல்லாவற்றையும் நடத்துபவன் நீ. நான் உன் பிரம்மாண்டத்தின் ஒரு அணு. இனி என்றும் நீ இருப்பதைச் சந்தேகிக்க மாட்டேன். உன் சக்தியைப் பற்றிக் கேலி செய்யமாட்டேன். என் சாதனைகளைப் பற்றிப் பெருமைப்படமாட்டேன். எனக்கு இப்போது இயற்கை உண்மைகளெல்லாம் தெரிகின்றன. என் சிரமங்கள் எதுவும் பெரிதல்ல. என் வலிகள் எதுவும் பெரிதல்ல. என் சாதனைகள் எதுவும் பெரிதல்ல. என் அகங்காரங்கள் உனக்குள் ஒரு புன்சிரிப்பை உதிர்க்க வைக்கத்தான் முடியும். நான் பறப்பதும் அவ்வளவுதான், அர்த்தமற்ற போராட்டமும் அவ்வளவுதான். எல்லாம் உன் லீலை. எல்லாம் உன் விளையாட்டு. உன் மூச்சின் ஒரு அணு நான். உன் ஒரு மூச்சில் என்னைப் போல இலட்சக்கணக்கான அணுக்களை வெளியேற்றக்கூடியவன் நீ. பாக்கியம் அடைந்தேன் தெய்வமே! பாக்கியம் அடைந்தேன்!!

○

கிளிமஞ்சாரோவின் நுழைவாயிலான மரங்கோ கேட்டில் பயணிகளின் கொண்டாட்டம் வானத்தை எட்டியது. ஆறு நாட்களாக எங்கேயிருந்து மலையேற்றம் தொடங்கியதோ, அங்கே அவர்கள் திரும்பி வந்தார்கள். மலை ஏறுவது மட்டுமே கடினமே தவிர இறங்குவதல்ல. ஏற ஐந்து நாட்கள் தேவைப்பட்டால், இறங்க இரண்டு நாட்கள் போதும். அடிக்கு அடி காற்றில் பிராணவாயு அதிகமாக அதிகமாகப் பயணிகளின் உற்சாகம் இரட்டிப்பாகும். தலைவலி, காய்ச்சல், சோர்வெல்லாம் குறைந்து சாதாரண மனிதர்களானார்கள். பரிமாறிய உணவில் ஒரு பருக்கைகூட விடாமல் வயிறு நிறைய சாப்பிடும் தெம்பை மறுபடியும் அடைந்தார்கள். உறையும் குளிர் குறைந்து வெயில் உடம்பைத் தொட்டதும் உடுத்தியிருந்த கம்பளி ஆடைகளைக் கழற்றித் தேகத்தைக் காட்டத் தொடங்கினார்கள். மற்றொரு பயணிகளின் கூட்டத்தை எதிர்கொள்ளும்போது, “மிக எளிது! கேக்வாக்!! ஹகூன மடாட. கிளிமஞ்சாரோ ஈஸ் ஹெவன்” என்று உற்சாகமூட்டி அனுப்பினார்கள். புதுப் பயணக் கூட்டத்தில் இருந்த ஒரு இந்தியன் மோகனசாமியைப் பார்த்துப் புல்லரித்துப்போனான். “எப்படி இருந்தது? உச்சியைத் தொட்டீர்களா?” என்று கேட்டதற்கு, மோகனசாமி பெருமையாகச் சிரித்தான். “மிக எளிது. போய் வாருங்கள்” என்று சொன்னான். வியப்பில் அவன் “மறுபடி வருகிறீர்களா?” என்று கேட்டான். “ஷ்யூர், வரலாமே!” என்று இவன் வலதுகைப் பெருவிரலை உயர்த்திக் காட்டினான்.

இத்தாலிய ஓரினச் சேர்க்கையின் ஜோடிக்குக் கிளிமஞ்சாரோ மலையேறிய விருதுச் சான்றிதழ் கைக்குக்

கிடைத்ததும் மகிழ்ச்சியால் ஒருவரையொருவர் தழுவிக்கொண்டு முத்தமிட்டுக் கொண்டாடினார்கள். மற்றவர்கள் அவர்கள் மகிழ்ச்சியில் பங்கேற்று 'உகே' என்று கைதட்டினார்கள். கடையில் ஒரு ஷாம்பைன் பாட்டிலை வாங்கி எல்லார் முன்பும் அதைத் திறந்து நுரை பொங்க வைத்தார்கள். டென்மார்க் தம்பதிகளுக்கும் சான்றிதழ் கிடைத்தது. அவர்களுக்கு அது நம்ப முடியாத சாதனையாக இருந்தது. அறுபது வயதில் இப்படிப்பட்ட சாதனையைச் செய்ய முடியுமா என்று வியப்புடன் கண்ணீர் விட்டார்கள். இங்கிலாந்தின் இளைஞன் தன் வீட்டிற்குத் தொலைபேசி செய்து அப்பா – அம்மாவிடம் தன் சாதனையைத் தெரிவித்தான். அமெரிக்காவின் ஆண் – பெண் ஜோடி நாட்டியமாடினார்கள். மாஸ்கோ பெண் எல்லோருக்கும் ஒவ்வொரு ஐஸ்க்ரீம் வாங்கிக் கொடுத்துத் தன் மகிழ்ச்சியைப் பகிர்ந்துகொண்டாள். அப்படிப்பட்ட ருசியான ஐஸ்க்ரீமை அவன் இதற்குமுன் சாப்பிட்டதில்லை. அவர்கள் எல்லோருக்கும் கிளிமஞ்சாரோ ஏறிய சாகசத்தின் பெருமையால் நெஞ்சம் நிறைந்திருந்தது.

டேவிட், மோகனசாமி உட்கார்ந்திருந்த இடத்திற்குச் சான்றிதழை எடுத்துக்கொண்டு வந்தான்.

"குழந்தை! நீ கடவுளை நம்புகிறாயா?"

மோகனசாமி யோசனையில் ஆழ்ந்தான். வேகமாக ஒருமுறை மூச்சை இழுத்துக்கொண்டு, "எதற்கு டேவிட்?" என்று கேட்டான்.

"இது சிரமமான மலையேற்றம். பாதுகாப்பாக நீ அங்கே போய் வரப் பார்த்துக்கொண்டானல்லவா?அதனால் அந்த ஆண்டவனுக்கு ஒரு தேங்க்ஸ் சொல்லி இந்தச் சான்றிதழை என்னிடமிருந்து பெற்றுக்கொள்."

பிராணவாயு ஏராளமாகக் கிடைக்கும்போது, மோகனசாமியின் அறிவு ஆற்றலுடன் வேலை செய்தது. எளிதாக மோகனசாமி எதையும் நம்பமாட்டான். எல்லாவற்றையும் சந்தேகத்துடன் பார்க்கும் இயல்பு அவனுக்கு. விஞ்ஞானம் ஏற்காததை நம்பக்கூடாது என்று அவன் கல்வி கற்றுத் தந்திருந்தது.

"இல்லை டேவிட். எனக்குக் கடவுள் நம்பிக்கை கிடையாது. சில பலவீனமான தருணங்களில் மட்டும் அப்படிப்பட்ட எண்ணங்கள் வரும்."

"போகட்டும் விடு குழந்தை! எங்கள் கிளிமஞ்சாரோ மலையை நம்புகிறாய்தானே?"

"கண்டிப்பாக."

"அப்படியென்றால் கிளிமஞ்சாரோவுக்கு ஒரு தேங்க்ஸ் சொல்லி இந்த விருதுச் சான்றிதழை வாங்கிக்கொள்."

மோகனசாமி சான்றிதழை வாங்கிக்கொண்டு, கண் மூடி, "தேங்க்ஸ் கிளிமஞ்சாரோ" என்றான்.

டேவிட் வெகுளியாகச் சிரித்து அவன் கையைக் குலுக்கினான். தொலைவில் அமைதியாக நின்றிருந்த அதே தருணம், கிளிமஞ்சாரோ மலை தன் உடல் ஆழத்தில் இருந்த அனலை ஒருமுறை புரட்டியது.

காலச்சுவடு பப்ளிகேஷன்ஸ் (பி) லிட்.
Published by Kalachuvadu Publications Pvt. Ltd.,
669, K.P. Road, Nagercoil 629001, India
Phone: 91-4652-278525
e-mail: publications@kalachuvadu.com

12/2022/S.No. 1143, kcp 4268, 18.6 (1) rss